அடையாற்றுக்கரை

D1679863

மு.து.பிரபாகரன்

டிஸ்கவரி பப்ளிகேஷன்ஸ்

எண்: 9, பிளாட் எண்: 1080A, ரோஹிணி பிளாட்ஸ்,
முனுசாமி சாலை, கே.கே.நகர் மேற்கு,
சென்னை - 600 078. பேச: 99404 46650

வெளியீட்டு எண்: 0212

அடையாற்றுக்கரை (நாவல்),
ஆசிரியர்: **மு.து.பிரபாகரன்©**
Adaiyatrukkarai (Novel),
Author: **M.D.Prabakaran©**
அட்டை ஓவியம்: **விஜிபால், பிரம்மம் நாகராஜ்**
அட்டை வடிவமைப்பு: B.**ஜீவமணி**

Printed in India
1st Edition: August - 2023
ISBN No : 978-93-95285-46-9
Pages - 340
Rs - 400

Publisher • Sales Rights

Discovery Publications
No. 9, Plot,1080A, Rohini Flats,
Munusamy Salai,
K.K.Nagar West, Chennai - 78.
Tamilnadu, India.
Mobile: +91 99404 46650

Discovery Book Palace (P) Ltd
No. 1055-B, Munusamy Salai,
K.K.Nagar West,
Chennai-600 078.
Ph: (044) 4855 7525
Mobile: +91 87545 07070

discoverybookpalace@gmail.com / www.discoverybookpalace.com

இந்த நூலில் பிரசுரமாகியுள்ள எந்த ஒரு பகுதியையும் எழுத்துபூர்வமான முன்அனுமதி பெறாமல் எடுத்தாள்வதோ, மறுபிரசுரம் செய்வதோ, மொழியாக்கம் செய்வதோ, ஊடகங்களில் மறுபதிப்புச் செய்வதோ, காப்புரிமைச் சட்டப்படி தடை செய்யப்பட்டுள்ளது. இந்த நூலிலிருந்து சில பகுதிகளை மேற்கோள்காட்டி நூல்அறிமுகம் செய்யலாம்.

உங்கள் மொபைல் போனிலிருந்து ஸ்கேன் செய்து 'டிஸ்கவரி புக் பேலஸ்' மொபைல் ஆப்பை டவுன்லோடு செய்து, புத்தகங்களை வாங்குங்கள்.

சமர்பணம்

என்னை எத்தனையோ துயரத்திலும் வளர்த்து ஆளாக்கி,
என் தேடலுக்கு விதையாக இருந்த என் தாய் தீபகேஸ்வரிக்கு...

நன்றி

என் நாவலை முதலில் வாசித்து,
அழுத்தமாக தன் கரங்களை அடையாற்றுக்கரைக்கு
முதலில் உயர்த்திக்காட்டிய எழுத்தாளர்
தோழர் முத்தையா குமரன், P.சாந்தி ஆகியோருக்கு
என் மனம் நிறைந்த நன்றிகள்.

அணிந்துரை

நாகரிகத்தின் அழுக்கும், அழுக்கின் நாகரிகமும்

'நாகரிகம் நதிக்கரையில் பிறந்தது' என்று 'சரித்திரம்' சொல்கிறது. எப்போதும் இத்தகைய புனைவுகளை உற்பத்திச் செய்வதுதான் இந்தச் 'சரித்திரங்களின்' வேலையாக இருக்கிறது. இதுவொரு மேட்டிமைவாத சொல்லாடல். உண்மையென்பது இதற்கெல்லாம் அப்பால்தான் இருக்கிறது. நாகரிகம் என்பதற்குப் பின்னால் ஆழத்தில் பலர் இருந்திருக்கிறார்கள். பல அடுக்குகள் இருந்திருக்கின்றன/ இருக்கின்றன. அவற்றில் தேர்வு செய்யப்பட்ட 'உண்மைகள்' மட்டுமே இன்றைய நாகரிகம் பற்றிய சொல்லாடல்கள் ஆகியிருக்கின்றன. அவை பலவற்றை அழித்தே உருவாகியிருக்கின்றன. அவை உருவான பின்னாலும் அழித்தொழிப்பு வெளிப்படா வண்ணம் மறைத்து நிற்கின்றன. பல பொய்க் கதைகளையும் உருவாக்கி, பலரை ஏற்க வைத்து தன்னைத் தக்க வைத்துக்கொண்டிருக்கிறது. அத்தகைய கதையாடல்களில் ஒன்றுதான் 'நாகரிகம் என்பது நதிக்கரைகளில் பிறந்தது' என்று. இவ்வாறு சொல்வதன் மூலம் நதிக்கரை அல்லாதவற்றை விளிம்பு நிலைக்குத் தள்ளுகிறது. இன்றைய நாகரிகங்களின் பிறப்பிலுள்ள வன்முறையை அறிஞர்கள் பலர் பேசியிருக்கிறார்கள்.

நாகரிகத்தை உருவாக்கிய மக்கள் அதைப் பயன்படுத்துவதிலிருந்து வெளியேற்றப்பட்டிருக்கிறார்கள்; அவற்றின் பயனிலிருந்து அவர்கள் துண்டிக்கப்பட்டிருக்கிறார்கள். மேலே ஒளிரும் நாகரிகத்தின் கீழே அழுக்குப் படிந்த நிழல்களாக உழைத்த மக்கள் இருக்கிறார்கள். தாங்கள் உருவாக்கியதை தாங்களே உரிமை கொண்டாட முடியாதவர்களாக ஆக்கப்பட்டிருக்கிறார்கள். நாகரிகம் என்பதன் எதிர்ப்பதமான அநாகரிகத்தின் அடையாளமாகவும் ஆக்கப்பட்டு இருக்கிறார்கள்.

ஆறானது தன்னைக் கீறி நாகரிகப்படுத்தியவர்கள் மீது கோபப்படும் போதெல்லாம் அதற்குப் பலியாகுபவர்கள் அடியில் வாழும் இந்த மக்களே. மேலே கரையில் நின்றுகொண்டிருக்கும் நாம் வேண்டுமானால், 'அவர்கள் ஏன் அங்கேயே இருக்கிறார்கள்?' என்று கேட்கலாம். ஆனால், வேறு வழியின்றி அங்கேயே வாழ நிர்பந்திக்கப்படுகிறார்கள் என்பதுதான் உண்மை. இத்தகைய பின்னணியில்தான் மு.து.பிரபாகரன் அவர்களின் 'அடையாற்றுக்கரை' நாவல் எழுதப்பட்டிருக்கிறது.

'பெரும் கூட்டம், ஏன் ராட்சசன் நாத்தத்தின் அருகில் செல்ல இயலவில்லை. நாம் அவர்களைவிட மேலானவர்கள் என்று பழகிவிட்டார்கள். பழக்கம் மனிதனை ஓர் இடத்தில் இருந்து இன்னோர் இடத்துக்குக் கொண்டுசெல்ல மறுக்கிறது. பழக்கத்துக்குத் துவண்டுபோய் தடைகளை உடைக்கத் தயங்கிப்போனார்கள்...' என்று, இந்த நாவலில் வரும் வரிகள் இந்த உண்மையை அப்பட்டமாக விவரிக்கிறது.

சென்னையிலிருக்கும் ஆறுகள் இரண்டு. ஒன்று கூவம், மற்றொன்று அடையாறு. மூன்றாவதாக பக்கிங்காம் கால்வாயையும் சேர்த்துக்கொள்ளலாம். அடையாறு சென்னையின் தெற்குப் பக்கமாய் இருக்கிறது. அதற்கும் வடக்கே கூவம். கூவம் எல்லோருக்கும் தெரியும். அடையாறு கூவம் அளவிற்குத் தெரியாது. கூவமும்கூட எதிர்மறையாக அழுக்கின் குறியீடாக, கேலியாகத்தான் தெரியும். பௌத்தம் செழித்த ஆற்றங்கரைகள் இவை. அவற்றின் இன்றைய நிலை பௌத்தம் அடைந்த வரலாற்று மாற்றத்தின் குறியீடு போலாகிவிட்டது. அழுக்குதான் இவற்றின் ஒரே அடையாளம் போலாகியிருக்கிறது. ஆற்றங்கரை நாகரிகத்தை உருவாக்கிவிட்ட அழுக்கின் அடையாளமாக கரையோர குடிசைகளில் வாழும் மக்களுக்கும் இது பொருந்தும்.

அழுக்காக்கப்பட்ட கூவம் தெரிந்த அளவிற்கு அழுக்காக்கப்பட்டு வரும் அடையாறு சொல்லப்படுவதில்லை. அடையாறு நீர்வளத்தில் 17,18ஆம் நூற்றாண்டுகளில் மிகச் சிறந்த ஆறாக இருந்திருக்கிறது. ஆங்கிலேயர்கள் பசுமைத்தோட்டத்தின் நடுவே பூத்துக் குலுங்க வைத்த வீடுகளை இதன் கரையினிலே வைத்திருந்தார்கள். இந்த ஆற்றின் வழித்தடம் எல்லாம் தென்னைகளும் சோலைகளும் உயர்ந்து நின்றிருக்கின்றன. இவ்வாறு ஆற்று ஓரத்தை வளமாக்கவும், கால்வாய்களை உருவாக்கவும், பசுமைத்தோட்டங்கள் உருவாக்கவும், வீடுகள் அமைக்கவும் காரணமாக அமைந்தது உழைக்கும் மக்கள்.

வெள்ளையர்கள் பொழுதுபோக்குவதற்கு படகு சவாரியை 1832ஆம் ஆண்டு அடையாறு போட் கிளப்பையும், 1893ஆம் ஆண்டு எண்ணூரில் மெட்ராஸ் போட் கிளப்பையும் அமைத்தார்கள்.

'சைதாப்பேட்டையில் இருந்து செயின்ட் தாமஸ் மவுண்ட் போக வழியில்லாமல் இருந்தது. அடையாற்றைக் கடக்க ஏழைபாழைகளின் உழைப்பால் பாலம் அமைத்தார்கள். மர்மலாங்கு பாலம் என்று தற்காலம் வரை பெயர் இருந்த பாலத்தை 1728ஆம் ஆண்டு ஆர்மினியாவை சார்ந்த கோஜா பெட்ரூஸ் உஸ்கான் இந்த மக்களுக்காக தன் சொந்தப் பணத்தில் 30 ஆயிரம் பக்கோடாவில் கட்டினார்' என்கிறது நாவல். அதோடு பசுமை வளத்தோடு அடர்ந்த வனப்பகுதியாக இருந்த இடம் குதிரைகளுக்கு மேய்ச்சல் நிலமாக காட்சி தந்ததால், குதிரைகளின் தோட்டமாக உதயமானது.

பொதுவாக சென்னையின் விளிம்புநிலை மக்கள் என்றால் வடசென்னை மக்கள்தான் பேசப்படுகிறார்கள். அந்த வாழ்வின் கலாசார விநோதம் பலருக்கும் ரசனைக்கான பண்டமாக ஆகியிருக்கிறது. பெயரளவிலாவது சென்னையின் பூர்வக்குடி அந்தஸ்து அப்பகுதிக்கு தரப்படுகிறது. ஆனால் இந்தக் கவனம் சென்னையின் பிற பகுதிகளில் வாழும் விளிம்புநிலை மக்களுக்குத் தரப்படுவதில்லை. இம்மக்களுக்கு எந்த அடையாளங்களும் இல்லை. இந்நிலையில்தான் அடையாற்றுக் கரையை மையமாகக் கொண்டு அந்தக் கரையோரம் வாழும் மக்கள் குழுவினர் பற்றி முதன்முறையாக இந்நாவல் பேசுகிறது. இன்னுமின்னும் பேசவேண்டிய பகுதிகள் இருக்கின்றன.

வடசென்னை தவிர்த்து மத்திய, தெற்கு சென்னையில் நிறைய சேரிகளும் விளிம்புநிலை குழுவினரும் இருக்கின்றனர். அத்தகைய வாழ்க்கையின் ஒரு பகுதியை இந்நாவல் சொல்கிறது. இப்பகுதிகளில் மக்கள் வாழ்கிறார்கள் என்பதே எவருடைய யோசனைக்குமே வராத நிலையில் இருந்ததை இந்நாவல் பேச வந்திருக்கிறது. இங்கிருக்கும் மக்கள் என்ன செய்கிறார்கள்? எப்படி வாழ்கிறார்கள்? என்று யாருக்கேனும் தெரியுமா? பெரும்பாலும் கூவம் அடையாறு கரையோரங்களில் குடிசைகளில் வாழும் இவர்கள் நகரம் வெளியேற்றும் அழுக்கை சுவாசிப்பவர்களாக இருக்கிறார்கள். இவர்களில் பெரும்பாலும் சென்னையிலே வாழ்ந்தவர்களும் இருக்கிறார்கள்; சென்னையைச் சுற்றியிருக்கக்கூடிய வட மாவட்ட கிராமங்களிலிருந்து பிழைப்புக்காக வந்து குடியேறியவர்களாகவும் இருக்கிறார்கள். இவ்வாறு குடியேறியவர்கள் தங்களுடைய

கிராமங்களிலிருந்து முற்றிலும் வேரை துண்டித்துக்கொண்டு பல ஆண்டுகளாக நிலைத்துவிட்டவர்கள் இருக்கிறார்கள். சரியாக சொல்லப்போனால் சென்னையை உருவாக்கியவர்கள் இவர்கள்தான். சென்னையின் உயர்தர, நடுத்தர வர்க்க வீடுகளில் பணியாளர்களாக இருப்பவர்கள் பெரும்பாலும் இவர்கள்தான் . தவிர கூலிகள், கட்டிட மேஸ்திரிகள்,கட்டிட சித்தாள்கள் , வீட்டு வேலையாட்கள், சுகாதாரப் பணியாளர்கள் என்று இருப்பவர்கள் இவர்களே. இவர்களுக்கான வாழ்வாதாரம், மருத்துவம், கல்வி போன்றவை என்னவாக இருக்கிறது என்பது யாருக்கும் கவலையில்லை. அவர்களை தேவைக்குப் பயன்படுத்தப்படும் கூட்டமாக வைத்துக்கொள்ளவே தலைநகர அரசியல் கட்சிகள் விரும்புகின்றன. அவர்களுடைய வாழ்வாதாரத்திற்கான சிறுசிறு அமைப்புகள் அதற்கேயுரிய சமரசங்களோடு இயங்கிக்கொண்டிருக்கின்றன. அவற்றிற்கும் அந்தந்த நேரத்து தேவைகள் போக நீண்ட கனவுகள் இருப்பதில்லை. பெரும்பாலும் குந்த குடிசை அற்றவர்கள். இன்றைய கண்ணகி நகர், செம்மஞ்சேரிகளில் குடியேற்றப்பட்டு இருப்பவர்கள் இவர்களே. இவர்களுக்கு நிரந்தரமான வாழ்விடம் இல்லை. இன்னும் சொல்லப்போனால் ஆக்கிரமிப்பாளர்கள் என்ற பெயரில் இவர்கள் துரத்தப்படுகிறார்கள். அவர்கள் ஆக்கிரமிப்பாளர்கள் இல்லை என்று இந்த நாவல் கடுமையாக வாதிடுகிறது.

இவர்களை ஆக்கிரமிப்பாளர்கள் என்று சொல்வோரை நோக்கி நிறைய கேள்விகளை எழுப்புகிறது நாவல். 'நாங்கள் நதிக்கரையை ஆக்கிரமித்தோம் என்றால் நகரமாக்கப்பட்டபோது வியாபாரக் கேந்திரமாக தேர்ந்தெடுத்து பணியாற்றும்போது எங்க தாத்தன் முப்பாட்டன் போன்றோர் தான் உயிரைக் கொடுத்து நிர்மாணித்தார்கள்' என்று குரல் எழுப்புகிறது இந்நாவல் . 'நாங்கள்தான் ஆக்கிரமித்தோம் என்று சொன்னால் ஒரு காலத்தில் சீரோடும் சிறப்போடும் இருந்த ஏரிக்கரைகள் எல்லாம் எங்கே போயின? பனை மரங்கள் அடங்காமல் நின்றிருந்த நுங்கையூர் ஏரி, மாம்பலம் ஏரி எங்கே போயின? இவற்றை எல்லாம் ஆக்ரமித்து வீடுகள் கட்டி நாங்களா குடியேறியிருக்கிறோம்? தேனாம்பேட்டையில் தென்னைகள் குவிந்து இருக்கையோடு இருந்த மயிலாப்பூர் குளத்தை யார் ஆக்ரமித்தது? கூவம் ஆறும், அடையாறும் தொடக்கத்தில் வேளாண்மைக்கு உதவிக்கரம் நீட்டி பசுமை தவழ்ந்தது. பிறகு இந்த ஆற்றை யார் அழித்து ஏப்பம் விட்டது? கூவம் ஆற்றில் இருந்த மணல் எல்லாம் மதராசின் பெருநகர கட்டிடங்களில் ஒட்டி

இன்றும் பளபளப்பாக உயர்ந்து நிற்கிறது. தெளிந்த நீரோடைக்கு உதவிய ஆற்றுமணலைச் சுரண்டித் திருடியது யார்? அந்த ஆற்றின் மணலை தன்னுள் தக்க வைத்ததால் நீராக்கி வீறுகொண்டு ஓடிய நதியை கால்வாயாக மாற்றி கழிவுநீர் செல்லும் பாதையாக மாற்றியது யார்? நூற்றுக்கும் மேல் பறவை கூட்டங்களை அழித்தது யார்? படர்ந்திருந்த அடர் பசுமையை வெட்டி ஏப்பம் விட்டது யார்?' என்று அடுக்கடுக்கான கேள்விகளை எழுப்புகிறது இந்நாவல். 'இவ்வாறு செய்தவர்களெல்லாம் நகரத்தின் குடிமக்களாகவும், உழைத்தும் வெளியே நிறுத்தப்பட்ட விளிம்புநிலை மக்கள் ஆக்ரமிப்பாளர்களாகவும் ஆக்கப்பட்டிருக்கும் அரசியல்தான் என்ன? இத்தகைய கதையாடலைக் கட்டியவர்கள் யார்?' என்று அழுத்தமான கேள்விகளை முன் வைக்கிறது இந்நாவல்.

இந்த நாவலின் கதையை இங்கு சொல்லத் தேவையில்லை. படித்துத் தெரிந்துகொள்ளுங்கள். நாவலினூடே அரசியல் இன்னும் அழுத்தமாக இருக்கிறது. இந்த நாவல் ஒரே நேரத்தில் அரசியல் பிரதியாகவும், பண்பாட்டுப் பிரதியாகவும், சமூக வரலாற்றுப் பிரதியாகவும் விளங்குகிறது. சமூகத்தைத் திரும்பிப் பார்க்கும் கதை, தன்னை உருவாக்கிய சமூகத்திற்குத் திரும்பச் செய்யும் கதை, கீழிருந்து மேலே சென்றாலும் கீழே திரும்பிப் பார்க்கும் கதை என்று இந்நாவலை பற்றிக் கூறலாம். இப்பின்புலத்தில் தலைமுறை இடைவெளியினூடாக மாறிவரும் மதிப்பீடுகள், அதனால் ஏற்படும் தடுமாற்றம், துயரங்கள் போன்றவற்றை முன் வைக்கிறது இந்நாவல் .

எல்லாவற்றையும் பயன்பாட்டு வாதமாகப் பார்க்கும் இன்றைய தலைமுறையினர் முன்னால் அவர்களுக்கும் ஒரு பொறுப்பு இருக்கிறது என்று அறைகூவல் விடுகிறது இந்நாவல். அதனை அவனுக்கான பொறுப்பு என்கிறது. அது அறம் என்றும் வரையறுக்கிறது. கதைகளிலும் திரைப்படங்களிலும் விளிம்புநிலை மக்கள் என்றாலே அவர்களை அறமற்றவர்கள்போலக் கூறுவதுண்டு. கொஞ்சம் மனது வைத்தால் நகர்ப்புற உதிரிகளுக்கென தனித்த அறம் ஒன்றை உருவகிப்பார்கள். விபச்சாரம், களவு, பிச்சை, குற்றம் என்பதன் களமாக இம்மக்கள் பகுதியைக் காட்டுவார்கள். புதுமைப்பித்தனின் 'பொன்னகரம்' தொடங்கி ஜே.பி.சாணக்யாவின் 'ப்ளாக் டிக்கெட்' வரையிலான கதைகளும் இதற்கு விலக்கல்ல. இன்றைய ப்ளாக் காமெடி என்னும் திரைப்பட வகைமைகூட இக்களத்தையே நம்பியுள்ளது. ஆனால், அவர்களிடையே இயல்பாகவே விரவிக்கிடக்கும் அற உணர்வை

இந்நாவல் கூறுகிறது. இந்நாவலில் திருநங்கை சுகன்யா என்னும் பாத்திரம் மூலம் வருகிறது. அப்பாத்திரத்தை ஒட்டி இத்தகைய சித்தரிப்பைப் பார்க்கலாம்.

இது போன்ற சேரிகளில் அரசியல் கட்சிகளும் பகுதி அமைப்புகளும் இருக்கும். இவற்றில் இரண்டு வகையான பணியாளர்கள் இருப்பார்கள். பெரிய கட்சிகளின் தேவைக்காக இயங்குவது. இதுதான் நம்முடைய சினிமாக்கள் காட்டும் சித்திரம். ஆனால், இதைத் தாண்டிய சமூகப்பணியாளர்களும் உண்டு. அவர்கள் எண்ணிக்கையில் சிறுபான்மையினர். இந்நாவலில் வரும் அம்பேத்குமார் என்ற பாத்திரம் அத்தகையது. அலுவலகங்களுக்கு ஓடுகிறார்; அதிகாரிகளிடையே விவாதிக்கிறார்; மக்களிடையே பேசுகிறார்; மொத்தத்தில் அவர்களில் ஒருவனாக இருக்கிறார். அவர்களின் நல்லது கெட்டதில் பங்கேற்கிறார்; அவர் போன்றோர் சேரிகளை விலை பேசுவோராக இருப்பதில்லை.

நாவலில் நிறைய வரலாற்றுக் குறிப்புகள் வருகின்றன. ஆங்கிலேயர் வீடுகளில் சமையல்காரர்களாக இருந்த பட்லர் வாழ்வு பதிவாகி இருக்கிறது. அதேபோல ஆங்கிலோ - இந்தியர் பாத்திரமும் இருக்கிறது. 'தொரம்மாவுக்கு மாட்டுக்கறிய அவிச்சி, மிளகு சேர்த்து நாக்குக்கு ருசியா செஞ்சி போட்டதால் தொரம்மாவுக்கு அவர ரொம்பப் புடிச்சி ஊட்டு உள்ள வரைக்கும் உடுவாங்களாம்... இப்படியே கறிய அவிச்சு வாய்க்கு ஒன்தியா சமைச்சிப் போட்டதால் அடுத்தவன் வீட்டுக்குள் போக முடியாத முனியப்பன் மாமாவ வெள்ளக்காரன் வீட்டு உள்ள வரைக்கும் வரவச்சி கறிய அவிச்சுப்போடச் சொல்லி, நாக்கைத் தட்டித் துண்ணான்...' என்று சொல்வதன் வழியாக சமூக வரலாற்றுக்கான சான்று கிடைக்கிறது.

மேலும், 'மாமா தொரவூட்டிலேயே இருந்ததால் அவருக்கு பட்லர் முனியப்பன் என்று பெயர் வந்ததாம். சிறு வயசுல குமார் மாமா அடிக்கடிக்கு தொரவூட்டுல போய் வளர்ந்ததால அது துடிப்ப பாத்த மிசியம்மாவுக்கு ரொம்ப புடிச்சி இங்கிலீஷ்ல பேசியதால் குமார் மாமாவும் மிஸ்ஸியம்மாகிட்ட நல்லா இங்கிலீஷ்ல பேசித் திரியுமாம்' என்று இம்மக்களிடையே நடந்து வந்த மாற்றங்களும் சொல்லப்படுகின்றன.

இவ்வாறு நவீனத்திலிருந்து மட்டுமல்ல மரபிலிருந்தும் விளிம்பு நிலை மக்களுக்கான தொடர்பு சொல்லப்பட்டுள்ளன. வள்ளுவர்கள் நாள் குறித்துத் தந்த பிறகே நல்லது கெட்டது நடக்கிறது. மாரியம்மன்

ஒடுக்கப்பட்டோரின் பெண் தெய்வமாக வணங்கப்படுகிறாள். ஔவை என்னும் பிக்குணி தேவியே மாரியம்மாள் என்று கூறிய அயோத்திதாசரின் கதை இந்நாவலில் சமகால மக்கள் வாழ்வினூடே சொல்லப்படுகிறது. இவற்றோடு பௌத்தம் மூலம் கண்டெடுக்கப்பட்டிருக்கும் வாழ்வியல் முறையையும் சேர்க்கிறார் நாவலாசிரியர். காஞ்சியில் புத்தேரி தெரு என்பது தமிழ் வழக்காக இருக்கிறது. அதைப் பிரித்தால் பௌத்தம் சார்ந்தவர்கள் சேர்ந்து வாழ்ந்த இடம்தானே 'புத்தர் சேரி' என்பது சேர்ந்து வாழ்வது சேரிதானே? என்கிறார். வரலாற்று முடிவுகளை இவ்வாறு கதையாடல்களாக மாற்ற வேண்டிய அவசியம் இருக்கிறது. இந்நாவல் அத்தகைய பணியையும் சேர்த்தே செய்கிறது. இதேபோல குருசேத்திர போரில் களபளியிட்ட அரவான் பற்றி வழங்கப்பட்டு வரும் கதைக்கு மாற்றான கதையாடல் ஒன்றையும் நாவல் முன் வைக்கிறது. அது ஏற்கும்படியாகவும் இருக்கிறது.

முருவப்பன், கன்னிம்மா, முனுசாமி, பஞ்சவர்ணம், சம்பங்கி, தொப்புலான், மூக்காயி, முத்தம்மா, மாரியம்மா, ஏழுமலை, மாரிமுத்து, மணி, முனியம்மாள், குமார், தர்மன், விசாலாட்சி, கோமதி, மீனாட்சி, பக்கிரி, பொம்மி போன்று பெயர்கள் நாவலில் விரவிக் கிடக்கின்றன.

அடித்தட்டு மக்களால் உள்ளூர் தன்மை ஆழமாக பாதுகாக்கப் படுகின்றன என்பதற்கு இப்பெயர்கள் சாட்சிகளாக இருக்கின்றன. அண்மைக்கால நாவல்கள் எவற்றிலும் இந்த அளவிற்கு உள்ளூர் தன்மையோடு கூடிய பெயர்கள் இடம் பெற்றதில்லை. இவற்றோடு இடம்பெறும் சந்தோஷ், நிரஞ்சனி, அம்பேத்குமார் போன்ற நவீன காலப் பெயர்கள் விளிம்புநிலை மக்களின் நவீனத்தை உள்வாங்கிய நிலையின் அடையாளமாகப் பார்க்கலாம்.

'நாவலின் மையப்பாத்திரம், நாவலின் முடிவில் நாகரிகமுடைய அமெரிக்காவில் இருக்கப் பிடிக்காமல், அடையாற்றங்கரைக்குத் திரும்ப விரும்புகிறது. இவற்றின் மூலம் எது நாகரிகம்? எது அழுக்கு?' என்கிற அழுத்தமான கேள்வியை இந்தப் பாத்திரத்தின் மூலம் முன்வைக்கிறது நாவல். சமூகத்திற்குத் திரும்புவதை - சமூகத்திற்குச் செய்வதை ஒரு அறமாக வரையறுக்கும் இந்நாவல் அதுவே அழுக்கு மனோபாவம் என்கிறது. 'அழுக்கு என்பதன் அர்த்தம் புறத்திலிருந்து உருவாவதில்லை. மாறாக அகத்தில் நாம் என்னவாக இருக்கிறோம் என்பதிலிருந்து உருவாகிறது' என்கிறது இந்நாவல்.

ஏனெனில் நாகரிகம் என்பது கட்டிடங்களில், வசதி வாய்ப்புகளில் இல்லை, மாறாக மனிதர்களில் இருக்கிறது என்பதையே இந்நாவல் பேசியிருப்பதாகக் கருதுகிறேன்.

இந்நாவலை எழுதிய தோழர் மு.து.பிரபாகரன் அவர்களுக்கு வாழ்த்துகள்!

இங்ஙனம்,
ஸ்டாலின் ராஜாங்கம்

அணிந்துரை

மெட்ராஸ் பூர்விகத்தைப் பற்றி புரிந்துகொள்ள...

மெட்ராஸ் பற்றின புதினங்கள் இப்போது அதிகமாக வெளிவரத் தொடங்கி இருக்கின்றன. G.நாகரஜன் எழுதிய மெட்ராஸ் தொடர்பான புதினங்கள், ஜெயகாந்தனின் புதினங்களைத் தொடர்ந்து பல சீறியமுறையிலும், ஜனரஞ்சக நடையில் எழுதிய எழுத்தாளர்கள் இருந்தாலும், மெட்ராசில் பிறந்து வளர்ந்து, இம்மண்ணின் பூர்வக்குடிகளின் கதையாடல்களை எழுதியவர்கள் மிககுறைவாகவே இருக்கிறார்கள்.

நவீன புனைவு இலக்கியம் உருவாகி உள்ள இக்காலத்தில் புதிய கணினியகம் தோன்றி, பழைய நினைவுகளை எல்லாம் அடித்து நொறுக்கி வங்கக்கடலில் தள்ளி இருக்கிறது இந்தப் புதிய காலம். எழுதுவதற்கு ஏராளமான களங்களை கொடுத்திருந்தாலும், எழுதுபவர்கள் அல்லது மக்கள் மனதை தொடும் அளவிற்கு தன் எழுத்தாற்றலோடு நிற்பவர்கள் மிகக்குறைவாகத்தான் இருக்கிறார்கள். குறிப்பாக கரன்கார்கி, பாக்கியம் சங்கர், மரியா, தமிழ்பிரபா உள்ளிட்ட சிலர் மட்டும் கண்ணுக்குத் தெரிகிறார்கள். இதில் கரன்கார்கி எழுத்துகள் மெட்ராஸ் எனும் நீண்ட வரலாற்றுப் புலத்தின் பாரம்பரியத்தோடு எழுதப்பட்டு வருபவை என்பதால் அவரது புதினங்கள் பெரிதும் கவனத்தை ஈர்த்து வருகின்றன. அந்தத் தொடர்ச்சியில் மெட்ராஸின் வரலாற்றுத் தொடர்ச்சியைக் கொணர்ந்து, குறிப்பாக மெட்ராஸ் எனும் நகரம் உருவாகத் தொடங்கிய கடந்த நூறு ஆண்டு வரலாற்றை புரிந்துகொண்டு எழுதுவது மிகவும் சவாலான செயல். அந்தச் சவால்மிக்கப் பணியினை என்னாலும் தொடர முடியும் என்று நிரூபித்துக்காட்டி இருக்கிறார் எழுத்தாளர் மு.து.பிரபாகரன் அவர்கள்.

மெட்ராஸ் என்றாலே பெரும்பாலான எழுத்தாளர்களுக்கு ஒரு சங்கடம் ஏற்படுவது உண்டு. மெட்ராஸ் மக்களின் வாழ்கைத்தரம், அவர்களின் பேச்சுவழக்கு, உணவுப்பழக்கங்கள், அவர்கள் வாழ்கின்ற சூழல் எல்லாம் பெரும்பாலான ஜனரஞ்சக எழுத்தாளர்களுக்கு வயிற்றைக் கலக்கும் கருப்பொருட்களாக இருந்து வந்திருக்கின்றன. இப்பொழுது காலம்மாறிவிட்டதால் எல்லாவற்றையும் கட்டுடைத்துப் பார்த்து அதில் உள்ள உன்னதங்களையும், கொண்டாடத் தகுந்தவைகளையும் முன்வைப்பது மட்டுமின்றி, அவற்றில் விவாதித்து ஒரு புதிய எழுத்துச் சுவரைக் கட்டமைக்க முடியும் என்கின்ற நம்பிக்கைப் பிறந்திருக்கின்ற காலம் என்பதால் இந்த அடையாற்றுக்கரை புதினம் ஏற்றுக்கொண்டிருக்கிறது.

நான் மெட்ராஸில் பிறந்து வளர்ந்தவன் என்கின்ற முறையில் இந்த புதினம் எனது ஆர்வத்தைத் தூண்டுகிறது என்பதில் ஐய்யமில்லை. குறிப்பாக 1977ஆம் ஆண்டு மெட்ராசைப் புரட்டி எடுத்த புயல், ஒரு சின்னம் சிறுவனாக இப்போது நான் அதை அசைபோட்டுப் பார்க்கிறேன். அந்தப் புயலில் மெட்ராஸ் ஏறக்குறைய முழுகி மிதந்திருந்ததால் எராளமானவர்கள் தங்குவதற்கு இடம் தேடி மாநகராட்சிப் பள்ளிகளிலும், அரசுக் கட்டிடங்களிலும் தஞ்சமடைந்த ஒரு பேரிடர் காலம் அது. எனக்கு நன்றாக நினைவு இருக்கிறது. என் சித்தப்பாவின் தோளில் அமர்ந்துக்கொண்டு வெள்ளத்தில் நீந்திக் கடந்து தங்கச்சாலையில் இருக்கும் தொழில்நுட்பப் பயிற்சி வளாகத்தில் நாங்கள் தஞ்சமடைந்திருந்தோம். மூன்று நாட்கள் தங்கியிருந்ததாக நினைவு. பிறகு வீட்டிற்கு வந்து பார்த்தபோது வீடு முற்றிலும் மழையில் சீரழிந்து, சுவர்கள் எல்லாம் தண்ணீரில் கரைந்தோடி வீடே காணாமல்போய் இருந்தது. எங்கள் வீடு மட்டும் அல்ல, எங்கள் பகுதியில் பெரும்பாலான வீடுகள் குச்சியும், கொம்புகளாக நின்றுகொண்டிருந்தன. அந்தக் காட்சியை 'அடையாற்றுக்கரை' நாவல் எனக்கு மீண்டும் தூண்டிவிட்டது என்றுதான் சொல்ல வேண்டும்.

மெட்ராஸ் என்றாலே கொற்றலை, கூவம் ஆறு, அடையாறு என்று மூன்று ஆற்று முகத்துவாரத்தில் தோன்றி படிப்படியாக வளர்ந்து கொற்றலையாற்றுக்கும், அடையாற்றுக்கும் இடையில் தனது வரலாற்று நிலப்பரப்பை உருவாக்கிக்கொண்டது மெட்ராஸ். இம்மூன்று ஆறுகளை இணைக்கும் ஒரு குறுக்குக்கோடுபோல் அமைந்ததுதான் பக்கிங்காம் கால்வாய். தாது வருட பஞ்சத்தில் வெட்டப்பட்ட இந்தக் கால்வாயால் மெட்ராஸுக்குள் ஏராளமான மக்கள் பஞ்சத்தில் பிழைக்க கிராமங்களில்

இருந்து குடிபெயர்ந்து மெட்ராஸ் முழுவதும் ஆற்றங்கரையோரம் பரவி குடியமர்ந்தார்கள். அவர்கள் ஏற்படுத்திக்கொண்ட சிறுசிறு குடியிருப்புகள் உருவான போது மெட்ராஸ் பசுமை நிறைந்த சோலையாகவே இருந்தது. எங்குப் பார்த்தாலும் நீர்நிலைகள், சுழித்துச் சுழித்து ஓடும் ஆறுகள், ஓடைகள், தாமரை பூத்தத் தடாகங்கள், பெரிய, பெரிய ஏரிகள் மெட்ராஸில் இருந்த காலம் அது. அந்த மெட்ராஸை நாம் இப்போது கற்பனை செய்துகூட பார்க்க முடியாது.

மெட்ராஸில் தொடர்ந்து குடியேறிய மக்கள், நூறு நூற்றியம்பது ஆண்டுகளுக்கு முன்பு குடியேறி தனது குடியிருப்புகளை உருவாக்கிக்கொண்ட பூர்வக்குடி மக்கள், சின்னம் சிறு காலனிகளாக உருவாக்கி வைத்த பகுதிகளில் பிற்காலத்தில் குடியேறியவர்களால் இந்தப் பூர்வக்குடிகளின் குடியிருப்புகள் அல்லது கிராமங்கள் ஆக்கிரமிப்புகளாக அடையாளம் காணப்பட்டன அல்லது பெயர் சூட்டப்பட்டன. அப்படி ஆக்கிரமிப்பாளர் என்று பெயர் சூட்டப்பட்ட அடையாற்றுக்கரையின் ஓரத்தில் ஒரு கிராமத்தின் கதையில் இருந்துதான் இந்த ஒட்டுமொத்த வாழ்வை 'அடையாற்றுக்கரை' புதினம் சூழ்ந்து, சுழன்று முடிக்கிறது.

1977ல் தொடங்கிய அந்தப் புயல் மக்களின் வாழ்கையைப் புரட்டிப் போட்டிருக்கிறது. கரையோரத்தில் இருந்த வீடுகள் அடையாற்றில் அடித்துக்கொண்டுபோகும் காட்சிகள், வீட்டில் வளர்த்த பிராணிகளும் வெள்ளச் சுழிப்பில் சிக்கிக்கொண்டு வங்கக்கடலில் சேர்ந்து கலந்த காட்சிகள் நம் கண்முன் கொண்டு வந்திருந்த மு.து.பிரபாகரன் எழுத்தாற்றல் பாராட்டத்தக்கது.

மெட்ராஸ் என்றாலே, மெட்ராஸில் ஓடும் ஆறுகள் என்றாலே மூக்கைப் பொத்திக்கொண்டு போக எண்ணும் நிலை இன்றைக்கு உருவாகி இருக்கிறதே அது யாரால் உருவானது? என்பதை இந்த 'அடையாற்றுக்கரை' புதினத்தைப் படித்தால் புரிந்துகொள்ள முடியும். பசுமையுடன் பாய்ந்தோடிய மூன்று ஆறுகள் தன் நீரோட்டத்தை இழந்து சாக்கடையாக மாறியதற்கு யார் காரணம்? குடியேறியவர்களின் ஆக்கிரமிப்பு மூலமாக மெட்ராஸில் இருந்த இயற்கை வளங்கள் எல்லாம் முற்றிலும் அழிந்து, சுரண்டி, சூறையாடி வெறும் காங்கிரீட் கட்டிடங்களாக மாற்றிய பிறகு இந்த மண்ணின் பூர்வக்குடிகளின் வாழ்க்கையையே கேள்விக்குள்ளாக்கி, அவர்களையே அன்னியர்களாக சித்தரித்து, மீண்டும் அவர்களை மெட்ராஸை விட்டு விரட்டிய கொடூரமான சம்பவங்கள் நாம் இன்றும் பார்த்துக்கொண்டிருக்கிறோம்.

அந்தப் பாதிக்கப்பட்ட பகுதியில் இருந்துதான் அம்பேத்குமார், மாரிமுத்து, சின்னபொண்ணு தோன்றி இந்த 'அடையாற்றுக்கரை' புதினம் முழுவதையும் நடத்திக்கொண்டிருக்கிறார்கள். அவர்கள் சந்திக்கின்ற துயரங்கள், சவால்கள், அவர்களை விழுங்கிய சனாதன கோரப்பற்களில் இருந்து மீண்டு ஒரு ரிச்சா ஓட்டும் தொழிலாளி மகனான மாரிமுத்து வணிகவரித்துறை இயக்குனராக வந்து, மக்களின் துயரங்களையும், இந்தத் தேசத்தின் கட்டமைப்புகளையும் உடைத்து வெளியே வந்து எப்படி தன்னை நிரூபிக்கிறார் என்பதைத்தான் இந்த 'அடையாற்றுக்கரை'யின் கதை முழுவதுமாக காட்சிப்படுத்துகிறது. மெட்ராஸ் மக்களின் வாழ்க்கை எப்படி மெட்ராஸ்காரர்களாகவும், ஒரு கிராமத்து பாங்கில் வாழ்ந்தார்கள் என்பதை தென்சென்னையைக் களமாகக்கொண்ட இந்த புதினம் நமக்கு விளக்கிக் காண்பிக்கிறது.

மொழிநடையில் சில இடத்தில் கொஞ்சம் சிக்கலான நடை இருந்தாலும் பெரும்பாலான தருணங்களில் நம்மை இந்தக் கதை ஆற்றுப்படுத்துகிறது. நீரோட்டம் எப்படி லாவகமாகப் போய் தன் இலக்கை அடைகிறதோ அப்படித்தான் ஒரு புதினத்தின் புதின ஆசிரியரின் எழுத்து நடையும் போய் அமைந்து விழுகிறது. அதில் இந்த 'அடையாற்றுக்கரை' புதினம் விதி விலக்கல்ல என்பதை நான் உறுதியாகச் சொல்ல முடியும். இப்புதினத்தின் கதைக்குள் முழுமையாகப் போவதற்கு பதில் அந்தப் புதினம் கையாளுகிற சுற்றுச் சூழலை மட்டும் நான் அதிகம் கவனத்தில் கொள்வேன். ஏனென்றால் கதைக்குள் நுழைவதற்கு வாசகனுக்கு ஒரு கதவைத் திறந்துவிடுவது தான் அணிந்துரையாளனின் வேலை.

இப்போது உள்ள மெட்ராஸைப் புரிந்துகொள்ள வேண்டும் என்றால் பழைய மெட்ராஸை தெரிந்துகொள்ளாமல் புதிய மெட்ராஸைப் புரிந்துக்கொள்ள சாத்தியமே இல்லை. இப்போது இருக்கிற மெட்ராஸ், கலப்புகளால் உருவான மெட்ராஸ். இந்த 'அடையாற்றுக்கரை' புதினம் கையாளுகின்ற காலச்சூழல் ஏறக்குறைய பெரிய களப்பில்லாத அசலான காலம் என்றே சொல்ல வேண்டும். அக்காலத்தில் துப்பரவுப்பணியாளர்கள் அடைந்த கொடுமைகளை சொல்லி மாளாது. வெறும் கைகளாலும் அரைக்கால்ச்சட்டை போட்டுக்கொண்டு குப்பையை அள்ளி ஓர் இடம் போய் கொட்டி குப்பையோடு குப்பையாக வாழ்கின்ற அவர்களின் வாழ்வின் துயரமான ஒரு நரகத்தை நம் கண் முன்னே காண்பிக்கிறார் மு.து.பிரபாகரன் அவர்கள்.

துப்புரவுத் தொழிலாளர்களுக்கு ஒரு தனிப்பட்ட வாழ்கை இருக்கிறது என்பதை இந்தச் சமூகம் முற்றிலுமாக ஏற்றுக்கொள்வதில்லை. அவர்கள் துப்புரவுத் தொழிலாளர்கள் மட்டும் அல்ல... அச்சுக் காகிதக்கூழ் பையை பட்டமாக விழுங்கியவர்கள் அல்ல... இந்த நாட்டைச் சுத்தப்படுத்த வந்தவர்கள். இவர்கள், முற்றிலும் துடைத்து எரியப்பட வேண்டியவர்கள் என்ற கருத்தாழம் வேரூன்றிப்போன சமூகத்தில் இருந்துதான் இந்தப் புதினத்தை நாம் பார்க்கிறோம். இந்த மோசமான சூழலில் இருந்து வெற்றிகரமாக எழுந்து தனது நிலையை நிறுத்த மாரிமுத்து போக்கில் நிலைநிறுத்தும் பாத்திரங்களான ரிச்சா ஓட்டும் அப்பா, அம்பேத்குமார், குப்பை அள்ளும் முனுசாமி, அத்தை சின்னப்பொண்ணு, பொம்மி, மலம் அள்ளும் மூன்று மாமன்கள், மாரிமுத்து மகன், மகள் ஐஐடியில் படித்தும் ‘இந்த நாடு வேண்டாம்... இது நமக்கான நாடு இல்லை’ என்று தூரதேசம் போன இந்தக் கதை மாந்தர்கள் நம் மனசாட்சியை குத்திக் கிழித்துக்கொண்டிருக்கிறார்கள்.

இந்தப் புதினத்தைப் படிக்கும்போது சமூகம் அல்லது தம்மை பொது சமூகமாகக் கருதிக்கொள்பவர்கள் இதைப் படிக்கின்றபோது தாங்கள் எங்கே நிறுத்தப்பட்டு இருக்கிறோம் என்பதை அப்படியே புரிந்துகொள்ளும்போதுதான் மெட்ராஸைப் புரிந்துக்கொள்ள முடியும். இந்த நோக்கோடு இந்தப் புதினத்தில் பயணப்படவேண்டும் என்று வாசகர்களிடம் நான் கேட்டுக்கொள்கிறேன் .

வடசென்னைக்கும், மத்தியசென்னைக்கும் எழுத்தாளர்களும், எழுத்துகளும் இருக்கின்றன. ஆனால் தென்சென்னைக்கு என்று எழுத்தாளர்களும், எழுத்துகளும் இல்லை என்ற குறையைப் போக்கி இருக்கிறார் தோழர் பிரபாகரன். அவருக்கு என் நெஞ்சம் நிறைந்த நல்வாழ்த்துகள். தனது முதல் புதினத்தில் ஒரு வெற்றியை ஈட்டியது என்றால் அதன் மூலம் எழுத்தாளர்கள் பரப்பில் தானும் ஒரு தரம் கேள் எழுத்தாளர் என்பதை நிரூபிக்கிறார். அவருக்கு எனது நெஞ்சம் நிறைந்த வாழ்த்துகளைத் தெரிவிக்கிறேன் .

மெட்ராஸைப்பற்றி, மெட்ராஸ் பூர்வீகத்தைப்பற்றி புரிந்துகொள்ள விரும்புகின்ற வாசகர்கள் அனைவருக்கும் இந்தப் புத்தகத்தைப் பரிந்துரைக்கிறேன்.

அன்புடன்,

கௌதம சன்னா

அடையாற்றுக்கரை

ஓர் அறிமுகம்

‘மனிதன் நீர்வளத்தை நோக்கி ஊர்ந்து ஊர்ந்து, அடர் புதர்களிலும் புல்வெளிகளிலும் கால்பதித்து, கற்பாறைகளில் பாதநரம்புகள் தேய்ந்து, ரணமாகி, ரோமங்கள் உதிர்ந்த கருத்த சரீரத்தின் வலியைத் தாங்கிக்கொண்டு வளர்ச்சியை நோக்கி நகர்ந்தான்’ என்ற வரலாற்றுப் பரப்புரையைக் கூர்ந்து பார்த்தால், குழியாடிக் கண்ணாடியில் இயற்கை வளம் தழுவிய நீரோடையைத் தேடியலைந்து, மனிதயினம் பல பரிணாம வளர்ச்சியில் நகர்ந்து வந்த சான்றுகள், பல பிம்பங்களாக உலக அரங்கில் காட்சிப்படுத்தப்படுகின்றன.

சென்னப்பட்டினத்தை பசுமைச் செழிப்போடு வனம்போல் சோலையாக மாற்றியது, வளம்பெற்ற அழகுநகரமாக ஜொலிக்க வைத்தது எல்லாம் அடையாறு, கூவம் ஆறு மற்றும் பக்கிங்காம் கால்வாயும் இணைந்துதான். எழில்மிகு சென்னப்பட்டினத்தின் வாழ்வாதாரத்தைச் சுமந்துகொண்டிருப்பது இம்மூன்று நீர்வழித் தடங்கள்தான். இவை அனைத்தும் காலச்சுழற்சியின் சதியில் தற்போது காணாமல் மறைந்துபோயின.

இந்த ஆறுகளும் கால்வாயும் இயற்கைப் பொழிவுகளைத் தன்னுள் சாதகமாகக் கைகோர்த்து, மலர்களைப் பூத்துக் குலுங்க வைத்து, கரையோரம் சிறு வனங்களைப் பரிசாகத் தந்து, நதியாக நீண்டு பாய்ந்தோடின. இவ்வாறுகளின் வழித்தடத்தை நேசித்த இயற்கை, அதைத் தெளிர் நீரோடையாக உருப்பெற வைத்தும், காட்டாற்று வெள்ளச் சிதைவு இல்லாமல் சிறு கற்களையும், மணல் துகள்களாகச் சிதைக்கும் வலிமை பெற்ற நீராகப் பாய்ந்தோடி சென்னப்பட்டினத்து மண்ணை வளம்பெற வைத்தும், மனித தாகத்துக்கு நீர் வார்த்து, மிச்சம் மீந்த உபரிநீரைக் கடத்தி வந்து வங்கக்கடல் சந்திப்பில் முகத்துவாரம்

அமைத்தும், வனம்போல் பசுமைச்சோலையைக் கண்டுணர்ந்தும், பாம்பு, ஆமை, மீன், மான், நரி, உடும்பு போன்ற ஜீவராசிகளைத் தனக்குள் கட்டியணைத்து, பல இனத்துப் பறவைகளின் கூக்குரலின் இனிமையை நமக்கு ரசிக்கவைத்தும் ஓடிக்கொண்டு இருந்தன. இப்படி, இயற்கைக் களிப்பில் தவழ்ந்து வந்த அந்த ஆறுகளும், வங்கக்கடலில் சேருவதைப் பார்த்துக் கொஞ்சி விளையாடிய அந்த உயிரினங்களும் காலத்தின் சதிவலையில் சேர்ந்து மாண்டுபோயின.

கேசவரம் நீர் வெளியேற்றத்தில் மிகப்பிரம்மாண்ட கரையைத் தொட்டு, கடம்பத்தூர் உள்ளடக்கிய கூவம் கிராமத்தை நனைத்து வந்த ஆறு, வழி நெடுக்க பல ஊர் மண்ணைச் செழுமைப்படுத்தியும், விளைநிலங்களை இனாமாகத் தருவி மனிதயினத்துக்குக் கொடுத்தும், அதன் தெளிர் நீரில் வலையிட்டு மீன்பிடிக்க அனுமதிச் சீட்டு வழங்கியது கூவம் ஆறு. சுளீரென்று வீசும் வெப்பக்காற்றைத் தன்னுள் நமுக்கவைத்து, வேளாணில் உழைத்த மக்கள் வெப்பத்தில் சுருண்டோடி வந்து, தெளிர் நீரில் குதித்து நனைந்ததும், அவர்களைக் குளிரவைத்த பின்பு அவதானிப்பாக கூவம் கிராமத்தைத் தாண்டியோடி வந்து, செம்பரப்பாக்கம் உபரி ஏரிநீரையும் தன்னுள் சுமந்து, துள்ளிக்குதித்த மீன்களுடன் விளையாடி, வழிநெடுக ஆற்று நீரை எதிர்நோக்கிக் காத்திருக்கும் மக்களின் தாகத்திற்கு நீர் வார்த்துவந்த கூவம் ஆறு, சிந்தாதரிப்பேட்டையில் கண் விழித்தது. அங்கு கூவம் ஆறு இரண்டாகப் பிரிந்து சிறு தொலைவு சென்று, சிறு ஊருக்கு வாழ்நிலையைத் தக்க வைத்துவிட்டு, பிரிந்த உறவை இணைக்கத் திரும்பியோடி வந்து, வங்கக்கடலின் முகத்துவாரம் வந்தடைந்ததும், கடல் மீனையும் தன்னோடு இணைத்து வந்தோர் போவோருக்கு மீன்களை அள்ளி வழங்கி, எந்தச் சலசலப்பும் இன்றி வங்கக்கடலுக்குள் பவ்வியமிட்டுச் சேர்ந்தது. தற்போது எல்லோரும் மெரினா கடற்கரையில் தேடிக்கொண்டிருப்பதுதான் அந்தத் தெளிர் நீரோடையான கூவம் ஆறு!

சென்னப்பட்டினத்தை வளம் தருவிய கூவம் ஆற்றுடன் இன்னொரு ஆறும், இயற்கை வளங்களைத் தன்னுள் இணக்கம் செய்து கடல்காற்றை தனக்குள் ஈர்த்து செல்வச் செழிப்போடு இருந்ததால் அவ்வாற்றின் பெயரை செல்வச் சீமான்கள் குடியிடத்துக்குப் பெயராக வைத்த கடல் சார்ந்ததுதான் அடையாறு.

அடையாறு பிறப்பெடுத்த காஞ்சிபுரம் மாவட்டத்தில், ஆதனூர் மணப்பட்டு நீர்தேக்கத்தில் உதயமாகி, ஆறாகச் சுற்றியலைந்து,

திருநீர்மலை மண்ணை நுகர்ந்து, வழியில் பல ஏரிநீரை அணைத்துக் கொண்டு, பரிச்சத்தோடு செம்பரம்பாக்கம் உபரிநீரையும் தனக்குள் இணைத்துக்கொண்டு சென்னப்பட்டினம் வந்தடைந்து, வங்கடலில் சேரும் முன்பு ஓய்வுக்காக பரந்த மணல் வெளியில் முகத்துவாரமிட்டு, பல நூற்றாண்டு அவ்விடத்தில் குதூகளித்து, அம்மண்ணின் அடியாழம் வரை நீரை ஊறவைத்து, இயற்கை எழிலோடு சதுப்புநிலமாக மாறியது. தற்போது, வங்கக்கடலில் கலந்த அடையாற்றை உற்றுப்பார்த்தும் ஆற்றின் வடு தெரியாமல் மக்கள் துளாவிக்கொண்டிருக்கிறார்கள்.

நீர்வளம் அறியாத மனித இடரால், நகர்ப்புறத்துக் கழிவுநீருக்கு சரியான தடம் அமைக்காததால் அவை பல கால்வாய்களின் வழியே அடையாற்றில் கலந்தும், வேறுசில தடங்களில் பல சிற்றூர் துர்நாற்றக் கசடுகளையும் இவ்வாற்றில் கலக்கவைத்ததால் அதன் தெளிர் நீரோடைத் தன்மையிழந்து, மெல்லிய காற்றில் நீர் அசையும் குணம் குறைந்து, மெதுவாக ஊர்ந்து, இடையிடையில் குப்பைக் கழிவுகளின் மத்தியில் பெருஞ்சுமையோடு சென்று, செம்பரப்பாக்கம் ஏரி உபரிநீரைத் திறந்துவிட்டதும் அதையும் தன் பாரமாகச் சுமந்து அதிவேகத்தில் கடத்திச் சென்றது. பெருநகரத்தில் வழிந்த மழைநீரும் பல கிளைத் தடத்தில் கழிவுகளோடு அடையாறுக்கு வந்தடைந்தது.

அடையாறு தனக்காகப் பொய்மையில் விதிக்கப்பட்டப் பணியால் அவற்றை வங்கக்கடலில் கொண்டு சேர்க்க வழிநெடுக இயற்கை பசுமைகளையும் புரட்டி எடுத்து, அதன்மேல் வந்தேறிகளால் சுமத்தப்பட்ட பாரத்தின் வலியில் வளம் கொழித்தக் கரையின் செழுமையை அடையாறு வாயில் விழுங்கியும், நிலமற்ற மனிதர்கள் உறைவிடத்தை இனாமாக காவு பெற்றும், கரையில் துள்ளித் திரிந்த சிற்சில உயிர்களை இலவச முத்திரை குத்தி, அவற்றின் அனுமதிச்சீட்டு பெறாமல் அவ்வுயிர்களை அள்ளியணைத்து ஓடிக்கொண்டு இருந்தது.

அடையாறு, தன்னுடைய நூற்றாண்டுக் காலத்துக் கம்பீரத்தை மீட்டெடுக்க தன் உச்சந்தலையில், அதன் ஆதாரத்தைக் கழிவுநீரின் அடியாழத்தில் வந்தேறிகள் புதைத்து வைத்ததால், இதன்மீது அடித்த பெரும் கோர ஆணியைப் பிடிங்கி வீசுவதுபோல் அடையாறு புத்துயிர் பெற்று, பெரும் வெள்ளமாக, ஈவு இரக்கம் இல்லாமல் கரையை மறந்தவர்களின் விழிகளை மூடி, தன் துயரங்களை வழி நெடுகத் தூவி, கொத்துக்கொத்தாக வீழ்ந்துகிடந்த உயிர்களை வாரிக்கொண்டு வங்கக்கடலில் சேர்க்கும் கோர ஆறாக மாறிப்போனது!

1

வங்கக்கடலில் மையம் கொண்ட சூறாவளி, இரண்டு பகல், ஓர் இரவில் காற்றை அதிவேகத்தில் வீசி, சுழன்று, புயலாக உருவாகி, கரைக்கு வந்து, மிச்சம் வைத்த இரண்டாவது இரவில் கோரமுகம் காட்டி, இடைவெளி தராமல் தொடர் மழையை வரவைத்தது.

சிறு மின்னலைப் பெரு மின்னலாக்கி, இடியுடன் மழை பொழிந்ததும், 'சொட்...' என ஒத்தைச் சொட்டு நீர்த்துளியைக் காற்றில் மறைத்து, 'டொக்... டொக்... விஸ்... விஸ்...' என சுழற்காற்றோடு அரவத்தில் வீசி அடித்தது. நடுக்கத்தில் நான்கு கற்சுவற்றுக்குள் அடைபட்டவர்கள் செவிநரம்பு அடைத்துக் குறுகுறுத்து, சுருண்டு கிடந்தார்கள். இயற்கைச் சீற்றத்தில் மாளிகை வாசமும் மங்கியதால், சூறாவளிச் சுழற்றியதில் மாளிகைவாசிகளும் அன்று மட்டும் இயற்கை மனிதர்களாக மாறி நான்கு சுவற்றுக்குள் பதுங்கிக்கொண்டார்கள்.

அடையாற்றுக்கரையின் கடைநிலை மனிதர்கள் நிரந்தர உறைவிடம் இல்லாமல், வேய்ந்த சிறு குடிசைகளில் உறங்கியவர்களின் கூக்குரல் இடிமின்னலைக் கிழித்து ஓலமாக ஒலித்தது. குடிசை, கூரை ஓலைகள் சுழற்றி அடிக்கும் காற்றில் அடையாற்றின் பெருவெள்ளத்தில் விழுந்து மிதந்து சென்றன. சிறுத்த, தடித்த கம்புகள் குடிசையை விட்டுப் பெயர்ந்து விழுந்து அலங்கோலக் காட்சியைக் காணவைத்தது. புயல்காற்றும், கருமேகம் கொட்டிய நீரும் அதன் வேலையை செவ்வனே செய்துகொண்டிருந்தபோது, நிரந்தர உறைவிடமற்ற மனிதர்கள் இயற்கை ஒளியில் ஒண்டி வாழ்ந்த குடியிடத்தில் இருளோடு சுருண்டு தவித்திருந்தார்கள். கருமேகம் கொண்ட புயல் நிலவொளியை உறங்கவைத்ததும், காரிருள் படர்ந்த வெளியில் அவலக் குரல்கள் ஆங்காங்கு இறுதிப்பயண ஒப்பாரியாக ஒலித்துக்கொண்டிருந்தன.

அம்பேத்குமார் அடையாற்றுக்கரையில் ஆங்காங்கு சுற்றியலைந்து மக்களைத் துடிப்போடு காப்பாற்றிக்கொண்டிருந்தார். புயலின் பேரழிவுகள் அடையாற்றுக்கரையில், 'இந்த மண் உங்களுடையது இல்லை' என்று உரத்த குரலில் பலதடவை அவர்களின் வாழ்விடத்தை அடித்துச் சென்ற நினைவில், அம்பேத்குமார் மழைநீரில் நனைந்து உறவுகளின் துயரைத் துடைத்து, பலபேரை வெளியேற்றிக் கொண்டிருந்தார்.

ஆங்காங்கு சிறுகுழந்தைகள், ஜோவென்று பெய்யும் மழையில் நனைந்து குளிர்நடுக்கத்தில் அம்மாக்களின் புட்டத்தை உரசி, அவர்களின் புடவையைப் பிடித்துக்கொண்டு அலறல் குரலோடு கண்ணீரை மழைநீருடன் இணைத்திருந்தார்கள். ஒருசில குடிசைகள், புதிய கூரையைக் கம்புகள் தாங்கியதால், சிறு ஆட்டத்துடன் சுழல்காற்றில் மழைநீரை சமரசம் செய்து நின்றிருந்தன. அதில் சிலர் உள்ளே ஒடுங்கி பிடிவாதத்தில் மண்ணையிழக்க மனமில்லாமல் ஒடுங்கிக் கிடந்தார்கள்.

அம்பேத்குமார் அவர்களிடம் மன்றாடியும், வாக்குவாதம் நடத்தியும், பிரதிவாதிகள் தன் மண்ணை இழக்க மனமின்றி மறுப்புச் சீட்டெழுதி அம்பேத்குமார் முகத்தில் தூவென வீசியதும், மறுப்புச்சீட்டு மழைநீரில் ஊறி மிதந்து சென்றது. இன்னும் இருந்தவர்களின் ஒப்பாரியை நிறுத்த அம்பேத்குமார், மாநகராட்சிப் பள்ளிகளில் மீட்டவர்களைத் தஞ்சமடைய வைத்துப் பாதுகாப்பை ஊர்ஜிதம் செய்ததும், மீண்டும் இருப்பிடம் வந்து மந்தை மந்தையாக மக்களை விரட்டி அழைத்துச்செல்ல, சூறாவளி புயல் தன்னுடன் இணைத்த இரவு மறைந்துவிடாமல் இருக்க, சூரியனை அடர்கருமேகத்தால் வஞ்சத்தில் மறைத்து வைத்திருந்தபோது சூறாவளிக்காற்று அசுரவேகத்தில் வீசியடித்து அடையாற்றுக்கரை மேல் நீர் பெருகி வந்தது.

ஒருபெண் அழும்குரல், காற்றின் சத்தத்தைக் கிழித்துக் கணீர் குரலாக 'ஓ'வென வெளிவந்தது. சுழற்றியடிக்கும் மழைநீரில் நனைந்து கன்னிம்மா அந்தக் குடிசைக்குள் ஓடிவந்தாள். லாரி ஓட்டும் முருவப்பன் தேங்கிய நீரில் பாய்ந்து குதித்து, அந்தக் குடிசை உள்ளே ஓடிவந்து அழும் குரலான தன் மனைவியை இறுகப் பிடித்துத் தூக்கினான். அவள் வலியை அறிந்ததும், பெருநகரத்தில் இருப்பிடம் இல்லாத பறவையாகக் கனத்து, தனியாக வெளியில் ஓடினான் முருவப்பன்.

பிரசவவலியால் துடித்தவளின் அழும் குரலானது, குழந்தை புயலின் கோரத்தைப் பார்த்துவிடுமே என்ற வலியில் துடித்திருந்தபோது,

வீட்டிலேயே பிரசவம் பார்க்கும் குப்பம்மா கிழவியை முருவப்பன் தோளில் தூக்கி வந்து குடிசைக்குள் நிறுத்தினான். கன்னிம்மா, கிழவியைப் புடவையில் துடைத்தாள்.

கிழவி நெளிந்து குளிர்நடுக்கத்தில் முருவப்பனை குறுகுறுத்துப் பார்த்து, "டேய், படுக்கும்போதுதான் அவெள அண்ச்சினு கால விரிச்ச... வயசு போயி கிழவயசுல அவளுக்குப் புள்ளைய வேற கொடுத்தே. இப்போ இங்கே... ன்னா உன்குவேல? வெளியில போய் நில்லுடா!" என்று கிழவி கண்பிதுங்கி முருவப்பனை அதட்டி இடித்தாள்.

"கிழவி... உன்ன என் தோளுல தூக்கி வந்தேன் பாரு... என்னை விரட்டுவீயா?"

மௌனத்தில் உதட்டசைத்து, முருவப்பன் ஜோவென பொழியும் மழையில் நடுங்கிக்கொண்டே குடிசைக்கு வெளியில் போய் நின்றான். பிரசவவலியில் மேல்கீழ் இழுத்துத் துடிக்கும் கால்களை அழுத்திப் பிடித்து புள்ளத்தாச்சி முகம் மறையும் அளவுக்கு உயர்ந்து நிற்கும் அவள் வயிற்றை, கிழவி தடவிப் பார்த்தாள். ஜோவென்று பொழியும் மழைச் சத்தமும், பிரசவ வலியின் முனகலும் குடிசையின் உள்ளே வட்டமிட்டுப் பெருவலியாகச் சுற்றிக் கிடந்தபோது, அடையாற்று நீர் மேலுயர்ந்து வருவதைக் கண்டு அம்பேத்குமார் மிச்சம் சொச்சம் மக்களை விரட்டி விரைவாக வெளியேற்றிக்கொண்டிருந்தார்.

புயலின் அலறல் சத்தத்தில் பிரசவம் பார்க்கும் கிழவியின் கண்கள் சிவந்திருந்தது. பல காலம் புயலில் தாம் பார்த்த பிரசவத்தில் பல குழந்தைகளை எடுத்த கிழவிக்கு இந்தப் புயலின் அவலக் குரல்கள் பெரியதாகப்படவில்லை. வலியில் துடித்த பெண்ணின் கால்கள் அமைதி பெற்று ஓய்ந்ததும், கிழவி அவள் தொடைகளைத் தடவி விரித்தும், குழந்தை வரும் வழித்தடத்தை விரல்களில் பிசைந்து அழுத்தியும், குழந்தையைச் சுமந்திருக்கும் வயிற்றையும் தடவிப் பார்த்துவிட்டு புடவையில் மூடி,

''ஏண்டி கன்னிம்மா... முழுசா வலி வந்து... இவெ புள்ளைய பெத்துக்க உன்னும் ஒருவாரம் கீது..! இவெ வவுத்துல விளக்கெண்ணையைத் தடவி விட்டுட்டு... சோம்பு, தனியா, பனங்கல்கண்டு போட்டு கொதிக்க வெச்சுக் குடுத்தா... சூட்டு வலினா படக்குன்னு நின்னு போயிடும்டி..!''

''உக்கும்... இந்தப் பொயல்ல இத்த எப்பிடிக் குடுப்பே கெழவி?'' கன்னிம்மா சுனங்கிச் சொன்னதும்,

‘‘அப்டினா... ன்னா பண்ணு... முருங்கயில, கல்லுப்பு வைச்சிக் கசக்கி, சார அவெ வாயில ஊத்துடி. அவெ குடிச்சுக் கொஞ்சநேரம் கழிஞ்சதும் என்ன வந்து கூப்பிடு’’ என்று சொல்லி, கைகளை குடிசையில் தேங்கிய நீரில் அலசிவிட்டு எழுந்து சென்றாள் கிழவி.

‘‘கெழவி எங்க போற..? இங்கயே கெட...’’

கன்னிம்மா அலுத்துப்போய் கிழவியை இழுத்து தகரப்பெட்டியில் அமரவைத்தாள். சில குடிசைகளின் முறிவுச் சத்தத்துடன் மக்களின் கூக்கூரல் வெவ்வேறு ஒலியாகக் கேட்டதும்,

‘‘போய்யும் போய்யும்... இவெளுக்குப் பொயல்லதான் வலி வர்ணுமா?’’ கன்னிம்மா வருத்தம் தோய்ந்தக் குரலோடு தலையில் கை வைத்தபோது, குப்பம்மா கிழவி கண்ணுருட்டி,

‘‘ஆமாடி பொண்ணே... இந்த மழைய நம்ம புச்சா பாக்குறோம்..?’’

‘‘போடி கய்த... எத்தினி காலமா பொயலும் மழையும் பாத்த..? எவ எவெளுக்கோ பெரசவம் பாத்தேன். அப்போ பொறந்ததுங்க எல்லாம் உசுரோடுதான் இந்தப் பொயல்லியும் டர்[1] இல்லாமே சுத்துதூங்க...’’

‘‘நம்ம கதி இங்கையே குந்தினு கிடக்குணும்னு இருக்கு..!’’

கிழவி தன் வலியை உரக்க உரைத்ததும், மழைநீரில் நடுங்கி உடல் தடதடத்த முருவப்பன், குடிசை உள்ளே எட்டிப் பார்த்தான். வலி மறந்து மனைவி படுத்திருந்தாள். முருவப்பன் கண்களில் வழிந்த நீரைத் துடைத்து, குளிர் நடுக்கத்தில் அங்கிருந்து நகர்ந்து போனான்.

கன்னிம்மாவுடன் சிலர் குடிசைக்கு உள்ளே இருந்தபோது அம்பேத்குமார் துடித்தோடி வந்து,

‘‘ஆத்துல தண்ணி ஏறுது, இங்கே இருக்க வேண்டாம். கிளம்புங்க..!’’

‘‘அட துப்புக்கெட்டவனே... உவ்வு மாமிக்காரி புள்ளத்தாச்சி... இப்படியே கூட்டினுப் போன... ஜன்னி வந்து புள்ளையோட இஸ்துக்குனு பல்புவுட்டுடுவா[2]..! உன் மாமாகீறானே... லாரி ஓட்டுறேன்னு ஊர் ஊரா போயி, வயசு செத்து... கெழவயசுல இவெ தொடைய விரிச்சிட்டான்!’’

‘‘உன் தாத்தனுக்குத் தாத்தனெல்லாம் எத்தனையோ பொயல்ல மெர்சல் இல்லாம நம்மள பெத்துப்போட்டுப் போச்சுங்க. நம்மலும் அதுங்க வாழ்ந்த எடத்துலையே காலம் காலமா கதியில்லாம சொனங்கிக் கிடக்கிறோம்... அப்டித்தான் இந்த வெள்ளத்துல நாங்க

போவணும்னு இருந்தா பொறக்கப்போற கொய்ந்திக்காக நாங்க போய் சேருறோம்... நீ போய் வேற வேலையப் பாருடா!'' என்று மருத்துவக் கிழவி முன்பட்ட அழுக்கை அலசிவிட்டுச் சொன்னாள்.

''மக்கள் நெருக்கம் இல்லாத சென்னப்பட்டினம் தொடங்கி, சென்னை மாகாணத்தை ருசித்து, மதராசு வரைக்கும் இந்தச் சனங்கள் நதிக்கரை ஓரத்தில் முந்தய மனிதயினம் தேற்றம் போல் கூவம் ஆறும், அடையாற்றுக்கரையில் வாழ்வைத் தொடங்கிய இவர்கள் இன்றும் அதே வாழ்வை நாதியற்று, இந்தப் புயலிலும் தொடர்கிறார்கள்'' என்று அம்பேத்குமார் உதட்டசைத்து குடிசைக்கு வெளியே வந்தார்.

மழையளவும், காற்றின் வேகமும் எல்லையைத் தாண்டி இயற்கைக்கு மாறாக ஆற்றுத் தண்ணீர் உயர்ந்துகொண்டிருந்தபோது, புயல்காற்றைப் பொருட்படுத்தாமல் சூரியன் உதயத்துக்காக பல மணி நேரத்தை எதிர்நோக்கி கருமேகங்களில் இடைவெளியைத் தேடியலைந்துகொண்டிருந்தபோது பல ஏரிகள் நிரம்பின. புயல் எச்சரிக்கை அறிவிப்பு உதட்டு வழியாக மட்டும் ஆங்காங்கு கேட்டது.

பல ஏரிநீர் மேலுயர்ந்து பல கிராமங்களைக் காவுவாங்க காற்றின் வேகத்தில் அலைஅலையாக நகர்ந்து வந்து ஏரியின் சுற்றுச்சுவற்றின் மீது மோதிமோதி வெளியில் செல்லத் துடித்தது. புயல் வேகம் அதிகரித்ததும் ஏரியின் சுற்றுச்சுவர் விரியும் அபாயத்தைத் தொட்டதும் சில ஏரியின் கம்மாய்கள் திறந்துவிடப்பட்டன. நீரை அடைத்து வைத்த சுற்றுச்சுவற்றை உடைக்காத விரக்தியில் ஏரித்தண்ணீர் வெளியேறி அதன் இயல்பு நிலையில் மாற்றமடைந்து வீரிய மிகுதியில் ஓடியது. கூவம் ஆறும், அடையாறும், உபரி ஏரி நீரைத் தன்னுள் சேர்த்துப் பிரித்துக்கொண்டு கோரமுகத்தோடு பாய்ந்தோடின.

அடைத்துவைத்த ஏரிநீர் தடம் கண்டதும், அடையாற்றுக்கரை மேல் துள்ளி மேலேழுந்து இரு கரையை ஒரு பாதையாக்கியதும், பல நூற்றாண்டுக்கு முன் சென்ற அமைதியை மறந்து அடையாறு பல இடங்களை வீரியத்தில் கடந்து வந்ததும், அடையாற்றுக்கரை மக்களின் ஒப்பாரி, ஓலமாக முழங்க, கனைத்துக்கொண்டிருந்த ஆடுகளையும், மாடுகளையும் இனாமாக மைய ஆற்றுப்பகுதிக்கு இழுத்துச் சென்றது. 'மேவ்... மேக்க்க்...' குரலை எழுப்பி, அடித்துச் செல்லும் நீரில் எதிர்வினையில் மோதி மோதி, உயிர் விரயத்தைத் தவிர்த்து, வீட்டு விலங்குகள் தப்பிச் செல்ல முயன்றும் பின்வரும் நீரலை அவற்றை அடித்து இழுத்துப்போக, 'மேவ்... மேக்க்க்...'

குரலை அடையாற்றுக்கரையில் கொட்டி இறுதி விடைகொடுத்து அவ்வுயிர்கள் வங்கக்கடல் மீன்களுக்கு இரையாகப் பயணமாகின!

நீரலைச் சுழற்சியில் மிதந்து வந்த இரும்பு டிரம்மின் மேல் கோழிக்குஞ்சுகளும், தாய்க்கோழியும் 'கொக்... கொக்...' சத்தமிட, டிரம்மை ஆற்றுவெள்ளம் முந்தியடித்து இழுத்துச்செல்ல, கோழி தன் குஞ்சுகளை இறக்கைக்குள் அணைத்துக்கொண்டு, 'நீரில் இறுதி விடை கொடுக்க ஒத்தையில் போனால் மோச்சம் கிட்டாது' என்று குஞ்சுகளை இறுக்கி 'கொக்...கொக்...' குரல் படரவிட்டு நீரில் முழுகியது. வெள்ளம் ஆர்ப்பரித்து புது மகிழ்வில் செல்லும்போது நாய்களும் நீரின் எதிர் திசையில் நீந்தி கரைசேர உயிரைப் பணையம் வைத்துப் பரிசீலனை செய்தபோது, அடையாற்று வெள்ளம் அதன் பயணத்தில் யாருக்கும் தயவுதாட்சண்யம் காட்ட மறுத்து சிறுசிறு உயிர்களையும் அள்ளிக்கொண்டு வங்கக்கடலை நோக்கிப் பயணப்பட்டது.

மதராஸ் தள்ளி வெட்ட வெளியில் புளியமரங்கள் குவிந்திருக்கும் அடிவாரத்தில் இருந்து வந்த நாடோடி, புயல் உச்சமடைந்ததும், சூறாவளிப் புயலால் நெடும்தூரம் நடையில் இருப்பிடம் செல்ல முடியாமல் பூம்பூம்மாட்டுக்காரன் அடையாற்றுக்கரையில் இரண்டு நாள் தஞ்சமடைந்து இருந்தான்.

புயல், பூம்பூம் மாட்டுக்காரனையும் மிச்சம் வைக்காமல் துவட்டி யெடுத்தது. தலையாட்டும் பூம்பூம் மாடு பாசத்தில் வளர்த்தவனைப் பார்த்து 'மேவ்... மேவ்...' என்று அடித்தொண்டை கனையும் வரை கத்தி, இழுத்துச் செல்லும் நீரில் எதிர்விசையில் போராடியும் வெள்ளம் மாட்டைப் புரட்டி எடுத்து, இறப்பின் வரவேற்புக்காக தாம்பூலம் இல்லாமல் அழைத்துச் சென்றது. செய்வதறியாது பூம்பூம் மாட்டுக்காரன் கதறி, மழைநீரில் கண்ணீரைக் கலக்க வைத்து, சேற்றில் புரண்டு அழுதான். 'இவருக்கு நல்லநேரம் வருமா?' என்ற குரல் வந்ததும், மாட்டின் கொம்பு நுனியில் வண்ணத்தில் அலங்கரித்த சுங்கோடு தலையை நான்குமுறை வலது இடது பக்கம் வேகத்தில் ஆட்டியதும், கழுத்தில் தொங்கிய சலங்கை 'சல்... சல்...' சத்தத்தில் நல்ல நேரம் இவருக்கு வரும் இசைவைச் செய்ததும், மாட்டின் முன் நின்றவன், நல்லநேரம் அறிந்து கையளவு தானியம் கொடுத்து மாட்டின் திமிலை ஆசையில் தடவிச் செல்வார்களே...

''ஊருக்கெல்லாம் நல்லநேரம் சொன்ன நமக்கு நல்லநேரம் இல்லாமல் போச்சே. என் பொஞ்சாதி, புள்ளக்குட்டிங்களுக்கு

ஒருவேளை சோத்தயாவது வவுத்துக்குப் போட்டியே செவத்தப்பாண்டி... இனி என் குடும்பத்துக்கு யார் சோத்தப் போடுவாங்க?'' பூம்பூம் மாட்டுக்காரன் அந்த வெள்ளவீதியில் புரண்டு அழுது கதறிய சத்தத்தை அடையாற்றின் நீர் மாட்டின் காதுக்குக் கொண்டு சேர்த்ததும், செவத்தப்பாண்டியின் உடலை வெள்ளநீர் உள்ளிழுத்து, கொம்பின் உச்சியில் ஜொலித்த அழகிய வண்ணச் சுங்கு மட்டும் மேலே தெரிய வங்கக்கடலுக்கு இறுதிப் பயணம் போய்க்கொண்டிருந்தது.

புயல் அடையாற்றுக்கரையின் பல குடிசைகளைப் பெயர்த்து மைய ஆற்றில் இழுத்துவிடும் பணியை நேர்த்தியாகச் செய்யும்போது கன்னிம்மா கனத்த அலறல் சத்தம் எழுப்பி பிரதானசாலையை நோக்கி ஓடிவந்தாள். பின்னே முருவப்பன் உயிர் தப்பி ஓடிவந்து நெஞ்சிக்குழி சத்தத்தை வெளியெழுப்பி, மார்பில் அடித்துக்கொண்டு கீழே விழுந்து, வாழ்வை இழந்தவனாக புரண்டெழுந்து, ஆற்றைப் பார்த்தான்.

பிரதானசாலையில் பலவிதமான ஒப்பாரிகள், ஜோவென வீசும் காற்றைக் கடந்து பொருக்கெடுத்து ஓடும் வெள்ளத்தில் விழுந்து கரைந்து கொண்டிருந்தன. புயல் அதன் செயலை நிறுத்த மறுத்துவிட்டது. பெருகியோடிய வெள்ளத்தில் இழுத்துச்சென்ற குடிசைகள் சிதைந்து பல பிரிவுகளாகப் போய்க்கொண்டிருக்க, முருவப்பன் மனைவி கால்களை உதறமுடியாமல், தலைகவிழ்ந்து வெள்ளநீரலைகளில் அடித்தும், முறுக்கேறிய அவள் உடல் குடிசை இடுக்கில் சிக்கியும், தன் உயிரைக் காப்பாற்ற தலைநிமிர்ந்து அலறல் ஒலியோடு வெள்ளநீரில் போய்க்கொண்டிருந்தாள். முருவப்பனின் அலறல் சத்தம் புயல் காற்றோடு மிதந்து சென்று மனைவி மேல் இறுதிப் பயண ஒப்பாரியாகப் படர்ந்தது.

அலுங்க அலுங்க ஆடிச்சென்ற குடிசை அருகில் சில உயிர்கள் கரையைத் தொட உயிர்ப் போராட்டக் களத்தில் உச்சம் தழுவியிருந்தது. மருத்துவக் கிழவி குப்பம்மாள் குடிசையில் சிக்கிக் கீற்றுக்கொட்டகையில் அசைவற்றுத் தலைகீழாகத் தொங்கி, வங்கக்கடல் மீன்களுக்கு உணவாகச் சென்றுகொண்டிருந்தாள். செவிலி நாய் மட்டும் மிதந்துபோகும் குடிசை உச்சிக்கொம்பின் நுனியில் சிறு இடத்தைப் பிடித்து வாலை நீட்டி கன்னிம்மாவைப் பார்த்து 'வெவ்... வெவ்...' என்று உரத்த சத்தமிட்டுக்கொண்டிருந்தது. மிகவேகத்தில் சிறு தகரவீடு மிதந்து வந்து குடிசையை இடித்துச் சுழன்றுகொண்டு வேகம் குறையாமல் வங்கக்கடலுக்கு ஜரூராகச் சென்றது. இடிபட்ட குடிசை குலுங்கி குலுங்கி கரையோரம் நகர்ந்து செல்ல, செவிலி நாய் தாவிக்

குதிக்க, நீரலையை நோட்டம் பார்த்து முன்கால்களை நகர்த்தியும் பின் இழுத்தும் வங்கக்கடல் பயணத்தை ரத்து செய்யும் முயற்சியில் இருந்தபோது, தம்பி முருவப்பனைக் கட்டிப்பிடித்து கன்னிம்மா கதறியதும், இன்னும் சில மனித உடல்களைக் குறை உயிரில் எடுத்துச் சென்ற அடையாற்றைப் பார்த்து பல உறவுகளின் ஓலச்சத்தம் வெள்ளப்பெருக்கில் எதிரொலியாகக் கேட்டது. அடையாறு எந்தச் சலனமும் இல்லாமல், வந்தேறிகள் சிதைத்த முன்பட்ட வலிமிகுந்து, வழியில் கிடைத்த ஏழைபாழைகளை இனாமாக இழுத்துச் சென்றது.

சிதைந்த குடிசையின் மேல் இருந்த செவிலி நாய் தாவிக் குதித்து, நீரில் எதிர் வினையாற்றிக் கரையேறி கன்னிம்மாவிடம் ஓடிவந்து நடுக்கத்தில் உடல் பிளறியது. மிஞ்சியது செவிலி நாய் உயிர் என்பதால் அதைத் தூக்கி இடுப்பில் வைத்துக்கொண்ட கன்னிம்மா, மாநகராட்சி வெள்ள நிவாரணப் பள்ளியை நோக்கிச் சென்றாள்.

அம்பேத்குமார், மாநகராட்சி அதிகாரியிடமும், போலீஸ் அதிகாரியிடமும் விவாதித்து, மக்களுக்குப் புயல் மறையும் வரை இருப்பிடம், உணவு பெற்று உபசரிப்புச் செய்தார். ஜன்னல் கதவுகள் புயலில் உடைந்து கம்பிகளை மட்டும் தாங்கி நிற்கும் மரச்சட்டத்தின் இடையில், குளிர்காற்று அடிக்க, அதன் கீழ் முருவப்பன் சுவற்றில் சாய்ந்து மயான அமைதியில் விழித்து இருந்தான். அம்பேத்குமார், அவரை இறுக்கி துயரைப் போக்க சாந்தப்படுத்தி வெள்ள நிவாரணமாக வழங்கிய பிசுபிசுத்த, தடித்த அரிசிச் சோற்றைச் சாப்பிட அழைத்தார். முருவப்பன் எழ முடியாமல் தலைகவிழ்ந்து கருவிழியை உருட்டியிருந்தான்.

கன்னிம்மா ஓடிவந்து, ''டேய்... இது புச்சா வந்த பொயல் இல்ல... இதுமாதிரி எத்தினியோ பேர அடையாத்துக்குக் காணிக்கையா கொடுத்து, இந்தக் கரையை நம்ம சொந்தம் ஆக்கியிருக்கோம். இது சாதாரண ஆறு இல்ல... இந்த ஆத்துக்குக் கெட்ட தேவதைங்க கட்டு இருக்கு, பிசாசுகளின் ஆவிகெடக்கு, பில்லிசூன்யம் சாபம் இருக்கு, அதிகார துஷ்பிரயோகம் இருக்கு. ஆத்த ஒட்டி மண்ண அபகரிச்ச பாவிங்களால உண்டான வலி ஆத்துல ரணமா கொட்டியிருக்கு, அந்தப் பாவத்துக்கு ஆத்துக்கு அடிக்கடி பலி கொடுக்கணுமாம். எவெ எவெனோ இந்த ஆத்துக்குத் துரோகம் செஞ்சிருக்கானுங்க. அதுக்குப் பலிகிடாவா ஏழபாழைங்க உசுருதான் பலியாகுது. நம்கு வாச்சது இந்தக் கதிதான்டா... வாடா ரெண்டுவாய் இத்துப்போன புழுத்தரிசி சோத்தயாவது சாப்பிடு...'' என்று சொல்லி கையைப் பிடித்து இழுத்துப்

போகும்போது, ஏதும் அறியாமல் தப்பிவந்த செவிலிநாய் வாலை ஆட்டி கன்னிம்மாவை உரசி உடன் சென்றது.

வங்கக்கடலில் மையம் கொண்ட புயல்காற்று, அடையாற்றுடன் கைகோர்த்து இயற்கை இட்ட பணியை முடித்து வங்கக்கடலில் போய் சேர்ந்தது. புயலும் ஒய்ந்தது. ஆங்காங்கு ஒதுங்கிய கசடுகள் நைய்ந்து, தேங்கிய நீரில் ஊறி நீச்சவாசம் மதராசஸில் தூக்கலாக கலந்திருந்தது. புயலின் அதிகார உத்தரவில் கருமேகங்கள் பகலவனை பல நாட்கள் சிறை பிடித்துப் பொத்தி வைத்ததில் அது இறுக்கி வைத்த வெப்பத்தை ஒருசேர உமிழ்ந்திருந்தது. எக்காற்றும் உள்ளில்லாமல் இருந்த சிறு அறைகளில் அடையாற்றுக்கரை மக்கள் வெப்பத்தில் புழுங்கிச் சுருண்டு கிடந்தார்கள்.

அம்பேத்குமார் அதிகாரிகளுடன் பள்ளியின் உள்ளே நுழைந்ததும் 'சில உயிரை நாம் ஆற்றுக்கு பலிகொடுத்ததால் மதராஸின் மையப்பகுதியில் ஒரு நல்ல இருப்பிடம் இந்தத் தடவை நமக்குக் கிடைக்கப்போகிறது' என்ற ஆரவாரத்தில் எழுந்த மக்கள், வழிந்த வியர்வையைத் துடைத்து, உதடுவிரியாமல் மௌனச் சிரிப்பில் அதிகாரிகளைப் பார்த்துக்கொண்டு நின்றார்கள்.

''நீயும் நானும் சொல்லி இயற்கைப் பேரிடர் இங்கே வரலை. அதேபோலத்தான் நிர்வாகத்தின் நிலைமையும் இருக்கு. தெருக்களும், நகரமும் சுத்தப்படுத்தியாச்சி, நீங்களும் சந்தோசமாக உங்கள் விருப்பத்தில் கிளம்பலாம். அரசின் ஒரு வேண்டுகோள். நீங்க அடையாற்றுக்கரைக்கு இனிபோகக் கூடாது. அது அரசுக்குச் சொந்தமானது. அதனால் நீங்கள் உங்கள் சொந்த ஊருக்குக் கிளம்பிப்போக வேண்டும். இதுதான் உங்களுக்கு நல்லது அரசுக்கும் நல்லது. இத்தனை வருசமா அடையாற்றுக்கரையை நீங்கள் ஆக்கிரமிப்புப் பண்ணியிருந்ததாக அரசுக் கோப்புகள் சொல்கின்றன. அந்த இடத்தை யாருக்கு வேண்டுமானாலும் கொடுக்கலாம் என்று அரசுக்கு அதிகாரம் இருக்கு. நீங்கள் ஆற்றின் கரையை ஆக்கிரமிப்பு பண்ணதால் உங்கமேல் அரசுக்கு விரக்தி என்றுமே இருக்கிறது. அதனால் நீங்கள் அந்த இடத்தைவிட்டுக் கிளம்புங்கள். மறக்காமல் புயல் நிவாரணமாக ஐந்து கிலோ அரிசியை வாங்கிக்கொண்டு உங்கள் ஊரைப் பார்த்துப் போய்விடுங்கள்!''

அதிகாரியின் கடமைக் குரல் ஒலித்தது. மக்கள் அம்பேத்குமார் முகத்தை குறுகுறுத்து வியந்து பார்த்தார்கள். அம்பேத்குமார் முகம்வேறு நிறப்பரிமாணம் தழுவி, கருவிழி சுழன்று உரத்த குரலில்,

''எது சார் ஆக்கிரமிப்பு..? பல நூற்றாண்டு சென்னை மாகாணம் தொட்டு, கூவம், அடையாற்றுக்கரைகளில் நாங்கள் உழன்று திரிந்து, மதராஸு மாகாணம் வரை சுவாசித்து, மதராஸுப் பட்டினம் கடைக்கோடி மண்ணுல திரிந்து மதராஸு வரை நாங்க வாழ்ந்த நதிக்கரையை ஆக்கிரமித்தோமா? சொல்லுங்க சார்... எது ஆக்கிரமிப்பு? மதராஸுப் பட்டினத்தில், ரெண்டு ஆறு அழகிய நதியாக ஓடுன காலத்தில், வழிநெடுக இருந்த ஏரிகள் உபரிநீரை சுமந்தும், வெள்ளப்பெருக்கெடுப்பிலும் பலபகுதி நீரை கால்வாய் வழியாக சேகரித்து அமைதியாக சுமந்து சென்ற நதிக்கரையோரம் எங்களுக்கு வளம் தழுவியதை வாரியிறைத்து, வழிநெடுக கிராமங்களின் விவசாயத்தைச் செழிக்க வைத்தும் பல ஊர்களுக்கு வாழ்வாதாரத்தைக் கொடுத்த கூவம் ஆறும், அடையாறும் மதராஸுப் பட்டினத்தைச் செழிக்க வைத்தது. இந்த ஆறுகளின் தெளிர்நீரை நம்பி ஆங்கிலேயன் சென்னைப் பட்டினத்தை வியாபாரக் கேந்திரமாகத் தேர்ந்தெடுத்து, நகரமாக்கும்போது எங்க பூட்டன், முப்பாட்டன், தாத்தன் எல்லாம் உயிரக் கொடுத்து நிர்மாணித்த நகரத்துலதான் நாங்கள் நின்னுனு இருக்கோம் சார். இப்போ சொல்லுங்க... எது ஆக்கிரமிப்பு..?'' அம்பேத்குமார் குரல் கனீரென்று நிற்க.

இதைக் கேட்ட அதிகாரிகள் விவரமற்ற பிம்பங்களாக காட்சியானதும், ஊர்மக்களின் கருவிழிகள் நெருப்புப் பிழம்பாக மாறி அதிகாரிகளின் முகங்களைச் சுட்டெரித்தன. அம்பேத்குமார் பேச்சை நிறுத்தவில்லை...

''அடையாறு, நீர்வளத்தில் 17,18ஆம் நூற்றாண்டில் மிகசிறந்த ஆறாக இருந்தது. இந்த ஆற்றை விரும்பிய ஆங்கிலேயர்கள், பசுமைத்தோட்டத்தில் பூக்கள் பூத்துக் குலுங்கிய கரையிலே அவர்கள் வீடுகளைக் கட்டி வைத்திருந்தார்கள். இந்த ஆற்றின் வழித்தடமெல்லாம் உயர்ந்து நின்ற தென்னைகள் இருந்த இடத்தை இப்போது யார் ஆக்கிரமித்தது, சொல்லுங்க சார்?

அக்காலம் தொட்டு இக்கரைக்காக எங்கள மாதிரி எழைகள் உழைத்து உடன் இருந்திருக்கிறோம். அடையாற்றில் ஆயிரம் பாறைக் கல்லின் மேல் அடிக்கும் துணிகளின் சத்தம், சுற்றுவட்டத்தில் 'ச்சுசூ... ச்சுசூ...' என்ற இனிமையான இசையும், நீண்டு வளர்ந்து நின்ற தெங்கு வீசிய சத்தமும், தூயநீரில் வெளுத்தத் துணிகள் காற்றில் படபடத்த சத்தம் இசையாக வந்த அடையாற்றுக்கரையை யார் ஆக்கிரமித்தார்கள், சொல்லுங்க சார்..?

அடையாறு, சிறப்பு வாய்ந்த நீர்வழிப் போக்குவரத்தாக இருந்து; மீன்பிடித் தொழிலும் சிறந்து விளங்கியது. விளைந்த விவசாயப் பொருள்களை கொண்டுசெல்லும் வழித்தடமாக அப்போது இருந்த அடையாறு இப்போது எங்கே போனது? கரைநெடுக குமிந்த மாஞ்சோலைத் தோப்புகளும் எங்கே மடிந்து போனது? கரையோரப் பசுமையால் வீசியடித்த காற்றும் எங்கே மறைந்து போனது? இந்த ஆற்றங்கரை நிலங்களை யார் திருடியது? இந்த அழகிய வளங்களை நாங்களா ஆக்கிரமித்தோம்? சொல்லுங்க சார்...?

சென்னை மாகாணத்தில் சிறப்புற்று, எழிலோடு இருந்த ஏரி எல்லாம் எங்கே போனது? பனைமரங்கள் எண்ணில் அடங்காமல் நின்று இருந்த நுங்கையூர் ஏரி நீண்டு தி.நகர் வரைக்கும் வந்ததும், மாம்பலத்தில் இருந்த ஏரியும் எங்கே போனது? தேனாம்பேட்டையில் தென்னைகள் குமிந்து, இயற்கையோடு இருந்த மைலாப்பூர் குளத்தை யார் ஆக்கிரமித்தது? கூவம் ஆறும், அடையாறும் தொடக்கத்தில் வேளாண்மைக்கு உதவிக்கரம் நீட்டி, பசுமை தவழ்ந்த ஆற்றை யார் அழித்து ஏப்பம் விட்டது? கூவம் ஆற்றில் இருந்த மணல் எல்லாம் மதராஸ் பெருநகரக் கட்டிடங்களில் ஒட்டி இன்றும் பளபளப்பாக உயர்ந்து நிற்கிறது. தெளிர்நீரோடைக்கு உதவிய அந்த ஆற்றின் சிறுமணலை யார் சுரண்டித் திருடியது? அந்த ஆற்றின் மணலைத் தன்னுள் தக்கவைத்ததால் தெளிர்நீராக்கி வீறுக்கொண்டு ஓடிய நதியைக் கால்வாயாக மாற்றி, கழிவுநீர் செல்லும் பாதையாக மாற்றியது யார்? பல புயல்களைத் தன்னுள் சுமந்து நீரை எந்தச் சலனமின்றி வங்கக்கடலில் சேர்த்து, மதராஸை அலுங்காமல் குலுங்காமல் காப்பாற்றிய ஆறுதான் அடையாறு. இந்த ஆற்றின் ஆதாரத்தை வீசிவிட்டு தற்போது வீறுக்கொண்டு அடித்த புயலுக்கு வக்காளத்து வாங்கி எங்களை விரட்டுகிறீர்கள். இங்கே இருந்த ஏரியும், ஆத்தங்கரையையும் நாங்களா ஆக்கிரமித்தோம், சொல்லுங்க சார்..?

சைதாப்பேட்டையில் இருந்து செயின்ட் தாமஸ் மவுண்ட் போக வழியில்லாமல் இருந்தபோது அடையாற்றைக் கடக்க பாலம் அமைக்கும்போதும் எங்களை மாதிரி ஏழைபாழைங்க உழைப்பை வாரியிறைத்தாங்களே, அவங்களும் எங்க சொந்தங்கள்தான். அந்த பாலத்தையும் நீங்களா கட்டினீங்க..? அக்காலத்தில் மர்மலாங்குபாலம் என்று தற்காலம் வரை பெயர் இருந்த பாலம் 1728இல் ஆர்மினியாவை சார்ந்த கோஜாபெட்ரூஸ் உஸ்கான் என்பவர்தான் எங்கள் மக்களுக்காக தன் சொந்தப் பணம் முப்பதாயிரம் பகோடாவில் கட்டினார். நீங்க

போறீங்களே அந்தப் பாலத்தில் என் முன்னோர் உழைப்பு மேலத்தான் மிதித்துப் போறீங்க... நாங்க எல்லாம் அந்த அடையாற்றுக்கரையில வாழ்ந்து இருக்கோம்னு இந்தப் பாலம்தான் சான்றாக நிக்குது.

இந்த நாட்டின் வளர்ச்சிக்கு, எங்கள மாதிரி ஏழைபாழைங்க உழைச்சும், சுதந்திரத்துக்குப் பின்னால ஆற்றை ஒட்டி வாழ்ந்து மதராஸப் பட்டினம், சென்னை மாகாணம் தொட்டு மதராஸு வரைக்கும் வந்த எங்களுக்கு, எந்த ஆற்றங்கரையும் சொந்தம் இல்லாமல் போச்சி. நாங்க வாழ்ந்த அந்தக் கரையயெல்லாம் யார் ஆக்கிரமித்தார்கள், சொல்லுங்க சார்?

அடையாறு, தொன்மைக்காலத்து ஆற்றுப்படுக்கை நாகரிகம்னு சொல்லும் அளவு வளம் சார்ந்த இடம் எல்லாம் எங்கே காணாமல் போனது? நீர்வளத் திட்டம் இல்லாமல் பெரிய, பெரிய கட்டிடமா கட்டிகினீங்க... சோலைவனமாவும், தோப்புகளாகக் குமிந்த ஆற்றின் கரையை ஒட்டிய நிலங்களைச் செல்வந்தர்களுக்கு நீங்கள் தாரைவார்தீர்கள். இந்த அழுக்கை நீங்கள் பூசிகொண்டு எங்கள் மேல் உங்கள் கறையைப் பழியில் பூசுகிறீர்கள். நாங்கள் இன்றுவரை கறைப்படியாமல் ஆற்றங்கரையில் தூயவர்களாக நிமிர்ந்து நிற்கிறோம்!''

அம்பேத்குமார் எந்த அசைவுக்கும் பிடிப்பு, தளர்வு இல்லாமல் அதிகாரிகளின் முகமூடிகளைப் பிரித்துப் பிரித்து வைத்தார். வாழும் குடியிடம் இழந்த மக்கள், அம்பேத்குமார் பேசியதைக் கேட்டுத் திகைத்துப் பார்த்துக்கொண்டிருந்தார்கள்.

அம்பேத்குமார் மறுபடியும் வெகுண்டு,

''ஆற்றங்கரையில் தொலைந்தது இது மட்டும் அல்ல, நூற்றுக்கு மேல் இனம் சார்ந்த பறவைக்கூட்டங்கள், களைப்பாறி அமர்ந்த அடர் பசுமையை வெட்டி விழுங்கி ஏப்பம் விட்டது யார்? அதே பசுமையைத் தழைத்து, மண் அடிவரை வளமாக்கி, சுற்றிடம் முழுவதும் நீர்வழங்கி நின்ற பல்லாயிரம் ஏக்கர் சதுப்புநிலத்தை யார் திருடியது?

நவீன போர்வையைப் போர்த்திக்கொண்டு நகரமாதல் என்று கற்பனைச் சொல்லை உதிர்த்துப் பேசுகிறீர்கள். அந்த நவீனத்தில் ஏழைபாழைங்களுக்காக நீர்வழித்தடம் ஒட்டிய வரைவுத் திட்டங்கள் எங்கே இருக்கு? பின்காலங்களைக் கணக்கிட்ட திட்ட வரைவில் இந்தப் பெருநகரத்தை நீங்கள் நிர்மாணித்தீர்களா? நகரத்தில் ஓடும்

உபரிநீருக்கான வழித்தடங்கள் எங்கே அமைத்தீர்கள்? இந்தக் கேள்விக்குப் பதில் தொலைந்ததால் மழை அதன் வழிதடத்தைத் தேடி சுத்தியலைந்து, இடம் இல்லாத ஏமாற்றத்தில் மக்கள் வசிக்கும் இடத்தைத் தேடி சுத்தி விளையாடுது. அதுக்கு மனித உயிர்கள் பெரிது இல்லை. இந்தப் பெருநகரத்தின் அழிவுக்கும், உயிர் இழப்புக்கும் நாங்களா காரணம்? இந்த நீர்வழித்தடத்தை எல்லாம் யார் ஆக்கிரமித்தது சொல்லுங்க சார்?

ஆனா சார்... நீங்க அய்சாபகுடு சார்! எங்களுக்கே டர் காட்டுறீங்க. நாங்க ஒன்னும் இந்த நவீன வளர்ச்சியை வேண்டாம்னு சொல்லவில்லை. முன்காலத்தில் இருந்து வாழ்ந்த எங்களுக்கான ஆற்றங்கரை இடம் எங்கே போனது? சுதந்திரத்திற்குப் பிறகு நீங்களே மாற்றினீர்கள், அது உங்களுக்கானதா மாத்திக்கினீங்க... இதுதான் மாற்றமா?''

அம்பேத்குமாரரின் குரல், பெரும்புயல் வீசியது போல் சத்தமாக எழுந்ததும், திரண்ட மக்கள் வரண்ட விழிகளில் தென்படாத பிம்பத்தைப் போல் அம்பேத்குமார் பேச்சை கண் இமைக்காமல் கருவிழியை நிறுத்தி இருத்தார்கள். அதிகாரிகள் திசை தவறிய வெள்ளாடுகளாகக் கனைக்க முடியாமல் தலைகவுந்து கிடந்தார்கள்.

''எங்களுக்கு வாழ்விடம் இல்லை, நீங்கள் அரசு இயந்திரத்தின் அதிகாரியாக இருக்கலாம் உங்களுக்கு இட்டபணியால் படித்ததை வந்து அச்சுப் பிழையில்லாமல் கக்குகிறீர்கள். உங்களுக்குப் போதித்ததை வந்து துப்புகிறீர்கள். நாங்கள் அடையாற்றுக்கரையை ஆக்கிரமிக்கவில்லை. பல நூற்றாண்டாக ஆற்றுப்படுக்கையில் நாங்கள் வாழ்ந்தோம். அடையாற்றுக்கரையில் நாங்க வாழ்ந்ததால் மழைநீர் போகவில்லை என்று எங்கள் மேல் பாறாங்கல்லை தூக்கிவைத்து, ஏழைபாழைங்களை விரட்டியடித்துக் கொல்லப்பார்க்கிறீர்கள்.

இந்த ஆற்றை ஆக்கிரமித்தப் பாவிகளால் அடையாற்றுக்குச் சாபமும், கெட்ட தேவதைகளின் கட்டும், பிசாசு, பில்லிசூன்யம் கலந்து, ஆற்றின் தலைமயிர் பிளறிக் கிடக்கிறது. எங்களை இங்கயிருந்து துரத்துங்கள். பரவாயில்லை. எங்களுக்கு இந்த பூமி விசாலமானது. தெரு ஓரங்களும், ஒதிங்கிய மலையடிவாரங்களும், வறண்டகுட்டைகளும், எங்களுக்காக விலாசமான இருப்பிடமாக இருக்கிறது. நாங்கள் இந்த வரண்ட பிரதேசத்தில் எங்கு வேணாலும் போகிறோம். ஆனால் வரப்போர நவீன காலத்தில் உங்கள்

வியாபாரம், வாழ்க்கைமுறை எல்லாம் இந்த ஆற்றோட சாபத்தால் அழியப்போவதற்கு நீங்கள்தான் காரணமாக இருப்பீர்கள். அதிகாரிகள் சிறுநடுக்கத்தில் குடல் மேலேறி கீழிறங்கி என்ன சாபம் என்ற கேள்விகள் துளைத்தெடுத்து அம்பேத்குமார் முகம் பார்த்து அசைவற்று நின்றார்கள்.

அதிகாரிகளின் இமைகள் படபடத்து, கருவிழிகள் வட்டவடிவில் சுற்றும்போது, அம்பேத்குமார் அதிகாரிகளைப் பார்த்து,

“அடையாறு அழகிய சோலைவனமாகப் பசுமையில் தவழ்ந்து ஓடிய ஆற்றை ரசித்த ஆங்கிலேயே அதிகாரிகளும், தனம்பெருகியவர்கள் இந்த ஆற்றின் அழகால் வெள்ளையன் கலைவடிவில் தோட்ட வீடுகள் நிரம்பின. வெள்ளையர்கள் பொழுதைப் போக்குவதற்குப் படகு சவாரியாக 1832இல் அடையாறு போட்கிளப்பையும், 1893இல் எண்ணூரில் இருந்து வந்த மெட்ராஸ் போட்கிளப்பையும் நூற்றாண்டு கடந்து அமைத்தார்கள். இந்த ஆற்றை நேசித்த வங்கக்கடலின் சாபம் தான் புயல் வெள்ளம் வந்து மதராஸின் உயிர்களை நீரில் முழுகடித்துப் பலி வாங்குகிறது என்று புனைவாகக் கண்டாலும், உண்மை வேறாக அடையாற்றுக்கரையில் மறைந்து புதைந்து கிடக்கிறது.

அடையாற்றுக்கரையில் பிராடிஸ்கோட்டையில் ஆங்கிலேயர் ஜேம்ஸ்பிராடிஸ் இருந்தார். அவர் ஆற்றை நேசித்துப் பிரியப்பட்ட படகு சவாரியை அங்கே தினம் வழக்கமாகப் பாவித்தார். ஒருநாள் அவர் நேசித்த அடையாறு அவர் உயிர்மேல் ஆசைப்பட்டுப் படகை ஆற்றில் கவிழ்த்தது. அவர் அடையாற்று நீரோடு இறுதிப் பயணமாகப் போய்ச் சேர்ந்தார்.

பிறகு கர்னல் ஜான்டெம்பிள் அதே படகுச் சவாரியில் பிராடிஸ் கோட்டை அருகே சென்றபோது அடையாறு, இவர் உயிரையும் அதிகாரத்தில் விழுங்கி, சிறு மகிழ்வில், ‘இனி யார் வருவார்கள் என்னைச் சிதைக்க?’ என்று அந்த ஆறு பேசிக்கொண்டு ஓடியது.

பிராடிஸ் கோட்டையில் மெக்ஐவர் குடியமர்ந்து, அதே படகு சவாரியில் குடும்பத்துடன் சென்றார்கள். அடையாறு மறுகோபம் எடுத்து அந்தப் படகைக் கவிழ்த்தது. அவர்கள் அடையாற்றிடம் மண்டியிட்டு மன்றாடினார்கள். அடையாறு இளகி அவர்களை விழுங்காமல்விட்டது. மெக்ஐவர் குடும்பத்துடன் கோட்டை திரும்பியபோது குடும்பத்தில் ஹேரிஸ்குடமோர் மட்டும் அடிபட்டு ஆற்றிலிருந்து மீண்டு வந்து அவர் உடல் சோர்ந்தபோது ஆற்றின்

சாபத்தில் ஒரு உயிராவது வேண்டும் என்று ஆறு கேட்டதும் அவரும் அந்த ஆற்றுக் கரையில் மடிந்துபோனார்.

'பிராடிஸ் கோட்டையில் வசித்து மாண்ட உயிர்கள் அடையாற்றுக் கரையில் இன்றும் சுற்றுகிறது' என்ற காற்றுவழித் தகவலில், 'என்னுடைய கரையை விசாலமாக ஆக்கிரமித்தது நீங்கள்தான்' என்று அடையாறு மறுபடியும் கத்தியதும், இறந்த வெள்ளையர்கள் அச்சத்தில் எழுந்து வந்து அடையாற்றிடம் மண்டியிட்டு, மன்றாடிக் கேட்டதால் அடையாறு அவர்களை மன்னிப்புத் தீர்ப்பெழுதி ஆற்றோடு அணைத்துக்கொண்டது.

அவர்கள் ஆற்றின் மேல் உள்ள விசுவாசத்தில் 'இனி அடையாற்றை யார் ஆக்கிரமித்தாலும் நாங்கள் உனக்காக அவர்களை இலவசமாகப் பலிவாங்குகிறோம்' என்று ஆற்றிடம் சத்தியம் செய்தார்கள். 'சிறுமழை, பெரும்புயலானாலும் ஆற்றங்கரையை வியாபரத்துக்காக ஆக்கிரமித்தவர்கள் இடங்களைச் சீரழித்து அவர்களையும் பலிகேட்டு பெற்றுத்தருகிறோம்' என்று மடிந்த வெள்ளையர்களும், அடையாறும் கைகோர்த்து சாபம் இட்டு இருப்பதால்தான் இந்தப் பேரழிவு எல்லாம் நடக்குது. அந்தச் சாபம் அடையாற்றுக்கரையில் இன்றுவரை தொடர்கிறது!'' என்று அம்பேத்குமார் உரைத்தார்.

''ஹாலோ மிஸ்டர்... நீங்க சொல்லுற கதை இங்க யாருக்கும் விளங்காது. உங்களுக்கு ஐந்து கிலோ அரிசி, வெள்ள நிவாரண நிதி காத்திருக்கு. அதை வாங்கிட்டுத் திரும்பிப் பார்க்காமல் சொந்த ஊருக்குப் போய்விடுங்கள். சொந்த ஊரே இல்லையானால் மதராசைத் தாண்டி வேற எங்கயாவது பரந்த வெளியில் போய் தங்கிவிடுங்கள். உங்களுக்கான இடம் பின்னாடி நாங்கள் தருகிறோம்!'' என பல ஆண்டுகளாகக் கூறிவந்த, பழக்கப்பட்ட ஒரே வாக்கியத்தை எழுத்துப் பிழையில்லாமல் ஒப்புவித்த அதிகாரிகள், திரண்ட விழியில் முழித்து நின்றார்கள்.

''சார்... நாங்க அடையாற்றுக்கரையை விட்டுப்போக மாட்டோம்!'' அம்பேத்குமார் கணீரென்று உரைத்தார்.

பல நூறு குரல்கள் அம்பேத்குமார் குரலோடு சேர்ந்து, ''நாங்கள் அடையாற்றுக்கரையை விட்டுப் போகமாட்டோம்!'' என்று ஒலித்ததும், அதிகாரிகள் அவர்களின் நடைபிசங்காமல், ''போலீஸ் வரும், உங்களை அங்கிருந்து விரட்டியடிப்பார்கள்!'' என்று அதிகாரத் தோரணையில் மிரட்டினார்கள்.

''மாற்றம் ஒன்றுதான் மாறாதது!'' என்று சொல்லி அம்பேத்குமார் விடுக்கென்று வீறுநடை கட்டியதும், மக்கள் அவர் பின்னே விறுவிறுவெனத் தொடர்ந்து போனார்கள்.

'எது மாற்றம்?' அதிகாரிகள், அம்பேத்குமார் சொல்லான மாற்றத்தைப் பற்றிக் கூறியதை மனதில் நிறுத்தி, தத்துவ அகராதியில் பொருள் தேடியும் கிடைக்காமல் மண்டையைச் சொறிந்துகொண்டு பளபளக்கும் தோல் ஷூ காலுடன் தள்ளாடி நடந்து போனர்கள்.

காலங்கள் கடந்தன. அடையாற்றுக்கரையில் பல புயல்கள் வந்து போயின. நிவாரணமாகக் கொடுத்தப் புழுத்தஅரிசி அளவு மட்டும் பல புயலில் கூடிக்கொண்டே வந்தது.

ஒவ்வொரு கட்டத்திலும் போலீஸ் விரட்டுவார்கள். திரும்பவும் வந்து அடையாற்றுக்கரையில் குடியமர்வார்கள். சில தடவை தீயில் அடையாற்றுக்கரை குடிசைகள் எரிந்ததும், பல டன் சாம்பல் மட்டும் மிஞ்சும். ஆனால், எப்போதுமே வந்த தீ மறைபொருளாகவே எங்கிருந்து வந்தது... எங்கு போனது? என்று இன்னும் யாரும் அறியவில்லை.

தீ அணைந்த பிறகு, குவிந்த சாம்பலில் உருண்ட மக்களில் துயரக்குரல் அவலமாக பல திசையில் ஒலிக்கும். பின் அரசின் வழியே வந்த நவீன கல்நார் வீடுகளும், இடையிடையே அதே குடிசைகளுடன் வாழ்க்கை தொடர்ந்து, நிரந்தரமற்ற பூமியாக அந்த மக்களுக்கு மாறிப்போனதுதான் அடையாற்றுக்கரை!

2

அண்டை நாட்டில் இருந்து எழுந்தளிர்த்த கதிரவன், அடையாறு பக்கம் தலையை நுழைத்து எட்டிப் பார்த்தான். அதுவரை இருந்த கும்மிருட்டு, நைசாக ஓடி மறைவுக்குள் ஒளிந்துகொண்டது. காரிருள் ஓடியதில் சிரித்த முகத்தோடு செஞ்சிவப்பு ஒளிமின்னும் கதிர்களை அள்ளி அள்ளித் தெளித்ததும், அடையாற்றுக்கரையின் கொழ கொழத்த கருத்த நீர் ஜொலிக்க, கரையில் உருண்டு நெளியும் புழுக்களைத் தேடி காகங்கள் பறந்து வந்து, நெளிந்த புழுக்களைக் கொத்தி காலை உணவாக வயிற்றை நிரப்பிச் சென்றது. குடிசைகள், கல்நார் குடியிருப்புகளின் இடுக்குச் சந்துகளில் விழித்துக்கொண்ட நாய்கள், மண் வீதியை கால் பாதத்தில் பெயர்த்து வந்து, பிரதான வீதி நடையோர தடுப்பில் சிறுநீரை புசுக்கு புசுக்குனு பீச்சியடித்து, சேட்டன் டீக்கடையை உற்றுப் பார்த்துக் குரலை உயர்த்தின. தெருவில் போன சனத்தின் மூஞ்சிகளை வாலைக் குழைத்து அண்ணாந்து பார்த்தன.

கடைநிலை சனங்கள் அரைமயக்கத் தூக்கத்தில் சேட்டன் கடையின் நெகிழிக்குடத்தில் நீரை மோந்து, முகத்தில் வழியவிட்டு, கண் இடுக்கில் ஒட்டிய பிசுபிசுப்பு அழுக்குகளைக் கசக்கி நீரில் ஓடவிட்டு, சேட்டன் கொடுத்த டீயைத் தொண்டைக்குழியை நனைத்ததும், அண்ணாந்து பார்த்த நாய்களுக்குப் பொரையை வீசி, பீடியைப் புகைத்தார்கள். பெண்கள் டீயைக் குடித்ததும், வெத்தலையை வாயில் சொதப்பி, காம்புப் புகையிலையில் சிறு துண்டைப் புட்டு, மென்று, பொயலை வாசத்தோடு பல்லவன் பேருந்தை எட்டிப் பிடிக்க ஓடினார்கள்.

முனுசாமி, இரவு விழித்திருக்கும்போதே தூக்கத்தைக் கலைந்து விறுவிறுவென மனபாரத்தைச் சுமந்து சென்று, தார்ச்சாலையின்

நடைபாதை ஓரமாக நின்றிருந்தான். அவன் கண்ணொளி கற்றைகள் பீறிட்டு இடிமின்னல் போல் தொலைதூரம் சென்றது. அவன் முகம் மட்டும் விரக்தியில் ஊடுறுவி தோல் துவாரங்களில் வியர்வை கசிந்து வந்ததும், கன்னங்களைத் தடவிக்கொண்டே கருவிழியை உருட்டி நெடும் தொலைவை உற்றுப் பார்த்துக்கொண்டிருந்தான்.

வாழ்வாதாரம் தேடி, கனாக்கண்டு கட்டெறும்புகளாக ஊர்ந்து நகரும் சனங்களும், இரைச்சலில் இருசக்கர வாகனங்களின் பளபளப்பு தேய்ந்த குழாய்கள், விஷப்புகையைக் கொட்டி தார்ச்சாலையில் மெல்ல நகர்ந்துகொண்டிருந்தன. செஞ்சிவப்பு வெளிர்க்கதிர்கள் மகிழுந்துகளை பலமாதம் நிறமாற்றம் செய்ததால், வண்ணம் தேய்ந்த மகிழுந்துகள் சத்தங்களை எழுப்பி ஊர்ந்துபோக, அதனுள்ளே பல மனிதர்கள் நவீன கடன்பத்திரச் சுமைகளை சரீரத்தில் ஏற்றி, கூன்முதுகு விழுந்து, காலைப்பொழுதில் மஞ்சள் வெயிலோடு சலசலப்பு இல்லாமல் தன் உயர்வை நோக்கிப் பயணித்துக்கொண்டிருந்தார்கள்.

இத்தனைச் சத்தங்களுக்குப் பின்னே காதுநரம்புகள் கிழியாமல் ஏதோ ஓர் உணர்வு முனுசாமியின் காதுகளை இறுக்கிப் பிடித்திருந்தது. செவிடனாகாமல் இன்னும் கொற காலத்துக்குச் சத்தம் கேட்க வேண்டியவனாக பரபரப்பாகி, தொலைந்த வாழ்வைத் தேடி, இட்டபணியைத் தொடர்ந்துகொண்டிருந்தான். அவன் கண்களில் கறுப்புவளையம் அப்பி, தாடை எலும்புகள் வெளியே தெரிந்தன. அவனது ஒட்டிய கன்னத்தில் சிறுரோமங்கள் வளர்ந்ததைத் தடவி ஏதோ ஒன்றைக் குறுகுறுத்து எதிர்பார்த்துக்கொண்டிருந்தான். அவனது மனவலி, இமைகளின் படபடப்பில் வெட்ட வெளியாகத் தெரிந்தது. அன்றாடங்காய்ச்சிகள் ஜடமாகித் துவளுவதுபோல் அவனது உடல் வலியில் துவண்டு, கண்கள் மட்டும் எதையோ நோக்கி அசைந்தவாறு இருந்தன. விடியற்பொழுது இருளைக் கிழிக்கும் முன்னே தூக்கத்தைத் தொலைத்து வந்தவனுக்கு இறைச்சல் தொடங்கும் முன் வேலையை முடித்துக் கிளம்ப விரைவாக தெருக்களைச் சுத்தபடுத்தி, சனங்கள் வீசி எறிந்த மிச்ச மீதிக் கழிவுகளை நவீனக் குப்பைத்தொட்டியில் அள்ளிக் கொட்டிக்கொண்டிருந்தான் முனுசாமி.

அடையாற்றுக்கரை நாத்தமும், பெருநகர நாத்தமும், அவனுக்கு வேறுவிதமாகப் படவில்லை. அனைத்தும் ஒன்றாகக் கலந்திருப்பாதாக உணர்ந்தான். சைதாப்பேட்டை அடையாற்றுக்கரையில் கூடிய குழந்தைகள், நாற்றம் வேறுபாடின்றி மகிழ்ச்சியாகக் கும்மாளமிட்டு விளையாடித் திரிந்துகொண்டிருந்தார்கள். சிலசமயத்தில்

குப்பைத்தொட்டியின் உள்ளே கவ்விக் கிடக்கும் அழுக்கேறிய பொம்மைகளை, தன் குழந்தைகளுக்கு விளையாட்டுப் பொருளாக எடுத்துச் செல்வான் முனுசாமி. பொம்மைகளை நுகர்ந்து உணராமல் அவர்கள் விளையாடி கலைத்துப் போவார்கள். குழந்தைகளுடன் விளையாடி ஓய்வு வாங்கிய பொம்மைகள், குடிசைகள், கல்நார் வீடுகளை அழகுப்படுத்துமா என்ன? பொம்மையின் நமுத்த ஈரவாடை அம்மக்களின் மூச்சுக்காற்றோடு கலந்து உள்ளே போகும். கண்களுக்கு மட்டும் அந்தப் பொம்மைகள் அழகாகத் தெரியும். இந்த சிதைந்த பொம்மைகள் வரவால் தென்னங்கீத்துக் குடிசைகள், கல்நார் வீடுகள் எல்லாம் அழகற்றுப் போனாலும், பயிர் நிலங்களை இழந்து வாழ்விடங்களைத் தொலைத்தவர்களுக்கு இது ஒன்றும் புதியதாய்த் தெரியவில்லை.

சைதாப்பேட்டை மேம்பாலத்தில் செல்லும் வாகன இரைச்சல் அவர்களுக்குப் பழக்கப்பட்ட ஒன்றாக நெடுங்காலம் புதைந்திருந்தது. சனங்களின் சிறுசிறு சத்தங்கள் அவர்களின் இருப்பிடத்தில் நிரம்பிக் கிடக்கும். கண்ணீர் அஞ்சலி போஸ்டர்கள், ஒன்றின் மேல் ஒன்று ஒட்டி, சுவற்றிலும் தண்ணீர்த்தொட்டியிலும் அட்டையாகப் பெயர்ந்து தொங்கிக்கொண்டிருக்கும். அடையாற்றுக்கரையின் நுழைவு வாயிலில் தூசிகளை வீசியடிக்கும் காற்றில் பலவண்ணத்தில் உயர்ந்து நிற்கும் கட்சிக்கொடிகள் பறக்கும். அந்தக் கம்பங்களுக்குக் கீழ், நகப் பிராண்டலில் பள்ளங்களைத் தோண்டி நாய்கள் படுத்து உறங்கிக்கொண்டிருக்கும். வேலை இல்லா இளசுகள் மஜாவாக[3] நின்று புகைத்துக்கொண்டிருப்பார்கள். இத்தனைச் சுவாசங்களைச் சுவாசித்த முனுசாமி, அவன் சரீரத்தில் ஏற்றி, விடியலுக்கு முன் கிளம்பிச் சென்று, தார்ச்சாலையில் நின்று கண் அலைச்சலில் எதையோ தேடிக்கொண்டிருந்தான்.

''வெடியிரத்துக்கு முன்னாடி எய்ந்துருச்சி, இம்மா நேரம் ஓய்ச்சி அத்தக் காணுமே... இன்னும் எம்மா நேரம் இங்கயே கீர்த்து?''

தனக்குத்தானே பேசி, தெருவைச் சுத்தம் செய்துகொண்டு தொளாவி தொளாவி துயர அம்பை வீசி, தொலைதூரத்தில் உற்றுப் பார்த்தான் முனுசாமி.

இராட்சத வண்டி வரும் 'உவுவ்... உவுவ்...' சத்தங்கள் எழுப்பி வரும், அதைப் பார்த்து மற்ற வாகனங்களில் செல்லும் சனங்கள் பயந்து பாசக் கயறை எமன் கொண்டுவருவான், கழுத்துல மாட்டுவான், சக்கரத்துல

சிக்கவைப்பான்... மரணித்துப் போவோம் என்ற பீதியில் வாகனம் ஓட்டிச் செல்லும் சனங்கள் ஒதுங்கி வழிவிடுவார்கள். அத்தனை பயம் நிறைந்த வண்டி சில நேரத்துல உயிரைக் குடிச்சுயிருக்கு. முனுசாமியின் கருவிழியில் பாசக்கயிறு சுழன்றுயிருக்க, எருமைக் கொம்புகள் விசும்பி தலையாட்டிவர, பயம் அவனுக்குள் தென்பட்டு, நடைபாதை ஓரமாக அச்சத்தில் பிரதானசாலையை சுத்தம் செய்துகொண்டிருந்தான்.

அவன் உயிருக்குப் பயப்படவில்லை. அவன் பொஞ்சாதி பஞ்சவர்ணத்துமேல் கணக்கில் அடங்காத பாசம் கொட்டி வைத்திருந்தான். முணுமுணுத்தாலும் பஞ்சவர்ணம்னு மனசுக்குள் ஊஞ்சல் கட்டி ஆடுவான். ரெக்கை கட்டிப் பறப்பான். அவன் வீட்டில் ஒரு பச்சைக்கிளி மீனாட்சி, 'கீ... கீ... முனுசாமி வந்துட்டான்' என்று கத்திக்கொண்டே தாவி தாவிக் குதிக்கும்.

மீனாட்சி குரல் கேட்டு, அடுப்பில் எரியும் பொளந்த வெறகு கக்கும் புகையைக் கிழித்து பஞ்சவர்ணம் துள்ளி ஓடி வருவாள். ரெண்டுபேரு கண்ணுல சும்மா மின்சாரம் அப்படிப் பாயும்... ரெண்டு பேரு கண்ணொளியும் ஒரே நேர்கோட்டில் பிரயாணித்து மண்ணுல புதைஞ்ச வெண்கற்கள் ஒளியாகச் சுற்றிடம்பட்டுத் தெறிக்கும். பஞ்சவர்ணம் கண்கூசி வெக்கத்தில் உழன்று போவாள்.

மீனாட்சி, 'கீ... கீ...' என்று கத்தி கூண்டுக்குள்ள அலப்பறை பண்ணிக் குதித்து, எஜமானார்களின் மகிழ்ச்சியில் ரெக்கை விரித்து நடனமாடிக் களிக்கும். பஞ்சவர்ணத்தின் உடலும் மனமும் அங்கே அலைபாயும். அவனது மனைவி வாசத்தை நுகர்வுச்சந்தில் உள்ளிழுத்து மயங்கி, கிறங்கித் தள்ளாடுவான் முனுசாமி. முருங்கைமரமும் வேப்பமரமும் அசைந்தாடி, மூலிகை மணத்தைச் சுற்றிடத்தில் மணம்பரப்பி அவர்கள் மேல் உரசிச் செல்லும். அவ்வாசம் சுவையறியாமல் முனுசாமி மயங்கி அவன் கைகள் அவளை அணைக்கத் துடிக்கும். சனங்கள் நடமாட்டத்தால் இருவரையும் இடைவெளி உருவாக்கிச் செல்லும். அவன் பீச்சாங்கை, சோத்தாங்கை ரெண்டையும் அடங்கிக் கண்கள் மட்டும் மயக்க ஒளியில் அம்பாகப் பாய்ந்து அவள் மனதைக் கீறியதும், பஞ்சவர்ணம் முகம் அசைந்ததும் அவள் உதடுகளில் கசிந்த ஈரத்தில் முனுசாமி வெக்கப்பட்டுத் தலைசாய்த்து நிற்பான்.

எஜமானர்களின் உடல் நாணத்தில் நெளிந்ததைக் கண்ட மீனாட்சி, மறுபடியும் ரெக்கைய விரித்து உல்லாசத்தில் 'கீ... கீ...' என்று

ஆடி பஞ்சவர்ணத்தை உசுப்பிவிடும். வெக்கம் இன்னும் தலைக்கு ஏறி கண்கள் சொருகி விறுவிறுவென ஓடினாள். கல்நார் வீட்டின் குறுகிய தாழ்வாரத்தில் கிழிந்து தொங்கும் அழுக்குப் புடவையை தள்ளி, தாழ்வாரத்தில் இடித்துக்கொண்டு உள்ளே ஓடினாள். மானம் கெட்ட முனுசாமி மரப்பாச்சிப் பொம்மையாக முண்டக்கண்ணை உருட்டிக்கொண்டு நின்றான். தொட்ட ஒறவு, புணர்ந்த ஒறவு என்பதால் பஞ்சவர்ணம் அவன் மனசு ஆழத்தில் நிறைந்திருந்தாள். அவன் உயிர் அவளுக்காகவே இணக்கம்பட்டு, பத்துவருடத்துக்கும் மேல் அவள் மடியில் தவழ்ந்து அவளுக்காகவே உருண்டு கிடந்தான் முனுசாமி.

கூண்டினுள் அடைப்பட்ட மீனாட்சி இருவர் பரிச்சத்தை தெனம் கண்டு துள்ளிக் குதிச்சி லஞ்சம் பெற்றுக்கொள்ளும். ''ஏய் முனுசாமி... நம்பலை கவனிச்சிட்டுபோ...'' அலகில் அளப்பறை பண்ணும். அவன் மறைத்து வைத்த கனிந்த வாழைப்பழத்தை நீட்டுவான், மீனாட்சி கவ்விச் செல்வாள். பாசம், ஏழ்மை மனிதர்களின் உயிரை எக்காலத்திலும் இறுக்கிக்கொண்டே இருக்கும் என்பதை முனுசாமி நிரூபித்து நாட்களை நகர்த்திவந்தான்.

ஒருசமயம் முனுசாமி வேலைக்குப் போன வேகத்தில் திரும்பி புசுக்குனு வீட்டுக்குள்ளே வந்தான். மீனாட்சி, 'கீ... கீ...'ன்னு கத்தி காறித்துப்புற மாதிரி துள்ளி, ''டேய்... ஒன்கு வேலவெட்டிமேல அக்கறயில்லையா? நாலு காச சம்பாதிக்கணும்னு இல்லாமே எப்ப பாத்தாலும் பஞ்சவர்ணம் முந்தானையே முடிஞ்சிக்கினு, அவெ நாத்தத்த மோந்து, அவெ பின்னாடியே சொனங்கி சொனங்கி குந்தினுகீர... என்கே வெக்கமா கீதுடா. கண்ணு கூசுது. அவெள உன்கு ரொம்பப் புடிக்குமா..?

''உன்கு... ன்னா தெர்யும்? ஆசப்பட்ட பெண்ணு மேல வைச்ச பாசத்தால அவெ அப்பங்காரங்கிட்டையும், அவெ ஆத்தாக்காரிக் கிட்டயும் நான் பட்டப்பாடு இருக்கே...''

மீனாட்சி ரெக்கைகளை இறுக்கி, அலகைப் பிளந்து, அடுத்தவர்கள் வாழ்க்கையில் மூக்க விடுர மாதிரி கூண்டுக்கம்பிகளுக்கு இடையில் அலகை வெளியில் துருத்தி ரெக்கையைப் படபடவென அசைத்து, ''ஓய்... அவெ ஆத்தா, அப்பன்னு சொன்னதும்... ஊவ் மூஞ்சு கொரங்கு மூஞ்சாட்டம் சுருங்கி போச்சி... அப்டி இன்னாதா பண்ணாங்க?'' மீனாட்சி ஆர்வத்தில் அவன் மனசு ஆழத்தில் பொதஞ்சி கிடப்பதைத் தோண்டியெடுக்க சிவந்த அலகை விட்டுக் கிறீப் பார்த்தது.

‘‘தறுதலன்னு சொல்லுவாங்கயில்ல, அது அப்பட்டமா நான்தான். சின்ன வயசுல அரைக்கால் சட்டை போட்டுக்குன்னு, பாக்கெட்டு நெறைய கோலிக்குண்டு வைச்சிருப்பேன். வூட்டாண்ட இருந்து மேம்பாலம் வெரைக்கும் கோலி வெளயாடுரத்துதான் என்வேல. கோலிக்கி கோலியும், துட்டுக்குத் துட்டும் பந்தயம் கட்டுவேன். ஒர்த்தனையும் வெளயாட விடமாட்டேன். நானே ஜெய்பேன். அப்படி கோலி வெளயாட்டுல நானு பாயிரபுலி.

பாக்கெட் நெறைய கோலி கெடக்கும். அத்த எட்ணாக்கு, எட்டு கோலின்னு அல்லாத்தையும் வித்துப்புட்டு கருப்பாயி ஆயாகிட்ட துட்டக் குடுத்து, அய்கிப்போன மாம்பய்த்தச் சீவி நல்ல பய்மா கொடுக்கும். அத்தத் துண்ணுப்புட்டு, நால்ணா, எட்ணா வைச்சு டூமா கோலி மேம்பாலத்தாண்ட வெளயாடுவேன். ரெண்டு கோலிய கைல உருட்டி மேம்பால செவுத்துல, ரெண்டும் ஒட்டிக்காம சோக்கா உருட்டி உட்டதும், சும்மா நைசா ரெண்டு கோலியும் பிரிஞ்சு நிக்கும். சேக்குனா சோக்கா கோலி வெளயாடுரத்துல அப்படி ஒரு பவுசு[4] கிடைக்கும். பிரிஞ்ச கோலிய ‘மேலயா, கீழயா’னு கேப்பேன். எதுனாலும் சொல்லட்டும்னு பிரிஞ்ச ரெண்டு கோலிகள பாத்துக்குனே இருப்பேன். ‘மேல’னு சொன்னா இன்னும் நாலணா, எட்டணா சேத்து பந்தயம் கட்டுவேன். பெரிய கோலிய கண்ணாண்ட உருட்டி, ‘ங்கோத்தா’னு ஒரே அடி..! கோலி தெறிச்சி ஒன்ஜீ போவும். கொம்மாள டகுல்மாத்திய[5] பேசுரவன் கிட்டயும், டர்வுட்டு துட்ட அமிக்கினு ஜோப்பில போட்டுக்குவேன். சாந்திரம் ஆயிடும். பாவம் ஐவ்வு பைய துட்ட வுட்டுட்டு வெறிச்சி பாத்துக்குனு இருப்பான். அவன மட்டும் கூட்டிக்கினு பொம்மி அத்த கிட்ட கருக்கல் வாங்கி துண்ணுவோம். பொம்மி அத்தய நல்லா ஏமாத்துவேன். ‘கொஞ்சுண்டு அத்த, கொஞ்சுண்டு அத்த’னு வாங்கி வாங்கி, நாலணாக்கு ஒரு ரூவா கருக்கல துண்ணுபுட்டுப் போவோம். இன்னாத்தப் பன்றத்து?

எங்க ஊட்டுல மத்தியானம் சோறு வேவாது. எங்க வூட்டுல மட்டுமா வேவாது... அங்க ஆரு வூட்லயும் மதியம் சோறு வேவாது. அதனால அய்விப்போன மாம்பயம், ஆப்பிள்ளு, கருக்கல்னு வாங்கித் துண்ணுபுட்டு சாங்காலமானதும் வூட்டுக்கு வருவேன்.

எங்க அம்மா, மூனு வூட்டுல கழுவுன வேல செஞ்சுபுட்டு அப்பத்தான் வரும். நான் ஒன்னும் செய்யாத மாதரி குந்தீன்னு இருப்பேன். அம்மா, தொடப்பத்த எத்து வூட்ட பெரிக்கீகினே, ‘படிடா படிடான்னு சொன்னே, பச்சியா? இப்போ வூட்லியே குந்திகீன்னு

கெடக்குது. இதுக்கு... ன்னா பொய்ப்பு கெடைக்கப் போவுது. நாங்க செஞ்ச வெலையத்தான் செய்யணும். விதி ஆர வுட்டுச்சி..!' தொடப்பம் பெருக்கும் கீறல் சத்தத்துடன் ஜாடையாக அம்மா திட்டும்.

நான் படிக்க மாட்டேன்னு சொன்னேனா..? படிக்கப் போனேன் மண்டையில ஏறாம திரும்பி வந்துட்டேன். படிப்பு ஏறலன்னு சொல்ல முடியாது, வறுமையால் பட்டினி கெடந்தோம். என் அப்பனும், ஆத்தாலும் பள்ளிக்கொடம் வாசலையே மிதிக்கலை, படிப்புலகூட பாகுபாடு பாத்துப் படிக்கச் சென்னாங்க... இதுல எங்க படிக்கிறத்து. முதுகுல சொமந்த பாரத்தால் படிப்பு பாதியிலே போச்சு. எங்க பாட்ட, பூட்ட செஞ்ச வேலத்தான்னு என் தலையில எழுதியிருந்துச்சு!'' என்று முனுசாமி, மீனாட்சியிடம் கனமாகத் தன் வாழ்க்கைப் புழுதியை இறைத்தான்.

கடைநிலைச் சனங்களுக்கு இழைத்த வஞ்சத்தை அறியாத மீனாட்சி, தானும் கூண்டில் சிறைப்பட்டதை உணர்ந்துகொள்ளாமல் தலையசைத்து, சிறைவாசியாகக் கேட்டுக்கொண்டிருந்தது. முனுசாமி இன்னொரு வாழைப்பழத்தைக் கொடுத்ததும், மீனாட்சி, பழத்தை சிறுநாவில் குழைத்து உருட்டிக்கொண்டே, ''உங்கப்பன் இருந்தும் ஊம்மேல அக்கர எடுக்கலையா..?'' கேள்வியை அவனிடம் வீசி, பழத்தை ருசித்து உள்ளே அமுக்கி இறக்கியதும், அதன் சிறுத்த உணவுக் குழாய் அடைப்பட்டுத் தலைய சிலிப்பி, தண்ணீரை உறிஞ்சிக் குடித்து, முனுசாமியின் உள்ளே புதைந்ததைத் தோண்டிக் கொட்ட வைத்தது.

''எங்கப்பா இரும்படிக்கும் வேலைக்கிப் போயி, பொழுதுபோனா கலர் சாராயத்தக் குடிச்சுப்புட்டு, போத இறங்காம வூட்டுக்கு வருவாரு. நான் ஒன்னும் தெரியாத மாதிரி பிராக் பாத்துக்குனு குந்திகீனு இருப்பேன். என்னப் பாத்ததும் தீடீர்னு 'ஓ...'ன்னு கத்தி 'என் புள்ளைய படிக்கவைக்க பவுசுயில்லாத பாவியாயிட்டே'னேனு கத்தி, அய்துனே என்னப் பார்த்து கண்ண மூடிப்பாரு.

சூழ்நிலைதான் என் புள்ளையப் படிக்க விடாம பண்ணுச்சோ? நாங்க ஏழைச் சனங்களா இருக்கறத்துனால படிக்க முடியாம போனோமா? எங்கள பல காலம் படிக்கவிடாம எங்கையோ கிடக்கும் பழைமையானது எங்களைத் தடுத்துக்கொண்டிருக்குதா? இந்த நிலையில் மாற்றம் நிகழ்ந்தால், இழிநிலைத் தொழிலும், அடிமைத் தொழிலும் மடிஞ்சு, பெருநகரம் வளர்ச்சி இல்லாமல் அழுக்குகள் மலைமலையாகக் குவிந்துவிடுமா? நாங்க இதே வாழ்க்கை

தொடரணும்னு எங்க ஓடப்புல இறுகிப்போயிருக்கோ? என் புள்ளைய படிக்கவிடாம எல்லாம் தடுத்துருச்சோ? இப்படி நினைவுகளை அசைத்து கண்களை மூடியிருந்தார். இவற்றை அறியாதவனாய் முனுசாமி, அப்பாவைப் பார்த்துக்கொண்டிருந்ததை மீனாட்சியிடம் சொல்ல, உடலில் கூர் கம்பிகள் குத்தியது போல துள்ளித்துள்ளிக் குதிச்சி, ''அப்புறம்... ன்னாத்துக்குடா இந்தக் கழிச்சாட குப்ப அள்ளூர வேலைக்கு நீ போனே?'' என்று 'கீ... கீ...'ன்னு, தலையை அந்தப் பக்கமும், இந்தப் பக்கமும் விசும்பி கோவத்தில் வினாவியது மீனாட்சி.

''அடுத்தவ வூட்டுக் கதய பெசையணும்னா மொதல்ல மூக்க உடுற 'பொம்பளக் கிளி'னு புத்தியக் காட்டிட்டல்லா. நான் கழிச்சாடைத்தான். மூச்சடைக்கிற கழிச்சாடை வேலைக்கு ஒன்னும் நான் போகல. எங்கப்பன் பாதியிலே புட்டுக்குனு மண்ணுக்குப் போயிடுச்சி. எங்க ஆத்தாக்காரி நெறைய வூட்டு வெலசெஞ்சு என்னக் காப்பந்து பன்னுச்சி...'' முனுசாமி, தன் அம்மாவின் மனப்பாதிப்பை ஜல்லடையில் ஜலித்துக் கொட்டினான்.

''மூக்குக்குக் கீழே மசுரு வந்ததும் மீசன்னு தெர்ஞ்சது... நம்ப ஆம்பளையா ஆயிட்டோம். கையில துட்டு வேணுன்னு தோனுச்சி. சொட்ட கௌதமன் சொன்னதால், சைதாப்பேட்டை மீன் மார்கெட்டுல மீன்வெட்டப் போனேன். சோக்கா கைநெறைய சில்லர கொட்டுச்சு. எங்க ஆத்தாளுக்குக் கைநெறைய கொடுத்தது போக மீதியில பவுசா துணிமணி வாங்கிப்போட்டு மைனர் மாதிரி ஆயிட்டேன்'' மீனாட்சியிடம் வாக்குமூலம் அளித்துப் பல்லிளித்தான் முனுசாமி.

வெட்ட வெளியில் பரிணமித்த மாறுதலால் முனுசாமியின் மனதில் நட்புகள் பெருத்தக் கூட்டம் கூடியது. மிடுக்காகச் சுற்ற ஆரம்பித்தான். இவனும் அப்பாவின் உள்ளரங்கத்தைப்போல் மாதுகுடியராக, சல்லாப கிளுகிளுப்புக்குப் பழக்கப்பட்டான். காலச்சூழல் மனிதமனங்களை வாசமற்ற திசைக்கு நகர்த்திச் செல்லும். வஞ்சகர்கள் இருக்கும் நரக கலர் சாராயத்துக்கு இவனையும் மூக்கணாம் கயறு இறுக்கி இழுத்துச் சென்றது.

அவன் ஜிம்பி ஜிம்பிப் பார்த்தான். சுழன்று சுழன்றுத் துடித்தான். எம்பி எம்பிக் குதித்து ஓடமுயன்றான். இறுகிய கயறு தளரவில்லை. கயற்றை இறுக்கியவர்கள் கலர்சாராய செல்வந்தர்கள். 'வனவாசத்தில் சுழன்று கிடக்கும் மானிடத்தை நிமிர்த்தித் தழைக்க நாங்கள் வந்தோம்' என்று செல்வந்தர்கள் சொன்னதைக் கேட்டு குடியர்கள் ஜிம்புவதை

நிறுத்தி அவர்கள் பின்னே சென்றவர்களில் முனுசாமியும் ஒருவன். அவன் திரும்பிப் பார்த்தான், கோடிக்கணக்கான முனுசாமிகளைக் கலர்சாராய செல்வந்தர்கள் மூக்கணாம் கயற்றில் இழுத்து வருவதைக் கண்டு இவனும் திமிராமல், செல்வந்தர்கள் எழுதிய குறிப்பு ஏட்டின்படி பாதங்களைப் பதிய வைத்து மதுபான உரிமையாளர்கள் உயர்வுக்காக முனுசாமியும் குடித்துப் பறந்து திரிந்தான்.

முனுசாமியோட அப்பாவின் இரத்த உறவுவான அத்தை சம்பங்கி. சைதாப்பேட்டை மேம்பாலம் தொடக்கத்தில் கலைஞர் நினைவு வளைவு அருகில் உள்ள அரசு மருத்துவமனை எதிரில் பூ கட்டி விற்று, பல்லாண்டுகள் பொழப்பு நடத்தி வந்தாள். இருள் படர்ந்த கருத்த ஒடம்பும், பெருத்த முகத்தில் மஞ்சள்பூசி, நெற்றியில் விசாலமாக மாரியாத்தாள் குங்குமப் பொட்டு வைத்து, மங்களகரமாக இருப்பாள் சம்பங்கி. விடியல் தொட்டதும் கோயம்பேடு அங்காடியில் பூக்களை அள்ளிவந்து, தவுலில் உருளும் விரல்போல் அவள் விரல்கள் பூக்களைப் பின்னியெடுக்கும். புடவை கசங்காமல் மாலை வெளிச்சம், உறைவிடம் செல்லும்வரை அலுங்காமல் அவள் விரல்களில் பூக்கள் வாழைநாரில் வாசமாகி மனம் பரப்பிக்கொண்டிருக்கும். காலையில் சாவிகள் பூட்டுக்குள் நுழைந்ததும் வீதியில் கடைகள் திறந்து முகத்தைக் காட்டும். சம்பங்கி, விரலில் கோர்த்த பூக்களைக் கடைகளுக்குக் கொடுப்பது பஞ்சவர்ணம் வேலையாக இருந்தது. அவள் சிறு தாமதம் தட்டினால் சம்பங்கி அவள் ஆத்தாளாக இருக்காமல், மகள்னுகூடப் பார்க்காமல், அவள் பெருத்த உதடுகள் ஓடியம்[6] ஓடியமாக காறித் துப்பித் தீர்க்கும். சுற்றுவட்டம் முழுவதும் அவள்வசவுச் சொற்களில் துர்நாற்றம் வீசிக்கொண்டிருக்கும். தெருவில் வந்தவர்கள், போனவர்கள் நீச்ச சொல்லில் முகம் சுளித்து நகர்ந்து போவார்கள். சிலர் ஏளனமாகச் சிரித்தால், சம்பங்கி தடித்த உதடுகள் திறந்ததும், பலர் காதையும், அவர்கள் பின்புறச் சந்தையும் பொத்திக்கொண்டு தலைகவிழ்ந்து போவார்கள். இது பழகிப்போன நாள்காட்டிபோல் வருசக்கணக்காக வளர்ந்து வந்தது.

யாராவது பூ வாங்கி துட்டுக்குத் தகராறு பன்னால், அவர்கள் உறவை பட்டவர்த்தனமாக பரிச்சம் போட்டு, லொங்கறுத்து ஓடியத்தில் தொவச்சி புழிஞ்சி ஓடவைப்பாள். நல்ல பழக்கத்துக்கு ஓட்டாண்டியானகூட, காசு பொரட்டி தானம் வழங்கும் கம்பீரமான பொம்பளையாக இருப்பாள். அமைதியாக பேச்சிக்கொடுத்தால் அவள் பேச்சு சிரிப்புல நம்மை திக்குமுக்காடவைத்து நீச்சல் அடிக்கவைப்பாள்.

யக்கா... வராங்கனு சொன்னா... செத்த இருடினு நாயர்கடை டீயும், வடையும் வாங்கிக் கொடுத்து, பேச்சை வழிச்சுக்கொட்டி, அவங்க காதுகளைத் துளைத்துக்கொண்டே, பூவைக்கட்டிய கொஞ்சநேரம் கழித்து கண்ணம்மா அக்கா கடையில் சுடச்சுட சொய்யுருண்டை வாங்கிக்கொடுத்து வவுத்த நிரப்பி, அப்புறம் பச்சையப்பன் சுக்குக்காப்பிய வாங்கிக் குடிக்கவைச்சி, அசைய முடியாமல் ஒடம்பை தள்ளவைச்சதும்,போறன்னுசொன்னா, கொஞ்சம் பூவைக் கொடுத்து 'தலையில வைச்சின்னுபோடி பொண்ணே...' என்று மனநிறைவா அனுப்பும் குணம் தாங்கியவள் சம்பங்கி.

கருங்காலி கருப்பாயி கிழவி வந்து அமர்ந்து அவர் ஊத்தவாயில் நாவைக் குழைத்து, ''ஏன்டி பெண்ணே... நாள்பூறா ஒய்ச்சி... ஊர்சனத்துக்கு யெரைக்கீரனு...'' என்று சொன்னதும், ''போகெழவி... இர்ந்து இன்னாத்த இழுத்துனு போவப்போறோம். ஜான் வவுத்த ரொம்பி நாலு சனத்துக்கு நல்லது பண்ணா நாள பின்னே நம்ம பெத்ததுங்க நல்லாயிருக்கும். துண்ணுரத்தும், பேல்ரத்துமா இர்ந்து சொமந்துனு இறுதி காலத்துல ன்னாத்தத் தூக்கினு போவப்போறோம். இத்த தெர்யாதா பாடுங்க... ஊரு சொத்து, சொகத்தையும் அமிக்கி வைச்சி... கச்சியில கயிஞ்சுன்னு சாவுறான்னுங்க தூமைங்க[7]..!''

அழுக்கற்றவளாக தினப்பொழுதைக் கடந்து, சைதாப்பேட்டை மீன் அங்காடி வீதியில் நல் மனதைத் தொலைக்காமல் நிலைத்து இருந்தாள் சம்பங்கி.

பஞ்சவர்ணம் தாய் நல்ல உள்ளம் கொழித்து, அழகு குணம் கொண்டவளாக இருந்தாள் என்பதை உணர்ந்த மீனாட்சி, ''சம்பங்கி நல்லவதான்... அவெ அப்பங்காரன்... ன்னாத்த பண்ணா..?'' என்று சிறுகண்களை உருட்டி அலகைப் பிளந்து மீனாட்சி கேட்டது.

''தொப்புலான், வீடுகளுக்கு வர்ணம் தீட்டுர வேலையில் இருந்தார். அவர், வண்ணங்களைப் பலவிதமாகக் குழத்து விரல்களால் உயிர் பெறவைக்கும் படைப்பாளியாகப் பொறந்தவர். அப்படியொரு பவுசு அவர்கிட்ட விளையாடும். அவுருக்குப் பொண்ணு பொறந்ததும், பேரு வைக்க எங்க அத்தக்காரி அல்லாடுச்சாம். குலதெய்வத்தோட பேர வைக்கலான்னு யோசிச்சா, குலதெய்வத்தயெல்லாம் நாசனம்பண்ணி, எங்கிருந்தோ வந்தவன் நுழைந்து, குலதெய்வத்தின் குலையை நசுக்கிட்டானுக. ஒடம்புல கீற நூல்காரனுக்கு இங்கே பவுசுமேல ஒசந்துகீது. கோழி அறுத்தும், சாரயம் வைச்ச எடத்துல வந்து

கசமுசா பண்ணி பேரு வைக்கறத்தையும் மாத்திட்டானுகளே'ன்னு அத்த பொளம்பி, 'இன்னா பேரு வைக்கலாம்'னு வெம்பிக்கினே குந்திக்கீனு இருக்கும்போது, வண்ணத்தைக் கையாண்ட தொப்புலான், புஸ்க்குனு பெண்ணுக்கு 'பஞ்சவர்ணம்'னு பேரு வைச்சாரு. நிறங்கள் தெரியாமல் அழுக்கேறிப் போனதால் வர்ணத்தின் ஆழத்தை அறியாத அடையாற்றுக்கரை மக்கள் அவருக்குக் கன்னத்தில் நலங்குவைத்து நெற்றிப் பொட்டில் இடித்துச் சிரித்தார்கள்.

மாரியம்மா, இடிச்சமா, மூக்காயி, முத்தம்மான்னு பய்கப்பட்ட பேரு வைக்காம இஸ்த்துனுகீர பேரவைச்சுட்டான் ஒதவாத தூமன்னு ஊரே கருவி மொழுவி எடுத்தார்கள். தொப்புலான் வண்ணக் கலவைக்கு பழக்கப்பட்டதால் வசதியாக வாழ்ற நிறைய சீமான்களின் வீடுகள் அவர் கைப்பட்டு இன்னும் அழகு சிரிப்பொலியை அடக்காமல் சிதறிக் கொண்டிருக்கிறது. இது தெரியாமல் அழுக்குகளால் நிறம் மாறுவதைப் பார்த்துப் பழக்கப்பட்ட அடையாற்றுக்கரை மக்கள், தொப்புலானைக் காண முடியாமல் பற்களை, சிரிப்புச் சத்தத்துடன் அவர் முகத்தில் ஏளனத்தில் திறந்தார்கள்.

பல கட்டிடத்தின் பளபளப்பை வரவைச்சு, பங்களா சொந்தக் காரங்ககிட்ட தம்மாத்துண்டு துட்ட வாங்கி வருவாரு. சொவருங்க உறிஞ்சு, துண்ண துட்டைவிட இவர் மாதிரி ஒழைச்ச வாங்குறே கூலி ஒருவன் இஸ்டப்பட்ட அளவுக்குத் துட்டு கூலியா வரும். அவரே இத்த அத்த கிட்ட சொல்லி மொறத்துல பூச வாங்குவார். இப்படி வண்ணங்களை கையில் பூசி, வயித்துக்காக வேலயைத் தேடி தினம் தினம் போவாரு'' மீனாட்சியின் கேள்விக்கு, முனுசாமி தன் நாக்கில் எரிந்த காரத்தை கிளியின் நாவில் தடவிவிட்டான்.

''ஏய் முனுசாமி... நீ எல்லாத்தையும் தெர்ஞ்ச டகுல்மாத்திதாண்டா. அப்புறம் ஊவ் பஞ்சவர்ணத்த எப்டி உன் அக்குலுக்குள்ள மடிச்சிப்போட்ட..? சீக்கிரமா சொல்லு... பசி வவுத்தப் புடுங்குது. கொஞ்சூண்டு வாயபய்த்த ஒரு கடி கச்சிகீரனு சொல்லி அவன் அசைவதற்குள் பல கடிகடித்துப் பழத்தைக் குடலில் இறக்கி, சிறு கண்களை பம்பரம் கணக்காகச் சுழற்றி அவனைக் குத்திப் பார்த்தது.

''பஞ்சவர்ணம் மாநிறமாயிருப்பாள். நீள மூக்கு, கன்னம் பெருத்து,மீன் கண்ணுபோல அழகு கண்ணு சுழலும். ஒடம்பு மெலிந்த தேவதை மாதிரி நளினமா தெருவுல நடப்பாள். தெரு நெடுக்க ஏங்கிக் கிடக்கும் பல கண்களில் அவள் பட்டு அசைஞ்சு, அசைஞ்சு இடுப்பை

ஓடைச்சி வருவாள். மீன்அங்காடி உள்ளே செருப்பு இல்லாமல் வந்தால், அவள் காலில் நிறைய மணல்கள், அவள் விருப்பமின்றி ஆசையில் ஒட்டிக்கொள்ளும். சாயம்போன கசங்கிய பாவாடை, தாவணி அவள் ஓடம்புல புத்தாடையாகக் காட்சி தரும். அவெ என்கு மய்க்கமர்ந்தா எப்போதுமே இர்ந்தா..!'' முனுசாமி மனதைத் திறந்ததும் முகத்தில் வெட்கம் ததும்பி தலைகவிழ்ந்தான்.

மீனாட்சி, பஞ்சவர்ணத்தின் அழகை உள் இறக்கி, அதுவும் அரை மயக்கத்தில் தலையைச் சிலிப்பி, ரெக்கையைப் படபடவென அடித்து கூண்டின் தரையைக் கீறிக்கொண்டது.

சம்பங்கி, தான் கோர்த்த பூக்களை பஞ்சவர்ணம் கையில் எடுத்துக்கொண்டு நாயிரு டீக்கடை, ஒலக்கராஜ் அண்ணாச்சி கடை, மீன் அங்காடியில் பல கடைகளுக்கும் பூக்களைக் கொடுத்து வருவாள்.

அப்போது, முனுசாமி மீன்வெட்டிக்கொண்டே இடையிடையில் பஞ்சவர்ணத்தைப் பார்ப்பான். அவள் நிலவு ஒளியாக இதமாகத் தெரிவாள். பஞ்சவர்ணம் டக்கென்று முகத்தைச் சுழிச்சி அவனுக்குக் கசடுகளை மட்டும் வழிய விட்டு, இடுப்பை ஒடித்து ஒடித்து, விரல்கள் பட்டுத் தேயாத அவள் சிறுபுட்டத்தை மேலும் கீழும் ஆட்டி நடையைக் காட்டுவாள். அவன் மீன்வெட்ட முடியாமல் துவண்டுபோய் அவள் நடையழகிலும், ஓடம்பு நெளிவிலும், அவள் புட்டத்தின் அசைவிலும் அவன் காற்றில் மிதந்து மேகத்துக்குள் செல்வான். வான்வெளியில் வெற்றிடத்தில் உலா சென்று இல்லாத சொர்க்கத்தைத் தேடியலைந்து மீன் அங்காடிக்குள் வருவான். விரலில் இரத்தம் சொட்டும். நெஞ்சுக்குள் பதிந்த அவள் முகம் மீன்வெட்டும் போது கூர்கத்தி அவன் விரலில் பதம் பார்த்ததும், கத்தியைக் கோவமாகக் கல்லில் வெட்டினான். அந்தக் கத்தி வலியைப் பொறுத்துக்கொண்டு, மீன்வெட்டியை எகத்தாளமாகப் பார்த்து, ''ஊவ் புத்தியை எங்க வைச்சிருத்தே... நான் ஊவ் வெரல்ல படுறவெரைக்கும் அவள் பின் ஆட்டத்ததானே பாத்துனு இருந்தே..?'' என்று அவன் மண்டைக்குள் நுழையும் அளவுக்குக் கேலி பேசியது.

''நீ வந்ததே மீன்வெட்டுர வேலைக்கு... அத்த வுட்டுப்புட்டு எப்ப பாத்தாலும் அவள் அழகையே பாத்துக்குனு சினிங்கினேகீற... வேலய முடிச்சுப்புட்டு அவெள மோந்துனு போ... இல்லனா அவெ ஆத்தாகிட்ட... அவெளக் கட்டிக்கீறன்னு கேளு. அவெ ஆத்தாக்காரி பஜாரி[6]. மொரண்டு புடிச்சா... அவெள இஸ்த்துக்குன்னு போயிடு... அவெ உன்குத்தான் பொறந்தவ..!''

என்று கத்தி அதன் கூர்முனையில் அவனை உசுப்போத்தி, அவன் மண்டை ஆழம்வரைக் கீறிவிட்டது.

மீன் அங்காடிக்குள்ளே பஞ்சவர்ணம் வரும்போதெல்லாம் அவன் நெஞ்சை ஆசையில் சீண்டும். அவள் நினைப்பிலே மீன்வெட்டிக் கொண்டே இருப்பான். பூக்கள் தீர்ந்து பஞ்சவர்ணம் மீன் அங்காடி உள்ளயிருந்து வருவாள். அவள் சிருத்த புட்டத்தின் மேல் கீழ் அசைவைப் பார்த்து கண்கள் ஈர்த்ததும் தேங்கிய கவுச்சி நீரில் வேகமாக ஓடி, "ஏய்... செத்த நில்லு பஞ்சவர்ணம்..." என்று மெல்லிய குரலெழுப்பியதும், அவளது வாசமும், இவனது கவுச்சி நாத்தமும் ஒன்றுசேரத் துடிக்கும். அவள் நேர்கோட்டில் தலையைக் கவுந்து இடுப்பு நெளிவின் அசைவைக் கொட்டிப் பயணிப்பாள். முனுசாமி கிறங்கிப்போய் மௌன மொழியில் உற்றுப்பார்த்து கற்சிலை மாதிரி உறைந்துபோவான். இப்படிப் பல நாட்களாக அவள் பின்னாடியே கவுச்சிகப்பில்[9] தொடர்ந்தான் முனுசாமி. அவள் மீன் அங்காடியின் வீதியில் இடையசைவைக் காட்டி அம்மா பூக்கடை அருகில் வந்து அவனைத் திரும்பிப் பார்ப்பாள். தலைமேல் அவன் கவுச்சி வாடை வட்டமிட்டு சுழன்று அவள் மூக்கைப் பிராண்டி எடுக்கும். அவள் சிவந்த உதடுகள் மலர்ந்து சிரிப்பாள். காற்றின் இடைவெளியில் அவன் கவுச்சி வாடை ஊர்ந்து அவள் கூந்தலில் தொங்கும் மல்லிகையின் வாசத்துடன் இரண்டும் புணர்ந்து கலக்கும். அவள் பொய்யை மறந்து, மெய்யோடு கலந்ததாக வெட்கி தலையசைத்ததும், மல்லிகைப் பூக்கள் உதிர்ந்து தரையில் படர்ந்ததைப் பார்த்து நமட்டுச் சிரிப்புச் சிரிப்பாள் பஞ்சவர்ணம்.

பொழுதுசாய்ந்த நேரம், கிறக்கத்தில் குடிசை குறுகிய சந்துகளில் முனுசாமி டாஸ்மாக் உச்சத்தில் பஞ்சவர்ணத்தை நோட்டமிட்டு, கண்களை பல இடங்களில் சுழற்றி தேடியலைந்தான். அவள் கதகதப்பை அணைக்க இருளில் உழன்று இறுமாப்பில் திரிந்தான். அவள் விறகு அடுப்புப் புகையில் சண்டையிட்டு வீட்டுக்குள் சோத்தை பொங்கிக்கொண்டிருந்தாள். ஊரில் குடிசை சந்துகளில் வட்டமிட்டு அவள் வீட்டின் அருகில் சின்னசின்ன ஒலியெழுப்பியதும், வீட்டின் உள்ளிருந்து 'பிஞ்சுடும்' என்று அவள் கோவமாகச் சொற்களை கொப்பளித்து அவனைக் கழுவி எடுப்பாள். துப்பிய வார்த்தை கேட்டதும், கலர்சாராயம் மண்டை நரம்பில் கிறக்கத்தை உண்டு பண்ணி மயக்கத்தில் தள்ளாடுவான். புகையோடு சிக்கியவள் தகரத்தின் ஓட்டை வழியாக அவனைப் பார்த்து, சிட்டுகுருவி கணக்காக

ஓசையெழுப்பி சிரித்தாள். சம்பங்கி, தீர்ந்த பூக்கூடையை இடுப்பில் வைத்துவர... அரைமயக்கத்தில் முனுசாமி பார்த்ததும், ரெண்டு வீட்டுக்கு இடுக்கின் வழியோ பம்பி உடல் சிராயித்து, அமுக்குன கொத்தையாக[10] ஒளிந்துகொண்டான்.

வீட்டின் உள்ளே வந்த சம்பங்கிக்கு மெல்லிய சிரிப்புச் சத்தம் காதில் ஊடுறுவியதும்,

''எவெனப் பாத்து பல்லிளிச்சின்னுகீற, தொடைய விரிச்சிகிலான்னு அதுப்பு வந்துடுச்சா..? த பாருமே... நம்ம பவுசுகிவுசு கொட்டுச்சி... மவளே கலக்கி எத்துப்புடுவேன்...''

''உங்கொப்ப எங்கடி.... வந்தானா..?'' என்றதும்

''அது... எங்க வந்துச்சிம்மா...''

''அந்த நாய்... வெலமுஞ்சா. காலகாலத்துல வூட்டுக்கு வர்லான்னு இர்க்காது!''

வசவு வார்த்தைகளைப் பெருத்த வாயில் துப்பி, இரும்பு டிரம்மேல் கூடையை வைத்தாள் சம்பங்கி.

'கருப்பனால அம்மா கிட்ட வண்டவண்டையா திட்டு வாங்குறேன். இன்மே அவன நிம்ந்துகூடப் பாக்கக்கூடாது' மனசில் புலம்பிக்கொண்டே கரண்டியில் சோத்துப் பருக்கையை பதம் பார்த்து கொதியில் இட்டு, நினைப்பை மறந்து மறுபடியும் ஓட்டை வழியாக கருப்பனைப் பார்த்தாள். அவன் குடிசைக்கும், செவத்துக்கும் இடுக்கில் இருந்து வெளிய வந்து, அவளைக் குறுகுறுவென கண்ணச் சிமிட்டிச் சிறு கிறக்கத்தில் தள்ளாடிப் போனான் முனுசாமி.

பொம்பளைங்க குளிக்கும் கீத்துத்தடுப்பு வாயிலில் கிழிந்த புடவை மறைப்புத் தொங்கும். அதன் எதிரில், ஆம்பிளை அதுப்பில் முனுசாமி போதை மயக்கத்தில் படுத்துக் கிடந்தான். பஞ்சவர்ணம் பிம்பம் அவனுக்கு மின்மினியாகத் தெரிந்ததும், இருள் அவன் கண்களை இறுக்கியது. பஞ்சவர்ணம் அவன் நெஞ்சுமேல் விளையாடி மார்பை சீண்டிய நினைப்பில் தூக்கத்தில் அயர்ந்து போனான். சுற்றொலிகள் மடிந்ததும், குறைக்கும் நாய்கள் ஓய்ந்து உறங்கிய நடுயிரவு தாண்டி அவன் எழுந்தான்.

''நடுராத்திரி உன்னோடு கொஞ்ச வருவானுத் தானே எய்ந்த... கச்சிலே ஏமாந்து போனே?''

'கீ... கீ...'ன்னு கத்திக் குதித்து மீனாட்சி ஆடியதும், அவன் கண்களை கசக்கி, ''உன்கு எப்டித் தெர்யும்?'' என்றான்.

''ஊவ்... பொஞ்சாதி ஒரு தபா சொல்லுச்சு. சீச்சி... நீ ஒரு டாபுரு... என்கே வெக்கமா கீதுய்யா..!''

''பஞ்சவர்ணம் காத்தால ஊவ் வூட்டு வழியாத்தானே கொல்லிக்கி போயிட்டு வருவளாமே? அப்போ ஆரும் இர்க்கமாட்டாங்கனு தெனமும் அவகிட்ட பேசத் துடிச்சதானே? அவெ உன்ன சீண்டவேயில்ல. ஒருதபா அவெ கைய புச்சதும் அது ஒதறிவுட்டுட்டு ஓடிப்போச்சு! ச்சீ... ச்சீ... எந்த வேல செஞ்சு அவெ வரும்போது கைய புடிக்கணும்னு ஒரு அந்தஸ்து இல்ல? நீ கப்புடா... இத்தச் சொல்லி விய்ந்து விய்ந்து பஞ்சவர்ணம் சிரிச்சுது...'' என்று மீனாட்சி இதையொல்லம் துப்பிக்கொண்டே எளக்காரமாக கால்நகங்களை பிராண்டியதும், முனுசாமியின் சப்பைக்கட்டுகள் மீனாட்சியிடம் வேகாமல் தலையை வெக்கிக் கவுந்துகொண்டான்.

காலைப்பொழுது புலர்ந்ததும், சனங்கள் அவங்க அவங்க வேலையைத் தேடி இரைச்சலோடு விறுவிறுப்பாகச் சென்றார்கள். ஆங்காங்கு மாட்டுச்சாணம் தெளித்ததில் மண்ணோடு சேர்ந்து மணம் பரப்பி வீசி இருந்தது. சம்பங்கி, கூடை நிறைய விதவிதமான பூக்களைச் சுமந்து வந்தாள். முனுசாமி அம்மா கோவிந்தம்மாள் வீட்டின் தாழ்வாரத்தின் முன் பாத்திரங்களைத் துணி துவைக்கும் சோப்பு நுரையில் அலுமினியப் பாத்திரத்தில் பளபளப்பைத் தேடிக்கொண்டிருந்தாள்.

சம்பங்கி மெல்ல நடந்து வந்து கோவிந்தம்மாவிடம் துலுக்க சாமந்தி அள்ளிக் கொடுத்து, ''இத்தக் கட்டி ஊவ் ஊட்டுக்காரர் படத்துக்குப் போடு. பாவி... ஏ அண்ணனா அவென்... பாதியிலேபுட்டுக்குனா. அந்த சாண்டவே குடிக்காதீங்கடான்னா, மூத்தரத்தக் குச்சாமாறி குச்சிபோய் சேந்துட்டான். பாழாப்போனவனுக... நம்ம குடிய கெடுக்கத்தான் கலர்சாராயக்கடைய தெறந்து வைச்சினு கீறானுக... சனங்களுக்கு நல்லது பண்றேனு சொல்லுற எந்த அழுக்குத் தூம துண்டுகளும்... ஏழைபாய்ங்க மேல அக்கரயில்ல. சூத்துக்கு கந்தயில்லாத எல்லா பயலும் பதவி வாங்கின்னு பவுசா போறானுங்க.''

உள்ளத்தின் அயர்ச்சியை எழுச்சியாக வாரி இறைத்து, உடன் பிறந்த அண்ணன், மண்ணின் புழுக்களுக்கு இரையாகிப் போனச் சுமையை அவிழ்த்துவிட்டு, பூக்களை அவர் நினைவில் கொடுத்தாள் சம்பங்கி. கோவிந்தம்மா உதிரி மலர்களை முந்தானையில் வாங்கிக்கொண்டாள். முனுசாமி உள்ளே இருந்து சம்பங்கி நீச்சக்குரலை செவியில் வாங்கி

முகத்தில் மூடியிர்ந்த புடவையை துளியளவு விலக்கி, சேவலுக்கு பயந்த பொட்டையாகப் பதுங்கி நோட்டமிட்டு இருந்தான். அவனுக்கு சம்பங்கியைப் பார்த்தால் உள்ளுக்குள் அல்லுதட்டி உள்ளயிருந்தே தினமும் பார்த்துக்கொண்டே, 'எப்போ அத்தை ஊர்ந்து செல்லும்' என்று தடையத்துக்காகக் காத்திருப்பான். சம்பங்கி, முனுசாமி அண்ணன் மகன் என்ற கரிசனம் இல்லாமல், சாண்டாவ குடிக்கிற மாதரி கலர்சாராயத்தை வவுத்தில் ரொப்புவதால் அத்தை உறவில் இவனும் தவுடுபொடியாகத் தகர்ந்து, நூல்இழையில் மீதியாகும் வீண் பஞ்சாக காற்றில் பறந்து, மறைந்து இருந்தான் முனுசாமி.

மஞ்சள் பாவடை தாவணியில் பஞ்சவர்ணம் நேத்து மீந்த பூத்தமல்லியை கொண்டையில் கொத்தாகச் செருகி, மெலிந்த இடுப்பை உயர தாழ இறக்கி, ஒய்யாரமாக அசைத்து 'விசுக் விசுக்'குன்னு அத்தை கோவிந்தம்மாள் மெழுகின சாணத்தின் மேல் காலடி வைத்து வந்ததும், முனுசாமி ஓடிவந்து,

''ஏய்... செத்த நில்லு! ஊங்கிட்ட ஒன்னு சொல்லணும்...''

''போடா கருப்பா!'' சிரிப்பொலி சிதறவிட்டு விறுவிறுவென மின்னலாய், பல சந்து இடுக்கு வழியில் புகுந்து மறைந்து போனாள் பஞ்சவர்ணம்.

இதையெல்லாம் பார்த்த கோவிந்தம்மாள், கனத்த மனசலசலப்பில் முனுசாமியிடம், ''அவளாண்ட ன்னடா..? ஊவ் அத்தக்காரிக்கி தெர்ஞ்சுதுனா, அவ ஊத்த வாயக் கிய்ச்சு ஊர ரெண்டா ஆக்கிடுவா! அவெ கப்பு தெறிக்க ஓடியம் ஓடியமா வண்டவாலத்தக் கிழிச்சுயொடுப்பா..!''

''ஏங்... ஒருத்தியால அரக்கு சூத்தி வாயப் பொத்த முடியாதா?''

''இவெ படுத்து ஊருக்கே முந்தானை போட்டா பாருன்னு என்ன நையபொடஞ்சி, வாய பொளப்பா! எப்டி மினிக்கின்னு சூத்த அரைக்கினு போறாப் பாரு... ஊவ் அப்பங்காரனையே மெரட்டுவா. அவெ ஒட்டு ஒறவு நம்கு வேணாப்பா... ஊவ் அப்பன கட்டிக்கினு அவெகிட்ட மல்லுக்கட்டுனதே போதும்பா...'' நடுமண்டையில் எழும்பிய அச்சத்தை முனுசாமியிடம் அசைப்போட்டு, கோவிந்தம்மாள் வீட்டு வேலைக்குக் கிளம்பிச் சென்றாள்.

அம்மா சொற்கள் முனுசாமி மண்டையில் ஏறாமல், மனதில் குடியமர்த்தி தவழ்ந்து உறங்கும் பஞ்சவர்ணம் சென்றதும், முனுசாமி

துடித்தெழுந்து மீன்அங்காடிக்கு விரைவாக ஓடினான். போகும் வழியில் சம்பங்கி மலர்குவியல் வீதியோரம் மனம்பரப்பி இருந்தது. பஞ்சவர்ணம் பூக்களை இனம் கண்டு பிரித்து, அதன் மனத்தோடு அவள் சரீரவாசத்தை இணைத்து காற்றோடு மிதக்க விட்டிருந்தாள். அவள் பளிச்சிடும் முகத்தை ரசித்து அவள் தோல் துவாரத்தில் கசிந்த வாசம் காற்றில் மிதந்து வந்ததை இதமாக நுகர்ந்து முனுசாமி பசியாறியவன் போல் விறுவிறுவென மீன் அங்காடிக்குள் சென்றான்.

முனுசாமி மீன்களின் பிராஞ்சல்களைச் சீவி அவள் மிதப்பில் மிதந்திருந்தான். மீன்கள் பிராஞ்சல் சதையில் விடுபடாமல் ஆங்காங்கு தேங்கி நிற்க,

''ஏப்பா... சரியாத்தான் மீன வெட்டுப்பா. என்ன அவசரம். கிலோவுக்கு இருபது ரூபாய் வாங்குறேயில்ல...'' என்று முதியவர் சொல் முனுசாமியின் காதைக் கிழித்ததும்,

''த பாருய்யா... நீ கொடுக்குர ரூவாக்கு மீன வெட்டல... செய்ற தொய்லாச்சேன்னு செஞ்சுன்னுகீற... நானே மன்சு கஸ்டத்துல வெட்ரைய்யா..!''

மனநிறைவற்று மீன்களை வெட்டியபோது, அவள் நினைப்பில் மனம் தள்ளாடி, பூக்கடைக்குப் பறந்து சென்று அவள் மனதை கையகப்படுத்தி, நிரந்தர பத்திரம் செய்ய அவள் தலைக்கு மேல் சுற்றியலைந்தான். ஏதோ காற்று அவள் தலையைத் தொட்டு ஈரப்படுத்துவதை உணர்ந்து பஞ்சவர்ணம் மேலே பார்த்து இருந்தாள். முனுசாமி மனமிதப்பு காற்றில் கலந்திருப்பதைக் கண்டு மெல்லிய சிரிப்பில் உதட்டைத் திறந்தாள் பஞ்சவர்ணம்.

''ஏய் பெண்ணே... ன்னாத்தடி மேலமேல பாத்துனுகீற? சொர்கமெல்லாம் மேல தெரியாது அது வெறும்புலுகு உருண்ட! இல்லாதத இருக்குனு சொல்லுற நாடு இது. சிரிச்சது போதும் சீக்கிரம்மா போடி... தடியெரும ஒலக்கராஜ் சிலுத்துக்குவான். இத்தப் போட்டத்தான் அவெ சாமி அவனுக்கு அள்ளிக் கொட்டும்னு இல்லாதது பொல்லாததையும் சொல்லி, நம்ம ஒய்பயெல்லாம் சொரண்டி துண்ரானுக. மீன்கட தாஜ்பாய்கிட்ட அம்மா எறநூறுரூவா கேட்டுச்சுன்னு கேளு... பாய்யி அப்டியே அலுத்துக்குனு நம்பல நமஸ்சுல ஓதுவான். சும்மா ஒன்னும் அவன் குடுக்குல... கொடுத்த பூவுக்கு முன்பணமா கேட்டன்னு சொல்லு!'' பூக்களை மாற்றாருக்குத் தரும் பல பங்குகளாகப் பிரித்து சம்பங்கி கொடுத்தாள்.

மீன் அங்காடிக்குள் மனித நெரிசலில் வெவ்வெறு வியர்வை வாசம் நாசித்துவாரத்தில் கடத்திக்கொண்டிருந்தது. விடுமுறை நாள் என்பதால் கூடிய கூட்டம் தொனதொனவென்று வாய்பிளந்து முனுசாமி வெட்டும் மீனுக்காக அவசரப் படுத்தியிருந்தார்கள். அவன் மீனை அவசர அவசரமாக வெட்டிக்கொண்டு இருந்தான். மீனை பதப்படுத்த வைத்திருந்த பனிக்கட்டியில் உருகிய நீரில் மிதிபட்டிருக்கும் நுழைவாயில் வழியே கவுச்சி நாத்தத்தில் பூக்களுடன் பஞ்சவர்ணம் வாசம் உள்ளே புகுந்தது.

அவள் வாசம் அறிந்த முனுசாமி விசுக்கென்று விழியைப் பட்டாம்பூச்சியாகப் படபடத்துத் திருப்பினான். பஞ்சவர்ணம் விழியொளியை அவன் மேனியில் பளிச்சென சிதறிவிட்டுச் சென்றாள். இருவர் மனயலை விரல்சுண்டும் நொடியில் அந்தரத்தில் சந்தித்து, கொஞ்சிப் பேசியது. நெளிந்த உயிர் விராலை ஒருவர் கொடுத்தார். முனுசாமி வாங்கி அதை கத்தியால் மண்டையில் அடித்தான். அது நெளிந்து சுழன்று துடித்தது. அவன் விரலுக்கு மத்தியில் விரால் உயிரை தேற்றிக்கொள்ள நழுவ இடம் தேடியது. முனுசாமி விராலை இறுக்கிப் பிடித்து, கத்தியைச் சுழற்றி பிராஞ்சல்களைச் சீவிக்கொண்டே அவள் சென்ற திசையைப் பார்த்தான். அவள் கைவீசி ஒய்யாரமாக அசைந்து வந்தாள். இன்னொரு மீன் பிராஞ்சல்களை அதன் அச்சில் இருந்து கழட்டி எடுக்கச் சீவினான். மீன் தன் உயிர்காக்க நெளிந்ததும், கத்தியின் கூர்முனை அவன் விரலிடம் மெளனமாகப் பேசியது. அவன் 'ஹா..!' என்று சத்தம் எழுப்பியதும், பஞ்சவர்ணம் ஓடிவந்து அவன் கையைப் பிடித்துத் துடித்தாள். பக்கத்தில் இருந்த மீன் விற்கும் இருளாயி, விசுக்கென அவளது கையைத் தட்டிவிட்டு, முனுசாமியின் கையைத் தண்ணீரில் முக்கி எடுத்து, உறைபனியை வைத்தாள். அவன் அறியாப் பிள்ளையாக, பஞ்சவர்ணம் முகத்தின் மேல் ஆசை குறையாமல் உற்றுப் பார்த்துக்கொண்டே இருந்தான்.

''விரால் மீனை வெட்டப் பய்கம் வேணும்... அத்த அச்சாகூட அது வெசுக்குனு சாவாது. அத்த தெர்யாம எதுக்கு வாங்குனமே..? அய்யோ... ரத்த ஊத்துதா..!''

மறுபடியும் அவன் கையை அவள் விரலுக்குள் அடக்கிக்கொண்டு,

''மீன் வெட்னது போதும் வூட்டுக்குப் போமே... டாஸ்மாக்கு போன சொவுல் வுட்டுடும்!''

''ன்னா... நான் வூட்டாண்ட வந்து பார்ப்பேன்... அம்மா கறி எடுத்துர்கு... நான் ஆக்கி அத்தையாண்ட குடுத்துவுடுறேன்...''

அவள் தலையை அவன் முகம் அருகில் விசும்பி அவனை கிறங்க வைத்துச் சென்றாள். அவன் முகத்தில் ஓராயிரம் பூக்கள் தூவி வலிதெரியாமல் சுற்றிடத்தை மறந்து திசைதெரியாத குருடன் ஆனான். ஏட்டின் எழுத்துகள் பேசும் பெண்ணிய பேச்சுமொழி கேளாத செவி மூடனாகி மனம் துள்ளிக் குதித்துத் தீப ஒளித் திருநாளாக கொண்டாட்டத்தில் அவள் சிரிப்பில் மிதந்து வீட்டுக்குச் சென்றான்.

மீனாட்சி எல்லாம் அறிந்ததும் துள்ளி எழுந்து கூண்டை விட்டு பறந்து வந்து அவன் தோளில் அமர்ந்து, அலகை அவன் செவிவாசலில் சொறிந்து,

''ஏய்... முனுசாமி அவெள சோக்கா மடிக்கிட்ட... நீ பவுசான ஆளுதான்... விரால் மீனுகுத்தான் நீ நன்றி சொல்லணும். டேய்... ஊவ் மேல எவ்ளோ ஆச வைச்சிக்கினு கம்முன்னு இர்ந்துகீறா... அதான் பொம்பள மன்சு லேசுப்பட்டது இல்லனு சொல்லுவாங்க... அதுசரியாத்தான் கீது. சரி சரி... வவுறு எரிச்சலாகீது... இன்னொரு வாயப்பயம் வாங்கியாந்து கொடு. உன் வாய்க்கைய முழுசா கேக்குறேன்!''

மீனாட்சி சந்துக்குள் நுழைந்து வயிற்றுக்கான இரையைத் தேடியது.

''உன்கு அதுப்பு... ஊறாங் வூட்டு கதன்ன நாக்க தொங்கப் போட்டுக்குறே. பொம்பள கிளின்னு அப்பப்போ நம்ப வைக்கீற மீனாட்சி...'' முனுசாமி கடித்தான். மீனாட்சி கோவித்துக்கொண்டு, கூண்டுக்குள் பறந்து வந்து, தலையை ரெக்கையில் மூடி சுருண்டு படுத்துக்கொண்டது.

''மீனாட்சி... நான் ன்னத்த அப்டி சொல்லிட்டே..? மூஞ்ச கசக்கிகீனுகீற, உன்கு பொட்டச்சி புத்திதான் கீது. ஏய்ந்துரு... சொல்லரயில்ல... ஏய்ந்துரும்மா'' கொஞ்சும் நடையில் பேசினான்.

மெதுவாக ரெக்கையை விறித்து, கண்களை உருட்டி அவனைப் பார்த்து, ''சரி சரி... சொல்லு...'' அலுப்பு தட்டி தலையை நிமிர்த்தியது மீனாட்சி.

பஞ்சவர்ணம் வீடு, முனுசாமி வீட்டின் கடைசி சந்தில் இருந்தது. இரவு சம்பங்கி வாசலில் அமர்ந்து பூக்களுடன் விரல்களில் பேசிக்கொண்டே பெருத்த புட்டத்தை அரைக்கி அரைக்கி பூக்களை நாரில் கோர்த்திருந்ததை பார்த்த தொப்புலான்,

‘‘அவெ சரியான அரைக்கி சூத்தி...’’ என்று கிழவிகள் கொட்டிய வார்தைக்கு அவர் இன்றுதான் அர்த்தங்களைக் கண்டு புன்னகைத்து, அசையும் புட்டத்தை ரசித்து, மனைவி பயத்தில் கருவிழியை உருட்டி வெறித்துப் பார்த்திருந்தான்.

‘‘எப்பப் பாத்தாலும் எங்கத்தைய மோந்துக்குனு, முந்தானைய புடிஞ்சிக்குனே மாமா இருப்பாரு... எங்க அத்தைக்கு அவர ஓரசிக்கினே குந்தினு கெடக்கணும். சின்னவயசுல வாட்டசாட்டமா இர்ந்தாராம். வயசு பெண்ணுங்க கேளிக்கு அவர் கால்சட்டை முன்னே சீண்டியதை பார்த்த என் அத்தக்காரி சும்மா வுடுமா? அவங்க முடியைப் புடிச்சி இஸ்ததும், ரெண்டு ஜடையும் விரல்ல இறுகி சாணத்தரையில் உருண்டு, ஊரைக் கூட்டி பொம்பளப்புள்ளைங்களை ஓடிய ஓடியமாகப் பேசி, ஒடம்பு எல்லாத்தையும் வார்த்தையிலே அம்மனமாக கய்வி எடுக்குமாம். மாமா ஆண்மையை சோதித்ததால் பொண்ணுங்கள கடைசியில் அரை நிர்வணமாகி வார்த்தையில் முழுநிர்வாணமாக்கி ஊர்ச் சந்தில் துரத்தியடிக்குமாம் அத்தை. அன்னியோட மாமாவ டவுசர் போடாமல் லுங்கியை கட்டி குந்த வைச்சதுதான் இன்னுமும் அத்தை முந்தானையைப் புடிச்சின்னு கீறாரு...’’ இதையெல்லாம் தெரிஞ்ச முனுசாமியும் சம்பங்கிக்குப் பயந்து பஞ்சவர்ணத்திடம் அடைப்பட்டு மரப்பொந்தில் சிக்கிய மீன்கொத்தி பறவையா இருந்தான்.

கண்களை கழட்டி வீட்டில் தாழ்வாரத்தில் தொங்க விட்டிருப்பான் முனுசாமி. அவள் துளியசைவு அவன் கண் இமைகளில் தட்டியதும் உள்ளயிருந்து பல விசில் சத்தத்தை தூது அனுப்புவான். அவள் திரும்பிப் பார்த்து உதட்டை பல திசையில் முறுக்கி இழுத்துப் போவாள். அவன் விசில் சத்தம் அவளுக்கு நன்கு பரிச்சம் செய்யப்பட்டு சீர் வரிசையாகப் பெற்றுக்கொண்டவள்தான் பஞ்சவர்ணம்.

ஒருநாள் முனுசாமி விசிலுக்கு சம்பங்கி, தொப்புலான் திரும்பிப் பார்த்ததும், அவன் தக்காளி மரப்பெட்டிகள் மறைவில் ஒளிந்து கொண்டான். சிலநிமிடம் கழித்து திரும்பவும் தலையை எட்டிப் பாத்தான். அவள் வெளியில் வந்து நின்றிருந்தாள். ஒரு சமிக்கினைக் கொடுத்து அவள் மனதை மறுபடியும் தூண்டினான். அவள் விசுக்கென அவனிடம் ஓடிவந்து ‘‘த பாருமே, ஊட்டாண்ட வராதே... எங்காத்தாலுக்கு தெர்ஞ்சிதுனா ஊர் ரெண்டுபட்டு, பட்டாசா வெடித்து தெருகூத்து வைச்சிடும். நாளைக்கி மீன்கடைக்கு நான்வாறேன்’’ என்று மனதைத் திறந்து கூறி பட்டெனப் பறந்தாள் பஞ்சவர்ணம்.

இருள் கழன்று, சூரியன் எழுவதை எதிர்நோக்கி முனுசாமி புரண்டுகொண்டிருந்தான். இளம் சூட்டில் விடியல் வந்ததும் மீன்கடைக்குத் துடித்தோடி மீன்களை வெட்டி பஞ்சவர்ணம் காலசைவு ஒலியைத் தேடி செவி துவாரங்களைக் கழட்டி வைத்து, இமைகளை அசைத்திருந்தான். முந்திய விடியல் கரிநாள். இன்றைய உதயம் ஞாயிறு என்பதால், சனங்கள் மீன்வாங்க அலைமோதி வந்ததால், வழிந்த கவுச்சி நீரில் அவர்கள் பாதங்கள் மிதிப்பட்டு வந்தால் முனுசாமி முகத்தில் கவுச்சிநீர் விட்டு விட்டுத் தெளித்து அப்பிக்கொண்டிருந்தது. அவள் வர நேரமுள் நெருங்கிவிட்டதும் பதைபதைப்பில் மீனை வாங்காமல் தொரத்திவுட்டுட்டா துட்டு கை நிறப்பாமல் போயிடுமே... தழுதழுத்த முணங்களில் வாங்கிய மீன்களின் பிராஞ்சல்களைக் கழட்டிஎடுக்க, பக்குவமாகக் கத்தியைச் சுழற்றினான்.

சனங்கள் விருப்ப மீனை தேடியலைந்த நெருக்கத்தின் சிறு இடைவெளியில் அவள் ஊர்ந்து உள்ளே நுழைந்ததை அவன் பார்க்காமல், கத்தியை வேகமாக உரசியதலில் பிராஞ்சல்கள் அவன் முகத்தில் பட்டு ஆங்காங்கு ஓட்டி இருந்தது. அவன் பார்வையை மீனைக் கொடுத்தவர்களின் குண்டித்துணிகள் மறைத்து இருந்ததால், அவன் எம்பிஎம்பி சிறுஇடைவெளியில் அவளுக்காகக் கருவிழியை செலுத்தியிருந்தான். பஞ்சவர்ணம் திரண்ட மக்கள் இடுகளில் ஊர்ந்து சென்றாள். ஆண்கள் பெண்ணை உரசிச் செல்லும் நினைப்பு வந்து பஞ்சவர்ணத்தை யாரோ உரசி நகர்ந்து போவதாக நினைத்துக் கத்தியை வீசி எறிந்து அவள் பின்னால் விறுவிறுவென தாவி ஓடி, ''பஞ்சவர்ணம் செத்தநில்லு!'' என்றான். அவன் தோரணை அவள் மனதில் விலகிய ஆணாக அவள் கருவூலத்தில் தென்பட்டான். அவள் உமிழ்நீரை வழித்துத் தூவி, ''மொதல்ல இந்த நீச்சக் கவுச்சிய உட்டுட்டு வாடா...'' என்று சொல்லி விசுக்கென மறைந்தாள்.

இருள் கடந்தும் முனுசாமி நித்திரை கொள்ளாமல் இமைகள் திறந்தே 'இந்த நீச்சக் கவுச்சிய உட்டுடுவாடா' என்ற அவள் வார்த்தை மண்டைக்குள் பூகம்பவெடியாகக் கிளறிவிட்டது. உடனே ஒலக்கராஜ் அண்ணாச்சி கடையில் லைபாய்சோப்பு வாங்கி வந்து அடையாற்றுக்கரை வாயில் முகப்பின் அருகில் உள்ள கட்சி கொடிக்கம்பங்களை ஒட்டிய கொழாயடியில், சோப்பு கரையக்கரைய நுரையில் முழுகி, நீச்ச நாத்தத்தை கட்சிகொடிகள் ஊன்றி நிற்கும் கால்களில் வழுத்துக் கொட்டி, உடலைச் சுத்தப்படுத்திக் கொடிகளைப் பார்த்தான். ஏமாற்றும் கொடிகள் ஏழை மனிதர்களின் வாசத்தை

பார்த்து தலைகவுந்து சொரணையற்றுக் கிடந்தது. அவன் மறுபடியும் சொரண்டிய அழுக்கை கொடிக்கம்பம் அடியில் விட்டு, நன்றாகக் குளித்துவிட்டு, பஞ்சவர்ணத்திற்குப் பிடித்த மாமனிதர் அண்ணல் உருவம் பதிஞ்ச பனியனை அணிந்த பிறகு மோந்து மோந்து பாத்தான். உடம்பு கொஞ்சம் நீச்ச நாத்தம் தட்டியதை உணர்ந்து, பாத்திமா பேன்சி பாய் கடைக்குச் சென்று, ''நல்ல சோக்கா... குமுக்குற மாதிரி சென்ட் தா பாய்'' என்றான். பாய் அவன் முகத்தை மூன்று முறை முறைத்து, ஏத்தயிறக்கத்தில் பார்த்துவிட்டு, வாசனை திரவங்கள் அடங்கிய பாட்டில்களை மோந்து மோந்து, பாட்டில் பட்டியல் விலையைக் கண்டு, ''இது உனக்கு எதுக்குடா?'' என்று பாய்கேட்டார்.

முனுசாமிக்கு மூஞ்சுமேல் கோவம் வந்தது. பஞ்சவர்ணம் முகத்தை நினைவில் நிறுத்தி, 'சண்டபோடுரத்து இனிவேண்டான்னு' மௌனியாக முனுசாமி நூறுரூபாய் செவிட்டி வீசி, வாசனைத் திரவத்தை உடம்பு மேல் அடிச்சி மோந்து பார்த்தான். திரும்பவும் நீச்ச வாசம் விலகாமல் கப்பு ஒட்டி இருந்தது. மண்டைக்குள் சூடு தணியாமல் வாசனை திரவம் மொத்தத்தையும் கையில் ஊத்தி ஒடம்பு பூராகத் தேய்த்ததும் குப்புகுப்புன்னு வாசம் தரையைத் தட்டி மேலே எழுந்ததும் சந்தோசத்தில் பஞ்சவர்ணத்தைக் கட்டியணைச்சு, கருமேனி சிவாப்பாகும் நினைப்பில் அவளைப் பார்க்கப்போனான்.

பஞ்சவர்ணம் முகம்சுளித்து, ''என்னய்யா... ரயிலு தண்டவாளத் தோரம் உள்ள குட்டிச் சொவத்தாண்ட இராத்திரி பேண்டு வந்தால், பொழுது விடிஞ்சதும் பேண்டது காஞ்சி கருத்துப்போய் அடிக்கும் நாத்தத்தைவிட, இப்டி கப்பு ஊவ் மேல அடிக்குது, தல சுத்துதூ... மூக்கப் பொத்துணும் போலத்தோணுது... இதுக்கு நம்ம பயக்கப்பட்ட கவுச்சி வாசமே பரவாயில்ல...'' என்று சொல்லி பஞ்சவர்ணம் திகைப்புற்று அவன் உடம்பை மறைத்திருக்கும் பனியனில் பதித்திருக்கும் அண்ணல் உருவத்தை பார்த்து தன் உறவின் மூத்த தாத்தாவென நினைத்து,

''நீ நத்தம் அடிக்குரத்த பூசிக்கினது இல்லாம இந்த உயர்ந்தவரையும் நாத்தமடிக்க வைச்சிடியே. இப்டித்தான் தெரவுசு[11] இல்லாம, என் தாத்தனை எல்லாரும் நாத்தமடிக்க வைக்கிறீங்க.''

''கொஞ்சுண்டு பச்சவனும் அண்ணல் பேரச் சொல்லி அத்ததான் செய்யறானுக...'' என்று சொல்லி, அவனை மேலும் கீழும் பார்த்து,

பல்லேசையைச் சிதறவிட்டு, ''நீ எப்பவும் எப்டி இருப்பியோ... அந்த நாத்தத்தோட சாந்திரமா ரயில் கேட்டாண்ட வா'' என்றதும், முனுசாமி முகம் வெளுத்து, சாயம் போனவனாக நின்றான். அவள் மறுபடியும் அவன் அசைவைக் கண்டு சுழல்காற்றில் உதிரும் இலையாக சிரித்துக் கொண்டேபோனாள்.

மீனாட்சி, கூண்டில் மேலே கீழே துள்ளித்துள்ளிக் குதித்து, அலங்கோலமாக 'கீ... கீ...'ன்னு கத்தி, ''உன்கு ஒரு பொண்ணு மன்ச புர்ஞ்சிக்கத் தெர்ல... இப்டி அவமானப்பட்டுக் கூனி வந்து நிக்கிறீயே... பொம்பளப் புள்ளைய நம்ம மன்சுக்குள்ள புடிக்கணும்னா அதுக்கெல்லாம் ஒரு தெரவுஸ்சுவேணும்... நீ பவுசுயில்லாதவன்'' என்று பேசி மீனாட்சியும் சோகத்தில் முழுகியது.

முனுசாமி மனம் சேற்றுநீராகக் குழம்பி, நசிம்பாய் மீன்கடையில் வெத்துப் பேச்சைக் கொட்டி அமர்ந்திருந்தான். எறா, நண்டு ஆஞ்சிக் கொடுக்கும் முத்தக்காள், சொம்பில் டீ வாங்கி வர, அக்காவைப் பார்த்ததும் முனுசாமி பம்பிக்கொண்டான்.

''ஏன்டா பையா... மீன்வெட்டாம அரைக்கினு குந்தினுகீர..? பாய்கடையில இன்னா கீது... ஒடுக்கு உய்ந்த சூத்த இப்டித் தேச்சி தேச்சி குந்தினுகீர...'' என்று முத்தக்காள் டீ சொம்பை முந்தானையில் இறுக்கிக்கொண்டு கேட்டதும்,

''மன்சு செரியில்லக்கா...''

''டேய் கூறுகெட்டவனே, ஒய்க்கீர வய்சுல ஒய்ச்சி... நாலுகாசு பாப்பியா... போய் வேலையப் பாருடா!''

போகிற போக்கில் பன்னீர்ப் புகையிலையை வாயில் சொதப்பி நகர்ந்துபோனாள் கிழவி.

''என்னடா முனுசாமி, பரபரன்னு வேலை பாத்துன்னு இருப்பே என்ன ஆச்சு...'' என்று நசிம்பாய் வியப்புடன் கேட்டதும், முனுசாமிக்கு ஏதோ ஓர் இடைவெளி சுத்திக்கொண்டே இருந்தது. அங்கயிருந்து எழுந்து ஒலக்கராஜ் அண்ணாச்சிக் கடைக்கு வந்தான். அண்ணாச்சி மூக்கைக் சுழிச்சு இறுக்கிக்கொண்டு,

''டேய்... இன்னா போட்டுனு வந்திருக்க... இப்படி நாத்தம் அடிக்குது?'' இதே வார்த்தையை பஞ்சவர்ணமும் கேட்ட நினைவில் வெக்கத்தில் சுழன்ற முனுசாமி,

''அண்ணாச்சி, நல்ல சோப்பு ஒன்னு கொடு...''

வெள்ளை லைபாய் எடுத்துக் கொடுத்ததும், ''இதுவேணா, வேற நல்லதா கொடு...'' அவர் வேற சோப்பைக் கொடுத்தார். அதை வாங்கி மோந்து மோந்து பார்த்து, ''வேற கொடு''ன்னு கேட்டான். அவர் வேற சோப்பு கொடுத்ததும், திரும்பவும் மோந்து பார்த்து மறுபடியும் மறுபடியும் அதே மாதிரி தொடர்ந்து, மனம் விளங்காமல் ஆசைக்கு அலைந்தான். அண்ணாச்சிக்குக் கோவத்தில் நாவு பிளறி,

''உனக்கு என்ன தாண்டா வேணும்..?'' முனுசாமி சலித்து ஒன்னும் விளங்காமல் விழித்து, கடையை அலசிப் பார்த்தான்.

''நல்லா பெண்ணுங்க விரும்புற சோப்பா கொடுய்யா...''

அவரும் ஒரு சோப்பு கொடுத்து ''பீயஸ்''ன்னு சொன்னார்.

''அண்ணாச்சி... நம்ம கிட்டயே டகுல் விடுறான். பீ... ன்றாண்ணே!'' என்று யோசித்துக் கொண்டே இருந்தான்.

''ஏய்... இதுவாவது வேணுமா? அறுவது ரூபாய் கொடு!''

''விலை அதிகமாக இருக்கு, நல்லத்தான் இருக்கு''ன்னு வாங்கிப் போய், கண்ணாடிக் கணக்காக இருந்த சோப்பைக் கரைச்சிக் குளிச்சி முடித்து, சொக்காவை மாட்டி, லுங்கியை இடுப்பில் சொருகித் திரும்பியதும், பாத்திமா பேன்சி வாசனை திரவப்பாட்டிலைப் பார்த்ததும், வந்தது பார் கோவம். அதை எடுத்துத் துணி துவைக்கிற கல்லு மேல்போட்டு உடைத்து, ''உன் நாத்தத்தாலே என்ன பஞ்சவர்ணத்துக்குப் புடிக்காம போச்சி...'' என்று கோவம் கொட்டி தீர்த்ததும், ஆத்திரம் தனிந்து ரயில்கேட்டை ஒட்டிய மதில் செவத்தாண்ட, அவள் வராளான்னு பார்த்து நின்றான். ரயில் சத்தம் அவன் காதைக் குடைந்து எடுத்தது. பஞ்சவர்ணம் கொண்டை நிறைய மல்லிகைப் பூ சொருகி, பஞ்சலோக சிலைக்கு, நட்சத்திரங்கள் பூபோல் விழ, அவள் மென்பாதம் தேயாமல் தேராக பவனி வருவதை முனுசாமி பார்த்து மகிழ்ச்சிவெள்ளத்தில் நீந்தி மிதந்து நின்றான்.

இருவர் சிரிப்புச் சத்தத்தால், இரயில் சத்தம் இருவர் காதுகளைப் பொய்யாக்கிவிட்டது. ரயில்கேட்டில் குனிந்து செல்லும் சனங்கள் இருசக்கர வாகனங்களை வளைத்து நெளித்து, கேட்டின் மறுபக்கம் கொண்டு சென்றபடி இருவர் மனயிணைப்பைப் பார்த்து, கண்கள் கொழுந்துவிட்டு எரிய நகர்ந்து சென்றார்கள். இருவர் பேச்சு வழக்கு சலசலப்பில்லாமல் பரிச்சயமாக இருந்தது. பஞ்சவர்ணம் பற்கள் இடையிடையே வெண்ணொளியை வீசியது. கருப்பனின் முகம்

அப்பப்போ மின்ன... அவள் வெண் பல்லின் மெல்லிய சத்தமாக, ''த பாருமே... சுகன்யாகூட உன்கு ன்னா பேச்சு? அது எப்டி ஊவ் கிட்ட குலுங்குது? ஊரே உன்ன துப்பு இல்லாதவன்னு பேசுது, உன்கு வெக்கமாயில்ல? த பாரு... எங்கம்மாக்காரிக்கு அத்தப் புடிக்கலை. உன்னப் பாத்தாவே போய்யும் போய்யும் எதுக்கிட்ட ஆசப்பட்டு நிக்கிறா பாரு... போதாததுக்கு அவெகிட்ட எச்சக் குடிய எறந்து, உரிஞ்சி உரிஞ்சி குடிக்கிறான்னு கருவினேயிருக்கு. நான் வேணுனா... அவெள ஊட்டுடு. உன்கு இன்னா வேணுமோ நான் தரமே... என் முந்தானைய நீயே எடுத்துடுமே... உன்கு என்கிட்ட இல்லாதது, அவெகிட்ட கிடைக்குமானு சொல்லுமே..!'' வருத்தம் கொண்ட மனவெளியை கரும் உதட்டில் திறந்தாள் பஞ்சவர்ணம்.

''நீ கூட என்னை அப்பிடித்தான் பாக்குறேயில்ல... பாவம் சுகன்யா. ஊர் கண்ணுதா அப்டி, அத்த ஆரும் ஏத்துக்கமாட்டன்றாங்க. இந்தச் சீர்கெட்ட நாட்டுல, அது சீரழிஞ்சு, சுக்கு நூறா அலையுது... வாய்ரத்துக்கு ஒரு இடம் கூட இந்த நாட்டுல அதுங்களுக்கு இல்ல. அனாதையாத்தான் சுத்துது. இந்த நாட்டுல அவங்களுக்கு எந்தப் பவுசும் கெடைக்கிறத்து இல்ல. சுகன்யா வாழ்க்கை பெரிய கதை. திருச்சியில் இர்ந்து வந்துடுச்சி. அத்தபத்தி உன்கிட்ட பெறகுச் சொல்றேன். அப்பலிக்கா நீயே அது மேல பாவப்பட்டு அக்கானு நெனப்பேடி!''

''டேய் கருப்பா, நீ கொஞ்சம் நல்லவந்தான். அதுக்குத்தான் உன்ன கட்டிக்கலான்னு ஆசப்பட்டுட்டேன். எவெ எப்டி சொன்னாலும் ஏ அடி மசுர புடங்க முடியாது! நீ ஏங் கருப்பந்தான்... ஊவ் கவுச்சி எனக்குப் புடிக்கலை... மீன் வெட்ட இன்மே போகாதமே...''

அவள் இறுக்கிய ஆசையை வெளிப்படுத்திவிட்டு, பற்களை அசைத்து நகர்ந்துசென்றாள்.

கருப்பன் மண்டைக்குள் புழுநெளிவதாக நெளிந்து, டாஸ்மாக் வாசலில் நின்றிருந்தான். 'மீன்வெட்ட இனி போகாதே..!' அவளின் முடிவு இறுக்கமுற்று நெஞ்சத்தைக் கிறீக்கொண்டே இருந்தது.

சிறு மண்துகள் கோடிக்கணக்கான புள்ளிகளைத் தன்னுள் இணைத்து இருப்பதுபோல், கண்ணுக்கு எட்டாத சிறு புள்ளியின் மாற்றம் ஆணுமற்ற, பெண்ணுமற்ற பிறப்பை, நீதியற்ற உறவுகள் விரட்டியடிக்குது. இந்தச் சமூகம் தன் நெருப்புக் கண்களில் குத்தித் துரத்தினாலும், இதே மண்ணில் வேர்களாக பல திசைகளில் படர்ந்து ஊன்றி நிலைத்து வாழ்கிறார்கள், திருநங்கைகள்.

வாழ்க்கை எது என்பதை உணர்ந்து சுகன்யாவைத் தன்னுடன் இணைத்திருந்தான் முனுசாமி. பரமு என்ற பரிமளா சைதாப்பேட்டை பேருந்து நிலையத்தின் அடிவாரத்தில் இருக்கும் திருநங்கைகளுக்கு நானி, குருவுக்கு குரு. கண்டிப்பும், அரக்ககுணம் அத்தனையும் ஒருசேர கொண்டவள் பரமு. அங்கே சிக்கியிருந்த சுகன்யாவின் மனம் தூயதைத் தேடியது. காற்றில் கலந்த தூசி எங்கே ஒட்டிக்கொள்ளுமோ அப்படி முனுசாமியிடம் தூயதைத் தேடி சுகன்யா ஒட்டிக்கொண்டாள்.

சிவப்பு வண்ணப் பூக்கள் பதித்த சேலையும், செவத்த தோலுடன், கடை நகையணிந்து, மினிக்கி மினிக்கி வந்த சுகன்யவைப் பார்த்து அவன் பூரிப்பில் மிதந்தான்.

''ஏய்... வந்து ரொம்ப நேரம் ஆச்சா? சீக்கிரமா வரலான்னு இர்ந்தேன். கௌம்பும் நேரம்பார்த்து ஊனமானவன் போல எழுந்துக்காத ஒர்த்தன் வந்துட்டான். அவன்கிட்ட படாதப் பாடுபட்டு அவன எழுப்பி அனுப்புறத்துக்குள்ள...'' என்று கூறி, விரல்களின் வலியை சொடக்குப் போட்டுக் கொண்டே டாஸ்மாக்கில் அரை பாட்டில் வாங்கி, இருவரும் உள்ளே போனார்கள். சற்று இடைவெளியில் கலர்சாராயம் பாதிக்கு மேல் மறைந்து, இரண்டு பேரை அரை மயக்கத்துக்குக் கொண்டுசென்றது.

''டேய்... அவெ கிட்ட பேசிட்டியா? இன்னா சொன்னா?'' சுகன்யா ஆவலில் கேட்டாள்.

''இன்னிக்கி சந்தோசமா கீது. என்னக் கட்டிக்கிறனு சொல்லிட்டா.''

சுகன்யா உடனே அவனைக் கட்டியணைத்து, நெத்திப்பொட்டில் முத்தம் பதிவிறக்கம் செய்தாள். உள்வெளியில் முக்கால் ஏறிய போதையர்கள் இருவர் நெருக்கப் பரிமாற்றத்தைப் பார்த்தார்கள். அருகில் ஒருவன் அடிக்கடி கண்சிமிட்டி சுகன்யாவிடம் முணங்களை மெல்லிய சைகையாக காற்றில் மிதக்க விட்டுக்கொண்டேயிருந்தான். சுகன்யா கண்கள் பிதுங்கி அவள் மெல்லிய உதடுகள் விரிந்து, சினத்தில் தவழ்ந்தெழுந்து, ''ஏன்டா, குடிகார பாடு... சாண்டாவ குடிச்சிப்புட்டு... வந்ததுலயிருந்து பாக்குறேன் அப்படி இன்னத்தடா என்ன நிம்துனே பாக்குறே..? தோ... பாரு!''

சேலையை முட்டிவரை தூக்கி வெண்தொடையை அசைக்கி, கால்களைத் தரையில் தேய்த்துத் தேய்த்து அடிஅடியாக நகர்ந்து அவன் முகத்தருகில் சென்று, ''பொட்டன்னா எலக்காரமா? கவுந்துக்கோ நாயே!'' கனீரெனக் குரலில் நெருப்புக்கனலாகச்

சொற்களை வாரியிரைத்தாள். அவன் மண்டை நரம்புகள் சுகன்யா உசும்பல் ஏறியதும் அவன் போதை இறங்கி, மின்விசிறியின் காற்றில், சுகன்யாவின் சிறுநீர் நாற்றம் அவன் முகத்தில் வீசியது. அவன் முகம் சிலிப்பி அயர்ந்து, மொத்த போதையும் இறங்கி தலை கவிழ்ந்தான். குழம்பிய குடியர்களின் தலையெல்லாம் மூத்திரவாடை பட்டு அனைவரும் தலை தொங்கினார்கள். முனுசாமி அவளை சாந்தப்படுத்தி இன்னொரு கோப்பை கலர்சாரயத்தை ஊற்றினான்.

ஒதுக்கப்பட்டவளின் நெஞ்சில் முனுசாமி எப்படிக் குடிபுகுந்தான். அங்கே இருந்த போதையர்கள் ஜல்லடையில் முனுசாமியை ஜலித்துக் கொண்டிருந்தார்கள். மனித உணர்வு மட்டும் இங்கே சாட்சியாக இருந்தால், எத்தனை மனித மனங்களிலும் இணையலாம் என்பதை முனுசாமி அறிந்தவனாக இருந்தான். சுகன்யா சாராயத்தை விழுங்கி தலைநிமிர, முனுசாமி மசாலாவில் உழன்ற அவன் பல்பட்ட ஒரு துண்டு இறைச்சியை சுகன்யா வாயில் திணித்தான். கறியின் சுவையை ருசித்த சுகன்யாவிடம் இருந்த அரை பாட்டிலும் வெற்றிடமாகப் போனது.

முனுசாமி வெளியே சென்றான். சுகன்யா வெண்புகைப்பானைக் கொளுத்தி மின்விசிறிக் காற்றில் புகையை விட்டு தீப்பிழம்புக் குச்சியை அரை பாட்டில் வெற்றிடத்தில் போட்டாள். அது புஸ்... சத்தம் வந்து, நீல சுவாலை வந்ததைக் கண்டு அவள் உதடுகள் விரிந்து, வெண்ணொளி பீறிட்டு கனீரென்று வந்தது. போதையர்கள் தலை திருப்பினார்கள். கால் பாட்டிலுடன் முனுசாமி வந்தான். வந்தவேகம் தெரியாமல் அதையும் விழுங்கிவிட்டு இருவரும் சிறுதள்ளாட்டத்தில் வர, குடியர்கள் வழிநெடுக்க இருவருக்கும் விலகி வழித்தடம் விட்டார்கள். சுகன்யா முந்தானையை வீசி, வெண்ணிடுப்பை ஆட்டி முனுசாமி மேல் சாய்ந்து வெளியே வந்தாள். சம்பங்கி, பூக்கடை டாஸ்மாக் எதிரில் சற்றுத் தள்ளியிருந்தாள். முனுசாமியைப் பார்த்ததும் அவள் விழி காரத்தில் அவனைக் கருக்கிக்கொண்டிருந்தாள், சம்பங்கி.

''காலாகாலத்துலப் படுக்கப் பாய் போட்டுக் குடுத்தாத்தானே ஆம்பிளன்னு இருப்பான்... இல்லனா பெட்டைங்க பின்னாலத்தான் நிமிந்து சுத்துவானுக. அவெ ஆத்தாக்காரி வூட்டு வேலக்கிப் போறா... அப்பங்காரன் சுடுகாட்டுலப்போய் படுத்துக்குனான். இந்த எரந்தக்குடியன்... சாராயத்துக்கு நக்கிகினு சுத்துது...!'' என்று கருப்பாயிக் கெழவியிடம் மனதைக் கொட்டி, வாழைநாரில் பூக்களை இணைத்துச் சரங்களாக மாற்றிக்கொண்டிருந்தாள், சம்பங்கி.

''அவெ ஆத்தாகாரி நல்லாத்தான் வள்தா. அவெ அப்பங்காரன்... போதாத காலம் நடுவுலையே புட்டுக்குனு போய்ச் சேந்துட்டான். அவெ ஆத்தாக்காரி இங்க பொறிக்கி அங்க பொறிக்கி கழுவுன வேல செஞ்சு காப்பந்து பண்ணா. இவெ அங்களாப்புல அல்ஜானா, அவெ ஆத்தாக்காரி ன்னா பண்ணுவாமே?'' கருப்பாயிக் கெழவி பதில் அசைப்போட்டு அவன் ஆத்தாளுக்கு வக்காளத்து வாங்கியது.

சுகன்யா, முனுசாமியின் கையை இறுக்கி அணைத்து சுல்தான் பாய் பீப் பிரியாணி கடைக்கு அல்குலில் அவனை அணைத்துக் கடத்திச் சென்றாள்.

''நீ கய்சாடையிலும் கய்சாட... கேடுகெட்ட கய்சாட. உன்கு சுகன்யாதான் செரி. பஞ்சவர்ணம் எப்டித்தான் உன்ன கட்டிக்கிச்சோ? லண்டபுச்சவன் நீ...'' மீனாட்சி வெப்பமாகத் துப்பி தலையைத் திருப்பிக்கொண்டது.

''த பாரு, உன்கு ன்னாத் தெரியும்..? சுகன்யா எம்மாம் பெரிய ஊட்டுல இர்ந்து வந்தது. மன்சனா பொறந்தா எப்டி பொறப்பாங்க? ஆருக்கும் தெரியாது. சுகன்யா பச்சப்பொண்ணு... உன்குத் தெரியுமா?''

''ஓ... புரிது. அது சொத்த அமுக்கலான்னு அவெ கூட சுத்தினீயா..?'' சிவந்த அலகை சினத்தில் விரித்தது, மீனாட்சி.

''ஏ...ய்! ரொம்ப வார்த்தையக் கொட்டாதே கூண்ட தெறந்து வுட்டுவேன்... பூனைக்கிக் கறியாய்டுவே!'' முனுசாமி கண்கள் உருண்டு மீனாட்சியைக் கடித்ததும்,

''தெறந்து ஊடு... பஞ்சவர்ணம் கிட்ட ஊவ் வண்டவாளத்தச் சொல்லி, அவெ மடியில போய்க் குந்திக்குவேன்...'' என்று மீனாட்சி, சிவந்த அலகில் காட்டமாகக் குரல் பிளறிக் கோபமாக மாறியது.

மாலைப்பொழுது முடிந்து இளம் இருட்டு நுழைந்ததும், முனுசாமி நடை, மிதிமேடையில் தவமிட்டு சுகன்யா நடைக்காகக் காத்திருந்தான். பலமணிநேரத்தை விழுங்கி வந்த சுகன்யா டாஸ்மாக்கில் ரெண்டு பிராந்தி அரைபாட்டில் வாங்கினாள்.

''எதுக்கு இம்மா சரக்க வாங்குறே..? மனசு சரியில்லை. ஏங் லட்சியமெல்லாம் என்ன விட்டுப் போயிடுற மாதிரி இருக்கு. வாடா... பஸ் நிக்கிற ஆத்தங்கரை குட்டிச் செவத்துக்குப் போயிடலாம்...'' சுகன்யா, சோகம் அப்பிய மனதை, முனுசாமி முகத்தில் தேய்த்து அணைத்தாள்.

சோத்துக்கு வழியற்ற கூட்டம், நடைபாதையிலும், பஸ் நிற்கும் சாலை ஓரங்களிலும், கிழிந்த வெங்காயக்கோணிகளை விரித்து உறங்கியிருந்தார்கள்; சிலர் விழித்து அமர்ந்திருந்தார்கள். குழந்தைகள், வெட்டவெளிக் குளிரில், போர்த்திக்கொள்ளத் துப்பட்டியில்லாமல் அம்மாக்களின் கதகதப்பான மார்பகத்தில், அழுக்கேறிய முந்தானையைப் போர்த்தி படுத்திருந்தார்கள். வயது ஒற்ற சிறு பெண்கள் பசிக்கு உணவைத் தேடி குத்துக்கால் இட்டு அமர்ந்திருக்க, போதை ஏறிய குடியர்கள் ஆபாசத்தில் பசியில் குத்துக்கால் இட்ட பெண்களைத் தேடியலைந்து வட்டமிட்டார்கள். பசியில்குந்தியிருந்த பெண்கள் குடியர்களைக் கண்டு அச்சத்தில் அம்மாக்களின் கால்களை அணைத்துச் சுருண்டுகொண்டார்கள்.

உறைவிடம் இல்லாத அம்மக்களை அடிக்கடி காவலர்கள் அடித்து விரட்டுவார்கள். அதனால் காவலர்களை எதிர்பார்த்து பழுத்த பெருசுகள் பேருந்துநிலைய முகப்பில், மங்கிய கண்பார்வையில் காவல்காத்து, பீடியைப் புகைத்துவிட்டு, அப்புகை வட்டவடிவில் மேலேழுந்து வருவதைப் பார்த்திருந்தார்கள். அடையாறு, திருவான்மியூர் செல்ல வேகமாக வந்த பல்லவன் பேருந்து கிளப்பிய தூசிகளின் மத்தியில் நித்திரையில் இருந்தார்கள் சனங்கள். முனுசாமியும் சுகன்யாவும் கும்மிருட்டில் சென்று அடையாற்றுக்கரை குட்டிச் சுவற்றில் அமர்ந்தார்கள்.

சுகன்யா பதட்டமாக இருந்தாள். தலை பல திசையில் சுழன்று கொண்டே கண்பிதுங்கி இருந்தாள். லட்டியுடன் தொப்பிக்காரன் வந்தால் இந்தத் தடவை அவள் கேஸுக்குச் செல்லவேண்டும். அதிலிருந்து தப்பித்து திருச்சிக்குப் போகவேண்டும். அவள் ஆத்மலட்சியம் நிறைவேற வேண்டும். தான் மனிதப் பிறவிதான் என்று அவள் இவ்வுலகில் நிரூபிக்கவேண்டும். நெடுங்காலம் சுமந்திருக்கும் வாழ்வுப் பொதிக்காக அவள் பதட்டம் தனியவில்லை. அரைபாட்டில் வெற்றிடத்தை நோக்கிக் காத்திருந்தது.

நான் ஏன் இந்த நாட்டில் பொறந்தேன். எல்லோர் பார்வையும் இங்கே அழுக்காகவே இருக்கு. மனிதன் நேசமற்ற பாறையாக இங்கே இறுகிக் கிடக்கிறான். எல்லோரும் இங்கே இமைகள் மூடி, உதட்டு வழியாக நீச்சத்தை எங்கள் மேல் பூசுகிறார்கள். இதைக் கற்றுத் தந்தது யார்? எங்கள் பிறப்பு விஞ்ஞானத்திலும் தோற்றுப் போனதா? சுகன்யா இமைப் படபடப்பில் நீர் வழிந்தது.

''உலகத்துலியே உன்ன ஒர்த்தனத்தான் மனுசனா பார்த்தேன்டா...'' முனுசாமியை இறுக்கி, ''என்கூட பொறந்தவனே என்னை, எங்கம்மா வடிச்ச விழிநீர் முன்னே வெரட்டியடிச்சான். என் உடம்பு மொழி அவனுக்கு அவமானமாக இருந்தது. என் நடை அவனுக்கு விளங்காமலே போச்சி. எங்களுக்கு நெறைய சொத்தும், அப்பா பிஸ்னஸும் இருந்தது. அதுக்குத்தான் என்னத் தொரத்துனான்னு எனக்குத் தெரியல? நான் சொத்து மேல ஆசப்படல. ஒரு பொண்ணா வாழணும்னு ஆசப்பட்டேன். நான் பொண்ணா வாழக்கூடாதா?'' சிறு ஓடையாக சுகன்யா கன்னத்தில் நீர் வழிந்தது.

''நீ... ன்னாமே, இம்மா சொத்த வுட்டுட்டு வந்தே? அதாமே தப்பு!'' முனுசாமி, வழிந்த அவள் முகநீரைத் துடைத்தான்.

''நானா வந்தே..? கல்லூரியில ஆங்கில இலக்கியம் படிச்சி முடிக்கிறவரைக்கும் என்ன நான் மறைச்சேன். நான் ஆணாகவே நடை கட்டினேன். யாரும் இல்லாத நேரத்தில் பெண்மை உணர்வு என்னை எழுப்பினே இருக்கும். அதனால அம்மா புடவையைக் கட்டி, கண்ணாடியில் பெண்ணாக அழகு பார்ப்பேன். பிறகு எல்லாம் வெட்ட வெளியாகி, முரசு தட்டி தெரிஞ்சி போச்சி... விதி என்னை இங்க கொண்டு வந்து வுட்டுடுச்சி!''

''நீ எதுக்கு பரிமளாகிட்ட சிக்குனே?'' என்று முனுசாமி பதட்டத்தில் கேட்டான்.

''எங்க அண்ணன் என்னக் கொல்ல, வீட்டுல விஷம் வாங்கி வைச்சிருந்தான். இனிமே வீட்டுல இருந்தால் கொன்னுடுவான்னு தெரிஞ்சதும், நடுராத்திரில அம்மா காலை என் சோகநீரில் நனைத்து, அம்மாவைத் தொட்டுக் கும்பிட்டு அங்கிருந்து கிளம்பினேன். என் பக்கத்துக் கல்லூரி நண்பன் மதுரையில் இருந்தான். அவனைப் பார்த்தேன். அவனும் என்னைப் போல் பெண்ணாக மாறத் துடிச்சவன். அவன் வீட்டுக்கு ஒரே பையன் என்பதால் பெத்தவங்களுக்காகத் தன்னை ஆணாகவே பாவிச்சிக்கினான். அவனிடம் அழுதேன். மறைவுக்குள்அவன் அம்மாவை அங்கே தேடி வைத்திருந்தான். அது அவனுடைய குரு, அவன் சேலாவாக (மகளாக) அந்த குருவுக்கு ஆகியிருந்தான். ஏங் நேரம், அவன் பாசம் மிக்க குரு வடஇந்தியாவில் இருந்து வந்திருந்தார்கள். என்னைத் தேற்றி அவர்களிடம் அழைத்துச் சென்றான். நான் அவங்களிடம் அழுது புரண்டு அவங்க மடியை அணைத்து

என் தலையைப் புதைத்தேன். சோகம் என் நடுமண்டையில் நின்னுப்போச்சி. அவங்கள மார்போடு தழுவி, கண்ணீரில் அவங்க முகத்த மறுபடியும் நனைச்சேன்.

'பேட்டா அழுவாத... குருகிட்ட வந்துட்டயில்ல. நம் குலசாமி மாத்தம்மா வழி காட்டுவாங்க'ன்னு அவங்க சொன்னதும் இன்னொரு வான்வெளி திறக்கிறது என்று அவங்க முகத்தைப் பார்த்தேன். அந்த முகம் விண்ணின் ஒளியாகவே எனக்குத் தெரிஞ்சது. 'நான் இன்னும் படிக்கணும்மா. உங்க மகளாக என்ன ஏத்துக்குங்'கன்னு சொல்லி அவங்க கையப் பிடிச்சேன். 'நீ படி... உன் குருவா நான் இருக்கேன். ஆனா சேலாவாக ஆகவேண்டாம். நீ படிச்சி நல்ல இடத்துல இரு'ன்னு சொல்லி, ஒரு தாயாக என்னை அணைச்சாங்க, என்னைப் படிக்கவைச்சாங்க. நான் அவங்க வீட்டில் இருந்துதான் படிச்சேன். அவங்க பரிவார் இங்க இல்லை, வடஇந்தியாவில் இருந்ததால் அடிக்கடி அங்க போய் வருவாங்க. நான் அவங்களை என் தாயாகப் பார்த்ததாலே நான் அவங்களுக்காக சேலாவாக (மகள்) முடிவு எடுத்து வற்புறுத்தினேன். மாதங்கள் பல மறைந்ததும் வடஇந்தியாவில் இருந்து அந்தத் தாய் வந்தும் எங்கள மாதிரி இரத்த உறவுகளால் துரத்தப்பட்டவர்களுக்கு வாழ்வையும், உறைவிடத்தையும் நிர்ணயிக்கும் ஜமாத்தைக் கூட்டினார்.

நான் பொண்ணா அவதரித்து, கண்ணாடியில் என்னை பாத்து ரசித்து ஆடினேன். அன்று நான்பிரபஞ்சத்தில் சுற்றித் திரிந்து நிலவாக வந்து என்குருவுக்கு சேலாவாக மாறினேன்.

என் படிப்பு முடிவு பெறும் நேரம் வந்ததும், எனக்குள் பெண் உணர்வு மேலோங்கி இருந்துச்சி. என் குருகிட்ட, 'நானும் வடயிந்தியா உங்களோட வறேன்'னு சொன்னேன்.

'வேண்டாம் பேட்டா... நீ படிச்சி நல்லபடியா இங்கையே இரு' என்றார்.

நான் முழுப்பெண்ணாக மாறவேண்டும் என்ற ஆசை. என்னை விடாமல் குருவிடம் ஆழமாக வற்புறுத்தினேன். 'நீ முழுப்பெண்ணாக வரணும்னா நிர்வாணம் செய்யணும், அப்பதான் நீ பெண்ணா மாறுவே' என்று குருசொன்னதும், 'நான் நிர்வாணம் செஞ்சிக்கிறேன். முதுகலைப் படிப்பு முடியட்டும்' என்று சொன்னேன்.

குருவின் குருவான மூதிர்நானியிடம் மும்பாய் அனுப்புனாங்க. நானி என்னை அரவணைத்து, அவர்கள் பரிவாரில் சேலாவாக்கி,

நிர்வாணம் செய்ததும் அன்று இரவு ஆர்பரிக்கும் திருவிழா நடந்தது. அன்று முழுயிரவு எங்கள் குலசாமி மாத்தம்மா முன் சாட்சியாக நான் முழுப்பெண்ணாக மாறினேன்!'' என்று உரைத்த சுகன்யாவின் முகத்தில் கலங்கிய நீர்வழிந்து அடையாற்றுக்கரை குட்டிச்சுவற்றை நனைத்தது. முனுசாமி அவள் கண்ணீரைத் துடைத்து, காலி பாட்டிலை சினத்தில் நெருப்பாக தூக்கி எறிந்தான். பாட்டில் சுவற்றில் பட்டு நொறுங்கி கிலிங்... கிலிங்... சத்தம் எழுப்பி தெறித்தது!

''ஏய்... அய்வாதமே!'' என்று தோளில் தொங்கிய துண்டால் அவள் முகத்தில் வழிந்த நீரை முனுசாமி உறிஞ்சி எடுத்தான். சுகன்யா அவனை இரு கரத்தில் இறுக்கி அவள் விழிநீரை இன்னும் வரவைத்து முனுசாமி உடலை நனைத்தாள்.

நான் வாழ்ந்து காட்டணும், ஒரு திருநங்கையாக இந்த நாட்டில் ஜெயித்துக் காட்டணும், திருச்சிக்குப் போகணும், என்ன பரிமளா கிட்ட இருந்து காப்பாத்து, கண்சிவந்து வருத்தத்தில் சொன்னாள் சுகன்யா. கும்மிருட்டில் மற்றொரு பாட்டிலும் வெற்றிடமாகி எலும்புத் துண்டுகள் இடையில் சரிந்து இருக்க, நாய் ஒன்று வாலைக் குழைத்து குரல் எழுப்பி இருவரைப் பார்த்திருந்தது. நீலம், சிகப்பு வண்ண விளக்கு மின்னிய காவல் ஊர்தி சத்தமெழுப்பி வர, சுகன்யாவை இந்தக் கெடுவுக்குத் தூக்கிச் செல்ல வருகிறது என்று முனுசாமி மண்டையில் ஒலியெழுப்பியதும், சுகன்யா கையை இறுகப்பிடித்து, குட்டிச்சுவற்றின் பின்னால் குதித்து ஓட்டம் பிடித்தான். சுகன்யா நாவில்பட்ட எலும்புகளைத் தின்ற நாய், காவலர்களைப் பார்த்து 'இவர்கள் இங்கு தேவையற்றவர்கள்' என்று குறைத்துக்கொண்டே இருந்தது. நாய்க்குக்கூடப் பிடிக்காத காவலர்கள் சுகன்யாவைப் பிடிக்க ஓடினார்கள்.

அடையாற்றுக்கரையில், கொழகொழத்த கரியநீரின் துர்நாற்றம், பொழிந்த குளிர்நீரில் கலந்து மேற்கூரை, மண்தரையிலும் நனைத்திருந்தது. பசியில் அல்லாடிய கொசுக்களில் பதபதப்புக்கு இடையில், துப்பட்டியில்லாமல் குளிர் நடுக்கத்தில் பொண்டாட்டி புடவையை இழுத்துப் போர்த்திய புருசன்மார்களும், அம்மாக்களின் மார்பு இடுக்கு வெப்பத்தில் குழந்தைகளும் அயர்ந்து உறங்கி இருந்தார்கள். முதிர் வயதை தொட்ட கிழவி, கிழவன்கள் குடிசை தாழ்வாரத்தில் குளிர்நடுக்கத்தில் ஒண்டி சுருண்டு இருந்தார்கள்.

பரிமளா நிதானமற்ற போதையில் எச்ச சாராயம் ஊற்றி, அடியாட்களை அழைத்து சந்தடி இல்லாமல் அடையாற்றுக்கரையில் சுகன்யாவை அலசினாள். வண்ணவண்ணக்கட்சி கொடிக்கம்பத்தின் அருகில், பொறிக்கித் தின்ற உணவை வயிற்றில் நிரப்பிய நாய்கள், கொடிக்கம்பத்தின் கீழ் சிறுபள்ளம் இட்டு உறங்கிக்கொண்டிருந்துன. மக்கள் நலம் பேணாத ஆட்சியாளர்கள் முகம்பதித்த சுவரொட்டிகளைத் தாங்கிய கருப்புத்தண்ணீர் தொட்டியின் பின்புற குடிசையில் இரண்டு அரைபாட்டிலை விழுங்கிய சுகன்யாவின் முணங்கள் கேட்டதும், பரிமளா மூக்கில் வியர்த்துக் குடிசையின் உள்ளே பார்த்தாள். முனுசாமி உதட்டில் நீச்ச வாடை கசிந்து, குறட்டையில் யாமத்தை தொட்டிருந்தான்.

சுகன்யாவின் தலைமுடி பரிமளாவின் கையில் இறுக்கி இருந்தது. சற்று இமையசைவில் அவள் உடல் அடியாளின் தோளில் அவள் கதகதப்புடன் பரிமாறி இருந்தாள். சைதாப்பேட்டை மேம்பாலத்தில் அங்கொன்று இங்கொன்று செல்லும், ஊர்திகளின் மஞ்சள் ஒளியில் சுகன்யா பரிமளாயிடத்துக்குக் கடத்தல் ஆனாள்.

காரிருள் தன்பணி முடித்து ஓய்வுக்காக நகர்ந்ததும், மஞ்சள் கதிர் வெளிவந்து கருப்பு தண்ணீர் தொட்டியின் கீழ்தேங்கிய நீரில் பட்டு குடிசையினுள் ஊடுருவிச் சென்றது.

முனுசாமி கண்கூசி விழித்துப் பார்த்தான். சுகன்யாவைக் காணாததைப் பார்த்ததும்,

''ங்கோத்தா! பரிமளா... எங்க வந்து ஊவ் டகுல்வேலைய காட்டுறே..? சுகன்யாவுக்கு ஏதாவுது ஆச்சி... ஊவ் தொழில் கெட்டுச்சிடி!'' என்று கத்திய சத்தம், தேங்கிய தண்ணீரில் பட்டுக் கலங்கும் அளவுக்கு விசையுடன் வந்து விழுந்தது.

3

சைதாப்பேட்டை ரயில்கேட் அருகில், ரயில் தடதட சத்தம் பாய்ந்து வர, செவத்தருகில் இருந்த முனுசாமி, கால்கள் பூமியதிர்வில் தாளம்போட்டு நின்றிருந்தான். பஞ்சவர்ணம் முல்லைமணம் பரப்பி, தொப்புலான் சொக்காயும், வண்ணம் வெளுத்தப் பாவாடையணிந்து அசைந்து வந்தாள். ரயில் சத்தத்தின் அதிர்வில் அவளும் கால் பதித்ததும், இருவர் முகங்களும் சந்தித்துச் சிரிப்பொலியில் பரவசமடைந்தார்கள்.

''காத்தடிக்குது... காத்தடிக்குது... காசிமேட்டுக் காத்தடிக்குது... எங்க திசை பாத்தடிக்குது... ஏழை சனம் கூத்தடிக்குது... ஊத்திக்கினு கடிச்சுக்கவா... கடிச்சிக்கினு ஊத்திக்கவா...''

மூன்று சக்கரமோட்டார் வண்டியின் ஒலிபெருக்கியில் பாடல் ஒலித்தது. பாடலுக்கு ஏற்றவாறு வடஇந்திய சிறு பெண் அழுக்கு உடையில் ஆடிக்கொண்டிருந்தாள். வயது கடந்த பெண்ணொருத்தி டோலக்கை நெஞ்சில் சுமந்து எப்போ பாட்டு முடியும்னு அடித்துக் கொண்டே, ''இங்க பாருங்கோ... சின்னப்பொண்ணு பல்டியடிக்கப் போறா... இன்னொறு பல்டி... அய்யாமாரே... அம்மாமாரே... ஆளுக்குப் பத்துரூவா போடுவாங்க. ஏய், பொண்ணே... போடுவாங்களா? போடுவாங்க...'' பணத்துக்காக டோலக் அடிக்கும் பெண் மனதில் நினைத்துக் காத்திருக்க, சின்னப்பொண்ணு காத்தடிக்குது பாடலுக்கு ஆடிக்கொண்டிருக்க, பஞ்சவர்ணம் முனுசாமி சிரிப்பொலி விட்டுவிட்டு அந்தப் பாடலுக்குள் சேர்ந்துகொள்ளாமல் இருவர் உள்ஆழத்தில் ஒலித்துக்கொண்டேயிருந்தது.

இருவர் சிரிப்பொலி மிதமாகக் குறைந்ததும், 'சுகன்யாவை... ன்னா பண்ண?' பஞ்சவர்ணம் கேள்வியை எழுப்பியதும், காத்தடிக்குது பாடல் இடையில் ரயில் சத்தங்களும் சேர்ந்திருக்க, வேடிக்கைப்

பாத்திருந்த கருப்பாயிகிழவி முனுசாமி, பஞ்சவர்ணம் சிரிப்பொலியை இடையிடையில் முண்டக் கண்ணை இருவர் மேல் பாய்ச்சியிருந்தாள். சுகன்யாவின் துயரங்களை, புயலில் சரிந்த மரங்களின் பட்டையை உறித்தாற் போல் அவள் வாழ்வை பஞ்சவர்ணத்திடம் பிரித்து வைத்தான் முனுசாமி.

''சுகன்யா பாவம், அதுகிட்ட இம்மா கதயிருக்கு... எவ்ளோ நல்லது செஞ்சிருக்கு. அந்த அக்காவைப் பற்றி முண்டைங்க... என் அம்மாக்காரிகிட்ட, உன்ன எசகு பிசகா சொன்னாளுங்க... எங்க அம்மா உன்ன தப்பாத்தான் நெனச்சின்னுகீது...''

''போடா கருப்பா... உன்ன எவளும் அடிமசுர புடுங்க முடியாதுமே..!'' பஞ்சவர்ணம் கூறி நெகிழ்ந்தாள்.

''த பாருமே... உன்கு புரிஞ்சா போதும். நான் நல்லதுதான் பன்னே. சுகன்யா பச்சவ. அவெ தைரியத்துக்கு ஜெய்பா. பெரிய ஆளா வருவா. நீ வோணா பாரு!'' சுகன்யாவின் நெஞ்சுறுதியைச் சொன்னான் முனுசாமி.

முனுசாமியின் அடி வயிற்றின் சூட்டை உறிஞ்சிய வெள்ளிக் கொலுசை லுங்கி இடுப்பு மடிப்பிலிருந்து முனுசாமி எடுத்து பஞ்சவர்ணத்திடம் கொடுத்தான். கொலுசு உள்வாங்கிய அவன் சூட்டை அவள் உள்ளங்கையில் வெதுவெதுப்பு வெப்பமாக ஏறியதும் ''அய்யோ... ஏங் ஆத்தாக்காரி கிட்ட... இந்த மாறித்தான் நத்தநத்தயான கொல்சு கேட்டேன். இதோ... இதோனு... வாங்கித்தரனு சொல்லினே இர்ந்துதா... ஏங் கருப்பன்... நீ ஏங்... கருப்பன்தான்!''

ஆசை வார்த்தைகளைக் கொட்டித் தீர்த்து அவன் நெற்றியில் அவள் உதட்டை இச்... இச்... சத்தத்தைப் பதித்தாள். அவன் உணர்ச்சி மயக்கத்தில் தள்ளாடினான். பஞ்சவர்ணம் அவள் காலை சுவற்றின் மீதுவைத்து, ''இன்னா பாக்குறே... போட்டுவுடுமே'' மனக்களிப்பில் அவன் மனதைத் தொட்டு அணைத்தாள். அவன் கொலுசைப் போட்டுவிட்டதும், கலகலப்பு பல்லோசையை சிதறவிட்ட பஞ்சவர்ணம் புட்டத்தை மென்மையாக அசைத்து நடந்துபோனாள். கொலுசு ஒலியைக் கேட்டு செவத்தின் மீது தலைசாய்ந்து, உள்வாங்கினான் முனுசாமி. கருப்பாயி கிழவியும் பஞ்சவர்ணம் எழுப்பிச் செல்லும் முத்துகளின் ஒலியை செவியில் நிறப்பி, நத்தைக்கண்களை உருட்டி நகர்ந்தாள். மூன்று சக்கரவண்டி காத்தடிக்குது பாடல் முடித்துச் சென்றதும், அதனைப் பின்தொடர்ந்து முனுசாமியும் பற்களை வெளிக்காட்டி நகர்ந்து சென்றான்.

கருப்பாயிக் கிழவி சம்பங்கி பூக்கடையில் சொய்ருண்டை, டீயை குடலில் இறக்கிக்கொண்டே காத்தடிக்குது பாடல் பின்புலத்தின் நிகழ்வைப் பற்றி, வேப்பிலை மகிமையில் மந்திரிச்சதில் சம்பங்கி பெருத்த உடலில் முண்டக்கன்னி வந்து, கூந்தல் பிரிந்து ஆடி, ஊரை ரெண்டாக்கி, அசதியில் உறங்கச் சென்ற மக்களை முனுசாமி வீட்டின் வாசலில் குவியவைத்தாள். சனங்கள் புதுநடை இரவுக்கூத்துக்கு வரிசை வரிசையாக வந்துகொண்டிருந்தார்கள். தொப்புலான் மட்டும் சீக்குவந்த கோழியாக தலைபிரண்டு, கண்களைப் பிதுக்கி இருந்தான். பஞ்சவர்ணம் குறவனின் வலையில் அடைபட்ட தவுட்டுக் குருவியை போல், அவள் வீட்டு கதவருகில் தலையை நீட்டி, ஓடியம் ஓடியமாக சிந்தும் அம்மாவின் சொற்களைக் காதில் திணித்து, வசவுசொல்லின் அர்த்தத்தை அச்சத்தில் தேடிக்கொண்டிருந்தாள்.

''முண்டச்சி... ஊவ் பையனுக்கு ஏங் வூட்டுப் பொண்ணு பாய்ய விரிக்கணுமா..? தோ... விரிப்பா. வாய்யப் பொளந்துன்னு இர்டி, பிளாட்பாரத்துல எர்ந்து துண்ணவளே... ஏங் அண்ணன மடக்கி இஸ்த்துனு வந்தவதானே. புத்தி எங்கபோவும்..? நாலணா... ஒய்ச்சி சம்பாதிக்க வக்கில்லாத நாயே! வூட்டு வேல செஞ்சு வவுத்த கழுவுற முண்ட.... நாளெல்லாம் ஒடம்பு ஒய்ச்சி துண்ற ஏங் வூட்டுப் பொண்ணு உனக்குக் கேக்குதா? அந்த நரம்பன பொட்டச்சிகிட்ட போய் கவுந்துக்க சொல்லு...''

சம்பங்கி கருவிக்கொட்டி, இரவு அடவை அரவத்தில் சுவாரசியம் கூட்டிக்கொண்டிருந்தாள். உறக்கம் தட்டாதவர்கள் ஓடிய சொற்களைக் கேட்டு, நமட்டுச் சிரிப்பில் தள்ளாடி நின்றிருந்தார்கள்.

கோவிந்தம்மாள், ஓடிய சொற்களை அறைவேக்காடாகப் புரிந்து, மெதுவாக வாய்திறந்து, ''த பாருமே... மருவாதையா பேசு. ஏங் வாயிலையும் வண்டவண்டையா வந்துடும். இந்தப் பாடுக்கு அப்பவே சொன்னேன். அவெ ஒறவு மசுரு நமக்கு வேணான்னு...'' சிறுநடுகத்தில் பேசினாள்.

சம்பங்கி மூச்சியிறைத்து, ஐம்புலன் சினம் ஏறி, சாணம் மெழுகிய தரையைக் கால்களில் பெயர்த்தெடுத்து, ''ஏங் வூட்டு பொண்ண மடக்கிப் போட்டுட்டு... ஒக்காந்தி துண்லான்னு நென்சிங்களா? ஏங் பொண்ணு இர்கிர பவுசுக்கு கால்தூசி வருவானா ஊவ் புள்ள? ஒய்ங்கா வேலைக்கிப் போக துப்புயில்லதா ஏர்ந்து துண்ர பாடு... ஏவ் வூட்டு மருமவனா... ? எச்ச குடிக்கி நவ்வுக்குட்டி மாறி பொட்டச்சி பின்னாடி சுத்துர தூம நாய்ய்யி... ஏங் புள்ளைய பொத்தி பொத்தி வளத்தேனே...

அவெ மன்ச ஆத்தாலும் மவனும் கெடுத்தீட்டிங்களே... நீங்க நல்லா இர்க்கமாட்டீங்க...!''

விழிகள் கலங்கி, மண்ணை அள்ளி கோவிந்தம்மாள் முகத்தில் வீசினாள். புழுதி, சுற்றிடத்தில் நின்ற சனங்களின் கண்களை தேய்த்ததும், சம்பங்கி சேலையை இடுப்பில் சொருகி சிவந்த மிளகாயாக எரிந்துகொண்டிருந்தாள்.

''டேய்... நீ பெத்த பொண்ண ஒறவு வேணான்னு ஒதுக்குன நாய்ங்க மய்கிடிச்சிங்க! ஊவ் ரத்தம் கொதிக்காம பொணமா நிக்கிறீயேடா தூம!''

தொப்புலானின் சொக்காயைப் பிடித்து, சம்பங்கி உலுக்கி பம்பரமாக மூன்று சுற்று சுற்றி எடுத்ததும், தொப்புலான் கீழே தடுமாறி விழுந்து, சம்பங்கி கையை உதறி எழுந்து, அசுரகோவத்தில் பூமியதிர்வுகளை ஏற்படுத்தி, வீட்டை நோக்கி ஓடினான். ஊர் மக்கள் மனம் தள்ளாடி, ''இன்னிக்கி ஒப்பாரி ஓலம் நடக்குமே... யார் உசுரு பிரியுமோ..?'' குரலை அரவமாக எழுப்பினார்கள்.

கருப்பாயி கிழவி, ''அய்யய்யோ... இன்னிக்கு ரத்தக்களறி நடக்கப் போவுது. அவன்வேற ஓடுறான்... கோவத்தில் பொணம் விழுந்தா நாமதான் கஸ்டப் படுணும். வாடி பெண்ணே... காத்தாலப் பேசிக்கலாம்'' குலை நடுக்கத்தில் சம்பங்கியைக் கிழவி இழுத்தாள்.

''வாய் செத்தவன இப்டி உசுப்பிட்டாளே. அவெ ஓடுரத்த பாத்தா... ன்னா நடக்குமோ? இன்னிக்கி செவராத்திரிதாண்டி. தொப்பிச்சட்டக்காரன் கையில போடுற இரும்புக் காப்ப எடுத்துனு வரபோறான்!'' கண்ணம்மா அங்கலாயித்துக்கொள்ள...

ஊர்மக்கள் இன்றைய கூத்து சுவாரசியம் எட்டியதால் அலுப்புத்தட்டாமல் விசாலமாக இடம்பிடித்து இரவு அடவுக்காக நின்றார்கள்.

''யக்கா நீவேற... அந்தத் தொப்புலான் அவெ முந்தானையை புடிச்சுக்குனு மோந்துனு கெடக்கும்... அது எப்படித்தான் அவகிட்ட படுத்து இந்தப் பொண்ணப் பெத்துச்சோ?'' அஞ்சலை எளக்காரமாகச் சொன்னாள்.

''அப்பிடித்தான் அனுக்கு[12] அனுக்குன்னு செல்வராஜியைச் சொல்லி கச்சில் அந்த ஆராய்முண்ட அவென உசுப்பி எடுத்து அவெ மருமவனையோ கத்தியில குத்தவச்சா. பாவம் அது வய்சான காலத்துல பெயில்ல வந்து... பின்ன ஆயில்ல போய் ஜெயில்ல குந்திணுக்கீது.

இந்தக் காலத்துல ஆரையும் நம்ப முடியாதுடி!'' கண்ணம்மா சொல்லி கண்ணை உருட்டி விழிக்க...

தொப்புலான் ஓடிவருவதைப் பார்த்த பஞ்சவர்ணம், உள்ளாடை உடல் நீரில் நனைந்து, தண்ணீர்த் தொட்டியின் பின்புறம் மறைந்தாள். தொப்புலான் வீட்டின் உள்ளே வந்து மூச்சிறைத்து நின்றான். அவன் முகம் வீங்கியவனாக, கல்நார் ஓடுகளை இணைத்திருக்கும் இரும்புக்குழாய் இடுக்கைப் பார்த்தான். ரத்தவாடை நுகராத மூன்றடி கத்தி, இரும்புக்குழாய் இடுக்கில் சொருகி இருந்ததை எடுத்து, கால்களை எட்டிவைத்து ஓடிவந்தான். அவன் கால் பதித்த சுவடுகளில் மண்பேந்து மேல் வந்தது.

கும்மிருட்டில் ஊர்சனங்கள் நடுக்கத்தில், அலரல் சத்தம் மயான ஒலியாக ஒலித்தது. முருங்கை மரத்திலும், குடிசைகளின் மேல் உறங்கியிருந்த கோழிகளும் அச்சத்தில் சிதறிப் பறந்தோடியன.

''யக்கா, நீ சொன்னது செரிக்கா. இன்னிக்கி ஆருதல உய்யபோவுதோ! பாவி சிரீக்கி... வாய் செத்தவன கொலகாரனா ஆக்கப்போறாளே!'' அங்கம்மா பதறி இருவரும் மிரண்டு தவிக்க...

அங்கே கூடிய சிறுபிள்ளைகள், தொப்புலான் கத்தியைப் பார்த்து கலகலவெனச் சிரித்து, குதித்து ஆடினார்கள். கத்தி நாணத்தில் வெலவெலவென நெளிந்து, நடுக்கத்தில் கத்தியும் ஆடிக்கொண்டே வந்தது. சிறுபிள்ளைகள் மறுபடியும் கத்தியைப் பார்த்துச் சிரிப்பை உயர்த்திப் பளபளத்துச் சிரிக்க, கத்தி இன்னும் நாணலைப் போல் வளைந்து வெட்கத்தில் முழுகிக் கிடுகிடுவென ஆடியது.

''என்னாய்யா கத்தி இது... காமெடி கத்தியா இருக்கு!'' குழந்தைகள் பழைய நினைப்பில் சிரித்தனர். (தொப்புலான் ஒரு பங்களாவில் வண்ணம் தீட்டிமுடித்து, சாய்ந்தரம் தோட்டத்தின் குழாயடியில் கைகால்களைக் கழுவியதும், கழிவுநீர்க் கால்வாயின் நீரோரம் புள்வெட்ட முடியாத கத்தியைத் தோட்டக்காரன் தலைசுற்றி, காறித்துப்பி வீசியெறிந்த மொக்கைக்கத்தியை எடுத்து வந்து வீட்டின் கல்நார் ஓட்டை இணைக்கும் இரும்புக்குழாய் இடுக்கில் சொருகி வைத்திருந்தது நினைவுக்கு வர) அந்தக் கத்தியைத் தூக்கி மனித ரத்தம் பார்க்க ஆக்ரோசமாக தொப்புளான் ஓடிவந்தான். துருயோறி, கூர்மை காணாமல் மறைந்த போன கத்தி நாய்வாலாலாக ஆடி ஆடி வந்தது. சிறுபிள்ளைகள் மறுபடியும் உரக்கப் பல்லிளித்தார்கள்.

தொப்புலான், குவிந்த மக்கள்திரளை நெருங்கி வந்ததும், பெண்களும் கத்தியின் மூஞ்சைப் பார்த்து நமட்டுச் சிரிப்புச் சிரிக்க, கத்தி மறுபடியும் வெட்கத்தில் தலைசாய்ந்து கவுந்துகொண்டது.

கத்தியுடன் மூச்சிறைத்து ஓடிவந்த தொப்புலானைப் பார்த்த சம்பங்கி, ''வெட்டுடா அவெள... வெட்டு! அந்தத் தூமச் சிரிக்கிய வெட்டு!'' இருளில் காட்சிப் பொருளாகப் பறந்துகொண்டிருக்கும் கட்சிக்கொடிகளும் அவமானத்தில் தலைசாயும் அளவில் உரக்கக் கத்தினாள் சம்பங்கி.

கஞ்சிதொழ்த்த வெள்ளைச் சொக்காயும், நீலவண்ணக் கரைபதித்த வேட்டியில், பிரியாணிப் பொட்டலம் வாசத்துடன் அம்பேத்குமார் தாத்தா, தோல் காலணியுடன் கைகளை வீசி வீசி நடந்து வந்தார். ஒரு விரலில் அவர் நேசித்த மாமனிதர் அண்ணல் முகம் பதித்ததும், இன்னொரு விரலில் உலகத்தைப் பொதுவுடைமைச் சிந்தனையில் மாற்றியமைத்த காரல் மார்க்ஸ் முகம் பதித்ததுமான ரெண்டு தங்க மோதிரங்கள் மின்ன, அங்கு வீசிய வசவு வார்த்தைகளை செவி துவாரத்தில் விழுங்கியவாறு நடந்து வந்தார்.

''ஏய் பொண்ணே... பட்லர் தாத்தா வருதுடி!''

துண்டுப் புகையிலை எச்சிலை சொதப்பிய குரல் கேட்டதும், வேடிக்கை தித்திப்பில் திளைத்தவர்கள் பட்லர் தாத்தாவைப் பார்த்து இடத்தை விசுக்கென்று காலிசெய்து நகர்ந்தார்கள்.

தொப்புலான்,அய்யனார் கணக்காகக் கத்தியைத் தூக்கி, முறுக்கு மீசையில்லாமல் நின்றிருந்தான். ''யோவ்... கத்திய மறவா போடுய்யா. தாத்தா வருது'' சம்பங்கி கத்தியைப் பிடிங்கி கால்வாய் ஓரம் வீசிவிட்டு, அம்பேத்குமார் தாத்தாவைப் பார்த்தாள்.

முனுசாமி வீட்டின் இடத்தில் இருந்த கூட்டம், வடுதெரியாமல் பிணம் புதைந்த மயான அமைதியாக இருந்தது. தாத்தா அருகில் வந்து, ''உங்களுக்கு இதே வேலத்தாண்டி... வண்டவண்டையா பேசுக்கினு, முடியபுடிச்சி சண்டபோடுரதாவே இருங்கடி. மதிப்பு தானா உங்களைத் தேடிவரும். புள்ளக்குட்டிங்களைப் படிக்கவைக்காம இப்படி லோல்படுறீங்க. படிக்கவைங்கடி... தானா அதிகாரம் கெடைக்கும்னு சொன்னா யார் கேக்குறீங்க? சம்பங்கியைப் பார்த்து போடி வூட்டுக்கு... காத்தால பேசிக்கிலாம்!'' என்றார். சம்பங்கி வாயை இறுக்கி நகர்ந்து

சென்றாள். முந்தானையைக் கசக்கி நின்ற கோவிந்தம்மாவிடம், ''அவெ உனக்கு நாத்தனாருதானே? அவெ பொண்ணு உனக்கு மருமவளா வரலான் தானே? அவத்தான் வாய்பெருத்தவ... அவகிட்ட எதுக்கு நீயும் ஜீம்பினு இருக்கே... நாலு சொந்த சனத்த கூட்டி வந்து அவள இழுத்து உன் புள்ளைக்குக் கட்டிவை. அப்புறம் இன்னத்தா பண்ணுவா? எங்க உன் புள்ள?

''டேய்... தாத்தா வந்து கீதுடா...''

வீட்டின் உள் ஒளித்து வைத்திருந்த முனுசாமியை அழைத்தாள் கோவிந்தம்மாள். அன்பான தாத்தா, அனைவருக்கும் புத்தி சொல்லும் அம்பேத்குமார் தாத்தா வந்ததை அறிந்து வெளியில் வந்தான் முனுசாமி. தாத்தா கையில் உள்ள பிரியாணி மணத்தில், ஈரம் காயாத பால்மடியை சொமந்த வெள்ளை நாய் மேப்பம் பிடித்து நகர்ந்து வந்ததும், கோவிந்தம்மா வெள்ளை நாயை விரட்டியடித்தாள்.

''வேலவெட்டிக்குப் போகலன்னா... உன் அத்த எப்டிடா பொண்ண குடுப்பா? ஒரு வேளையாவது அவளுக்கு கஞ்சு ஊத்தணும்... இன்னாடா பன்னப்போறே..?'' தாத்தா நியாயத்தை முனுசாமி மண்டையில் வைத்தார்.

''வேலைக்கி மாநகராட்சியில எய்தி குடுத்துட்டு வந்திர்கே... ரெண்டு நாள்ள வேல கெச்சிடும் தாத்தா..'' கண்ணை தரையில பார்த்து பதிலிட்டான் முனுசாமி.

''உன் தாத்தா பூட்டன் செஞ்ச வேலையா? நல்லா அள்ளுடா... அடுத்தவன் பீயும், குப்பையும் அள்ளுரதே உங்க பொழப்பா போச்சி... உன்ன சொல்லி குத்தம் இல்லை... அழுகி கிடக்குற நிறைய பழமை இங்ககொட்டி இருக்கு, அத்த மொதல்ல நெருப்புல எரிக்கணும், போராடுற மாதிரி யாருக்கும் இங்க தைரியம் இல்லை. போராடற மாதிரி போறானுக அப்புறம் அவன் சொன்னானு சொல்லி, ஆண்டவன் கிட்டையே ஒட்டிக்கீறான்னுக. இங்க நாப்பத்தேழுக்கு முன்னாடி நடந்த மாறி நடக்கணும். இன்னொரு தேசத் தலைவன் பொறந்து வரணும். இத எத்தினிவாட்டி சொன்னாலும் உங்களுக்கு விளங்காது, உங்கள அப்படித்தான் வைச்சினுகீறான்க ஆண்டவனும், பேன்டவனும்...'' படர்ந்து கிடக்கும் வலியைக் கூறி கோவிந்தம்மாவிடம் காத்தால போய் அவகிட்ட பேசு. வாய ரொம்ப பொளந்தாள்னாவா... நான் வந்து பேசுறேன்'' என்று ஆறுதலை அள்ளி வழங்கி பட்லர் தாத்தா நகர்ந்து சென்றார்.

''பட்லர் இந்த வயசிலயும் கெழவிக்கு மாசமாசம் பிரியாணி வாங்கியும், மாம்பலத்தாண்ட பன்னீர்பொய்ல, சீவல், காமார்வெத்துல வாங்கி வந்து போவுது. எல்லாத்தையும் அவெள சாப்பிடவைச்சி, துட்டும் கொடுத்து வருதுக்கா...'' இந்த ரகசியத்தை அஞ்சலை வெளிபடுத்தியதும்,

''கெய்வி திமீர்லியோ அய்ஜா. அவெ அம்மாக்காரி அவெள ராணிமாதிரி வளத்தா. அப்பாவே அம்பேத்குமார் அண்ணனையே கட்டியிருந்தா நல்லா இர்ந்துருப்பா. அம்பேத்தண்ணே இர்ந்து இர்ந்து பார்த்து அது கண்ணாலம் பண்ணினு கிண்டியான்ட போயிடுச்சி. அது புள்ளங்கள பெத்து, வள்த்து பெரிய உத்தியோகத்துல கீதுங்க!''

''அதுக்கின்னா... புள்ளைங்களால ராஜா மாதிரி உக்காந்தி துண்ணுதா. இவெ சீக்குப் புடிச்சிக்கினு இர்ம்பி இர்ம்பி, கருக்கல வித்துக்குனு, லோல்பட்டுன்னு கெடக்குது!'' கண்ணம்மா பழைய கதை ஏடுகளை திருப்பி வாசித்து இருவரும் நகர்ந்து சென்றார்கள்.

வடித்த சோறு போண்சட்டியில்[13] கவுந்துகிடக்க, தோஞ்சல் கொழம்பு தேய்சாவில் ஆறியிருக்க, சம்பங்கி எதிரில் பஞ்சவர்ணம் கண்ணீர் காய்ந்து, செவத்தில் சாய்ந்து அமர்ந்திருந்தாள். இருவருக்கும் இடையில் தொப்புலான் விழிகளை அசைத்து,

''பொண்ணே, சோத்தத் துண்ணுட்டுப் படு... காலம்பர பேசலாம்.''

சம்பங்கியைப் பார்த்து, பயத்தில் மகளிடம் சொன்னான் தொப்புலான்.

''அவ்ளுக்குத்தான் புர்சன் சோக்கு வந்துடுச்சு. பாய்யப்போட்டுத் தொடைய விரிக்க புர்சன தேடிட்டாளே..! எங்கே தொண்டையில சோறு எறங்கும்? பாய்ய விரிச்சிக் கொடுத்தா புள்ளபெத்துக்குவா. எந்த நாய் குடிக்காம கீரான். எல்லா எர்ந்த நாயும் குடிக்கிரான்னுக; பீடி, சிகிரேட்டு அடிக்கீரான்னுக; விருப்பப்பட்ட பொண்ண இஸ்த்துக்குனு ஓடுறான்க... இதெல்லாம் நாங்க வேணான்னு சொன்னனா? நரம்பன் ஒரு ஆம்பளையாடி? பொம்பளைய பாக்க வக்கில்லாத போயி பொட்டைய மோந்துகுனு இர்கான்... ஒதவாத தூம! அத்ததாண்டி ஊரே காறித்துப்புது!'' சம்பங்கி வசவுச் சொல்லைச் சேர்த்துப் பொறித்துத் தள்ளியது.

''உக்வும்... ஊங்கிட்ட எறந்து துண்ணவளுங்க பேச்சக் கேட்டு நீ ஆடுறே...''

''மாமாவ பத்தி உன்கு இன்னா தெர்யும்..? சுகன்யா அக்காவுக்கு மாமா எவ்வளவு நல்லது செஞ்சுகீது தெர்யுமா? பொட்டைங்கன்னா எல்லாத்துக்கும் எளக்காரமா போச்சி. அவுங்களும் மன்சாளுங்கதானே. எந்த நாதாரிக்கும் அது தெர்ல...'' பஞ்சவர்ணம் வெகுண்டு எழுந்து, மனதை இறைத்து, கன்னத்தில் வழிந்த நீரைத் துடைத்துவிட்டு,

''சுகன்யா அக்காவுக்கு மாமா ன்னா பண்ணுச்சித் தெர்யுமா? ஐவ்வு, கௌதமண்ணே, பெருமாளு, செல்வண்ணே எல்லாம் பரமு கெய்வங்கிட்டப் போனாங்க. உடனே பரமு, 'இன்னாங்கடா காத்தாலையே வந்துட்டீங்க... எவ்ளும், எத்ததையும் கய்வுல... அதுக்குள்ள வந்துட்டிங்க. கால்பாட்டில் வங்கின்னு வந்துயிக்கிங்களா?'ன்னு கேட்டான். மாமா குடிசைக்குள்ள சுத்திச்சுத்திப் பார்த்தாரு. இதப் பார்த்த பரமு, 'இன்னாங்கடா முழிக்கிறீங்க... எவ்ளும் கலர் சாராயத்தக் குடிக்காம வரமாட்டாளுங்க. துட்டாவது எடுத்துனு வந்திருக்கீங்களா?''னு கேள்விகளா அடுக்கிக்கினே சிகரட்ட குடுச்சினு குடிசை வாசல்ல உட்கார்ந்திருந்தான். 'ஏய் கெய்வா... பரிமளான்னு தவுலத்து கட்டுரத்தெல்லாம் இங்க வேணா... ஒய்ங்க சுகன்யாவ அனுப்பு'ன்னு மாமா அதட்டுச்சு.

'ங்கோத்தா... நீங்கதான் நேத்து அவளத் தூக்குனதா? இதுங்க மேல ஏன்டா உங்க வீரத்தக் காட்டுறீங்க?'ன்னு விவாதப் பேச்சு குடிசைக்குள்ள தெறிச்சதும் மற்ற திருநங்கைகள் புரிஞ்சுகினு, 'சுகன்யா, இதுதான் நல்லசமயம்... நீ தப்பிச்சுப் போயிடு. இங்கயே இருந்தினா மும்பாய்க்கு வித்துடுவா பரிமளா. நீயாவது நல்லா இருடி. நம்ம கொலதெய்வம் மாத்தம்மாவ வேண்டி பரிச்சைய நல்லா எழுதி, நல்ல இடத்துக்குப் போடி. அப்புறம் எங்கள மறந்துறாதடி'ன்னு சொன்னதும் சுகன்யா பையுடன் வெளியில வந்து நின்னுச்சு.

பரமு முகத்துல இருந்த வெள்ள மயிர் துடிச்சு எழுந்திரிக்க, உடனே மாமா, பரமுவின் ஜடை முடியைப் பிடிச்சு, மீன் வெட்டும் கத்தியைத் தொண்டைக் குழியில் வைச்சான். சுகன்யா அங்கயிருந்து ஓடி சைதாப்பேட்டை பஸ்டேண்டுல தயாரா நின்னுட்டிருந்த கௌதமோட ஆட்டோல ஏறிக் கிளம்பினா.

பின்னே மாமாவும் ஓடிவந்து ஏற, ஆட்டோ வேகத்தைக் கக்கி மின்னலாகப் பறந்துச்சு. பரமுவும் அடியாட்களோடு ஆட்டோல துரத்திவர, மாமாவுக்குத்தான் சந்துபொந்து எல்லாம் தெரிஞ்சதால சுகன்யாவுக்காக பத்திரமா கோயம்பேடு காய்கறி மார்க்கெட்டுல

வைச்சிடிச்சு. பரமு, கோயம்பேடு பஸ்டேண்டுல அலசி, அலசி மூச்சடைந்து, பக்கத்துல இருந்த டாஸ்மாக்குல போய் பாட்டில் பாட்டிலா கொடல் எரிச்சலோடு எறக்கி கோழித்தலை, கோழிக்காலு, தீனிப்பை எல்லாத்தையும் வவுத்துல ரொப்பி மயங்கிப் போனதும், அடியாட்கள் பரமுவைத் தூக்கி ஆட்டோவில் மூட்டைமாதிரி போட்டு தூக்கினுப் போனாங்க.

மாமா ராத்திரி வெரிக்கும் அல்லாடின்னு இர்ந்து, கோயம்பேடுல சுகன்யக்காவ பஸ் ஏத்தி அனுப்பிச்சி, திருச்சியில் காத்தல எஸ்ஐ பரிச்சை எய்திய சந்தோசத்துல ஒலக்கராஜ் அண்ணாச்சி கடைக்கி போன் போட்டு மாமா கிட்டபேசுச்சி. என்னமா அய்துச்சி தெரியுமா? மாமா கண்ணுலையும் மலமலய்யா தண்ணீ வந்துச்சி. யம்மா சந்தோசம் சுகன்யக்காவுக்கு!'' பஞ்சவர்ணம் தேம்பித்தேம்பி அழுதாள்.

முனுசாமி என்கிற மனித இனத்தின் நேர்மையான புதையலை மறைத்து வைத்ததைத் தோண்டி எடுத்து, அம்மா முகத்தில் தேய்த்து அழுது, சுவற்றில் சாய்ந்து வெம்பிய குரலில்,

''ஊர்ல அதுப்புல முந்தானைய போட்டவ பேச்சக் கேட்டு மாமாவ கெட்ட கெட்ட பேச்சி பேசுனே... அது மன்சு உன்கு ன்னா தெரியும்?'' பஞ்சவர்ணம் சொன்னதும், சம்பங்கி மகளை வெறிச்சிப் பார்த்தாள்.

பஞ்சவர்ணம் கண்களைக் கசக்கி, ''அப்பாலிக்கா... சுகன்யக்கா பாஸாயிடுச்சினு சொன்னுச்சி. மாமாவ ன்னா சொன்னிச்சி தெரியுமா? 'முனுசாமி... நான் இந்த உலகத்துல ஒரு சாமியக்கூட பாக்கல... கல்லக்கூட சாமின்னு சொன்னாங்க. நான் நம்பல. உன்னத்தான்டா நான் சாமியா பாக்குறேன். என் வாழ்நாள் பூரா நீ தாண்டா எனக்குக் குலதெய்வம்... என்னப் பெத்த அம்மா, அப்பாவும் நீதான்'னு சொல்லி அழுதா. 'என் தங்கச்சிய சீக்கிரமா கட்டிக்கோ... சீர்ரெல்லாம் நாந்தான் செய்வேன்'னா. தங்கச்சினா ஆரு? என்னத்தான் சொன்னிச்சி. ஊவ் வவுத்துல பொறக்காத ஒரு அக்கா எனக்கு... மாமா மேல எம்மா உசுர வைச்சின்னு கீது? சுகன்யக்கா மேல மாமாவா ஆச வைச்சது..? இப்ப சொல்லு... மாமா கெட்டவரா? சொல்லும்மா?'' பஞ்சவர்ணம் மனதைத் தொட்டவனுக்காக குடும்ப நீதிமன்றத்தில் ஆதாரத்தை வைத்து வழக்காடினாள். வழக்கில் தோல்வி முகம் துவண்டு கூண்டில் நிற்பதை உணர்ந்த சம்பங்கி, 'கூடுவார் பேச்சைக் கேட்டு தோற்றுவிட்டோமே' என்று கழுத்துத் தொங்கி, அவள் கண்ணொளி, தரையில் விரித்த கோரைப் பாயால் இழுபட்டு ஒளியற்று மங்கியது.

''இவெ கர்வம்தா ஆம்பளய விட கனமா கீதே... அதான் கண்ட முண்டச்சிங்க முந்தானை விரிச்சி கூவுரதெல்லாம் காது குடுத்தாளே. யாரு மூஞ்சில இன்னா இர்க்குதுனு பாக்குர்த்தில்ல. இங்க எவெ பவுஸ்சும் ஒஸ்தி இல்ல. போடி பொண்ணே... சோத்த துண்ணுபுட்டு படு!''

தொப்புலான் முடிச்சி போட்டதில் இருந்து முதல் தடவையாக அனுக்காக இருந்து, ஆணாக சம்பங்கி மூஞ்சைப் பார்த்துச் சரளமாக பேசியதைப் பஞ்சவர்ணம் அதிசயத்துப் பார்த்தாள். தட்டில் சோத்தைப் போட்டு, தோஞ்சலை அள்ளிக் கொட்டி, சோத்து குண்டானையும், தோஞ்சல் தெய்சாவையும் சம்பங்கியிடம் வைத்து சோற்றைப் பிசைந்து சாப்பிட்டாள்.

சம்பங்கி தட்டில் சோத்தையும், தோஞ்சலையும் போட்டு, ''தே... இந்தாமே...'' தொப்புலானிடம் கொடுத்து அவளும் சாப்பிடத் தொடங்கினாள். பல் இடுக்கில் சிக்கிய தோஞ்சலை விரல் நுனியில் கீறி எடுத்து, பற்களில் மென்றவாறு பஞ்சவர்ணம் அம்மாவைப் பார்த்தாள்.

''ஊவ் அத்தக்காரிய பொய்து விஞ்சதும் நல்லநேரம் பாத்து சாந்தரம் வூட்டுக்குவரச் சொல்லு. அவெ சனத்துங்கள கூட்டின்னு வராம போயிடப் போறா... எல்லாரையும் கூட்டினுவரச் சொல்லு. இந்த சம்பங்கி எவ்ளோ சனம் இர்ந்தாலும் வடிச்சிக் கொட்டுவா. பூ பய்யம் வாங்காம வெறுங்கையோட வந்து குந்தீக்க வேணான்னு சொல்லு. அவன நீட்னஸ்சா துணியப் போட்டுனு வான்னு நீயே சொல்லுடி! சம்பங்கி மருமவன்னா நல்லா பவுசா இர்க்கணும். அந்த நாய்க்கு இதெல்லாம் தெரியாது'' என்று முனுசாமியை ஏகத்தில் சம்பங்கி நசுக்கி எடுத்து விட்டு தொப்புலானைப் பார்த்து,

''தெ பாருமே, ஊவ் சொந்தபந்தத்துக்கிட்ட சொல்லிடு... அவ்ளுக்குச் சொல்லல, இவ்ளுக்குச் சொல்லலைன்னு என்கிட்ட பாவாடைய தூக்கினு ஆடவேணா. ஊவ் தங்கிச்சிக்காரி கிட்ட முக்கியமா சொல்லு... அப்புறம் என் அண்ணன அனுக்கு மாதிரி வச்சிகினு கீரான்னு மார்ல அச்சிகினு, காளியாத்தா மாதிரி குதிப்பாளுங்க. அந்தக் கெய்விய... அதாய்யா, ஊவ் அம்மாக்காரிய பீமூத்தரம் பேண்டாலும் தூக்கினு வரச்சொல்லு. நாள பின்ன கெய்விய உட்டுட்டு நிச்சயம் பண்ணோம்னு வானத்துக்கும் பூமிக்கும் சிலுத்துக்குனு ஆடுவாளுங்க... அப்பறம் ஊவ் அக்காகாரிக்கு காத்தாலயே சொல்லிடு... நம்ம பொண்ண குடுக்கலைன்னு எருமசூத்தி நல்லநாளுன்னு பாக்காம

பிரச்சனை பண்ணறேன்னு அவுத்துப்போட்டுக் குதிப்பா. இன்னாமே... புரிஞ்ஜீதா..?'' மங்கிய ஒளியில் விசுக்கு விசுக்கு என அனுக்காக சம்பங்கி சொல்லுக்கு தலையசைத்தார் தொப்புலான்.

பஞ்சவர்ணம் எழுந்து ஓடி, முனுசாமி வீட்டுக்கு வந்தாள். முனுசாமி சோகம் உருண்டோடி கரும் மேகத்தைப் பார்த்து அமர்ந்து இருந்தான். பஞ்சவர்ணம் மூச்சிரைத்து நின்றதும்,

''இன்னாமே... இந்த நேரத்துல வந்திருக்கே..? ஊவ் அம்மாக்காரி தொரத்திட்டாளா?'' முனுசாமி ஏதும் அறியாதவனாகக் கேட்டான்.

''ஏய்... கருப்பா... அத்த எங்க?''

''அது உள்ள படுத்துனு கீது'' என்றதும், பஞ்சவர்ணம் வீட்டின் உள்ளே போக, கோவிந்தம்மாள் உறக்கத்தை இழந்து படுத்திருந்தாள்.

''அத்த... அத்த...'' என்றதும் உடனே எழுந்த கோவிந்தம்மா, ''ஏன்டி பொண்ணே, ஊவ் ஆத்தா ஆடுன ஆட்டம் பத்தலையா..? நீ ஏதுக்கு இங்கே வந்தே..?''

''அத்த... எங்க அம்மா ஒத்துக்கிச்சி. நாளிக்கி சாந்திரம் வூட்டுக்கு நல்லநேரம் பார்த்துவர சொன்னுச்சி. அம்மா உங்க சொந்தகாரர் எல்லாம் கூட்டின்னு வர சொன்னுச்சி'' என்று பஞ்சவர்ணம் மகிழ்ந்து துள்ளி வெளியே வந்து, ''அத்தே... நெறைய பூ, பய்யம் வாங்கின்னு, நல்லா ஒஸ்தியான சுவீட்டெல்லாம் வாங்கின்னுவா...'' இருண்ட வெளியில் நத்தைக் கொலுசை ஆட்டிக்கொண்டு, கொலுசு ஒலியைச் சுற்றிடம் பரப்பிச் சென்றாள்.

பஞ்சவர்ணத்தின் இடையழகை தாரைவார்க்கும் நிச்சயத்தில், தொப்புலானின் அக்கா மாரியம்மா பெரியரங்கத்தை வைத்தாள். சம்பங்கியிடம் வாய்கொடுத்து மீளமுடியாததால் வாய்செத்த அனுக்கு தொப்புலானை வரிந்துகட்டி, கமர்கட்டாகக் கடித்து எடுத்தாள். அவள் மகன் ஏழுமலை இளம் குத்துச்சண்டை வீரன். நிறைய கோப்பைகளை வென்றவன். இவன் அம்மாபோல் உடல் பெருத்து, கட்டுக்கட்டாக கருத்த தேகமாக இருந்தான். அவனுக்கு பஞ்சவர்ணம் மேல் ஆசை இருந்தது.

பஞ்சவர்ணம் அலங்காரத்தைப் பார்த்த மாரியம்மா, ''ஏன்டி பொண்ணே, ஏங் பையனைவிட அந்தப் பொக்கை அய்காவா கீறான்?'' மாரியம்மா அவள் தலையில் இடித்து மகனுக்காக வரிந்து கட்டியதும், ''போ... போ! வந்தம்மா, துண்ணம்மா... கௌம்பிப் போய்னே இர்ரு அத்த...'' பஞ்சவர்ணம் சினத்தில் துப்பினாள்.

‘இத்தோட ஒங்க உறவு வேணான்’னு பெரியத்தை சண்டை இழுத்து, மாரியம்மா விரல்சீண்டியாக அவள் மனதை இறைத்துப் பரப்பிப் போனாள். இதுவெல்லாம் சம்பங்கிக்குத் தெரியாமல் போனதால் இடம் அமைதியாக இருந்தது. சம்பங்கி மூக்கு வியர்த்து இருந்தால் இரண்டு பெருத்த சரீரம் மலையாக மோதி, அடையாற்றுக்கரை ஓடியச் சொற்களில் மேகம் வெடித்துச் சிதறியிருக்கும். அச்சொற்களுக்கு வசவு அகராதி ஏடுகளைச் சனங்கள் புரட்டி அர்த்தத்தைத் தேடியிருப்பார்கள் என்ற நினைப்பில் பஞ்சவர்ணம் பல் அசைவை வெளிக்காட்டி அம்மாவிடம் வந்தாள்.

வாசலில் குவிந்த எச்சிலையில் ஒட்டியிருந்த சோற்றுப் பருக்கைகளை செவிலி நாய்கள் குட்டிகளுடன் குடலை நிரப்பிச் சென்றன. சம்பங்கிக்குப் பயந்த கோவிந்தம்மாள், வாங்கி வந்து சபையில் வைத்த பழங்களை கொஞ்சம் துணிப்பையில் திணித்து, ‘‘பொண்ணே, வெத்தலை பாக்கு எங்கடி?’’ என்று கேட்டாள்.

‘‘யம்மா, ஆயா படத்தாண்ட கீது பார்மா...’’ தன் பெரிய மாமியார் படத்தைத் தொட்டு வணங்கி, வெத்தலை பாக்கை பையில் சொருகி, முறுக்கிச் சுருட்டிய மயிரில் மல்லிகைப் பூவை நிரப்பி, தொப்புலானை கொண்டையில் தொங்கிய பூவில் உசுப்பி எடுத்து, தடித்தப் புட்டத்தை மேலும் கீழும் அசைத்து, ஜோடி சேர்ந்து சம்பங்கி வெளியில் புறப்பட்டாள்.

‘‘தெ பார்மே, வள்ளுவங்கிட்ட நீ எத்தையும் பேசாதே... நா பேசிக்கீரே...’’ தொப்புலான் பூம்பூம் மாடாக தலை அசைத்து வந்தான்.

சைதாப்பேட்டை அருகில் உள்ள வள்ளுவன் வீட்டில் இருவரும் வந்தார்கள். சம்பங்கி பூ, பழம் வைத்தத் தட்டை வள்ளுவனிடம் நீட்டி, ‘‘பொண்ணுக்குக் கண்ணால தேதி இதாய்யா... இந்த தேதிலே, ‘அவெ புட்டுக்குனா, இவெ செத்தான்’னு துட்டுக்கு ஆசப்பட்டு வர முடியலனு சொன்னே... நம்ம ஏரியாலயிர்ந்து ஓடிவந்த நீ, அப்புறம் சைதாப்பேட்டையிலே இர்க்கமாட்டே..! ன்னாய்யா புர்ஞ்ஜீதா..?’’ பழத்தட்டை சம்பங்கி கொடுத்தாள். வள்ளுவன் நடுக்கத்துடன் தட்டை கைமாற்றிக் கொண்டான்.

‘‘நீ ஒன்னு சும்மாசெய்ய வேணா... இன்னா வேணும்னு கேளு... சம்பங்கி கௌரவத்துல கொறஞ்சு போவுல... கண்ணாலத்த ஊரே மெச்சிக்குனுய்யா...’’

''நான் இன்னா உன்கிட்ட கேக்கப்போறே... முன்பணமா ஐநூறுரூவா கொடுத்துட்டுப் போ...'' வள்ளுவன் தயக்கத்துடன் கேட்டான்.

எதுலயும் வீம்பு அதிகம். கௌரவத்தில் பேர்போனவள் சம்பங்கி. எதையுமே ஜாம்ஜாம் என்று செய்யத் துணிந்தவள், பணத்தை வஞ்சமில்லாமல்; வாரீயெறைக்கும் துணிவு கொண்ட மகாராசி என்று ஏரியாவில் பேர் பெற்றிருந்தவள் என்பதால் ஒற்றைத்தாள் ஆயிரம்ரூபாயை வள்ளுவன் கையில் திணித்தாள்.

வள்ளுவன் பஞ்சாங்கத்தைப் பார்த்து, ''ஆறுஏல்ற முகூர்த்தம், சரியா ஆறுமணிக்கு வந்துடுங்க. வரும்போது இதை எல்லாம் வாங்கினு வாங்க'' என்று நீள அச்சுக் காகிதத்தைக் கொடுத்து, மனித வாழ்க்கை தொடக்கத்தைக் கண்டெடுத்தவன் போல் வள்ளுவன் சொன்னான்.

''இம்மாம் பெரிய காகிதத்த குடுக்குறே. கண்ணாலம் பண்ணுரத்தே மாரியாத்தா கோயில்லே. இது நம்ம கொலதெய்வம் பிக்குணியம்மா சாமிய்யா... நம்மளை வழிநடத்தி வெப்பப்பிணியில் காத்த அம்பிகாதேவி. மூத்தவளுக்குப் போயி ஓமகுண்டம் வைய்யி, அத்த வைய்யினு சொல்லி துண்ணுறப் பொருள எல்லாம் நெருப்புல போடச்சொல்லி, கச்சில மந்திரத்த சொல்லணும்னு சொல்லிடுவே போல. மாரியாத்தாளுக்கு ஒரு தமிழ்ப்பாட்டைப் பாடி, புள்ளைக்கு தாலிய கட்டிக்கினு போலான்னா... எந்த எழவையோ சொல்லி, எவனோ நம்பள இப்படியே இருன்னு சொன்னதை நீயும் செய்யினு சொல்லுறே. யோவ் நம்மிடத்துல இருந்து வந்த வள்ளுவன்தானே நீ? நாங்க செத்ததுக்கும், கருமாதிக்கும், பொட்ட புள்ள சமஞ்சதுக்கும் உங்களத்தாய்யா கூப்பிடுறோம். ஏய்யா... ஏழை சனங்கள நீயும் திசை திருப்புறே? நாங்க எப்போ வரும்போது மாரியாத்தாளுக்கு நீ பாட்ட படி... நாங்க தாலியக் கட்டிட்டுப் போறோம்'' சம்பங்கி தன் நிலையை எடுத்துரைத்ததும் தொப்புலான் தலைமயிருக்குள் விரல்களைச் சொரிந்து, கொஞ்சம் அறியும் வார்த்தைகளைக் காதுகளில் உள் வாங்கி நின்றிருந்தான்.

வேற்றான் இட்ட கட்டளையில் வள்ளுவன் கொடுத்த நீள அச்சுக் காகிதத்தை, எரிந்துகொண்டிருந்த தீபத்தில் எரித்துவிட்டு, ஒரு பிக்குணி தேவியாக நடந்து சென்றாள் சம்பங்கி.

பத்துநாட்களாக ரயில் கேட் சந்திப்பும், இரயில் சத்தங்கள் மறந்து, இருவரும் புதுவாழ்வு தொடங்கத் தயாரானதும், பஞ்சவர்ணம்

புடவைக் கட்டினாள். புடவை அவள் இடுப்பில் ஒட்டிக்கொள்ள சிலாய்த்து, மண்ணை நேசித்து கீழ் இறங்கியது. அவள் கொல்லைக்கிப் போய் வந்தவளாக இழுத்து இழுத்து புடவையை இடுப்பில் சுற்றி நடையழகு மறந்து நரம்பன் வீட்டுக்கு வந்தாள். முனுசாமி புடவையை இழுத்துவிட்டான். அவள் தடுமாறி நின்றாள். நாளைக்குக் கல்யாணம் வைத்தவளுக்கு புடவை கட்டத் தெரியாதவளைப் பார்த்த கோவிந்தம்மாள், மருமகள் மானம் சிரித்து விடாமல் இருக்க, சேலை கட்ட பயிற்சியைக் கொடுத்து, கன்னத்தைக் கிள்ளிவிட்டாள். பஞ்சவர்ணம் புடவையைப் பற்றிக்கொண்டு, இழுத்து இழுத்து நடந்து சென்றாள்.

மாரியாத்தாள் என்றைக்கும் இருப்பது போல் அசைவற்றக் கல்லாக அமர்ந்திருந்தாள். துவண்ட மக்கள் பிணி தீர்த்த, தன் மூதாதையர் கம்பீர தோரணையில் அமர்ந்திருந்த அம்பிகாதேவியை சம்பங்கியும், தொப்புலானும் வணங்கி, இல்லற மஞ்சள் கயற்றை வாழ்த்திக் கொடுத்ததும், வள்ளுவன், தமிழ்ச் சொற்களில் முன்னோர் விட்டுச் சென்ற பாடலைப் பாடினார். முனுசாமி பஞ்சவர்ணத்தைச் சொந்தம் கொண்டாட மஞ்சள் கயிற்றைக் கட்டி தனக்கான வாரிசு ஈன்று தருபவளைக் கைப்பிடித்தான்.

வெக்கையை நீக்கி, மனித உடலையும், பூமியையும், உஷ்ணம் தவிர்க்க மழையாகப் பொழிந்து வைசூரி கொள்ளைநோயை தீர்த்த அம்பிகாதேவியை சுற்றமெல்லாம் வணங்கி, சம்பங்கியை பின்தொடர்ந்தனர். வெறுங்கையோடு வெம்பிய முகத்தில் இருந்த வள்ளுவனைப் பார்த்து ஒரு பாட்டுக்கு இன்னொரு ஆயிரம்ரூபாய் கொடுத்து, ''புருசன் கண்ணால வேலைக்கிப் போய் இருக்கான், மிச்ச மீந்த எல்லாத்தையும் பொறிக்கினு வருவான்னு உவ்வு பொஞ்சாதி இருப்பா... சலவை ஐநூறு ரூபாயை தனியாக எடுத்துக் கொடுத்து அரிசி, தேங்காய், பய்யம் ஊட்டுக்கு வாங்கின்னுபோ... நம்ம கொலசாமிக்கு ஆட்டையோ, சேவலையோ வெட்டுணோமா, துண்ணோம்மானு இருக்கணும் என்று பழம் ஆழத்தைச் சம்பங்கி மூத்தவள் முன் விதைத்ததும், வள்ளுவன் முழிபிதுங்கி சம்பங்கியை விழித்துப் பார்த்துச் சென்றான்.

ஒலிபெருக்கியில் புளியந்தோப்பு பழனி கானா பாடல் ஒலித்த வண்ணம் இருக்க. ஊரே கும்மாளத்தில் ஒத்தயடியில் துள்ளித்துள்ளிக் குதித்தார்கள். நிழலை வழங்கிய வண்ண வண்ண தடித்த துணிகளை மூங்கில்கள் சுமந்து நின்றிருக்க, அதன் நிழலில் பிரிஞ்சி சோறு அண்டா

அண்டாவாக மறைந்துகொண்டிருந்தது. இடையிடையில் வயிற்றை நிரப்பிக்கொண்டிருந்தவர்களை சம்பங்கி நலம் விசாரித்திருந்தாள்.

பஞ்சவர்ணம் தனக்குக் கிடைக்காத ஆதங்கத்தில் ஏழுமலை குத்துச்சண்டையில் வரும் சினத்தில் அண்டா பிரிஞ்சி சாதத்தைத் தூக்கி வீசி, அழுக்குச் சொற்களை விவாதித்து, முகத்தில் பூசிமொழுகி, பொங்கல் வைத்து மணியடித்தான். அவனை பலர் காறித்துப்பியும், வசவு வார்த்தையில் அவனை அபிசேகம் செய்து, தரை அதிரும் வரை கைகலப்பு நடந்தது. இதை அறிந்து ஓடிவந்த தொப்புலான், நீண்ட பிரிஞ்சி கரண்டியை எடுத்து, விளாவாரியாக அவன் பிதுங்கிய சதை முட்டுகளை எண்ணி எடுத்தார். ஊரே அதிசயத்து சந்தோசத்தில் சிரித்தது. மாரியம்மாள் மனம் இறுகி, மகனை இழுத்துக்கொண்டு விரைவாக ஆட்டோவில் பறந்தாள்.

''எங்க அத்த கௌவுரவத்துல கொரச்சலில்ல. என் கல்யாணத்த சும்மா ஊரே மெச்சிக்கிற மாதிரி நடத்துச்சி. இப்போ நான்னா என் பஞ்சவர்ணத்துக்கு உசுரு!'' தலைநிமிர்த்திச் சொன்னான் முனுசாமி.

மீனாட்சி, அலம்பல் தாங்காமல் ரெக்கையை விசிறி கூண்டில் குதித்தெழுந்தது. ''ஏய் முனுசாமி... காதல் இளவரசன் கமலதாசன் மாரி நல்ல கிளுகிளுப்பான ஆளுடா நீ! அதான் நீ குப்பையை அள்ளிட்டு வந்தாலும், எதுவும் தெரியாமல் புஸ்க்குனு பஞ்சவர்ணத்த மோந்துபாக்க ஓடி வந்துடுறே. அவ்ளு ஊவ் அய்க்கு வாசத்த புடிச்சிக்கினே கெடக்குறா. ஊவ் வாழ்க்கையில் சுகன்யாத்தான் பெரிய மன்சி... நான் ஒன்னு கேக்கறே... தப்பா நென்சிக்கமாட்டியே?''

தலையைக் கீழே குனிந்து, காலைப் பிராண்டுவதுபோல கண்ணை மட்டும் உருட்டி ஓத்திகையில் அவனை நோட்டம் கண்டது. இது வில்லங்கத்தை விதைக்கலாம் என்று அசைபோடுவதை அறிந்த முனுசாமி, மீனாட்சியைப் பார்த்து மௌனமாக, ''இன்னா...?'' ஜரிகைகாகிதம் கசங்கும் சத்தம் அளவுக்கு மெல்லிய குரலில் வினவினான்.

மெல்ல தலை உயர்த்தி, சிவந்த அலகை அவன் முகத்தின் அருகில் வைத்து, ''ஊங் கூட இர்ந்த சுகன்யாவ இப்ப ஆரு வைச்சினுகீறாங்க?''

மதம் தரித்த யானையாக கூண்டில் கைவிட்டு மீனாட்சி தலையைப் பிடிக்க முயன்றான் முனுசாமி. மேலும் கீழும் பறந்து ''பஞ்சவர்ணம்... பஞ்சவர்ணம்..!'' அவள் செவி எட்டும் வரை கூப்பாடுபோட்டது மீனாட்சி.

அவள் உள்ளிருந்து நடுக்கத்தில் ஓடிவந்து, முனுசாமியின் கையை தடாலடியாக உதறிவிட்டு, ''இன்னாமே, அதுகிட்ட சண்ட போட்னு கீறே..?''

''அது... ன்னா கேட்டது தெர்யுமா..?''

''போ உள்ள... வாயில்லாத ஜீவகிட்ட ஊவ் ஜல்ப[14] காட்டாதே!'' முனுசாமி ஆடியசைந்து உள்ளே நகர்ந்து போனான்.

''இன்னாமே பொய்தோட வந்துட்டே?''

''இன்னமோ தெர்ல உன்னப் பாக்கணும்போல இர்ந்துச்சா... பெருமாள் அண்ணங்கிட்ட சொல்லிட்டு வந்துட்டேன்.''

''உன்ன புர்சனா கட்டிக்கின பெறகு புள்ளயும் குடுத்துட்ட. இதுக்குமேல... ன்னாமே வேணும்? நாலுகாசு சம்பாதிகீர்த பாருமே!''

மீனாட்சியின் குரல் அழுகுரலாக கூண்டில் ஒலித்துச் சுருண்டு கிடந்தது. முனுசாமி எழுந்து வந்ததும், அவனைப் பார்த்த மீனாட்சி குளிர்நடுக்கம்போல் தழுதழுத்து நடிப்பைக் கொட்டியது. மீனாட்சியைத் தடவிக்கொடுத்தான் முனுசாமி. அது அசைவற்றுக் கிடந்தது.

''இன்னும்கூட சுகன்யா என் நெனப்பிலேயே இர்க்கு தெரியுமா? அத்த ஆரும் வைச்சினு இல்ல. என்ன அவெ தங்கச்சி புர்சன்னு நென்ச்சினு வாய்றா. ஒவ்வொரு தீபாவளிக்கு துணிமணி வாங்கி அனுப்புவாள். பொங்கல் வந்த புதுதுணிமணியோடு என்வூட்டுல வந்து கொண்டாடும். நாலு நாள் அப்பிடி ஒருசந்தோசம். கறி, மீனு வாங்கிப் போட்டு துண்ண வைச்சி அழகு பாக்கும். பொங்கலு அன்னிக்கி அவெதான் வூட்டக் கய்வி பொங்கல் செஞ்சி, என் அப்பனுக்கு துணிமணி வாங்கி அவ்ரு படத்தாண்ட வைச்சி சாமியக் கும்பிடும். போன மாசம் கூட கார் எடுத்துனு வந்து, 'வா வா போலாம்'னு கார்ல ஏத்திக்கினு போனாள்.

முனுசாமி எதையோ மனதில் அரைத்து, பூசி மெழுகியவனாக பயத்தோடு காரில் பயணப்பட்டதை நினைவுகூர்ந்து, மீனாட்சியிடம், தான் அழுக்கற்றவன் என்பதை படம் போட்டுக் காண்பித்து நிரூபித்தான்.

கார் வேகமாக போய்க்கொண்டிருந்தது. இருவரும் மௌனத்தில் பயணித்திருந்தார்கள். ''எங்க போறோம்?'' என்று முனுசாமி அச்சத்தில் சுகன்யாவிடம் கேட்டான்.

''சும்மா தொனதொனனு பேசாத. நான் தாலி கட்டிக்கப்போறேன்.''

முனுசாமி பயத்தில் தலைமுடி பிளறி நிமிர்ந்தது, மெல்ல தலையைக் கோதினான். 'ஒரு மனிதனுக்கு ஒருமுறை கிடைக்கும் வரம்தான் மஞ்சள்கயறு. அதை நான் இழந்து விடுவேனா' என்று அஞ்சி நடுக்கத்தில் சுகன்யா உடல் உரசாமல் தள்ளி அமர்ந்திருந்தான். சுகன்யா இறுக மூடியிருந்த விழியைத் திறந்து, ''கூவாகத்தில் இருக்கும் அரவானை மணமுடிக்கப் போகிறேன்'' என்றதும், ''அப்பாடா!'' என்று பெருமூச்சை வேகத்தில் வெளியே தள்ளி, மகிழுந்தின்னுள் தஞ்சம் பெற்ற குளிரில் தன்னைக் குளிர்வித்து நிம்மதியடைந்தான் முனுசாமி.

''உன்கு எப்டி அவரத் தெர்யும்? நல்ல கவுரத்தியான வேலையில இர்காறா?'' வெகுளியாக வினாவை எழுப்பினான் முனுசாமி.

''சுகன்யா விழுந்து விழுந்து சிரித்து. நான் யாரைக் கட்டிக்கப் போறேன்னு தெரியுமா?''

மறைத்துப் புதைக்கப்பட்டவனின் இட்டுக்கட்டிப் புனைந்து, உருப்பெற்ற கதையைத் தொட்டதும், முனுசாமி வாயைப் பிளந்து சுகன்யாவைப் பார்த்தான்.

''குருசேத்திர போர் ஆரம்பமானதும், 'பாண்டவர்கள் வெற்றி பெற எந்தக் குற்றமும் இல்லாத சகலலட்சணம் பொருந்திய சுத்த மனித உயிர் களபலி இட வேண்டும்' என்று கிருஷ்ணன் உரைத்தார். நாட்டில் ஜலித்துப் பார்த்ததில் கிருஷ்ணன், அர்ச்சுனன், அவர் மகன் அரவான் மட்டுமே இருந்தார்கள். இந்த மூன்று உயிர்கள் உலவுவதை அறிந்த மகாவித்தகர் கிருஷ்ணன் 'என்னைப் பலியிட முடியாது' என்று உரக்கக் கூறாமல், அதற்கு இட்டுக்கட்டி, 'பாண்டவர்கள் கையில் நான் வெற்றிப் பதாகை தரவேண்டும்' என்ற சொல்லில் தப்பித்து, 'அர்ச்சுனன் இந்தப் போரை முன்நின்று வழிநடத்த வேண்டும்' என்றார். மேலும், 'காடுகளில் புரண்டு நிற்பது எல்லாம் மெய்யாக எனது மண் என சொந்தம் கொண்டாடி, அர்ச்சுனன் அங்கே சுற்றித் திரிந்தபோது, நாகர்குல உலூபியுடன் அர்ச்சுனன் ஆசையில் புணர்ந்து பெற்ற அரவானைக் களபலி இடவேண்டும்' என்றார் கிருஷ்ணன்.

அவர் கட்டளையை அர்ச்சுனன் எந்த உணர்வுமற்று, அரவான் தன் மகன் என்றும் பாராமல் ஜடப் பொருளாக மௌனத்தில் இருந்தான். மகிழ்வில் கிருஷ்ணன் அரவானிடம்'உன் உயிரை வேற்றானுக்குத் தானம் என்று இல்லாமல் அரச குலத்துக்குப் பலி கொடுக்கவேண்டும்' என்ற கருத்தை அரவானிடம் செவி கிழிய உரைத்தார் கிருஷ்ணன்.

அரசகுலத்தில் தோன்றாத, பின் தள்ளப்பட்ட நாகர் இனத்தைச் சார்ந்த வேடன் நான் என்பதை அரவான் உணர்ந்து, தன் மூத்த எஜமான் கிருஷ்ணன் இட்ட கட்டளையை மறுத்தாலும் தண்டனை வருவதை இந்த மண் என் பலியைத் தடுக்காது. உதிக்கின்ற சூரியனும் உதயமாகாமல் போகாது என்று தன் நிலையை உணர்ந்து, இம்மண்ணில் பிறப்பின் அளவுகள் வேறுபட்டு இருப்பதால் என்னைப் பலியிடாமல் அவர்கள் மூச்சுக்காற்று வெளியாகாது. அவர்கள் ஆசையை நிறைவேற்றியே தீர்வார்கள் என்று மனம் சொல்லியது.

கிருஷ்ணன் தீர்ப்பை அரவான் ஏற்று, என் நாகர்குலத்திற்கு அவர்கள் எந்த நியாயத்தைப் போதிக்கிறார்கள் என்பதை நான் தெரிந்துகொள்ள வேண்டும் என்று அரவான் உணர்வு எழுந்ததால் உயிரை மாய்த்துக்கொள்ள, நீலவண்ண எஜமானிடம் மூன்று கட்டளை முன்வைத்தார் அரவான்.

ஒன்று, நான் கன்னித்தன்மை இழக்க வேண்டும்! இரண்டு, (என் பலியால் உங்கள் யுத்தம் எதை இந்தத் தேசத்திற்குக் கற்பிக்கப் போகிறது, அது யாருக்காகக் கற்பிக்கப் போகிறது, அதன்மூலம் யார் பயனடையப் போகிறார்கள்? மனதுள் இவற்றையெல்லாம் அழுத்திப் புதைத்து உதடசையாமல் அரவான் மனதில் புரையோடிக்கொண்டே, கிருஷ்ணனிடம்,) நான் இந்த யுத்தத்தைப் பார்க்கவேண்டும்! மூன்று, எனக்கு இட்ட பலிபீடம் என்னை எப்படி வஞ்சித்தது என்பதை பின்வரும் சமூகம் தெரிந்துகொள்ள வேண்டும்!'

இதையெல்லாம் மூத்த எஜமானனிடம் உரக்கக் கேட்காமல், மனதுள் தேக்கி வைத்து, 'என்னை பூஜிக்கும் தளம் இங்கே வரவேண்டும்' என்பதை அழுத்தமாக மூன்றாவது கட்டளையாக அரவான் கேட்டராம்'' என்று சுகன்யா சொன்னதும், முனுசாமி தலை மயிர்களைச் சிலிப்பி, ''அரவானோட எஜமான் செரியான டகுல்மத்தி'' என்று யூகித்து சுகன்யாவை வெறித்துப் பார்த்திருந்தான்.

அரவான் புணர நாடகப் பெண் புரோக்கராக பெண் தேடியலைந்தார், கிருஷ்ணன். அரவான் அரசகுலத்தைச் சார்ந்த அர்ச்சுனன் மகன் என்பதால், நீலவண்ண எஜமான் கட்டளைக்கு அரசகுமாரிகள் ஓடி வந்திருக்க வேண்டும். ஆனால், கிருஷ்ணன் ஏன் பெண் தேடும் போது அதைச் செய்யவில்லை. அரவான் மனக் கேள்வியை அறிந்த மூத்த எஜமான் அவரதுக் கூற்றை உடைத்தார். அரசகுலத்தைச் சார்ந்த யாரும் உன்னை மணக்கமாட்டார்கள். மலைகள் குமிந்த காட்டுக்குள்

இருந்துவந்த நாகர்குல உயிரணு நீ என்பதால் உன்னை மணமுடிக்க அரண்மனை இடம் கொடுக்காது. அரசகுமாரிக்கு நீ தாலி கட்டிய பின் தன்னை விதவையாகப் பார்க்க பெண் நெஞ்சம் இங்கே நிற்காது. கிருஷ்ணன், அர்ச்சுனனுக்காக வக்காலத்து நாடகம் ஏற்று, நாடக கொட்டகையில், தன்னையே பெண் உருவமாக பவுடர் பூசி, ஜரிகை பளபளப்பு மேனாமினிக்கியாக உருமாறி இருளில் அரவானுடன் புணர்ந்தார்.

ஓராசை நிறைவேறியதும் மகிழ்வுற்ற அரவான் வஞ்சிக்கப்படும் களபலிபீடத்தில் தலையைக் கொடுத்தான். துண்டிக்கப்பட்ட அரவான் தலையின் பெரிய கண்கள் மட்டும் பதினெட்டு நாள் விழித்திருந்து, யாருக்கான போர், யாரை வஞ்சிக்க போரைக் கற்பிக்கிறார்கள் என்று அதன் உள் அலையை நோக்கி இருந்தது.''

புராணத்தில் வேற்றார்களுக்கு புனையப்பட்ட கதைச் சுருக்கத்தை முனுசாமிக்குப் புரியும்படியாகச் சிறுகசிறுக சுகன்யா உரைத்தாள்.

''தோ... இது ரொம்ப ஒய்கமான கதையா இல்லியே. வயசுக்காரன் அர்ச்சுனன் புள்ள... அதுவும் கல்யாணம் ஆகாத புள்ள. இவன உட்டுட்டு, அவெ அப்பங்காரன் வய்சானவன் அர்ச்சுனனைப் பலியிட்டு இருக்கலாமே... அத்த ஏன் கிருஷ்ணன் செய்யலை...'' முனுசாமிக்கு மனம் உரசியதை சுகனியாவிடம் வினாவினான்.

''ஆமா, எனக்கும்தான் தோணுச்சி, கிருஷ்ணனைப் பார்த்தா வெளிர் நீலத்துல பவ்வியமாக இருப்பாரு. அர்ச்சுனனும் அப்படியே இருக்கிறாரு. ஆனால், அரவான் மட்டும் மூக்கு மேல ஒரு தொப்பிய கொடுத்து அதுக்கு மேல பாம்பு படம் எடுத்து நிக்கும். அதுகூட பரவாயில்லை... மூஞ்சயாவது மூத்த எஜமானுக்குக் கொடுத்த நீலவண்ணம் கொடுக்கலை. அதுக்குப் பதில், சில இடத்தில் சிகப்பு நிறம் கலந்து அகோரமாக அரவான் இருக்கிறார். அப்போ அரவான் அரசகுலத்தின் விந்துவில் பிறக்கவில்லையா?'' என்று சுகன்யா ஆதங்கப்பட்டாள்.

''நம்மலப்போல அரவான் எல்லா நிறத்திலும் இருப்பாரு. அரவானைப் பத்தி இன்னும் ஒன்னு இருக்கு... திரோபதி அரவானுக்குப் பேய்களைச் சித்தரிக்கும் அகோரப்பல்லு எல்லாம் வைச்சியிருக்காங்க... அதுவும் கருநிறத்துலதான் இருப்பாரு...''

முனுசாமியின் கண்கள் ஏமாற்றத்தில் செருகிப்போய்விட்டது.

"சரியான மறைப்பொருள் எஜமான். ஏன் அர்ச்சுனனுக்கு அந்தக் கோரப்பல்லை வைக்கலை..? நீ சொன்னதப் பாத்தா அரவான் நம்பள மாதிரி கருப்பான ஆளா இர்ந்திருப்பாரு... அவரு ஆத்தா காட்டுல வாழ்ந்தவளுக்கு கருப்பாதானே அவரு பெறந்திருப்பாரு. ஒருவேள அவரு இந்த மண்ணுக்குச் சொந்தக்காரராக இருந்திருப்பாரு சுகன்யா. அதனாலத்தான் அரவானை வெட்ட வைச்சி புடிக்காத சாயத்தயெல்லாம் மூஞ்சுல பூசியிருக்காணுங்க..." முனுசாமி வெகுளியாக உரைத்து, "நீ சொன்ன கதை நமக்குச் செல்லாது!"என்று முடித்தான்.

சுகன்யா உதடசைக்காமல் மௌனியாக இருந்தாள்.

கூத்தாண்டவர் தளம் வந்ததும் ஊர் மக்கள் விரதம் இருந்து, மஞ்சள் கயற்றைக் காப்புக்கட்டித் திரிந்ததைக் கண்டனர். சுகன்யா அரவானைக் கட்டிக்கொண்டாள். புனைவுபுராணத்தில் சொன்னது போல அரவானைக் கொல்வது அங்கே நடந்து முடிந்ததும் சுகன்யா கட்டிய தாலி அறுத்தது. முனுசாமி அவளைக் கண்கலங்கி கட்டியணைத்து அழைத்து வந்தான்.

இந்தக் கதையைச் சொன்னதும் மீனாட்சி கூண்டின் உள் கண்களை உருட்டி, "நீ நல்லவதாண்டா... மனுசனா வாழ்ந்திருக்க!" சிறகை விரித்து அசைத்தது. மீனாட்சி தன்னைப் புரிந்துகொண்டதை நினைத்து அழுக்கு நீங்கியவனாக நடையைக்கட்டி, இம்மண்ணில் சிதறிக்கிடக்கும் அழுக்குகளை சுத்தம் செய்யப் புறப்பட்டான் முனுசாமி.

மு.து.பிரபாகரன்

4

முதிர்ந்த காதலால் முனுசாமி பஞ்சவர்ணத்தின் மேல் உயிரை வைத்திருந்தான். வீதியைச் சுத்தப்படுத்துவது அவன் வேலையாக இருந்ததால் அவன் உயிரைப் பிடித்துக்கொண்டு இராட்சச வண்டி மேல் அவனுக்குத் தலைதெறிக்கும் பயம் எப்பொழுதும் இருக்கும். கால்கடுக்க அயர்ந்து பணியில் சுழன்று இருப்பதால், குழல் துப்பாக்கி விசைக்குப் பயந்த பறவையின் சிறகாக விரித்து இராட்சச வண்டி மேல் பார்வையை வைத்திருந்தான்.

சீமையிலே கண்டுபுடிச்ச வண்டி, நம்ம நாட்டில் வந்து லோல்படுது. அத்த ஒழுங்கா வைச்சிக்கினதானே நல்லயிருக்கும். எவன் சரியா பாத்துக்குறான்.. ? நம்பளத்தான் அடிமையா விரட்டுறான்க. சுயநலத்தில் வவுத்தக் கழுவுறானுக. வண்டில வர நாத்தம் கொடல கழட்டி வைக்கிற மாதிரி வருது. நெஞ்சுக்குள் புரையோடிய அழுக்குகளை முனுசாமி அசைபோட்டு அகல வீதியில், நெடுந்தூரம் உற்றுப் பார்த்திருந்தான்.

மூக்கைப் பொத்தினாலும் அவ்வளவு நாத்தம் பீச்சியடிக்கும். பின்னே இருக்காதா? ஈவ்வு எரக்கமில்லாமல் விதி மீறுர மனுசப்பெறவிங்க வீசியெறியர குப்பைகளைச் சொமந்து விரக்தியில் எவன் கெடைச்சாலும் வாய்ல போட்டுக்கும். அவ்வளவு கழிவைச் சுமக்கும் வண்டிதான் அந்த இராட்சச வண்டி. அதுவந்தா மூக்கபொத்துரவங்க ஒருநாள் அவர்கள் குப்பையைத் தலமேலச் சுமந்தால் தெரியும். தூசுங்க உடம்பைப் பிராண்டும், நாசியின் நல்ல மனம் மறந்து போய்விடும். அன்னிய செயல்களைச் செய்யும் மனிதர்களை நினைவில் கொண்டே பயத்தில் வண்டி வரும் திசையைப் பார்த்து இருந்தான் முனுசாமி.

பெரும் கூட்டம் ஏன் இராட்சசன் நாத்தத்தின் அருகில் செல்ல இயலவில்லை..? நாம் அவர்களைவிட மேலனவர்கள் என்று

பழகிவிட்டார்கள். பழக்கம் மனிதனை ஓர் இடத்தில் இருந்து இன்னோர் இடத்துக்குக் கொண்டு செல்ல மறுக்கிறது. பழக்கத்துக்கு துவண்டுபோய் தடைகளை உடைக்கத் தயங்கிப்போனார்கள். செய்யும் வேலையின் துயரில் பஞ்சவர்ணத்தை மனதில் நிறுத்திப் புலம்பினான் முனுசாமி. அவன் பாட்டன், பூட்டன் காலம்முதல் பலநூற்றாண்டுகளாக இந்தத் தொழில் இவனையும் கவ்விக்கொண்டு நெருப்பில் சுட்டசோளம் மாதிரி கருகியிருந்தான் முனுசாமி.

அலங்கரிக்கபட்ட கருத்தமுகங்கள், குவித்த நெற்களஞ்சியத்துக்கு மேல் துள்ளித்திரிந்த ஆட்டுக்குட்டிகளாக இருந்தவர்களை ஒதுக்கிவைத்ததால் குதிரைக்குழம்பில் அடித்த லாடமாகத் தேய்ந்து, முகங்களை இழந்து இராட்சச வண்டியை இயக்கி வருகிறார்கள். அதன் பின்னால் இருவர் காற்றில் மிதந்துகொண்டு வண்டியைப் பிடித்து, குப்பையின் நாத்தத்துடன் வாகனப் புகையைக் கிழித்துக்கொண்டு அகல வீதியில் உவுவ்... உவுவ்... என்று ஒலி எழுப்பி எச்சரிக்கை மணி பீறிட்டுவர, முனுசாமி அவசர அவரசரமாக வீதியில் கிடக்கும் குப்பைகளை ஒதுக்கிக்கொண்டு வண்டியைப் பார்த்தான். வண்டி நச்சுப் புகையைக் கிழித்துக்கொண்டு பறந்துவர, இன்னும் வேகமாகக் குப்பைகளை அள்ளிஅள்ளி நவீனக் குப்பைத்தொட்டியில் கொட்டினான். வண்டி 'கீங்... கீங்... கர்... குர்...' சத்தத்துடன் வேகமாக முனுசாமியின் அருகில் வந்து நின்றதும், அவன் பயந்து ஓடி நடைமேடை மேல் நின்றான். வண்டியின் பின்னால் இருவர் குதித்து, குப்பைத்தொட்டியைத் தள்ளிவிட்டனர். இராட்சசதனின் இரு கைகள் குப்பைத்தொட்டியைத் தூக்கிக் குப்பையை மட்டும் இராட்சசன் வாயில் கொட்டியதும், நெருப்பை பூதம் விழுங்குவதுபோல் விழுங்கி குப்பைத்தொட்டியைத் தூவென வீசியெரிந்தது. குப்பைத்தொட்டி டங்... டங்... தார்ச்சாலையை உரசி விழுந்ததும் பின்னால் இருந்த இருவர் குப்பைத்தொட்டியை காலால் உதைத்து நிறுத்த, தொட்டி நடைமேடையில் முட்டி நின்றது. இராட்சசன் அதன் அடிவயிற்றின் இரைச்சலை எழுப்பியது. பயணிகள் பணிக்குச் செல்ல நடத்துனரிடம் பயணச்சீட்டு பெறும் தருணத்தில் இராட்சசன், பல்லவன் ஊர்தியை முந்திப் பாய்ந்து சென்றது.

'அப்பாடா, நம்ம வேல முடிஞ்சுது...' பஞ்சவர்ணம் நினைவலையில் சுத்தம் செய்யும் இரும்புக் குச்சியைத் தோளில் போட்டு, விசும்பி விசும்பி முனுசாமி வீறுநடையாகச் செல்ல... 'டேய்... முனுசாமி!' கனீர் குரல் மேலோங்கி வந்தது. அவன் திரும்பிப் பார்த்தான். அங்கே யாரும் தென்படவில்லை. மறுபடியும் அங்கு இருந்து பஞ்சவர்ணத்தை நினைத்து நகர்ந்து சென்றான்.

‘முனுசாமி... முனுசாமி... நில்லுடா..!’ இரக்கமான குரல் கேட்டது. அவன் திரும்பிப் பார்க்க யாரும் இல்லை. முனுசாமி சினம் கொண்டவனாகச் சீறிப்பார்த்து ‘‘டேய்... எவன்டா ங்கோத்தா... நெக்கலா..? செத்துடுவீங்க! ஒரு அப்பனுக்குப் பொறந்தா என் மூஞ்சுக்கு முன்னாடி வாங்கடா..!’’

வசவை வாரியிறைத்து குப்பைத்தொட்டி பின்புறம் பார்வையை திருப்பினான். ஒருவரும் இல்லாமல் இருந்ததும், முனுசாமி குப்பை தொட்டி உள்ளே பார்த்தான். அங்கும் எந்த உயிரினமும் இல்லை. கழிவுகளை உள்வாங்கி வைத்திருக்கும் நவீன குப்பைத்தொட்டியில் முகத்தைச் சிலிப்பித் தலையைப் படபடவெனச் சுழற்றி வெளியில் எடுத்து விரத்தியோடு நால்திசை பார்த்து நகர்த்தினான்.

‘டேய் முனுசாமி, கண்ணுல இன்னாடா வெச்சுனு இருக்கே? இங்க பாருடா!’ குரல் வந்ததும், முனுசாமிக்கு சினம் உச்சம் தலைக்கு ஏறி, அவன் வலது கைக்கும் மாறி நரம்புகள் புடைத்துக் குரல் வந்த திசையில் நெருப்புத் தெறிக்கும் குரலில், ‘‘இந்த ஊள உதாரெல்லாம் நம்மகிட்ட வேணா... மஞ்சாசோறுகளா... தைரியம் இருந்தா மூஞ்சுக்கு நேரா வாடா பொட்டைங்களா! சம்சாரிக்குப் பெறந்து இர்ந்தா வெளிய வாடா...’’ மூச்சிறைத்துக் கத்தி அடித்தெண்டையைச் சாந்தப்படுத்திப் பார்த்தான். யாரும் இல்லாததை பார்த்துப் பீதியில் கனீர்க்குரலை நிறுத்தி, குப்பைத்தொட்டியின் பின்புறம் பார்த்தான். சலனமற்று வாரிக்கொடுத்தவர்கள் இல்லம்போல் அமைதி தவழ்ந்து இருந்தது. மறுபடியும் சுற்றும் முற்றும் பார்த்தான். ஒருவரும் புலப்படவில்லை. கொஞ்சம் தடதடத்து நடுக்கம் ஆகிவிட்டான். நெஞ்சுக்குள் படபடப்புச் சத்தம் கூடுதலாகி, கண்களில் பயம்கலந்து குப்பைத்தொட்டியின் பின்புறம் நடைமேடையை உற்றுக் கவனித்து, கண்களைச் சுழற்றினான். அழுக்கேறிய துணிப்பையில், மரச்சட்டம் போட்ட பழைய புகைப்படம் தென்பட்டது. நினைவுகளைப் புரட்டிப்போட்டான். விழிகள் கடிகார நொடி முள்ளாக வேகத்தில் சுழன்றும், அவனுக்கு அது என்னவென்று புலப்படவில்லை.

‘ஆஹா... இந்தக் குப்பையை விட்டுட்டோமோ, ஒருவேள நம்ம ஒழுங்கா வேல செய்யாம இருந்துட்டோமா? சனங்க நம்மல நம்பித்தானே குப்பையப் போடுறாங்க. நமக்கு வாச்ச வேல, சுத்தம் பண்ணுரத்துதானே..?’ மனதுக்குள் தவறிய கடமையை நினைத்து புலம்பிகொண்டே அந்தத் துணிப்பையைப் பார்த்தான்.

‘டேய் முனுசாமி, கொஞ்சநாளா நீ சரியில்லனு எனக்குத் தெரியுடா. ராவானா மப்பு அடிச்சி மஜாவா மெதக்குறே... இதுல வர வருமானத்துல குடும்பத்த உன்னால காபந்து பண்ண முடியாம அல்லோல் படுறே... இந்த வேல செய்ரத்துனால உன்ன ஒதுக்கி வைச்சிருக்காங்களா? அது ஏன்னு நீ யோசிச்சயா? இந்த லட்சனத்துல உனக்கு மதுபோதை கேக்குது. இந்த நாட்ட சுத்தம் பண்ணுறவனுக்கு மனசுல அழுக்கு படியக்கூடாதுடா. நீ இந்த நாட்ட சுத்தம் பண்ண வந்தவன்’ முனுசாமி மனசாட்சி வந்து அவனின் உள் ஆழத்தைத் தீட்டப்பட்ட கத்தியில் கீறி எடுத்தது.

‘நான் மட்டுமா குடிக்கிறேன்... மத்தவனெல்லாம் குடிக்கிறான்களே, அழுக்காவும் இருக்குறான்களே! என்ன மட்டும் எதுக்குக் கேக்குறே?’ மனசாட்சியிடம் எதிர்க்குரலை நடுக்கமாகக் கேட்டான் முனுசாமி.

‘டேய் முட்டாள்! அவனுக்கும் உனக்கும் வித்தியாசம் இருக்குடா. அவனுங்க வெளிநாட்டு மொதலாளிக்கும், உள்நாட்டு மொதலாளிக்கும் ஈ எறும்பா ஊர்ந்து சுத்துறவனுங்க. பார்த்தா பளபளப்பாதான் தெரியும், அவனுங்க உள்ளுக்குள்ள தேடுனா மனுசனா தெரியாது. அச்சடிச்ச காகிதத்த விழுங்கி அந்தஸ்து சான்றிதழை வாங்குனவனுக. நீ வாழ்க்கைய மக்களோடு படிச்சி மனுசனா வாழ்றடா. உன்கிட்ட இறக்கம் ஓடுது. இத்த நீ உன் ஆத்தா, அப்பன், உறவுங்ககிட்ட படிச்சவன். மண்ணப் பிளந்து உழுதவனும், நகரத்தச் சுத்தப்படுத்துறவனும் அசுத்தமா இருக்கக்கூடாது. உனக்கான நேரம் வரும், அப்போ நீ கேள், அந்தக் காகித அதிகாரம் உன் கைக்கு வரும்...’ என்று அழுக்குப் படிவத்தைக் கம்பீரமான சத்தத்தோடு வீசி, முனுசாமியின் மனசாட்சி வானுயரத்தில் பறந்துபோனது.

‘‘ஒரே கெழப்பமா கீது... இனிமேல் என் வேலையை ஒழுங்கா செய்ரப்பா... நீ இன்னமோ காய்தம் கீய்தம்னு எடுத்துவுட்டியே அந்தக் காய்தம் வாங்கித் தா... என் புள்ளங்க நல்லா இர்க்கும்... இந்தப் பொய்பு என்னோடு போவட்டும். இங்க இர்க்குற குப்பா, மலம் இங்கயே இர்க்கட்டும்... குப்பமேட்டுல இந்த நவநாகரீகம் வாழ்ந்து போகட்டும்’’ வலியின் வேதனையை முனுசாமி உதடுகள் முணுமுணுத்து நடைபாதையில் உள்ள அழுக்கேறிய துணிப்பையை எடுத்துக் குப்பைத்தொட்டியில் வீச கை தூக்கியதும் பையில் இருந்து,

‘டேய்... முனுசாமி என்ன குப்பையில போடாதடா...’

அழும் குரலாக வந்ததும் பதறியடித்து பையைக் கீழே போட்டு கால்களை குப்பைத்தொட்டியில் இடித்துக் கொண்டோடி, எதிரில் உள்ள நடைமேடையில் நின்று துணிப்பையைப் பார்த்தான்.

பயம் உச்சி தலையை சூடேறி மயிர்கால்களின் நீர் கசிந்து, சுருண்ட மயிர்களும் நிமிர்ந்து நின்றது. அந்தத் துணிப்பை காற்றில் சலசலவென அதிர்வலைகளை எழுப்பி நடனம் ஆடியது.

'அதுல கைப்பூதா கீதுன்னு தெரியாம கையிலவேற தொட்டுட்டேன். முண்ட கன்னியாத்தா அந்தச் செய்வினை என்னை எதுவும் செய்யாம என்னக் காப்பாத்துடியம்மா!'

பித்துப்பிடித்துத் தள்ளாடி, தனக்குத்தானே வார்த்தைகளைக் கொப்பளித்துக்கொண்டே முண்டக் கன்னியம்மாவை வேண்டி, தலையை முன்னும்பின்னும் இழுத்து நின்றான்.

கீரைக்கட்டு விற்றுவரும் கிழவி முனுசாமி முணங்களைப் பார்த்து, ''ஏய் நரம்பு பையா... வேலக்கிப் போவாம இன்னாடா நின்னுணு கீற? மூஞ்ச அவெனையும் பாரு, பேயறைஞ்ச மாறிகீறான்'' கிழவி கேட்க, அவன் நினைவிழந்து, மாந்திரீகத்தில் பச்சைமரத்தில் கொத்து மூடியை ஆணியில் அறைந்தது போல் அசைவற்று விறைப்பாக இருந்தான்.

''காத்தாலையே குச்சுட்டுக்கீது... இது எங்க விளங்கப் போவுது... தூவ்!'' என்று கிழவி திட்டிக்கொண்டு போனதும், முனுசாமி முகத்தைத் தடவி, இமைகளைத் திறந்து, துணிப்பை மீது விழிஅம்புகளை விட்டுச் சோதித்துப் பார்த்தான். துணிப்பை, நினைவிழந்த மனிதன் இறுதிப் பயணம்போல் சவமாகத் துவண்டு கிடந்தது.

'ஏய்... பயந்தாங்கொள்ளி அது தம்மாத்துண்டு குப்பத்தாண்டா... இதுக்கெல்லாம் பயந்தால் இந்த வேலைய ஆரு செய்யரத்து? காத்து கருப்பு என்று சொல்லி முட்டமந்திரம், மாவுபொம்மையில் ஆணி அடிச்சு, அதுல தலைமுடியச் சுத்தி மந்திரிச்சது எல்லாம் கடைசியில் இந்தக் குப்பைக்குத்தான் வரும். இதுவெல்லாம் வெறும் குப்பைதான். சனங்களோட அசையா நம்பிக்கை இருக்கும்வரை, இந்தக் குப்பைகள் இங்கதான் கடைசியில் வந்து விழும். இந்தச் சடங்கு, சனங்களை மயக்க மருத்தாகக் கொடுத்து போதையாக ஆக்கினதும், இல்லாத ஒன்றை இருகறதா சொல்லும் பொய். இந்த வடுக்கள் காலத்தில் மறைஞ்சுபோகும்வரை இந்த நெனப்பு உனக்கு மட்டும் இல்ல,

எல்லாருக்கும் இருக்கும். அது வெறும் துணிப்பைதான், போய் அந்தப் பையைக் குப்பைத்தொட்டியில் போடு..!' மனசாட்சி மனிதனின் இடைச் சொருகளை, முனுசாமி மண்டையில் இடித்துவிட்டு, காற்றோடு விர்ரெனக் கலந்து சென்றது.

முனுசாமி சுயநினைவு திரும்பி வேக, வேகமாக துணிப்பையை நோக்கிச் சென்றான். நடுவீதியில் கால்வாயின் மூடி திறந்திருந்ததும் மனிதமலம் அதில் மிதந்து கால்வாய் அடைப்பட்டுக் கொண்டிருந்தது. வழிந்த கழிவில் நமுத்த செத்தைகளோடு வழிந்துபோக, வாகனங்கள் இரண்டு திசையிலும் மலக்கழிவில் ஏறிச் சென்றதும், அதன் துர்நாற்றம் காற்றில் தெறித்து அதிகப்படுத்திக்கொண்டிருந்தது.

முனுசாமி பழக்கப்பட்டதால், வாகனங்களில் முட்டிமோதி உரசி, துணிப்பையை நோக்கி வந்து, பையை எடுத்து அதில் உள்ள புகைப்பட சட்டத்தைப் பார்த்தான்.

நாற்பது வயது மதிக்கத்தக்க சுருள் முடிக்காரர் ஒருவர், சிரித்த முகத்துடன் கருப்பு வெள்ளைப் புகைப்படத்தில், சிறிது சிதிலமடைந்து இருந்ததை உற்றுப் பார்த்தான்.

'என்ன குறுகுறுன்னு பாக்காதே! நான் மாரிமுத்து. எனக்கு ஒரு உதவி செய்வீயா?' புகைப்படம் சோகத்தில் நெளிந்து, அதன் மனசாட்சி மெளன குரலில் கேட்டது.

புளியமரத்தில் விஸ்... விஸ்... என ஒலியெழுப்பிய ஆவிகள், சனங்களின் இரத்தநாளங்களைச் சுருங்கச் செய்யும் என்று கூறும் நடுக்கத்தில் முனுசாமி கைகள் அசைந்து இமையோரம் நீர்சுரந்து, தோல் துவாரத்தில் வியர்வை வழிந்து, கை, கால்கள் நடுங்கி தாளம் போட்டு புகைப்படத்தைப் பார்த்து மிரண்டு இருந்தான் முனுசாமி.

'டேய்... பயப்படாதே! உன் தாத்தா மண்ணாங்கட்டி சினேகிதன் மாரிமுத்து வந்திருக்கேன்...' புகைப்படத்தின் மனசாட்சி பேசியது.

''யோவ்... சோக்கா கதவுடுறே! இந்த ஐய்சா அலுக்கு அல்லாம் நம்மகிட்ட வேணாம். மொரண்டு புடிக்கிற மாட்டையே கொம்ப முறிக்கிறவங்க நாங்க... எங்க கிட்டையே கதையா? டகுல் உடாதே... மெய்யலாமா சொல்லு நீ யார்ய்யா?''

'என்ன நம்பு. மனுசன மனுசன்தான் நம்பணும்... நம்பிக்கத்தான்டா வாழ்க்கை! நான் எங்க இருக்கேன் தெரியுமா? அமெரிக்காவுல

இருக்கேன். அங்க இருக்கப் புடிக்கலை... அந்தக் கலாசாரம் ஈமொச்சு பிசுபிசுன்னு நாத்தம் அடிக்குது. அதான் நான் நம்ம ஊரத் தேடி... நம்ம நாட்டைத் தேடி வந்துட்டேன்!' மாரிமுத்துவின் மனசாட்சி பேசியது.

''தோடா... காதுல கம்மல் போட்டுன்னு இல்ல! இதவுட பெரிய பெரிய கதையைக் கேட்டு ஏப்பம் வுட்டவனுங்க நாங்க. அமெரிக்காவா, ரஸ்யாவா? கிழிஞ்சுடும். தா பாருய்யா என்கிட்ட இன்னாய்யா உன்குவேணும்... டோப்பு வேணுமா, பவுடர் வேணுமா, இல்ல மாத்தர வேணுமா? அத்தையாவது சொல்லித் தொலய்யா...'' முனுசாமி சத்தமாக மாரிமுத்துவிடம் கேட்டான்.

மாரிமுத்து மனம் கலங்கி, 'உன் ஊட்டுக்கு கூட்டின்னு போ! உங்க ஏரியாவ நான் பாக்கணும். அந்த மண்ணுல என் கால் மிதிப்படணும்' வருத்தம் தோய்ந்த குரலில் கேட்டார்.

''யோவ்... நான் இன்னா, பெரிய பெரிய மன்சன்ங்க குந்தின்னுகீர போட்டுகிளப்புல இர்கன்னு நென்ச்சியா? இந்திய ப்பணக்காரன்னு சுத்துர பெரிய மன்சன்ங்க இருக்குறே எடத்துல நான் இருக்கன்னு நெனக்காதே... நாங்க சைதாப்பேட்டையில அடையாற்றுக் கரையோரம் வாழ்ந்துன்னு இருகோய்யா..! நாத்தமும், கொசுக்களையும் கூட வெச்சிகின்னு எங்க வாழ்க்கை ஓடுது. நீ அதுக்குள்ள வரமாட்டே... கலிஜ்[15]யா இருக்கும். ஜீலோ[16]னு இல்லாம, கூட்டம் கூட்டமா சனங்க அழுக்கோடு சுத்துதுய்யா. நாங்க வாழ்ற இடத்தில செழிப்பான சுவாசக் காத்து இல்லாம, நாத்தம் அடிக்கும் இடத்திலதான் எங்க வாழ்க்கை போகுது!'' என்று முனுசாமி மாரிமுத்துவுக்குத் தன்நிலையை அச்சி அடித்தான்.

'நான் என் பொம்மியப் பாக்கணும், பேசணும்... அந்த மண்ண என் நெஞ்சோடு அணைக்கணும்...' மாரிமுத்து கண்ணீர்த்துளிகள் வழியக் கேட்டார்.

''யாருய்யா அது...? எங்க ஏரியவுல ஒரு பொம்மி கெழவி இருக்குதா... அது கருக்கல் வித்துக்குனு லோல்பட்டு லொங்கழிஞ்சு கெடக்குது. அந்தக் கெழவிய எவனோ ஏமாத்திப் போயிட்டானாம். அந்த நெனப்பிலையே அது தனிமரமா வாழ்ந்துனுகீது. பாவய்யா கெழவி! ஒன்னு தெர்யுமா, கெழவிய ஏமாத்துனுவன் என்கு மாமனாம். இந்த ஆளப் பாத்தா படிச்சவனாகீறான். மூஞ்சப் பாத்தா வெள்ளையா வேறகீறான். அந்தப் பொம்மிக் கெழவிய இந்த ஆளு ஏமாத்தி இருக்க மாட்டான்!'' முனுசாமி பகடற்றவனாகத் தனக்குள் புலம்பி வர...

முனுசாமி பேச்சைக் கேட்டு மாரிமுத்து மனம் ஈட்டியில் நெஞ்சைப் பிளந்தது போல் ஆகி, இரத்த நாளங்கள் துடித்து, நெஞ்சில் கைவைத்து மூச்சிறைத்தார். பொம்மிக் கிழவியைச் சொன்னதும் ஏனோ மாரிமுத்து நிலைகுலைந்து போனார்.

'அவன் மண்ணாகட்டி பேரன், நீ செல்வராஜ் பையன்னு எனக்குத் தெரியும். அவன் இருக்கும் ஏரியா எனக்கும் பரிச்சியமானதுதான். எருமைகளின் சாணத்தில் கால்மிதித்து, இரும்புச்சட்டியில் மாட்டு இறைச்சியும், காய்ந்தகொழுப்பும், ஜவ்வும் நெருப்புச் சூட்டில் உருகி வீசும் கருக்கல் வாசத்தை நுகர்ந்தது, என் நாசித்துவாரத்துக்கு தெரியும். நானும் அங்கே பொறந்து, பெரிய படிப்பு எல்லாம் படிச்சு, அங்கயிருந்த துர்நாற்றம் வீசும் பூதங்கள் என்னை ஆடம்பர வாழ்க்கைக்குத் தள்ளிவிட்டது. நான் ஓடினேன், ஓடினேன் ஆடம்பர வாழ்க்கைக்கு ஓடிப்போனேன். அது என்னைப் படுபாதாளத்தில் தள்ளி, ஒட்டிய உறவுகள் எல்லாம் மறக்கடிக்க வைத்து, நான் உழன்ற என் மண்ணை விட்டு ஓடிப்போகச் செய்தது. என்னைக் கனிந்த கனியாக சுமந்த என் பொம்மியையும் இழக்க வைத்தது!' தனக்குள் புலம்பி கண்கலங்கிய மாரிமுத்து, எப்போதோ பொம்மியை இழந்த சோகம் அவர் கண்களில் தெரிந்தது.

முனுசாமி மனதில் 'யார் அந்த பொம்மி?' என்று தன் மனதைக் கேட்டுக்கொண்டிருக்க, துணிப்பையில் இருந்து ஈரம் கசிந்து விசும்பும் சத்தம் கேட்க, முனுசாமி பையைப் பார்த்தான். மாரிமுத்து தழுதழுத்து அழுகுரல் கேட்டது.

''யோவ்... அழுவாதையா. உன்ன நம்புறேன். நீயும் அடையாற்றுக் கரையில் இருக்கிற சொந்தம்னு நம்புறேன். நீ இரத்த உறவா கூட இருப்பே. சரி, வாயா ஒன்னுக்குள்ள ஒன்னா ஆயிட்டோம்... வா போலாம்...'' சேர்ந்து கொண்ட உறவாக தன் மேல் சுமந்து நகர்ந்து சென்றான் முனுசாமி.

''உன் புகைப்படத்தை எதுக்குய்யா கோடம்பாக்கம் குப்பத் தொட்டியில் போட்டு இருக்காங்க..?'' என்று கேட்டான் முனுசாமி.

5

ஆச்சரியப்பட்டு விடையைக் கண்டறிய மாரிமுத்துவிடம் வினாத்தாளை வைத்தான் முனுசாமி.

"அதை எதுக்குக் கேக்குறே... கன்றாவி, வெக்கக்கேடு!"

ஏவியெம் ஸ்டியோ பக்கத்துல சினிமா பின்புலப் பொருட்கள் வாடகை விடுற கடை இருக்கிறது. அந்தக் கடையில் நடுத்தர வயசு செல்லப்பா, சிறிய வயசு குமாரு பொருட்களை எடுத்து அடுக்கிக் கொண்டிருந்தார்கள்.

"குமாரு, பேமிலி புகைப்படத்துல கருப்புவெள்ளைல இருக்கிற, ஒரே ஒரு ஆள் கம்பீரமா, படிச்சவனா இருக்குற மாதிரி ஒரு போட்டோவ தேடி எடுத்துக்கோ..." செல்லப்பா குமாரிடம் வேலையைத் தலையில் வைத்தான்.

பேமிலி புகைப்படம் குமிந்து கிடக்கும் அலமாரியில் தேடி மாரிமுத்துவின் புகைப்படத்தை எடுத்துவந்து, ஒரு லோடு பொருளோடு இத்துப்போன பழைய வெள்ளையன் காலத்திய கொஞ்சம் தகரம், கொஞ்சம் இயந்திரம் உள்ள பெட்போர்டு வண்டியில் போட்டான். மாரிமுத்துவின் புகைப்படம் 'டங்... டங்...' என கீழே விழுந்தது. மாரிமுத்து 'ஐய்யய்யோ... யம்மா'ன்னு ஒரு மூலையில் போய் விழுந்தார்.

செல்லப்பாவும், குமாரும் இத்துப்போன வண்டியில் ஏறினார்கள். வண்டி 'டொக்... டொக்...' என இழுவைச் சத்தம் அருவருக்கும் ஒலியெழுப்பி நெருக்கடி நிறைந்த சென்னை அகல வீதியில் மெதுவாக நகர்ந்து செல்ல. சிறிய வண்டிகள் கணக்கற்று அதை முந்திச் சென்றது. செல்லப்பா, குமாரும் குறட்டையுடன் தகரடப்பாவுக்குள்

உறங்கிக்கொண்டிருந்தார்கள். வண்டி நெடும்தூரம் சென்று பச்சையப்பன் கல்லூரி எதிரில் குசால்தாஸ் என்ற மிக உயர்ந்த அரண்மனை வீட்டில் அலங்காரமிக்க வாயிற்கதவுகள் இருபக்கம் திறந்ததும், வண்டி டொக்... டொக்... சத்தம் எழுப்பி கருநிறப் புகையைக் கக்கி உள்ளே சென்று நின்றது.

செல்லப்பா, குமாரும் வண்டியில் இருந்து பொருட்களை இறக்கிச் செல்ல, மாரிமுத்து மிரண்டுபோய் கண்களை உருட்டி குசால்தாஸைப் பார்த்தார். மிகப்பெரிய அரண்மனைத் தோற்றம் உள்ள மாளிகையில், காரை சிற்ப அலங்கார வேலைப்பாடுகள் அழகுமிகுந்து மிளிர்ந்திருந்தது. அதை மாரிமுத்து சுற்றும்முற்றும் பார்த்து குமாருடன் வரும்போது, உயர்ந்து நின்ற அத்திமரத்தின் காற்று அவர் நெற்றியை வருடியது. பழுத்து விழுந்த அத்திப்பழம் நறுமனம் கமழ்ந்து வீசியது.

குமார், வீட்டின் உள்ளே வந்து, மாரிமுத்துவை தண்ணீரில் சுத்தம் செய்தான். தன் சிறுவயதில் மதராஸில் குழாயடியில், பிளீச்சிங் பவுடர் வாசம் வீசும் நீரில் என்னைக் குளிப்பாட்டிச் சுத்தம் பண்ணும் தாயைப்போல் உணர்ந்து குமாரைப் பார்த்தார் மாரிமுத்து. குமார் அத்தனை நேர்த்தியுடன் தாயாக அவரைக் குளிப்பாட்டி, பஞ்சில் நூற்ற புடவைத் துண்டில் துடைத்து, சுவற்றில் கை எட்டும் அளவில் மாட்டி, விறுவிறுவென வெளியே சென்றான். அத்தனை வேகம் அவனிடம் இருந்தது.

ஒளியின் வேகத்தைவிடப் பயணம் செய்யும் சினிமாத்துறையினர் அங்கே குழுமியிருந்தார்கள். அவர்கள் திரைவடிவத்தின் மூலம் அவர்கள் செயல்பாட்டைத் தெரிந்துகொள்ளலாம் என்பதை மாரிமுத்து நினைவில் அரைத்துக்கொண்டிருந்தார்

''அப்புறம் இன்னாத்தான்யா ஆச்சி..?'' முனுசாமி ஆவலில் மாரிமுத்துவைக் குடைந்தான்.

என்னைச் சுவற்றில் அறைந்ததும் நான் விழித்துப் பார்த்தேன். எல்லாம் வெள்ளையன் சொல்லிக் கொடுத்துட்டுப் போன கட்டட வேலைப்பாடுகள் நிறைந்து இருந்தது. ''பணம் வைச்சுனுகீறவன்க இப்படித்தான் வாழ்வானுங்க போல...'' என்று மாரிமுத்து பேசிக்கொண்டு இருந்தார். குமார் வருவதைப் பார்த்து நாக்கை உள் இழுத்து உதட்டை முடிக்கொண்டார் மாரிமுத்து.

குமார் எப்போதும்போல் விறுவிறுவென வந்து மாரிமுத்து நெத்தியில் குங்குமப் பொட்டு வைத்து, மாலைபோட்டு, மாடத்தில்

காமாட்சி விளக்கைக் கொளுத்திச் சென்றான். விளக்கின் நெருப்பு சுவாலை மேலே கீழே போவதுமாக இருந்தது. விளக்கின் சிறு சூட்டில் மாரிமுத்து நெளிந்து, ''அடப்பாவி... உயிரா இருக்கும்போதே என்ன கொன்னுட்டியாடா குமாரு..?'' மௌனமாகக் குமுறி வீட்டின் விதானத்தைப் பார்த்தார். பெருங்கூட்டம் முந்தியடித்து உள்ளே விதவிதமானப் பொருட்களைச் சுமந்துவந்து வைத்தார்கள்.

தீடீர்னு முகம் வெளுத்து எடுக்குற பெரிய ஒளியைக் கக்கும் மின்சார விளக்குகள் என் முகத்துக்கு மேல சுட்டெரித்தது. என் கண்ணெல்லாம் கூசி, இமைகள் படபடத்து, உடம்பெல்லாம் ஜிவ்வென்று சூடேறியது. என் நாக்கு உதடுகளை முட்டித் தள்ளி கத்தணும்போல் இருந்துச்சு. எல்லாவனும் பார்த்துடுவாங்களேன்னு மேல உயர்ந்துவந்த சூட்ட பொறுத்துக்கொண்டேன். காட்சிகளைப் பதிக்கும் கருப்பு வண்ணத்தில் இயந்திரப்பெட்டி ஒன்று வைக்கபட்டு இருந்தது. அதுக்கு முன்னாடி ஒரு நாற்காலி இருந்தது.

ஒருத்தன் இளம் பச்சை நிறத்தில் ஆங்கில எழுத்துகள் பதிஞ்ச அரை கை பனியன், கருநீல ஜீன்ஸ் அணிந்து வந்தான். அவன் உடல் சிறுத்து, எலும்புகள் நீண்டு, துறுத்தி, பொக்கை மாதிரி இருந்தான். அவன் சிறுத்த கால் விதானத்தில் பட்டதும் இடம் மயானஅமைதி குடிகொண்டு, அனைவர் உதட்டில் திண்டுக்கல் பூட்டு தொங்கிக்கொண்டது. அவனைப் பார்த்ததும், 'பயமே வராத சரீரம் கொண்டவனுக்கு எதுக்கு இவர்கள் பயப்படுகிறார்கள்?' மாரிமுத்து மனம் அலைமோதியது.

அந்த பொக்கையன் கண்ணைப் பிதுக்கிப்பிதுக்கி விதானத்தைப் பார்த்தான். கண்ணெல்லாம் ஊளை வழிந்து இருந்தது. இரவெல்லாம் தூங்கியிருக்கமாட்டான்னு தெரிஞ்சது. பொக்கை, திரை வடிவமாக்கும் இயந்திரப்பெட்டியின் முன்னிருந்த நாற்காலியில் உட்கார்ந்து என்னை உத்து உத்துப் பாத்தான். கண்ணுல வழிந்த ஊளையைப் பாத்தால் எனக்கு வாந்தி வந்துச்சு. நல்லவேளை... குமாரு, காமாட்சி விளக்குப் பக்கத்துல எலுமிச்சைப் பழத்தை அறுத்து வைச்சியிருந்ததான். அந்த வாசத்தில் மூச்சை இழுத்து மோந்து பார்த்தேன். வாந்தி வருவது நின்றது. பொக்கையைச் சுத்தி இளவட்டப் பசங்கள் இருந்ததில், ஒரு பையன் தட்டச்சி செய்த காகிதங்கள் இறுக்கிய அட்டையை நீட்டி திருப்பித் திருப்பிக் கட்டினான். பொக்கை தலையைகூட அசைக்காமல் அவ்வளவு திமிராக இருந்தது. அமைதிக்கு அடுத்து அங்கு நிலவிய மௌனபேச்சின் இடையில் என் காதை வீசிப்

போட்டதில் கிடைத்தது... பொக்கைதான் டைரக்டராம். அவன்தான் தலைவன் என்பதால் நிசப்தம் கவ்விக்கொண்ட இடத்தில் மின்விசிறி சிறுயோசை மட்டும் கேட்டுக்கொண்டிருந்தது. இங்கு ராஜாவாக இருக்கும் பொக்கை, படமெடுக்கும் இயந்திரக் கருவி பக்கத்தில் நின்றான். குமாரு, தேங்காய் கற்பூரத்துடன் இருக்க, பொக்கை கற்பூரத்தை ஏற்றியதும், குமாரு படமெடுக்கும் கருவிக்கு மூன்று சுற்றுச்சுற்றி பொக்கையிடம் காட்டினான். அவன் தீபத்தைத் தொட்டுக் கும்பிட்டான். குமார் வெளியில் சென்றான்.

பொக்கை படமெடுக்கும் கருவியைப் பார்த்து, ''ரோல்!'' என்று சொன்னதும், ஒருத்தன், ''ரோலிங்...''னு சொன்னன். பொக்கை, ''ஆக்ஷன்!''னு கத்துனதும், பொக்கை ஒடம்பு எல்லாம் நளினமாக நெளிஞ்சான். குரலைப் பார்த்தால் ஆண்தன்மையில்லாமல் இருந்துச்சு, அவன் சொன்ன 'ஆக்ஷன்' ஒலி, என் முகத்தில் சப்புனு அறைஞ்சதும் என் உச்சந்தலையில் யாரோ லேசாகத் தட்டும் பிரம்மையில் கண்களை விழித்துப் பார்த்தேன்.

கம்பீரமாக வெள்ளையும் சொள்ளையுமான உடையில் தடிமாடு ஒருத்தன் கருத்த மேனியுடம் என் முன்னாடி வந்து நின்றான். தொந்தி உப்பி இருந்தவன் கண்ணை உருட்டி என்னைப் பார்த்தான். எனக்கு பயம் அதிகமானதும் தீடீர்னு,

''டேய்... நீ எல்லாம் ஒரு அப்பனாடா..?'' என்றதும், நான் பயந்து எப்போ அவனுக்கு அப்பனா ஆனேன்னு எனக்கே தெரியாமல் என் கண்கள் பிதுங்கியது. என் உதடுகள் திறக்க முயன்றன.

''அதெப்பிடி என்குத் தெரியும்..? நீயெங்க மேஞ்ஜீயோ..? உன்குத்தான் தடிமாடு ஆத்தாளைத் தெரியும்..!'' முனுசாமி நெக்கலாக மாரிமுத்தைப் புடைந்தெடுத்தான்.

'நீ கூட என்னைப் பரிகாசம் பண்ணுறே..?' என்று, பரிதாபமாக கண்ணைச் சிமிட்டி உதட்டசைத்தார் மாரிமுத்து.

கருத்த மேனியான் திரும்பவும் என்னைப் பார்த்து,'எனக்குச் சேரவேண்டிய சொத்தை புள்ளன்னு கூடப் பாக்காமல் கோவிலுக்கு எழுதி வைச்சிட்டியடா... நான் இப்போ அனாதையா நிக்கிறேன். என் குடும்பமும் என்ன விட்டுப் போயிடுச்சு... என் பொண்டாட்டி இன்னொருத்தனோடு ஓடிட்டா..!' தலை விசும்பி, மாரிமுத்து புகைப்படத்தில் இடிப்பதாக நெற்றியில் அழுத்தினான்.

‘அய்யோ... நான் எங்க சொத்த கோவிலுக்கு எழுதிவைத்தேன். எல்லாத்தையும் வித்துட்டு இந்தநாடு வேணான்னு அமெரிக்கா போனேனடா...’ மாரிமுத்து புலம்பியதும்.

கருத்த தொப்பை பெருத்தவன் ‘‘இந்த அரண்மனை வீடும்போச்சு... என் குடும்பம் போச்சி... மிச்சம் இருந்த சொத்தையும் கூத்தியாளுக்குக் கொடுத்திட்டியே..!’’ என்று தேம்பி அழுது, உருண்டு, மாறிமாறி வசவைப் பொழிந்து, தாரைதாரையாகக் கண்ணீர் சிந்தி, சீனத்துப் பீங்கான் தரையை நனைத்து, சிலவினாடியில் என்னை அடிப்பதுபோல் நிறைய பேசி அழுதான்.

பொக்கை ‘‘கட்!’’ என்று எழுந்ததும், அவன் இடுப்பில் நிற்காத ஜீன்ஸைத் தூக்கி அரைஞாண் கயற்றில் சொருகி, ‘‘சபாஷ்... சூப்பர்டா!’’ பெண்மை தழுவிய குரலில் கீச்சிட்டதும், எல்லோரும் ஓங்கி கரவொலி எழுப்பியதும், விதானத்தில் கரவொலி எதிரொலித்திருக்க, அழுதவன் கலகலவெனச் சிரித்தான். ‘‘சொத்து இருக்குறவனுங்க இப்படி நடிக்கிறானுங்க... மண்ணுமேல ஆசையில் சுத்துறானுங்க...’’ நறுக்கென மாரிமுத்து சொன்னதைக் கேட்டு முனுசாமி வியந்து, மிதிவண்டியை நோக்கிவர... மாரிமுத்து மனசாட்சி பீறிட்டு ஓடிவந்து,

‘நம் முன்னோர்கள் மண்ணில் விட்டுப்போகும் சொத்தும், பொருளுக்காகப் பரிமாறும் கையிருப்பும், பல தலைமுறை கடந்த பிறகு, உறவற்ற தலைமுறைக்கு இவை கைமாறிப்போகிறது என்பது தற்போது உள்ள தலைமுறைக்குத் தெரியாமல் போகிறது. இது காலத்தின் இயற்கை அளவீடாக இருக்கிறது. அவரவர்கள் தன் சொந்த முற்பிறப்புக்கு முந்தைய பிறப்பின் சொந்தம் எங்கே இருக்கிறது என்று இன்றும் யாரும் காணமுடியாது.இதை அறியாமல் தன் உறவையும், அசல் மனிதர்களையும் சுயநல ஆசைக்காகப் பலிதீர்க்கும் அசுர மனிதர்களாக ஏராளமானவர்கள் பூடகத்தில் மண்ணை அபகரிக்க உலாவுகிறார்கள். பிறகு, மண்ணை அபகரித்தவர்கள் சவக்காடாக மாறி மண்ணின் இறைக்காக மறைந்து போனதும், இவர்களின் மூன்று தலைமுறை கடந்ததும், சொந்த உறவுகளும் மறைந்து மண் மட்டும் மிஞ்சி வேறு ஒருவர் கைக்கு மாறும் என்பதை அறிந்தால் மண்ணுக்காக மனிதனை அழித்து நிற்கமாட்டார்கள்!’’ என்று மனசாட்சி விசும்பி எழுந்து, ‘‘காலம் திசையற்றுப்போச்சு. தேவைக்குமேல் மனதாசை உறைவிடமாச்சி. இதில் பயம் ஒன்னும் இல்லை. உன் பிறப்பிடம் எது என்று கண்டுபிடி!’’ என்று மாரிமுத்து புகைப்படத்துக்கு முன்புலம்பிய கருத்தத் தொப்பை பெருத்தவனுக்காக மனசாட்சி பேசிவிட்டு, காற்றில் ஊடுறுவிப்போனது.

‘‘உன்ன எதுக்குய்யா குப்பையில் எறிஞ்சுட்டாங்க?’’ என்று முனுசாமி கழுமரமாகக் குத்தி மாரிமுத்துவைக் கேட்டான்.

‘‘அதச் சொன்னா வெக்கக்கேடு! நான், குசால்தாஸ் அரண்மனைவீடு, ராயப்பேட்டை எஸ்.எஸ்.வாசன் வீடு, ஏவி.எம்மின் சம்சாரம் மின்சாரம் வீடு, கோவூரில்முற்றம் வைத்த பண்ணையார் வீட்டில் மழைத்துளிகள் முற்றத்தில் நடுவில் விழுந்து தெறித்து, என் முகத்தில்பட்டு நான் பழுதாகி, மங்கும் தன்மை எட்டிப் பார்த்ததாகச் சொல்லி, ‘நீ அதிகமாக நடிச்சதனால பழைமை உன்னுள் ஒட்டிக்கினுச்சி’ என்று என்னைத் தூக்கி எரிஞ்சுட்டானுங்க. கொஞ்சநாளா அந்த சினிமா வாழ்க்கை எனக்கு அந்தஸ்தா இருந்தது. என்னைப் பொட்டியில் வைச்சு பூட்டிவைப்பாங்க, கன்டினுட்டினு சொல்லி அடிக்கடி குமாரு வந்து என்ன நல்லா தொட்டுத் தொட்டுப் பாத்துக்குவான். என்ன நேர்த்தியா பாத்துக்க ஆள் வந்தாங்களேன்னு சந்தோசப்பட்டேன். அது ஒருகாலம். நான் அழுக்கானதும் வீசியெரிஞ்சுட்டாங்க!’’ காலத்தை நினைவூட்டினார் மாரிமுத்து.

முனுசாமி குப்பைத்தொட்டி அருகில் கால்களில் ஒட்டிய அசுத்தத்தை ரோட்டில் தேய்த்துக்கொண்டே நகர்ந்து வந்து மிதிவண்டி கேரியரைத் தூக்கி மாரிமுத்து மேல் டங்குன்னு விட்டதும், ‘‘ஐய்யோ... யப்பா’னு குரல் எழுப்பி படபடப்புடன் மாரிமுத்து கத்தி, ‘‘நானே அமெரிக்காவுல சாவபிழைக்க ஆஸ்பத்திரியில் கிடக்குறேன்டா... என் நெஞ்சுமேலையே குத்திட்டியே... கேரியரை எடு... எடுடா!’’ என்று உரக்கக் கத்தியதும், கேரியரைத் தூக்கி, மாரிமுத்துவை எடுத்து மிதிவண்டி கைப்பிடியில் மாட்டி, மிதியடியில் கால்களை அழுத்தியதும் வண்டி மெல்ல நகரத் தொடங்கியது.

6

மே மாத வெப்பக்காற்று சுளீரென்று வீசியதில் கானல் நீர்வழிந்தோடி, அனல் உடலை இறுக்கியதால் முனுசாமி பசியில் கிறங்கி மிதிவண்டியை மிதித்துக்கொண்டிருந்தான்.

இராட்சச வண்டி வேகமாக வந்திருந்தால், பஞ்சவர்ணம், எஜமானி கஜலட்சுமி வீட்டில் நேத்து வைச்சசோறும், புளிக்கொழம்பும், குளிர்பெட்டியில் இருந்ததையும், காத்தால மீந்த வேகாத பிசுபிசுத்த மீந்த இட்டிலியையும் பார்சல் பண்ணியிருக்கும். அத்தத் துண்ணா குளிர்பெட்டியில் வைச்சசோறு தொண்டக்குழியில் ஜில்லுனு இறங்கும். புளிச்சதாய் இருந்தாலும் பசிக்கு அவை சோர்வைத் தணிக்கும். சில மணிநேரத்துல நீச்சவாடை ஏப்பம் வரும்... பசிக்கொடுமை. இத்த துண்ணுப்புட்டு காற்று வந்தா பெருத்த நாத்தம் அடிக்கும். இப்படித்தான் ஏரியாவுல நெறைய வூட்டுல பசிபறக்கும். பசியில் மனதைப் போட்டு ஜல்லடையில் உருட்டிக்கொண்டே வந்தான் முனுசாமி.

என்னிக்காவுது ஏரியாவே புதுசா பெய்யுற மழைத்துளியில் நனைஞ்சு, ஏகதாளத்தில் துள்ளிகுதித்துத் திரிவார்கள். புதுசா சமைஞ்ச பொண்ணு தெரட்டி ஏரியாவுக்கே பட்டாணி, மசாலா கலந்த பிரிஞ்சி மனம் சைதாப்பேட்டை மேம்பாலம் வரைக்கும் தூக்கும், அன்னக்கி எல்லாத்துக்கும் வவுறு முட்டி பசி கலைந்து போவும், சிலர் பல கவலம் சோத்தைத் துண்ணுப்புட்டு இரவுல படுத்துருண்டு ஜீரணித்துக்கொண்டிருப்பார்கள். சில பெருசுங்க முறிக்கினு சாப்பிடாது. சமாதானம் பண்ணப் போனால் பழம் கதையைக் கூறி கழுவி ஊத்து வார்கள். சில பொம்மநாட்டிகள் எப்படியோ சமாதானம் பண்ணி சாப்பிட வைப்பாங்க... அன்று அங்கே மனித உறவுகள்

நூலிழையில் தவறி ஒட்டிய சாயத்தை நீக்கி மனித உறவுகளோடு கலப்பார்கள். அன்றாடம் காய்ச்சிகளிடம் குடும்ப உறவுவை இந்திய ஏடுகளின் பதிவுகள் அற்று வெறும் கண்ணில் பார்த்து மகிழலாம். சென்னை தழுவி எந்த உறவுமுறை தெரட்டி, கல்யாணம், எழவுலையும் பிரிஞ்சி விசேச உணவாக இருக்கும். ஏழை சனங்களின் உணவில் பிரிவினையில்லை என்று மனநினைவை புரட்டி, வழிந்த வியர்வை காயாமல், பசி மயக்கத்தில் மிதிவண்டியை மிதித்து வந்தான் முனுசாமி.

மாரிமுத்து தஞ்சம் தழுவிய பை புழுங்கும் வீடாக இருந்ததால் இவரையும் வெப்பம் விட்டு வைக்காமல் தாக்கியது. பையை இழுத்துப் போர்த்த சலசலப்பு ஒலி கேட்டது. முனுசாமி பையைப் பார்த்து, 'பாவம், நமக்கே இம்மாத்துண்டு வயசுல வெய்யிலு தாங்க முடியல... கிழம் எப்பிடித் தாங்கும்?' என்று பரிதவித்து வீதியை நோட்டமிட்டு மிதிவண்டியை மிதித்தான்.

கடந்த வருடம் இதே வெப்பகாலத்தில் யாரோ தடிதடியான மரக்கட்டைகளை குப்பைத் தொட்டி அருகில் போட்டு இருந்ததைப் பார்த்து, 'இத்தெல்லாம் வூட்டுக்கு எத்துனு போனா பஞ்சவர்ணம் பத்து நாளுக்கு அடுப்பு எரிக்க பிரச்சினையில்லாமல் சோத்துக்கும் வழிவகுக்கும்' என்று மரக்கட்டைகளை மிதிவண்டியில் ஏற்றி, சுமைதாங்கியாக மிதிவண்டியை மிதித்துக்கொண்டு, 'எப்பத்தான் நம்கு விறகு போய், கேஸ் அடுப்பு கெடைக்குமோ' என்று புலம்பிச்சென்றான்

முனுசாமி அவன் துவண்ட புலம்பலை மோப்பம் பிடித்து அவன் மனசாட்சி வெகுண்டு எழுந்து, 'வழிதெரியாத அழுக்கைச் சுமப்பவனே, விறகு வைத்து சமைத்த உணவு ருசிக்கும், அந்த விறகுகள் இப்போது பெரும் இடங்களில் காணமல் போச்சுனு துலாபாரத்தில் அமர்ந்தவர்கள் பலர் உரைத்து, நவீன குழாய் நெருப்பில்தான் பசியாற்றுகிறது என்கிறார்கள். வெட்டியமரங்களின் மீந்த துண்டுகள் தற்போது எங்கே போகிறது என்ற கேள்வியை நீயே கேள். அசதியால், அவர்கள் கூப்பாடை நீ ஏற்காதே... இந்த நாட்டில் அதிகப்படியான கிராமக்குடிகள், குடியிடம் இல்லாமல் தெருவோரம் ஒதுங்கியவர்களின் உறைவிடமும் விறகில்தான் உலைக்கொதித்து பசி ஆறுகிறது.

துலாபாரத்தில் பளபளப்பாக அமர்ந்தவர்கள், 'ஏய் விறகே, நீ முந்திய காலத்துச் சுவடுகளில் நீதான் நெருப்பை உற்பத்தி பண்ணி இருக்கலாம். நெருப்பைக் காத்துக்கொள்ள உனக்கு ஊர்சுற்றி நெருப்பு

கிராமம் இருந்திருக்கலாம். ஆனால், சனங்கள் சுவாசிக்கும் காற்றை உற்பத்தியாக்கும் வனத்தை எரித்து, மழை வருவதை நிறுத்தியதும் நீதான்' என்று கூவுகிறார்கள்.

'அந்த விறகுப்புகை நெருப்பில்தான் இன்னும் நிறைய ஏழைகளின் உறைவிடம் பசியாறிக்கொண்டிருக்கிறது. இதற்கு மாற்றம் உன் கையில் இல்லை... உன்னை ஆளுகிறவர்கள் ஆட்சியில் இருக்கிறது' என்று மனசாட்சி நெருப்பின் பிரிவை அளந்து முனுசாமி மண்டையில் நொறுக்கிவிட்டு, வெப்பக்காற்றில் பறந்து சென்றது.

முனுசாமி விறகை மிதிவண்டியில் ஏற்றியதால் தன்விசையை அதிகப்படுத்தி மிதிவண்டியை மிதிக்க, 'டமால்... புஸ்...' என்று பெரும் சத்தம் பீறிட்டதும், அவன் நிலைதடுமாறி நின்று பார்த்தான். மிதிவண்டி பஞ்சர் ஆகிப்போனது. 'வண்டியில இம்மா கனம்கீது... எப்டி தள்ளூரத்து' என்று மனம் குமுறி மிதிவண்டியைத் தள்ளி கடைநிலை மனிதக் கூட்டம் குவிந்து கிடக்கும், ஒரு மூலையில் இருந்த பஞ்சர் கடையில் பஞ்சர் போட்டான். வண்டி தயாரானதும் கடந்த காலத்தை மென்றுகொண்டு சுடும் எதிர் காற்றில் மிதிவண்டியை மெல்ல மிதித்துச் சென்றான் முனுசாமி.

7

இருசக்கர வாகனங்கள் 'சர்... புர்...' என்று வேகமாகச் செல்ல அதன் இடையில் முனுசாமி மிதிவண்டியை நுழைத்துச் செல்ல, பயம் தலைக்கேறிய மாரிமுத்து,

'முனுசாமி, நடுரோட்டுல ஏன்டா போற? நடைபாதை ஓரமா வாடா... வண்டிங்க போறத்த பார்த்தா பயமா இருக்குடா..!'

முனுசாமி பையைப் பார்க்க, பை சலசலவென ஆடி, மாரிமுத்து முணங்கல் கேட்டுகொண்டே வந்தது.

''யோவ்... இன்னாத்துக்குய்யா இம்மா கத்து கத்திக்கினே வர? நானே நெருசல்ல பூந்துபூந்து வறேன். பயப்படாதே... இங்கெல்லாம் வண்டிங்க இப்பிடித்தான் வரும். இங்கெல்லாத்துக்கு தேவை அதிகமாப் போச்சு. கடினமா ஒய்ச்சாத்தான் இங்க பணம் கெடைக்கும். அத்த தேடிக்கின்னுதான் ஓடுறான்னுக. இங்க உசுருக்கு முக்கியமில்லை. நீ வாய பொத்திக்கீன்னு வந்தா, உன்ன பத்திரமா ஏரியாவுல சேக்குறேன்'' என்று தற்கால நிலையை மாரிமுத்துவிடம் சொல்லி மிதிவண்டியை வேகமாக மிதித்துச் சென்றான் முனுசாமி

மாரிமுத்து தன் வீட்டில் இருக்கும் ஓட்டை வழியாக எட்டிப் பார்த்தார். நினைவுகள் வாட்டியது. அழகான தெருக்கள், இருபக்கமும் தூங்குமூஞ்சுமரம், பூவரசுமரம்... இதன் காற்று மே மாதம் வெயிலை மரணப்படுக்கையில் கொண்டு சென்றாலும், வீதியெங்கும் நிழல்கள் குமிந்து கிடக்கும். அசைந்து ஆடும் பூவரசுமரம் காய்காய்ந்து கிடக்கும். அதை எடுத்து உடைக்கும் போது ஒருசத்தம் இனிமையாகக் காதுகளில் கேட்கும். அதன் இலைகளைப் பறித்து, உருட்டி ஊதும்போது அதன் இசையொலியில் துள்ளிக் குதிக்கத் தோணும். தெருக்களில் குப்பை

இருக்காது. நாசியை அடைக்கும் துர்நாத்தம் இருக்காது. அவ்வளவு அழகு நிறைந்த காலத்தை மறைத்துவிட்டோம். வளர்ச்சிப் பாதையில் அழகிய காலத்தைக் கொடுத்தவர்கள், மக்களின் நெடுந்தூரப் பயணத்தைக் கணக்கில் எடுத்துக்கொள்ளவில்லை.

நாங்கள் உழன்று களித்த மண்ணில் மரங்களின் நிழலின் கீழே மனிதர்கள் நடந்துசெல்வார்கள். பசுக்கள் ஆங்காங்கே படுத்து இருக்கும், அதன் மத்தியில் வாகனங்கள் சிரமமில்லாமல் சென்றுகொண்டிருக்கும்.

மிதிவண்டிகள் கணக்கற்று செல்லும். எங்கும் மிதிவண்டிக்கடைகள் இருக்கும், பஞ்சர் போடுவார்கள், வாடகைக்கு மிதிவண்டி கிடைக்கும், குழந்தைகள் வாடகை மீதிவண்டியைப் பரந்த வீதிகளில் ஓட்டுவார்கள். அம்மா, அப்பா வீடுகளில் பயமில்லாமல் நித்திரையில் ஆழ்ந்திருப்பார்கள். பூச்சாண்டியில்லை, விபத்து இல்லை. அப்படிப்பட்டத் தெருக்களில் நானும் என் பிரிமியர் 118 காரை ஓட்டிச் செல்வேன். அத்தனையும் சுகமாக இருந்தது. அந்தப் பயணத்தில் குளிர்சாதனம் இல்லை, உள்ளே தூசியில்லை. அப்படிப்பட்ட பயணம் என் தலைமுறைக்குக் கிடைக்காமல் போய்விட்டது.

தெருக்களில் மக்கள் கூட்டம் கூட்டமாக குழாயடியில் வெங்கலம், பித்தளை பானைகளில் தண்ணீர்ப் பிடித்துச் செல்வார்கள். இதன் மத்தியில் வாகனங்கள் செல்லும். அத்தனை விசாலமான வீதி இருந்தது. அவை எங்கே மறைந்து சென்றது!''

முந்தயகாலம், பிந்தைய கால வளர்ச்சியை வகுத்து, பாகுபாட்டை அலசிக்கொண்டே வந்தார் மாரிமுத்து. வெயில் தாக்கம் தாங்கமுடியாமல் பைகுடுகுடுவென ஆடியது. மாரிமுத்து பழைய நினைவில் ஊஞ்சல் ஆடி, பையில் நெளிந்துகொண்டிருந்தார்.

''யோவ் பழைய கதையெல்லாம் ஊட்டுனு கீர... உன் வாழ்க்க யெல்லாம் எவனுக்கு வேணும்? இது எங்க காலம். சந்தோசத்துக்கு ஏத்த எடம், ஜாலியா இருக்கணும், எவெ செத்தா என்ன, எவெ கொள்ள அச்சா என்னனு இருக்கணும். உன் கதவ நீ முடிக்கின்னு இரு. அடுத்தவ கதவு தெறந்து இருக்குனு நீ பாக்காதே.''

மாரிமுத்து முகத்தில் அடித்து முனுசாமி மிதிவண்டியில் விசையைச் செலுத்தியதும், வண்டி விரைந்து சென்றுகொண்டிருந்தது.

‘முன்பு தனியாக மிதித்துச் சென்றேன், இப்போது பழமையில் உழன்று தேசம் தெரியாதவனை வண்டியில் ஏற்றிக்கொண்டேன்’ உதட்டை அசைத்து வாகன நெருசலில் முனுசாமி நுழைந்தான்.

‘மரமண்டையா, மாரிமுத்து சொல்லுரத்துல என்ன தப்பு இருக்கு? காலம்மாறும், இயற்கையும் மாறும், அதுக்குள்ளதான் பிறப்புகூட மரணமா மாறும். மாற்றம் என்பது நிகழ்ந்துகொண்டுதான் இருக்கும். எது மாற்றம்? நம்மை வஞ்சிக்கப்பட்ட வளர்ச்சியா? மாற்றம் ஒரு நாட்டுல இருக்கிற அனைத்து சனங்களையும் ஒட்டி உறவாடும் வளர்ச்சிதான் மாற்றமாக இருக்கும். இந்த மாற்றம் நெடுங்காலம் நகர்ந்து போகுற மற்றமா இருந்தால் நீ வேண்டாம்னு சொல்லுவீயா? நீ துண்ணுறது எல்லாம் விசத்த துண்ணுறே, இதுவும் மாற்றம்தானா? இயற்கையை அழிக்காதே... அதை சாதகமாகப் பயன்படுத்திக் கொள்ளணும்னு சொல்லுறான். நீ உன் ஓட்டை எல்லாத்தையும் மூடிக்கின்னு அவனை ஏரியாவுல உட்டுடு... அவன் யார்னு பின்னாடி உனக்குத் தெரியும்!’ முனுசாமியின் மனசாட்சி கோவமாக விசும்பலில் பேசியது.

‘‘சரிப்பா... நான் இத்தினி நாளா... ஏழைங்க பாழைங்க எல்லாத்துக்கும்தான் இத்தயெல்லாம் கண்டுபுச்சாங்கன்னு நெனச்சேன்’’ வெகுளியாக உதட்டசைத்து மிதிவண்டியை மிதித்துச் சென்றான். பேருந்து ஒன்று மிகவேகமாக மிதிவண்டியை உரசிச் செல்வது போல் சென்றதும், அதன் காற்று அவனை அழுத்தித் தள்ளியதும், தடுமாறிக் கீழே விழப்போக, சட்டென்று முனுசாமி தார்ச்சாலையில் கால் ஊன்றி நின்றான். மாரிமுத்து அலறி பெரும் சத்தம் போட, முனுசாமி பேருந்துக்காரன் மேல் உள்ள கோவத்தில் மாரிமுத்துவைத் திட்டிப் பிரித்தெடுத்தான்.

அவர் தலைகுனிந்து திராணியற்றவராக அவன் பேசும் வசவு ஒலியைக் கேட்காமல் வீட்டின் ஓட்டையை உள்ளங்கையில் அடைத்து அமைதியாக இருந்தார்.

கோவம் தணிந்து முனுசாமி மெதுவாக வண்டியை மிதித்தான். மாரிமுத்து ஓட்டையில் இருந்து கையை எடுத்து முனுசாமியை பார்த்தார். அவன் முகத்தில் தயக்கம் இருந்தது. ‘கொஞ்சம் தள்ளி இருந்தால் என்னையும் பெருசையும் கொன்னு இருப்பான் அந்த பஸ் ஓட்டுன பாடு... அநியாயத்துக்கு மாரிமுத்துவைத் திட்டிவிட்டோம்’ என்று புலம்பிக்கொண்டு வந்தான் முனுசாமி.

'முன்னமே சொன்னேன்... நடு ரோட்டுல போகாதே, ஓரமா போடான்னே. நீ கேட்டியா? எனக்குப் பரவாயில்லை... அமெரிக்காவுலே இப்பவோ அப்பாவேன்னு இழுத்துணு இருக்கேன். எனக்கு யாருமில்லை. உனக்கு பஞ்சவர்ணம், ரெண்டு புள்ளைங்க உன்ன நம்பி இருக்கு. இனிமே இப்படிப் போகாதடா!'' மாரிமுத்து முனங்கியதும், முனுசாமி ஏதோ புரிந்துகொண்டதுபோல் தலையை ஆட்டி குறுக்கே ஆள்கள் வருவதைப் பார்த்து ஹாண்ட்பாரில் உள்ள பெல்லை 'கிளிங்... கிளிங்...' என அடித்து மிதிவண்டியை மிதித்துச் சென்றான்.

8

நாய் குறைக்கும் சத்தம் ‘வெவ்... வெவ்...’ எனக் கேட்க, மாரிமுத்து வீட்டின் ஓட்டை வழியாகப் பார்த்தார். கருப்பு வண்ணத்தில் நாய் ஒன்று தன் எஜமானை இழந்ததைப்போல, அழும் குரலில் கத்திக்கொண்டே வானத்தைப் பார்த்து இருந்தது. மாரிமுத்து ஏனோ ஒரு விரக்தியில் அந்த நாயை வெறித்துப் பார்த்தார்.

சைரன் மின்னும் கார் சத்தம் கேட்கும். மணி என்கிற நாய் துள்ளிக் குதித்து வீட்டுக் கதவைத் தாண்டி வெளியே ஓடி வருவான். அவர் காரை விட்டு இறங்கியதும் தன் எஜமானனை நக்கி, கை, கால்களை செல்லக் கடிகடித்து, எட்டி எட்டி முகத்தில் நாக்கை நீட்டி அவர் சுவையை அறிந்துகொள்ளும். மாரிமுத்து, மணியின் கழுத்தை இலகுவாகத் தடவி, மெல்ல மெல்ல நுழைவு வாயிலை நோக்கி நகர, மணியும் வாலை நிமிர்த்தி வீட்டின் உள்ளே செல்லும். காமாட்சி ஓடிவந்து மணியை மார்போடு அணைத்து இழுக்க, மணி ஜிம்பி ஜிம்பி மாரிமுத்து உடலை உமிழ்நீரில் நனைந்து இருக்கும். மூன்று பேரும் பாசத்தில் துவண்டு போவார்கள். இது தின நிகழ்வாகவே கடந்து போகும்.

கருப்பு மணியிடம் அத்தனை வேகமும், அத்தனைப் பிணைப்பும் இருந்தது. அது வெளி நாட்டு இனத்தைச் சார்ந்தது இல்லை, காட்டு நாய் பிறப்பிடத்தைச் சார்ந்தது. காவலுக்கு மிகமிகக் கெட்டியானவன். பழக்கம் இல்லாதவர்கள் வஞ்சனை எண்ணம் தென்பட்டால் தன் பற்களை வஞ்சகர் உடலில் பதியச் செய்யும். இரவில் தெருக்களில் மணிதான் மகாராஜன். முன்பின் தெரியாதவர்கள் வந்தால் ஒத்தையில் நின்னு ரவுண்டு கட்டி, கண்ணைத் திரட்டி, பல்லைக் காட்டி எட்டிக் குறைக்கும். வந்தவர்கள் குலை நடுக்கத்தில் தலைதெறித்து ஓடுவார்கள்.

நவீன யுகத்தில் வெளி நாட்டு நாய்கள் வந்ததும், நாட்டு நாய்கள் ஒடுக்கப்பட்ட இனமாக மாறி ஏழ்மை மக்களோடு உறவு கொண்டது.

துக்கம், வறுமைக்கு கருப்பு நிறம் ஒரு குறியீடானதால், வறுமையில் இருந்துவந்த மாரிமுத்து கருப்பு மணியைத் தன்னுள் உறவாக சேர்த்துக்கொண்டார். மணி, எஜமானி காமாட்சியின் வளையல் சத்தம் கேட்டதும், மெல்லிய கொஞ்சல் ஓசை எழுப்பிச் செல்லும். விசாலமான படுக்கையறைக்கு வந்து எஜமானர்கள் மெத்தையைப் பார்க்கும். மெத்தையில் வீசும் வாசத்தை நுகர்ந்தும், அதன் மேல் நாக்கை எங்கும் உரசாமல் செல்லும், எப்பொழுதும் மணி உள்ளே தங்கியது இல்லை. அடுத்தவர்கள் இருப்பிடத்துக்கு ஆசைப்படாத மணி, ஒடுக்கப்பட்ட இனத்தின் வலியை உடைத்து மேலே வந்த மாரிமுத்துவின் குடும்பத்தில் சொந்தக்காரனானான்.

மாரிமுத்துவின் வீடு அன்னியர் நுழையாத அரண்மனையாக இருந்ததால், ஒருவரையும் தன் எஜமானார்கள் அனுமதிச் சீட்டு இல்லாமல் வாயிலை நெருங்கவிடாது. இரவு முழுவதும் வீட்டைச் சுற்றிச்சுற்றிக் காவலனாக நிற்பான். பொழுது புலர்ந்ததும் காமட்சி வாசத்திற்குக் கொஞ்சும் குரல் எழுப்பும். எஜமானியரின் விடிந்த பொழுதின் முத்தங்கள் அவனுக்கு அத்தனைப் பரிச்சயம். காமாட்சி மடியில் மணி தலைசாய்த்து உறவை நுகர்ந்துகொள்வான். அவள் வளையல் சத்தத்தின் இனிமையில் மணி கண்ணயர்ந்து போவான். விலங்குக்கும் மனிதனுக்கும் உள்ள அத்தாட்சியாக இருவரையும் காணலாம். காமாட்சியின் சமையல், மணியின் நாக்கைப் புறம் தள்ளாமல், அந்தக் குடும்பத்தில் செல்லக்குட்டியாக பரிணமித்துக் கொண்டது. மாரிமுத்துவுக்கு மணியின் மீது உள்ள பாசம் ஒவ்வொரு விடியற்காலையிலும் பொங்கியோடும்.

ஒருநாள் வீட்டு வேலைக்காரி அஞ்சலை, அலுமினியச் சட்டியை இடுப்பில் வைத்து, முந்தானையில் மூடி, வீதியில் பலரின் கண்களை மறைத்துக் கடத்தல்காரியாக உள்ளே வந்தா. காமாட்சியின் கண்கள் அஞ்சலை ஏதோ மறைத்து வந்ததை உணர்ந்து, அதன் வாசம் தட்டியதும், உதடுகள் தழுதழுத்து, ''என்னடி இது?'' என்று கேட்க, பாம்பின் அச்சத்தில் பொந்துகளில் நுழையவந்த எலியாக கண்களைச் சுழற்றி அஞ்சலை நின்றாள். மணி நாச்சுவையடக்கி, வாழைமர சிறு நிழலில் கால்களை தாளமிட்டு மாரிமுத்துவை தேடி, நாவுநீரை மண்ணில் நனைத்து இருந்தான். காமாட்சி, அஞ்சலையின் முந்தானையை இழுத்தாள். அலுமினியச் சட்டியின் உள்ளே மாட்டின்

பெரிய பெரிய எலும்புகள் சூப்பின் சூட்டில் முழுகியிருந்தது. பயத்தில் சுற்றும் முற்றும் பார்த்தாள். தன்நிலை வெளியே தெரிந்துவிடுமே என்ற அச்சத்தில் துள்ளி துள்ளி அஞ்சலையைக் குத்தினாள்.

மாரிமுத்து ஓடிவந்து குறுக்கே நிற்க, காமாட்சி உரத்த குரலில், ''எங்க வீட்டுக்கு இதை ஏன் கொண்டு வந்திருக்க?'' என்றதும், அதன் வாசத்தை நுகர்ந்து, நாம் உயர்வுநிலை தொடாதபோது நம் நாக்கில் புரண்டு, தட்டி தட்டி உறிஞ்சிய எலும்புகள் சட்டிக்குள் இருப்பது காமாட்சி உணர்ந்தால், அதன் வலியால் நாங்கள் வேற்றாராக மாறிப் புலம்பெயர்ந்தது வெளியில் தெரிந்துவிடுமே என்ற நடுக்கத்தில் இருந்த மாரிமுத்துவை விழித்துப் பார்த்தாள் காமாட்சி.

அடையாற்றுக்கரையின் சுவை இன்னும் மாரிமுத்து நாவில் மிச்சம் சொச்சமாக உமிழ்நீரில் சுரக்க... அப்பா தர்மன் ரிச்சா பொட்டியில், மந்தார இலையில் சுற்றி வாங்கி வந்ததும், அம்மா சூப்புவுக்குக் கொஞ்சம் கறியும், சோத்துக்கு பிரட்டி எடுத்த கறியை உண்ட சுகத்தில், பழம்நினைவு மாரிமுத்துவை அசைக்கி எடுத்ததும், 'இதை மணிக்கு பல வருடமாக நான்தான் அஞ்சலி மூலமாக செய்து கொடுக்க வைத்தேன்' என்றதும், காமாட்சி, 'நீ இன்னும் அடையாற்றுக்கரை அழுக்கில் இருந்து விடுபடாமல் சிறு குட்டைக்குள் தங்கி இருக்கியா? என்ற கேள்வியை எழுப்புவாளோ...' என்று அச்சத்தில், மாரிமுத்து மனதைத் திடப்படுத்தி 'இது ஒன்னும் புதுசுயில்லை... நாய் இருக்குற வீட்டில் மாட்டிறைச்சியை, அடுத்தவர்களைச் சமைக்க வைச்சு போடுறத்து இங்கே பழக்கம்தான். ஆச்சாரம் குடிகொண்ட மேற்கு மாம்பலம் என்று நீ பயப்பட வேண்டாம். இது உன்னுடை வீடு, நம்வம்சத்தை தாங்கிய குடியிடம். உன் அனுமதி இல்லாமல் எந்த ஆச்சாரமும் உள்ளே வரமுடியாது' என்று காமாட்சியிடம் சொல்லி, 'மணி பாவம், கறிய அவனுக்கு வைச்சிட்டுவா அஞ்சலை' என்று மாரிமுத்து சினங்காமல் உச்சரித்ததும் காமாட்சி அமைதி தழுவி உள்ளே சென்றாள்.

மாரிமுத்து தன் கார் நிற்கும் முன்பகுதிக்கு வந்தார். மணியிடம் அஞ்சலை செல்ல, மணி வாழைமரத்தைத் தாண்டி, அஞ்சலையைப் பிடிக்கத் தாவிக் குதித்தான். அலுமினியச் சட்டியை மாரிமுத்து வாங்கிக்கொள்ள, மணி துள்ளல் நின்று விழித்தது. மாரிமுத்து மணி தட்டில் எலும்பும், சூப்பை ஊற்றினார். மணி அதன் சுவைக்குள் ஊடுருவிப் போனான்.

இளம் கதிர் மேலேழும்பி வந்ததும், பனிப்பொழிவில் வீதியோரம் நிமிர்ந்த புற்கள் நாணலாய் வளைந்திருந்தது. கதிரொளியால் புற்கள் தாங்கிய பனித்துளிகள் தரையில் வழிந்தோடியது. அதை மிதித்துப் பலர் பஜனை பாடல் பாடிவர, பஜனை இசை மணியின் காதைத் துளைத்ததும், மணி கோரப்பற்களைக் காட்டிக் குறைத்தது. மாரிமுத்து அதன் சங்கிலியை இழுத்தும், அதன் சத்தம் அடங்காமல் குறைக்க, மாரிமுத்து பிரம்பில் மெல்ல தட்டினார். மணி அடங்கி அவர் காலின் வெள்ளை கேன்வாஸைப் பிராண்டி அமைதி காத்தது.

மணியின் புரிதலுக்கு, 'பஜனைவாசிகள் பழமை தேய்ந்த படிமங்கள்' என்று தெரிந்ததால், மாரிமுத்து, மணியை வேறு தெருவுக்கு அழைத்துச் சென்றார். நாய்க்குக்கூட முதியவர்கள் காலைப்பொழுதை வெட்டி வேலையாகக் கழிக்கிறார்கள் என்று உணர்ந்து, அதன் கோரைப் பற்களில் அவர்களைச் சுரண்டிப் பார்க்கத் துடித்ததை உணர்ந்த மாரிமுத்து சிரிப்பை வீதியில் இறைத்து, இருவரும் நடைபயிற்சியை முடித்துவிட்டு வீட்டிற்கு வந்தார்கள்.

அழகு புள்ளிக்கோலத்தை வாசலில் அலங்கரித்து இருந்தாள் காமாட்சி. அவள் விரல்களால் கோலமையத்தில் சாண உருண்டையில் பூசனி பூவிதழ் சிரித்து ஆடியது. மணி, காமாட்சி காலை நாவில் தொட்டு காலை வணக்கத்தைப் பதிவு செய்தான். காமாட்சி, மணியை அணைத்து வீட்டின் உள்ளே இழுத்துச் செல்லும்பொழுது மணி துள்ளிக்குதித்து, துவண்டு கீழே விழுந்தான். காமாட்சி பதறி மணியைத் தூக்கினாள். மணி முடியாமல் தவித்ததைப் பார்த்து, காமாட்சி அதைத் தடவி மடியில் படுக்க வைத்தாள். மணி ஒருவித அயர்ச்சியில் இருந்தான். மாரிமுத்து, மணியின் தலையை மார்பில் அணைத்து, இளம் சூட்டை தேய்த்துக்கொடுத்ததும், மணி கண்களை லேசாகத் திறந்து இருவரையும் வருடிக்கொண்டே எழுந்து வீட்டினுள் சென்றான்.

மார்கழி மாத பனித்துளிகள் இலைகள் மேல் வழிந்து கொண்டிருந்தது. வாசலைக் காத்திருந்த வேப்பமரம், பூவரசமரம் பட்டை இடுக்குகளில் நீர் தேங்கி பனிக்கூழாக இருந்தது. காலை புலர்ந்ததும், தினம் தொடரும் பணிக்காக காமாட்சி வெளியில் வந்தாள். மணி அசைவற்று முனங்கல்களைக் குளிர்காற்றில் இணைத்து நடுங்கிக்கொண்டிருந்தான். காமாட்சி வந்ததும் கண்களைத் திறந்து நீர்த்துளியை வழியவிட்டு, வாலை லேசாக அசைத்தான். வயது கடந்தால் அவனால் பனியைத் தாங்கிக்கொள்ள முடியாமல், எழுந்து

நிற்கவும் இயலவில்லை. காமாட்சி பதறிப் போய் மணியின் முகத்தைத் தடவியதும், அதன் உடல் வெப்பம் தணிந்து போய், குரல் மட்டும் லேசாக கோரைப்பல்லை உரசி வெளிவந்தது.

''உள்ள வந்து படுறான்னா... படுக்குறானா... அடம்புடிச்சவன். அடுத்தவங்க சுகத்துல பங்குபோடாத எண்ணம் உனக்கு இருந்து என்ன பிரோஜனம்... இப்பே பாரு...'' காமாட்சி, மணியைத் திட்டிக்கொண்டே மாரிமுத்துவை அழைத்தாள்.

அவர் ஒடிவந்து அதன் தலையைத் தூக்கியதும், தலை கீழே சரிந்தது. ''ரெண்டு நாளா ஒருமாதிரியாதா இருந்தான்... பயமா இருக்குங்க..!'' என்றதும், மாரிமுத்து காரில் மணியைத் தூக்கிவைத்து இருவரும் மருத்துவரிடம் சென்றார்கள். மருத்துவர் மணிக்கு ஊசிபோட்டு, மருந்து கொடுத்து ஏதோ இருவரிடமும் முணுமுணுக்க, இருவர் கண்கள் நீருக்குச் சொந்தக்காரர்களாக மிதந்து மணியை வீட்டுக்கு அழைத்து வந்தார்கள்.

மணி வந்து பனிரெண்டு வருடம் மேல் போனது. பனி அவன் உடம்பை சிதைத்துவிட்டது. காமாட்சி, பால் கொண்டுவந்து, மருந்தைப் பாலில் கலக்கி மணியின் வாயில் ஊற்ற, மாரிமுத்து, மணியின் வாயைப் பிளந்தார். அதன் வீரியமிக்க கோரைப் பற்கள் கோழையாக இருந்தது. மணியின் குரல் மட்டும் லேசாகச் சிணுங்கி பல்லை உரசிக் கேட்டதும், மணியின் கண்களில் நீர் வழிந்தபோது, காமாட்சி, பாலை மணியின் வாயில் ஊற்றினாள். பால் வெளியில் வழிய, மணி அசைவற்றுப் போனான். மணியின் இறுதிக் கண்ணீர் தன் எஜமானியம்மாவின் கையை நனைத்ததும், காமாட்சி, மணியின் தலையைப் பிடித்து அசைக்க, மணி இறந்து போனான்.

காமாட்சி 'ஓ...' என்று கத்தி, தேம்பி அழுததும், மாரிமுத்துவின் கண்ணீரும் தடம் அமைத்து மணியின் மீது விழுந்து நனைத்துக் கொண்டிருந்தது. மணியை இருவரும் தூக்கி வீட்டின் பின்புறம் உள்ள பூசணிக்கொடி படர்ந்திருந்த இடத்தின் அருகில் கல்யாணமுருங்கை மரத்தடியின் கீழே குழிதோண்டிப் புதைத்தனர். மாரிமுத்துவின் கண்ணீர் சொட்டு, மணியைப் புதைத்த மண் மீது விழுந்து மண்ணை ஊற வைத்து மணியோடு கலந்தது.

செல்லப் பிள்ளை எங்கோ மறைந்து போனதில் வழிந்த கண்ணீரோடு இருந்த காமாட்சியை மாரிமுத்து மார்பில் தாங்கி அழைத்துச் சென்றார்.

மணி கொடுத்து வைத்தவன், அவன் தள்ளிவைக்கப்பட்ட இனத்து நாட்டு நாயாக இருந்தும் அவனுக்கு மண்ணில் புதைக்க யோகம் கிடைத்தது.

'வெளிநாட்டு இனத்து நாய்கள் வாழும்போது குளிரூட்டிய அறை, வெளிநாட்டின் கண்டுபிடிப்பு உணவுடன் மொத்த மகிழ்ச்சியில் திளைத்துப்போகும். நாட்டு நாய்கள் மடிந்துபோனால் புதைக்க இங்கே மண் இல்லை. பாசத்தில் உழன்று இறப்பைத் தழுவிய நாய்களைக் குப்பைத் தொட்டியில் வீசி எறிந்ததும், அது குப்பைமேட்டில் அழுகும் பொருளாக மாறிப்போகிறது' என்று மாரிமுத்து நினைத்து அந்தக் கருப்பு நாயைப் பார்த்து வந்தான்.

முனுசாமி ஹாண்ட்பாரில் உள்ள பெல்லை கிலிங்... கிலிங்... என அடிக்க, மாரிமுத்து கலங்கிய கண்களைத் துடைத்து ஓட்டை வழியாகப் பார்க்க, வாகனங்களின் நெருக்கடியில் சிறிய சந்தில் மிதிவண்டியில் முனுசாமி சென்றுகொண்டிருந்தான்.

9

பெருநகர நவீன நச்சுப்புகை விழியை எரிச்சல் உண்டாக்கி, சுவாசத்தை அடைத்து, எண்ணற்ற சனங்களின் உசுரும் இங்கே மலிந்து போய்விட்டக் காலத்தில் முனுசாமியும் வாழ்ந்துகொண்டிருக்கிறான். நெஞ்சலை விம்மி வரும்போது, ‘கீங்... கீங்... பாம்... பாம்... கொய்... கீய்ய்ய்...’ என வாகன ஒலிகளைக் கேட்டதும் மாரிமுத்து செவியைப் பொத்தி நால்திசையில் சிரத்தைச் சுழற்ற, சலசலவென பை சுழன்று ஆடியது.

‘‘யோவ்... கொஞ்சுண்டு பொறுத்துக்கைய்யா... முன்ன போக முடியலை!’’ வாகனங்கள் நிறுத்தும் குறியீடான வெள்ளைக் கோட்டை தாண்டி பல வாகனங்கள் மின்னும் சிகப்பு ஒளி முன்னே மலைப்போல் குவிந்திருந்த இடத்தில் முனுசாமி வந்து நின்றான். ‘என்ன இது... எல்லோரும் விதிய மீறுறாங்க... நியாயம் செத்துப் போச்சா?’ மாரிமுத்து உள்மனம் கொப்பளித்து விளிம்பில் நின்று பார்த்தார். மக்கள் சாலைவிதியை மீறி ஆங்காங்கு பயணித்தபோது, ‘‘ஹலோ...’’ வெகுளியாக மாரிமுத்து குரல் எழுப்பினார். போக்குவரத்து காவலன் ஒருவன் வீதி மீறி நிற்பவர்களை அமைதியாகப் பார்த்து நின்றிருந்தான்.

காவலன் தம்பி குரல் வந்த திசையைப் பார்த்து, ‘‘யாருய்யா... எவனயிருந்தாலும் மூஞ்சப் பார்த்துச் சொல்லு... அவனவன் எப்போ அவனப் பாப்போம், இவனப் பாப்போம்னு அவசரத்துல இருக்காங்க. இது பிஸ்னஸ் காலம்... வெளிநாட்டுக்காரன் கற்பித்த டார்கெட். அதாய்யா அவசரமா இருக்கான்னுக... அவன்க அவசரமா இருந்தாத்தான் எங்களுக்குத் துட்டு... பாக்கெட்டை நிரப்பும்’’ என்று கூறி மாரிமுத்துவை நோக்கி நகர்ந்து வந்தார். மாரிமுத்து பயத்தில் பை ஓட்டையை மூடி விரல் இடுக்கில் பார்த்தார். காவலன் தம்பி விதி மீறியவர்கள்

முகங்களில் பணம் வழியும் முகங்களைத் தேடிப்பிடித்து, பேச்சு வார்த்தை நடத்தினார். ஆங்காங்கே நூறுரூபாய் கழட்டி எடுத்து, வாங்கி வாங்கி முழுகால்சட்டை பாக்கட்டில் அமுக்கினார். கால்சட்டை கனத்து இடுப்பை விட்டு தார்சாலை நோக்கி இறங்கிக் கொண்டிருந்தபோது, கால்சட்டையை தூக்கி, தூக்கி பெருத்த புட்டத்தில் மாட்டிவிட்டு போலீஸ் தம்பி நடந்தார். மன சலனத்தில் வீட்டின் ஓட்டை வழியே பார்வையை ஊசிபோல் செலுத்தியிருந்தார் மாரிமுத்து.

ஒருவன் வெள்ளைக்கோட்டைத் தாண்டி, சிகப்பு ஒளியை சிதறடித்துக் காற்றின் வேகத்தைக் கிழித்துப் பறந்துபோனான். முனுசாமி வெள்ளைக்கோட்டைத் தாண்டி, சிரித்துக்கொண்டே சிகப்பு ஒளியை கடந்து கிளிங்... கிளிங்... பெல் சத்தத்தை ஏற்படுத்தி வண்டியை மிதித்துச் சென்றான்.

'டேய் நில்லுடா... நில்லுடா... நீயுமா தப்பு பண்ணுர? படிச்சவன் தப்பு செய்யலாம். அவன் பேப்பர் கூழைக் கரைச்சு, பழரசமாக் குடிச்சுட்டு கல்லூரி வாசலுக்கு முற்றுபுள்ளி வைச்சிட்டு வறான். நீ நாட்ட சுத்தப்படுத்தப் பொறந்தவன். நீ நில்லுடா..!' மாரிமுத்து கனத்த குரல் எழுப்பியும், முனுசாமி ஒய்யாரமாக மின்னிக்கொண்டிருந்த நிறுத்தும் குறியீடான சிகப்பு விளக்கைத் தாண்டிப் போனான்.

மிதிவண்டியின் கைப்பிடி சடசடவென புயல்வேகத்தில் ஆடியதும், முனுசாமி கைகளும் அதிர்ச்சியில் ஆடி துணிப்பையைப் பார்த்தான். மாரிமுத்து மிதிவண்டி கைப்பிடியில் டமார்... டமார்... என அடிக்க முன் சக்கரம் ஆக்சில் கழன்று விழுவதுபோல் நடனம் ஆடியது.

"யோவ்... எதுக்கியா அடிக்கிற..? ரெண்டு பேரும் கீழே விழுந்து சாகப்போறோம்..! உன்கு இன்னா, இப்பவோ அப்பவோன்னு போய் சேர அமெரிக்காவுல காத்துனு கீர. என்கு பாஞ்சவர்ணம், ரெண்டு புள்ளைங்க இருக்கு. நம்ம வேகமாக போகலன்னா நம்ம எடத்துல வேற ஒருத்தன் வந்து குந்தீக்குவான். அப்பாலிக்கா சோத்துக்கு டிங்கி அடிக்கணும்..!"

"இது கார்ப்பிரேட் ஒலகம், புத்திசாலியாக இருக்க வேணாம்... தந்திரமா இர்ந்த போதும். இதான் புது உருவமா வந்துயிருக்கு, இதெல்லாம் உன்கு தெரியாது. நீ தொனதொனன்னு ஊவ் காலத்த நென்சிகினு இங்க கத்தினு வந்த, பல்லவன் பேருந்து அடியில் உன்ன போட்டேன்னு வைச்சிக்கோ... கார்ப்பிரேட் டயரு உன்னை பதம்பாத்துடும்" என்று முனுசாமி வெளுத்து வாங்க, மாரிமுத்து வெட்கி மௌவுனமாகத் தலை சாய்ந்துகொண்டார்.

''டேய் குடுகுடுப்பக்காரா நிறுத்துடா... ஜக்கம்மா வந்துட்ட... நல்லது நடக்க போவுது... இஸ்ட தெய்வம் இங்க சுத்துதா... டகுல் ஊடுர குடுகுடுப்பகாரன்னு இவென்ன நெனைச்சியா..?

அவன் சொன்னதுல என்ன தப்பு... வேகமான உலகம், உங்க உயிரைப் பறிக்கிற உலகம்... உயிரைவிட வேகம் எதுக்குடா தூவ்... உடல் தானம்செஞ்சுட்டிங்களா? அப்படியாவது போங்கடா... அடுத்தவன்னாவது உறுப்பு மாத்தி உயிர்வாழ்வான்!''

முனுசாமி மனசாட்சி, உள்மனதில் தேங்கி இருந்ததை வீசி எறிந்து மனித வாழ்க்கையை நேசித்துச் சென்றது.

''என்ன ரெண்டு பேரும் மாறி, மாறி பாகுல்மேல மிதிக்கிறீங்க... ஏங் பீச்சங்கைப் பக்கமா பாகுல் பிகில் ஊதுதா... நெஞ்சு மிதிச்சு சிதஞ்சுப்போச்சு, உங்க பேச்சால இன்மே நான் கேக்குறப்பா...'' என்று நடைமேடை ஓரமாக மிதிவண்டியை மெதுவாக மிதித்துச் சென்றான் முனுசாமி.

''டேய் மாரிமுத்து, நாம செய்யவேண்டிய கடமைய நாமே செஞ்சுடணும்டா. இப்போ நீ விட்ட குறையைத் தீர்க்க உன் நாட்டுக்கு திரும்பி வந்திருக்கே. உன் மனசத் திறக்கும் நேரம் வந்திருக்கு. நீ பேசு... அப்பத்தான் நீ யார்ன்னு இங்க தெரியும். முனுசாமிக்கும் நீ யாருன்னு புரியும். நீ பொம்மியை மறந்துபோனது பெருசுயில்லை... அது உன் நெஞ்சுக்குள் மட்டும் வலிய ஏற்படுதுச்சி... இன்னமும் பொம்மியை மனசுல சுமந்துன்னு வறீயோ, அதான் நீ மனுசனா மாறிட்டே. ஆனா, தொட்டு உழன்ற உறவை மறந்து போனீயோ, அது உன்னை ரணமாக ஆக்கிடுச்சு. உன் மக்களையும் நீ மறந்து போன. உன்னால் கஸ்டங்களைச் சுமந்து ஒடிங்கிக்கிடக்கும் உன் உறவுகளுக்காக நீ நல்லத பேசணும். நீ அறம்பட உரைக்கவேண்டிய நேரம் வரும்... அப்போ நீ பேசுடா..!'' மாரிமுத்துவின் மனதைக் கீறி, மனசாட்சி காற்றில் கலந்தபோது மனசாட்சியை இடைமறித்து, 'ஏம்ப்பா... மாரிமுத்து, யம்மா பெரியமனுசன்... அவர வாடா போடான்னு வாய்க்குவந்தத பேசுற. மட்டுமாருவாதை உன்கு தெரியாதா..?' மனசாட்சியிடம் முகம் சுளித்துக் கேட்டான் முனுசாமி.

மனசாட்சி துடித்தெழுந்து, 'உன் அப்பன், தாத்தனுக்குத் தாத்தா எல்லாரும் எனக்குச் சின்னவன்னுங்க தான்டா. புனையப்பட்ட உங்க புராணத்துல சொல்லுறீங்களே அதுபோல நானும் சாகாவரம் பெற்று உயிர்பித்தவன். பூமி இறுகிய பின் மண்ணுல நீர் உண்டாகி, ஒருசெல்

உயிரா மாறியதே... அப்பவே நான் உங்கள் உடன்பொறந்தவன். குரங்கா பரிணமித்து மனுசனா மாறி, ஊமைமொழி பேசும்போது உங்ககூட உள்ளே இருந்தவன். நீங்க காட்டுல இருந்து நீர்வளம் கொழிக்கும் மண்ணுக்கு ஆசப்பட்டு வந்தீங்களே... அப்பத்தான்டா எனக்கு வேலை அதிகமாச்சி. அப்போ என்ன பொறாமை, என்ன போட்டி, நான் மட்டும் இல்லனா பூமியை அழிச்சிருப்பீங்க... அப்படியும் உங்க மாயாஜாலம் எனக்கும் தெரியும். மண் வளமைக்காகப் பொளந்து பசுமை வந்ததும், உங்க புத்தி மனிசனுக்குள்ள பிரிவினையை உற்பத்தி செய்து, மனிதனைச் சாந்தமாக வாழவிடாமல் தடுத்து நிறுத்துனீங்க, அதனாலதான் உங்களுடைய பிறப்பு, இறப்பும் என் கையில் இன்னும் விளையாடுது.

உங்களை வழிநடத்தி ஒவ்வொருத்தரையும் ஆட்டிவைக்கிற ராஜாவா நான் இருக்குறேன். சிலநேரத்துல உலகைப் புரட்டிப்போடும் புயல் சூறாவளியாகச் சுற்றிச் சுழலும்போது, அதில் சிக்கி, பாறைகளில் முட்டி, முட்டி ஓடும் இளநீர் குடுக்கையா உங்க பிரச்சனை உருண்டு சுழலும்போது, தற்கொலைக்குப் போவீங்க. அந்த நேரத்தில் ஊசி நுழையாத உங்க மனதினுள் நுழைந்து உங்களை வெளிய புடிச்சுவந்து, உயிரக் காக்குற அப்பன் தாண்டா நான். நவீனம்னு சொல்லிகிற மனநல மருத்துவம்கூட என் பேருலத்தான் நடக்குது. எதுவாக இருந்தாலும் உங்கள் இறுதிமுடிவை நான்தான் எடுப்பேன். மனசாட்சிக்குப் பயந்து நடன்னு சொல்லுவாங்க... ஒவ்வொருத்தர் மனசுல இருக்கும் மனசாட்சியாக நான்தான் பேசுறேன்' என்று முனுசாமியிடம், மனசாட்சி மனித அந்தரங்கத்தை நிர்மலமாய் சொன்னதும், முனுசாமி முழிபிதுங்கி விழித்தான்.

'மாரிமுத்து யார்னு உனக்குத் தெரியாது, அவன ஒழுங்கா ஏரியாவுல கொண்டுபோய் விடு, அவனப் பத்தி பின்னால் தெரிஞ்சுகுவே. அவன மாதிரி வாழணும்னு ஆசைப்படுவே... அவன் உணர்வு நமக்கும் வராதான்னு நினைப்பே... அவன மாதிரி இந்த நாட்டு மேல பற்று வராதானு ஏங்குவீங்க...' என்று மாரிமுத்துவைப் பற்றிக் கூறிய மனசாட்சி, முனுசாமியின் தோளின் மேல் கோலோச்சியாக ஏறி அமர்ந்துகொண்டது. பாரம் தாங்காமல் பச்சை சரீரம் நிலைதடுமாறி முனுசாமி மிதிவண்டியை அசைக்கி அசைக்கி மிதிக்க, மனசாட்சி சில்லெனும் காற்று வந்ததும் அதனூடே பறந்துபோனது.

10

மிதிவண்டி வேறு திசையில் செல்ல, மாரிமுத்து வீட்டின் ஓட்டை வழியாகப் பார்த்தார். உலாவும் பிம்பங்கள் அவருக்கு மங்கலாகத் தென்பட்டதும் வீட்டின் ஓட்டையை அகல விலக்கி ஆச்சரியத்தில் பார்த்தார். மிதிவண்டி முன் குழந்தைகள் சத்தம் நெருக்கத்தில் ஆர்ப்பரித்ததில் மிதிவண்டி வேகமாகச் சென்றது.

'முனுசாமி மெதுவா போடா... குழந்தைங்க வருமிடம். அவங்க ஆத்தா, அப்பன் நம்ம ஒழுங்கபோவோம்னு குழந்தைகளை அனுப்புறாங்க... உனக்கு எத்தனை தடவை சொன்னலும் புத்தி மண்டை டப்பாக்குள்ள இறங்க மாட்டன்னுது' என்று இமையை கசக்கிக்கொண்டே பார்த்தார். மத்திய அரசுப் பள்ளி தெரிந்ததும், குழந்தைகள் வருவதைப் பார்த்து மழைத்துளி மண்ணில் பட்டுவரும் வாசத்தை உணர்வதாக மாரிமுத்துவின் முகம் மலர்ந்தது. அங்கே நின்றிருந்த மிதிவண்டி சக்கரத்தில் சில கம்பிகள் உடைந்து வேறு கம்பியுடன் பிண்ணியிருந்தது. கலகலத்துப் போன மிதிவண்டியில் இரண்டு குழந்தைகளை வைத்து ஒருவர் மிதிக்கலானார். கால்களின் விசைசக்கரத்தில் ஊடுருவி போனதும், சக்கரக் கம்பிகள் காற்றில் மறைந்து வேகமாக சுழன்றபோது மாரிமுத்து சக்கரத்தின் விசையில் தன்நினைவில் சுழன்று விண்ணேறிச் சென்றார்.

விடியலில் முன்பனி புகைகள் திசையிழந்து அலைந்திருந்த பொழுது, மெல்லிய வெயில் ஊடுருவி அருகம்புல் நுனியில் இருந்த நீர்த்துளிகளைக் கசிய வைத்ததும், இனிய இசையான பஜனைப் பாடலில் மேளங்கள் எழுப்பும் ஓசையில் விசாலமான மேற்கு மாம்பலம் வீதியெங்கும் காலைப்பொழுது நிரம்பி இருக்கும். இருபக்கம் அழகிய தோட்டங்கள் ததும்பி, துளசிமாடத்துடன் செருவோடு வீடுகளில் பஜனை ஓசை உசுப்பி நகர்த்தியதும், மக்கள்

ஓடோடிவந்து, பஜனைக்கு ஏற்றவாறு தாளமிட்டு நின்றார்கள். அங்கே கோவில்கள் நிறைந்த கும்பகோணம் வீதியை ஒத்த சங்கீத ஒலிகள் எப்போதும் இதமாக நிரம்பி வழியும். அங்கே மாரிமுத்து நினைவு சுழன்று வந்தது.

ஆஞ்சநேயர் கோவில் வீதியில், கால்விசையில் மிதிப்பானை மிதிக்க, சக்கரங்கள் சுழன்று ஓட, மாரிமுத்து மிதிவண்டியை பலகாலமாக அந்த வீதியில் மிதித்து தன் குழந்தைகள் சந்தோசு, நிரஞ்சனியையும் பள்ளிச்சீருடையில் அழைத்து வந்து ஆஞ்சநேயர் பாதம் தொட்டு முகத்தில் ஒத்தியதும் தரிசனம் சிறப்பாக இருந்தது. அங்கே வந்தவர்கள், இவர்களும் தம்மைச் சார்ந்தவர்கள் என்று உணர்ந்தார்கள். அவர்களோடு மாரிமுத்து தன் குழந்தைகளை இணைத்துக்கொண்டு அவர்களாகவே மாறி பிரசாதம் பெற்ற வடைமாலையின் வடையின் சுவை மாம்பலம் மாமி கையில் ஊறிப்போய் இருந்து. நாவின் சுவையோடு தொண்டைக்குழியில் லாவகமாக இறங்கியது. ''வடை நல்லாயிருக்கு, அம்மா செய்யர வடை இந்த சுவையே இல்லப்பா...'' சந்தோசு சொல்லி மிதிவண்டியில் அமர்ந்தான். நிரஞ்சனி பல் இடுக்கில் சிக்கிய வடையை நாக்கில் உரசிக்கொண்டு மிதிவண்டியில் அமர்ந்தாள். மாரிமுத்து தன் வலிமையை மிதிப்பானில் செலுத்தியதும், மின்னல் வேகத்தில் மிதிவண்டி சிறீப் பாய்ந்தது. இளம்வயது திடகாத்திரமாக கட்டு தசைப் பிடிப்பு மாரிமுத்து உடலில் ஒட்டி இருந்ததால் அப்படி ஒரு விசையை வெளியேற்றி மிதிவண்டியில் செலுத்தினார் மாரிமுத்து.

'அப்பா... அம்மா செய்யர வடை நல்லா இல்லப்பா...'' மாரிமுத்துவின் காதில் ஒலித்துக்கொண்டே வந்தது. காமாட்சி மீன், கறியை கழுவிய கை, கவுச்சி வாடைதான் வீசும். காய்கறி மனம் குறைவு, வடைமாவிலும் அவள் கவுச்சி வீசத்தானே செய்யும்... மாமி சைவத்திலே ஊறுகாய்போட்ட கை, அதன் உள்ளே குழைந்து சைவத்தில் பக்குவபட்ட கை. ஆனால், பல ஆயிரமாண்டுக்கு முன் குதிரை, இளம்பசுவின் கறியைத் தொட்டு உண்ட கைதான் மாமி கை, அளவுக்கு அதிகமாக உணவுக்கு மாண்டு போன, மிருகத்தின் கழிவுகள் ஆறாக ஓடியதை விழித்த குப்தமன்னன் கறி உண்ணத் தடையிட்ட கட்டளைக்கு பரிச்சப்பட்டு கவுச்சியைக் கை கழுவிய கைதான் தற்போதைய அந்த மாமியின் கைகள். கவுச்சி பல நூற்றாண்டு மறந்த மாமி, மாற்றார் நாவின் சுவை வைத்தே இவர் யார் என்று மற்றவர்களைக் கூறும் பக்குவபட்ட கையில் சுட்ட வடை சுவையாகத்தானே இருக்கும். உதிர்ந்து கொட்டிய பழைய நினைவுகளில் பறந்துகொண்டு வந்தார் மாரிமுத்து.

''என் சொந்த வாழ்க்கைத் தொடக்கத்தை மறைத்தேன். இப்போது கவுச்சிவாடையே வீட்டில் இல்லாமல் போச்சி. காமாட்சி, பிள்ளைகள் நாக்கும் கவுச்சிச் சுவை மறந்து பலவருடம் கடந்து போச்சி. யாகத்தில் இட்ட கொழுப்பு ஒட்டிய சிவந்த இளம்பசுவின் இறைச்சி, சட்டியில் வெந்த கறி கைகளில்பட்டு, எத்னையோ வருசமாச்சி. இப்படி என் அடையாளங்களை மறைத்துவிட்டேன்.

என்னை சிறுவயதில் கட்டிப் பிடித்து அணைத்தவன் பலநாட்களில் அடையற்றுக்கரையில் அழுக்கடைந்த, என் வீட்டுக்கு வரும் சீனுமணி, நெருக்கத்தில் என்னை மாற்றிவிட்டானா? அல்லது, அவன் அப்பா, அம்மா இல்லாதபோது அவன் வீட்டருகில் தயிர்சாதம், மாவடு ஊட்டி விட்டவன், அவனுக்காக நான் மாறிவிட்டேனா... தெரியவில்லை! ஒன்று மட்டும் எனக்கு அப்போது தெரிந்தது, என் கலாசாரத்தை இழந்துகொண்டே இருக்கிறேன். என் குடும்பத்தினர் வேறொருத்தராக பரிணமித்துக் கொண்டிருக்கிறார்கள். நான் அடையளங்களை மறைத்து மாற்றானாக வாழ்ந்த அந்த நாட்கள் எனக்கு எல்லாம் அப்போது இனிமையாகத் தெரிந்தது.

சீனுமணி, அத்தை வீட்டில் இருப்பதால் எங்களை மேற்கு மாம்பலத்தில் அடையாளம் தெரியவில்லை. தெரிந்திருந்தால் என் வாழ்வை, சடங்கின் பயணத்தை வைத்து முச்சந்தியில் ஊளையிடும் நாய்களின் ஊளையில் யாரோ ஒருவனை மரணம் விழுங்கக் காத்து நிற்கிறது என்று பூதத்திடமும், புளியமரத்தின் இலைகளின் இடையில் தொங்கிக் கொண்டிருக்கும் புளியங்காய்களை ஜீவ்வென்று வீசியடிக்கும் ஆவிகளிடத்தில் எங்களைப் பலியிட்டு, பிசாசுகளும், ஆவிகளும் எங்களை விழுங்கி இடம் தெரியாமல் விரட்டி அடிக்கும். ஆம்... தெரிந்தது. முச்சந்திக்கு விரட்டினார்கள். ஓடினேன்... ஓடினேன்... உலகத்தின் இன்னொரு நாகரிகத்தில் நுழைந்தேன்.

இறுதியாத்திரையில் மூச்சற்று விழுந்த சரீரங்களை மிதித்தும், மீந்த உயிர்களைக் கொன்று, இடம்பெயர்ந்த வேற்று பூதங்களும், ஆவிகளும் புதியதைப் புனைந்து, 'நீங்கள் எங்கள் பாதத்தில் பிறந்தவன்' என்று கூறி எங்களை விழுங்கியது.

நான் மறுபடியும் வலியில் நானாகவே திரும்பி எழுந்து வந்தேன். ஒதுக்கப்பட்ட அவலங்களினால் என் மனம் என்னை மாற்றி, நாங்கள் அவர்களாகப் பரிணமித்துக்கொண்டு அந்த வாழ்க்கையை நோக்கித் தொடர்ந்து மறுபடியும் நான் பயணித்தேன்.'

அது என்னவென்று தெரியவில்லை, மாரிமுத்துவின் உதடுகள் அசைந்துகொண்டே கால்களின் கெண்ட சதை மேலும் கீழும் போய்க் கொண்டிருந்தது. ரயில் சக்கரத்தைக் காட்டிலும் பேரிறைச்சலின் தூசிகளைக் கிளப்பி மிதிவண்டியில் மிதந்து சென்றார் மாரிமுத்து.

'பால்ய கால நண்பன் சீனுமணியும் அரசு உயர் அதிகாரி. அவன் என்னை உயர்வு நிலையில் இருக்கவேண்டும் என்று என்னை மேற்கு மாம்பலம் கூட்டின்னு வந்தான். அவனால் நான் மாறவில்லை.என் சுயநலம் என்னை மாற்றியது. என் உறவுகளின் கொடுமைகளை எதிர்க்க நான் திராணி இல்லாதவனாகவும், ஒரு கோழையாகவும் இருந்திருக்கிறேன். அடுத்தவனாக மாறி வாழும் ஆசையால் என் பொம்மியை நான் இழந்தேன். நான் நோஞ்சானாக இருந்ததால் இந்தச் சமூகச் சூழல் என்னை விழுங்கியது. அந்தத் துரோகத்தை நான் செய்திருக்கக் கூடாது. என் பொம்மியை நான் பார்ப்பேன், அவளோடு நான் பேசுவேன், சைதாப்பேட்டை ரயில்கேட் அருகில் இருட்டைத் தொடக் காத்திருக்கும் கதிரொளியில், மாலையில் மணிக்கணக்கில் பேசினேன்...' அடையாற்றுக்கரை கொழ கொழகத்த கரிய வண்ண நீரின் துர்நாற்றத்தோடு, நுனா மரத்தடியில் நிலவொளியில் பொம்மியுடன் கழித்த நினைவுகளைக் கடந்து வந்தார் மாரிமுத்து.

நேரம் கடந்துவிட்டது, சொற்ப நிமிடம் தாமதித்தால் குழந்தைகள் பள்ளி வாயிற்கதவின் வெளியே பல நிமிடம் நிற்கவேண்டும். ஆஞ்சநேயர்கோவிலுக்குப் போகவில்லை என்றால் என் வலிமையை மிதிவண்டி மிதிப்பானில் செலுத்திருக்க வேண்டாம். என் உடல் வலிமை தேவையற்றதுக்காக விரயம் ஆகியிருக்காது. இல்லாத நம்பிக்கை சிலநேரம் நம்மை மடைமையாக்கி விடுகிறது...' என்று புலம்பிய மாரிமுத்து, பள்ளி வாயில்கதவு கம்பியின் ஊடே பார்த்தார்.

'டங்... டங்...' மணியடிக்கும் ஒலி இரும்பு துண்டில் வழியே வெளிவந்த சத்தம், வாயில்கதவு கம்பியில் பட்டுத் தெறித்தது. நேரம் தாமதித்து வந்த பெற்றோர்கள் செவியைத் தட்டி ஒலித்துச் சென்றது. பிள்ளைகள் படிப்புக்காகக் குழுமியவர்கள் பரபரப்பு ஆனார்கள். பள்ளிக் காவலர் கதவைத் திறந்ததும் ஆட்டு மந்தையாக முட்டிமோதி ஓடவில்லை. ஒழுக்கம் அப்படி ஒவ்வெருவராக வரிசையில் செல்லவைத்த அந்த பள்ளியில் என் வாரிசுகளைப் படிக்க வைத்தேன். ஒழுக்கம் மேலோங்கிய அந்தப் பள்ளியில் என் குழந்தைகளைச் சேர்த்ததில் பெருமையடைந்தேன். அலுவலகம் செல்லும் நேரம் போய்விடுமே என்ற பதட்டத்தில் எனக்காக அரசு ஜீப்பும், ஓட்டுனரும்

வீட்டில் காத்திருப்பார்கள். என் சுயநலத்துக்கு அரசு வழங்கிய எதையும் என் பயனுக்காக நான் பயன்படுத்தாமல் பலகாலம் என் மிதிவண்டியில் பிள்ளைகளைப் பள்ளிக்கு அழைத்துச்செல்வேன். இந்த நேர்மையை அச்சு ஏடுகளைப் புரட்டாமல், என் தந்தை ரிச்சா ஓட்டியிடம் கற்றேன்.'

நினைவுகளைத் திருப்பிப்போட்டு ஆடிக்கொண்டு, மறுபடியும் கெண்டை சதை விசையை மிதிவண்டியில் செலுத்தியதும், விசைக்கு ஏற்றவாறு வளைந்து நெளிந்து வண்டி வீட்டை நோக்கிச் சென்றுகொண்டிருந்தது.

கீழ்மையான பொது எண்ணத்தை உடைத்து நொறுக்க, கல்வியைத் தேடி குழந்தைகளையும் சேர்த்து இந்த மிதிவண்டியில் சுமந்தேன்.

முகம் தெரியாத சனங்களுக்கு என் அப்பா நாலணா, எட்டணாவுக்கு ரிச்சாவை மிதித்தார். கருத்தமேனி, சதைபிடிப்பு கன்னங்கள், பெருத்தவயிறும், முறுக்கேறிய உடல்வாகுவைக் கொண்ட என் அப்பா இளமை தேயும்வரை என் கல்விக்காக ரிச்சாவை பாரமில்லாமல் மிதித்தார். அசுத்தம் பரவிக்கிடந்தபோது எண்ணத்தை உடைத்து நெறுக்கினார். அதை என் குழந்தைகளுக்கு நானும் தேடியலைந்தேன். அவர்கள் பின்னாளில் எதை நோக்கி பயணப்படுவார்கள் என்று நான் அறிந்திடவில்லை. வட்டமிட்டு இதற்குள்தான் நீ அசையவேண்டும் என்று இட்ட கட்டளையில் வஞ்சம் மட்டும்தான் இருக்கும் என்று எனக்குத் தெரிந்ததும், நான் என்னைச் சுற்றிய வட்டத்தை நானே நொறுக்கினேன். என் வாழ்வு உயர்ந்ததும், சுயநலம் எங்களை வேறு பாதையில் நகர்த்திச் சென்றது. என் அப்பாவின் கழுத்தில் இறுக்கப்பட்ட தடித்தக் கயிற்றை அறுத்தெறிந்த அவர் பாதையில் நான் பயணித்தேன் என்பது இப்போது எனக்குத் தெரிகிறது.

வைகறைப் பொழுது இருள் யார் கண்ணையும் குத்துவதற்கு முன் செல்வத்தை நீலநிறச் சோப்புக்கட்டி நுரையில், தேங்காய்நாரில் தேய்த்துக் கழுவி, அப்பா ரிச்சாவை வீதிக்கு மிதித்துச் சென்றுவிடுவார். சனங்களை அசையாப் பதுமைபோல அழைத்துச்சென்று, எதை நோக்கி அவர்கள் செல்லவேண்டுமோ அங்கே விடுவார். சிலரைக் காசு வாங்காமலும் கூட்டிப்போய் இறக்குவார். கொதித்து வரும் வெப்பத்தில் ரிச்சாவை மிதித்து, மதியம் வெப்பம் உச்சி தாழ்ந்ததும் அம்மா கொடுத்த அலுமினியத் தூக்குச்சட்டியில் பழைய சோத்தை, பச்சைமிளகாய் கடித்து தின்றுவிட்டு, மாலை மெல்லிய இருள் தொடக்கத்தைத் தொட்டதும், அலுமினியத் தூக்குச்சட்டி முழுவதும் சாராயத்தை நிரப்புவார்.

அமீர்பாய் கடையில் முட்டி எலும்பும், தொடையில் தொங்கிய சதையும் வெட்டி, மந்தார இலையில் மடித்து மாட்டிறைச்சியைக் காகிதத்தில் பொட்டலம் கட்டி எடுத்து வருவார். எங்க வீட்டில் இருந்த ரெண்டு கறவை எருமை மாட்டை அம்மா சாணியை எடுத்து, மாடுகளைக் கழுவி, பால்கறந்து, எங்கோ இருக்கும் பால்நிலைத்தில் ஊற்றி, வீட்டுக்கு வந்து மாட்டை தெருவோரம் கட்டிவிட்டு வருவார்.

அப்பா கறிப் பொட்டலத்தை அம்மாவிடம் நீட்டியதும் செவிலிப் பூனை அம்மா காலிடையில் நுழைந்து நுழைந்து, வாலை ஆட்டி அம்மா காலை வருடி 'மீயவ்... மீயவ்...' சத்தம் எழுப்பும். ''உன்கு எப்டித்தா அந்த ஆளு வாங்கினு வரத்த மோப்பம் புடிக்கிறீயோ!''என்று பேசிக்கொண்டே மேல் கூரையில் சொருகி இருக்கும் அருவாமணையை எடுத்து, சிவந்து இருக்கும் ஒற்றைத் தொடைகறிக் கொழுப்பு, ஜவ்வை எடுத்து செவிலிப் பூனைக்கு வீசுவார். செவிலி வாலை வானுயரத் தூக்கி, வீசியதைக் கவ்விக்கொள்ளும்.

அம்மா சக்கை, சக்கையாக இருக்கும் கறியை, சிறுசிறு துண்டாக அறுத்து மண்சட்டியில் வேகவைத்துப் பிரட்டுவார். விறகுப் புகையில் கறிவாசம் எங்கள் அடையாற்றுக்கரையில் பல வீடுகளில் வாசம் மூக்கைத் துளைக்கும். சிறு பிள்ளைகள் கறி பிரட்டல் வாசத்தில் குதித்து குதித்து விளையாடி புகையில் இருந்து கறிச்சட்டி எப்போ இறங்கும், நெருப்பு எப்போ தணியும்னு நினைக்கும் பிள்ளைகளில் நானும் ஒருவன். அம்மா அள்ளி அள்ளி கறியைப் போடும். சக்கைக் கறி பற்களில் மாவாகி, சுவையோடு உணவுக் குழலைச் சாந்தப்படுத்தி இறங்கும். அத்தனை இன்பம், மாட்டியிறைச்சி சுவை அப்பாவால் கிடைத்தது. அப்பா அலுமினியத் தூக்குச்சட்டி சாராயம் குவளை, குவளையாக இறக்கி, ஐந்து விரலில் இறுக்கிப் பிடித்து முட்டி எலும்பை கிடாப்பல்லில் நறநறன்னு கடித்த பிறகு பொடிப்பொடித் துகள்களாக தரையில் விழும். அப்பா மாதிரி எலும்பைக் கடிக்க ஆசையாக இருக்கும். நான் வளர்ந்த பிறகு நானே கடித்து உறிஞ்சினேன், துப்பினேன். எல்லாம் அப்பாவால் தெரிந்துகொண்டேன். எதைத் தருகிறதோ இல்லையோ, ஏழ்மையானது உணவை மட்டும் போராடிக் கொடுக்கும் என்பதை அப்பாவிடம் பார்த்தேன். கடைநிலை சனத்தில் ஒரு தந்தையாக நிற்பது போராட்டத்தின் வெளிப்பாடு என்றதை அப்பாவிடம் உணர்ந்து அந்தப் போராட்டத்தை நானும் தொடரவேண்டும் என்று சிறுவயதிலே அவரிடம் கற்றேன். நல் தந்தையிடம் கற்பது வாழ்வின் சிகரம் தொடும் என நான் உணர்ந்தேன்.

ரிச்சா தொழிலாளி மகனாகப் பொறந்ததுக்குப் பலதடவை அகம் மகிழ்ந்தேன். அப்போ ஏன்னு தெரியலை... உணர்ந்து சுவைக்கும்போது அடிமட்ட தொழிலாளியிடம் கபடமற்ற இரக்கம் பிறப்பிடமாகவும், மனிதஉறவுக்குள் நாடகமேடை இல்லாமல் இரக்கம் வழிந்தோடி அவர்கள் வாழுமிடத்தில் நாகரீகம் விளையாடியதை என் வாழ்வில் கற்றேன். தழுவியணைத்த அந்த வாழ்வை விரைவில் புரிந்துகொள்ள அப்பாவின் உழைப்பு ஒளியைக் கொடுத்தது.

படிப்பு என்பது கடைநிலை மனிதர்களின் மூச்சுக்காத்துன்னு உணர்ந்தேன். இந்தப் படிப்புச் சுவாசத்தை அதிகரித்தால் நம்மை வாழவைக்கும் என்பதைத் தெரிந்தேன். இதைத் தனக்கானதாக இணக்கம் பெறாமல் போனால், பல நூற்றாண்டு வகுத்துவந்த சாமியின் காலடியில் வைத்த பரம்பரைத் தொழில் ஒட்டி கூவத்தின் கழிவுக்குள் அடைத்துவிடும் என்று நான் அறிந்தேன்.

கற்பதைத் தேடி ஓடினேன்... கற்பகிரகச் சாமியின் காலடியைத் தேடியல்ல! எட்டவிடாமல் உயரத்தில் வகுத்து தீட்டிவைத்தப் பெட்டகத்தை என் மதிபலத்தால் உடைத்தேன். அதற்கு அப்பாவின் வியர்வை என்னைக் குளிர வைத்தது. பட்டங்கள் குவிக்க வைத்தது. ஒரு அப்பனின் துயரை என்னால ஜீரணக்க முடிந்தது.

காலம் நல்ல பதில் சொன்னது... கமர்ஸியல்டாக்ஸ் அலுவலகத்தில் அதிகாரியாகப் பணி கிடைத்தது. உயர் பதவி... இன்னும் அதிகாரப் பதவிக்கு மேலே செல்ல படிப்பு ஏடுகளை மறுபடியும் புரட்டி மண்டைக்குள் இறக்கிக்கொண்டு இன்னும் உயர்வைத் தேடி அடித்தொண்டையில் சூரியனையே உடைக்கும் அளவு மனதில் கத்திக் கொண்டேயிருந்தேன்!''

மாரிமுத்துவின் மனம் திசையெங்கும் சென்று விரல் உரசும் சத்தம் கேட்டதும், நிதானிச்சி வருமான வரித்துறை அலுவலகத்தில் ஜீப் வந்து நின்றது. மதியஉணவு பை, பல அரசு கோப்புகளை உதவியாளர் சுமந்தார். என் பாதத்தை மூடிய தோல் ஷூ மெல்ல அடியெடுத்து வைத்ததும், வழிநெடுக மரியாதை நிமித்தத்தில் பல தலைகள் சாய்ந்து கைகூப்பியதை என் படிப்புக்கு விலையாக நான் பெற்று, பவ்வியப்படுத்திச் சென்றேன். அதிகாரப் பதவி வேணும். நான் வாழ்ந்த இடத்தைவிட்டுப் பொத்துக்கொண்டு வானத்தைத் தொடும் உயரம் எனக்கு வேணும். அதான் சந்தோசையும், நிரஞ்சனியையும் இந்தக் கல்விக்கூடத்தில் சேர்க்க என்னை உந்துதல் படுத்தியது!'

அரைமணி முன்பே சந்தோசும், நிரஞ்சனியும் பள்ளிச் சீருடையில் பளிச்சுனு மின்னி மிதிவண்டியில் அமர்ந்தனர். இன்றைய நாள் ஏட்டில் புதியதாகக் காற்று மிதிவண்டியைத் தள்ளிச் சென்றது. அவநம்பிக்கை கொஞ்சம் தள்ளிவைத்து, ஆஞ்சநேயர்கிட்ட நிசப்தமாக அனுமதி ஓலை பெற்றும், மாமி வடையில் ஒழுகும் நாவின் உமிழ்நீரை நிறுத்த கட்டளைப் பிறப்பித்து, மத்திய அரசுப் பள்ளி நோக்கி வந்து நுழைவு வாசலை எட்டிப் பார்த்தார் மாரிமுத்து. ''அங்கிள்... அங்கிள்... நில்லுங்க. எனக்குப் பிறந்தநாள், சந்தோச கூட்டிட்டு சாயந்திரம் வீட்டுக்கு வாங்க...'' சந்தோசை இணை பிரியா நட்பான முக்கேஸ் அழைப்பை ஏற்று மாரிமுத்து நினைவில் வைத்துச் சென்றார்.

மாலை மதிவண்டி மிளிர்ந்தக் குடியிடமான முக்கேஸ் வீடு வந்ததும், சில மகிழுந்துகள் நின்றிருந்த இடைவெளியில் மாரிமுத்து மிதிவண்டியை நிறுத்தி வீட்டினுள் நுழைந்தார். எத்தனை அழகொளி வீசித் தழுவும் வீட்டைப் பார்த்தாயா? சந்தோசு அப்பாவிடம் மனம் அறியா பிள்ளையாகப் பேசி குடியிடத்தின் உள்பாதம் பதித்ததும் சந்தோசை, முக்கேஸ் அணைத்துத் தழுவினான். வீட்டின் உள்ளரங்கில் வண்ண வண்ண ஜரிகைகள் மின்னி ஜொலிக்க, அழகிய வடிவத்தில் உருவான கேக்கை முக்கேஸ் வெட்டி சந்தோசுக்கு ஊட்டிவிட்டான். நொடியில் கரங்கள் தட்டிய ஒலி ரம்மியமாக சுற்றிடம் ஒலித்ததும் சந்தோசும், முக்கேசும் நட்பில் வானுயர மிதந்து விண்ணுலகம் போனார்கள்.

''ஏய்... நட்சத்திரமே எங்கள் நட்பைப் பார்த்தாய்யா..?''

நிலவிடத்தில் சென்று, ''வெண்பனி நிலவே... எங்கள் ஒற்றுமையைப் பார்த்தாய்யா..? நீயும், சூரியனும் எங்களைப் போல நட்பாக இருப்பீர்களா..?'' கலகலப்பு சிரிப்பில் இருவர் நட்பும் மேல்நோக்கிச் செல்ல, வால்நட்சத்திரம் எரிந்து கீழேவர,

''நட்புகள் கைவிட்டார்களா..? ஆயுளை மாய்த்துச் சாம்பலாக வருகிறாயே..?'' இருவரும் வால்நட்சத்திரத்தைக் கேளி நகைப்பில் பார்த்து பிரபஞ்சத்தை விட்டு மின்னிய நட்சத்திரங்களைக் கடந்து வந்தார்கள். பூமிவாசியால் சிருஸ்டிக்கப்பட்ட விகாரமுகம் தரித்து, நெருப்புப் பிழம்பாக எரிந்து வந்த நட்சத்திரம் சந்தோசைக் கண்டு அதீத சினம் தழுவி, அகோரப் பசியில் 'ஏய்... உனக்குப் பூமியிலே இடமில்லை, நாங்கள் உன்னை அங்கு தள்ளி வைத்திருக்கிறோம். நீ ஏன் பிரபஞ்சத்துக்கு ஓடி வந்தாய்?''

நெருப்புப் பிழம்பின் அசுர குணம் உருண்டோடி வந்து சந்தோசை எட்டி உதைத்து, கேளி நகைப்பில் ஆடியது. சந்தோசு புரண்டு உருண்டு பூமிப்பந்தில் விழுந்து, குமுறி விழிநீரைக் கொட்டினான். உயர் நட்பை மறைத்த நெருப்புப் பிழம்பால் சந்தோசு மீளாத்துயரில் முழுகி அதில் இருந்து எழமுடியாமல் தத்தளித்து, பல மாதம் மீள்வது கடினமாக இருந்தபோது மாரிமுத்து அடையாற்றுக்கரையில் தாம்பட்ட வலியில் மகனைக் கட்டியணைத்துக் கல்வியைத் தேடி இறுக்கி அணைத்து மகனைப் புறப்பட வைத்ததை நினைத்துத் தொண்டை பிளறி கத்தினார்.

''யோவ்... இம்மாம் பெரிய சத்தம்மா போடுவே? காது ஜவ்வு வுட்டுச்சிய்யா... உன் கொய்ந்திங்களா உருண்டு பொரண்டு ஜோரா படிக்க வைச்சதும், அதுங்க அமெரிக்க போய்யிடுச்சுங்க... இப்போ இன்னாத்துக்கு இங்க கத்துறே? எங்கள சொல்லு நாங்க நாறிப்போன பொய்புலகீறோம்!''

முனுசாமி சலித்து மிதிப்பானை மிதித்ததும் வண்டி, ஆமை ஊர்வதுபோல் நகர்ந்து சென்றது. மாரிமுத்து ஈன்றவர்களின் நினைவில் வாடியதும், மனசலசலப்பு மேலோங்கியபொழுது முனுசாமி திருப்பிப் பார்த்தான். துணிப்பை விட்டு விட்டு ஆடியது. மாரிமுத்து கண்கள் சிவந்து வழிந்த கண்ணீர் காய்ந்து அவர் கன்னத்தை அரித்துக்கொண்டிருந்தது.

''என் புள்ளைகளை அந்தப் பள்ளியில படிக்கவெச்சிருக்கக் கூடாது. பள்ளிக் கல்வி மூலம் கிடைத்த உயர்வால் இந்தியாவின் தலைசிறந்த கல்வி நிறுவனமான இந்தியத் தொழில்நுட்பக்கழகம் – சென்னை ஐ.ஐ.டி.யில் படிக்க வைச்சேன். எட்டாத படிப்புக்காக ஆயிரம் ஆண்டு மேல் முதுமக்கள் தாழியில் அடைத்து வைத்து, எழமுடியாத கால் நரம்புகளை உசிப்பி எழுப்பி, இன்னும் இன்னும் உயரத்தில் நிற்க வைக்கும் கனவை நான் கண்டேன். உயிர்த்தெழும் கல்வியின் பின்னால் விரிசல் இருக்குன்னு சந்தோசும் அங்கே கற்றதைத் தெரிந்துகொண்டு, கல்வியிலும் பிரிவும், கடும் நிராகரிப்பு இருந்ததைக் கண்டுணர்ந்து, என் மகன், மகளும் இந்தநாடு வேண்டாம் என்று கடல் கடந்து அயல் தேசம் போய்ச் சேர்ந்தார்கள். நான் வாழ்ந்த இருப்பிடத்தைவிட்டு மாறணும் என்று மட்டும்தான் எனக்குத் தோணுச்சு. என் நாட்டின் மேல் எனக்கு அதீதப் பற்று இருந்தது. ஆனால் இந்தக் கட்டுமான அமைப்பு இங்கே சரியில்லாமல் இருந்ததால் சந்தோசு அவன் கல்வியில் கண்டுணர்ந்து, இந்த நாடு வோணாம்ப்பா... இது நம்ம நாடு இல்ல என்று விண்ணில்

எரிந்து விழும் கல்லாக நாட்டை மறந்துபோய் விட்டான். எனக்கு அதில் உடன்பாடு இல்லை. பரந்துகிடக்கும் என் சொந்த உறவுகள் எல்லாம் இங்கேதான் மடிந்துபோவுது. காலம் காலமாகப் பிரிவு என்ற புதைக்குழியில புதஞ்சுபோற அந்த உறவுகளை யார் கைதூக்கிவிடுவது என்ற கேள்வி என்னைக் குத்தி நெடுநாள் துளைத்தே இருந்தது.

அப்பா இந்த நாடு நமக்கு வேண்டாம்ப்பா என்ற சொல் என் சிந்தையில் எப்பொழுதும் எனக்கு உதிக்கவில்லை. என் மகனும், மகளும் அப்படிக் கூறியது என் கடந்தகால வாழ்க்கையில் அவர்கள் கண்டதையும், அவர்கள் வாழ்ந்த தற்கால வாழ்க்கையின் வலியில் துவண்டு எழுந்து, உயர்கல்விப் படிப்பை முடித்ததும், அப்பா இந்த நாடு நமக்கு வேண்டாம்ப்பானு உரைத்தபோது, நானும் காமாட்சியும் அனாதையாக ஆகப்போறோம்னு செவத்துல ஒட்டிய கெவிலி அப்பவே சொன்னது. தப்பு அவங்கமேல இல்லை. என் மண்ணில் அவலப்பட்ட என் பந்தங்களை அவங்ககிட்ட இருந்து பிரிச்சுவைத்தேன். என் அடையாளங்களைத் தீயிட்டு நான் கொளுத்தினேன். பழமைவாதத்தில் விசம் துவைத்த ஆயுதங்கள் குத்தும் வலியைத் தாங்கிய என் மக்களைப் பற்றி நான் சொல்லித்தரவில்லை. பல நூற்றாண்டு இம்மண்ணின் பிரிவுகளால் எம்மக்கள் இறப்பின் ஒப்பாரியை வட்டமிட்டு, வெளிச்சம் போட்டு நான் காட்டவில்லை. இதெல்லாம் நடக்காமல் போனதால் மின்னும் ஜரிகை சொக்காவும், முழுநீள டவுசர் போட்டு மினிக்கிய அந்தஸ்தில் அசைவற்ற பொம்மையாக நான் மாறிப்போனேன். என் பழைய சொக்காவும், முழுநீள டவுசர் மட்டும்தான் படிப்பில் எனக்கு மிச்சமாக இருந்தது. முகம் அடையாளமற்று, வேற்றானோடு இணைந்ததால் என் முகம் மறைந்து போச்சு. என் புள்ளைங்களும் இந்நாட்டின் பூதங்களின் வாயில் போகப் பயந்து, இந்த நாடு வேண்டாம் என்று அமெரிக்கா போய்ச்சேர்ந்தார்கள். என் பிள்ளைகள் நாட்டை மறந்துபோய் வேறு நாட்டை உயர்த்திக்கொண்டு இருக்கிறார்கள். ஒருவேளை நாம் பொறந்தநாட்டுல ஏழ்மையில் துவண்டு, அடிமைக் கூலிகளாக வாழரது பிடிக்காமல் போனார்களா என்பது அவர்களுக்குத் தான் வெளிச்சம்.

இந்நாட்டின் சூழல்கள் என் கைகளைக் கட்டி, முதுகைப் பிளந்து, என் இரத்தநாளங்களை ஊசியில் குத்திய ஆழமும், வலியும் வடுக்களாக இன்னும் ஆறாமலே இருக்கு, இதுக்குப் பயந்துதான் எல்லாத்தையும் நான் என் வாரிசுகளிடம் மறைத்தேன். எனக்கு என்னவோ படிப்பினால் உயர் பதவி கிடைத்தால் விடுதலை அடைஞ்சுடுவேன்னு சுயநலத்தில்

பண்பு நீதியை மறந்தேன். அது தவறு என்று தற்போது உணர்ந்தேன். என்னை நான் மறைத்திருக்கக் கூடாது. இந்த மண்ணும், நாடும் உங்களுடையது என்று கூறியிருந்தால் என் தலைமுறையை நான் பறிக் கொடுத்திருக்க மாட்டேன். என் நாட்டிற்கு ஒரு விஞ்ஞானியையும், ஒரு கல்வி ஆய்வாளரையும் நான் இழந்து இருக்கமாட்டேன். அப்படிப்பட்ட என் பிள்ளைகள் என் நாட்டையும், என்னையும் விட்டு போயிருக்க மாட்டார்கள். என் வாரிசுகள் சந்தோசும், நிரஞ்சனியும் அமெரிக்காவின் உயர்தர மருத்துவமனையில் அப்பா, அப்பான்னு எனக்காக கத்துறாங்க. என் உடம்பு அங்கே ஜடமாக இருக்கு. என் உயிர் மட்டும் என் நாட்டின் மேல் பற்றில் சுத்தினு இருக்கு. நான் என் தேசத்தை நேசிக்கிறேன். என் மண்ணில் உருண்டு புரளத் துடிக்கிறேன். என் நாட்டை விட்டுச்சென்ற தவறுக்கு விடிவு தேடவும், உறவைத் துறந்த துரோகத்துக்குப் பரிகாரம் தேடியும், என்னை உருவாக்கிய என் மண்ணையும், என் நாட்டையும் தேடி வந்திருக்கேன். நான் இழந்த நாடு என்னை ஏற்று முத்தமிட்டுத் தவழும், நான் மறந்து சென்ற என் உறவுகளும், என் மக்களும் என்னை அணைக்கும்!' என்று முனுசாமியிடம் புலம்பினார் மாரிமுத்து.

''யோவ்... நைசா பேசுறே... நல்லாவே புள்ளைகளுக்கு செய்ய வேண்டியதை செஞ்சுபுட்டு நல்லா டகுல்விடுறய்யா... எங்க கொய்ந்தீங்க படிப்பா படிக்குதுங்க... லோல்படுதுங்க... எங்களுக்கு வாச்சது வெந்தததுண்ணு வெட்டியா போய் சேரணும்'' மனக்குறையை காரியுமிழ்ந்து மாரிமுத்து முகத்தில் முனுசாமி பூசிமெழுகி எடுத்தான்.

'என் மேல எதுக்கு துப்புறே..? துப்பவேண்டிய விகார மூஞ்சுங்க நெறைய இருக்கு. அதத் தேடிப்பிடித்து நீ துப்புடா..!' மாரிமுத்து சலித்துக்கொள்ள...

'சபாஸ்... சபாஸ்!' முனுசாமி மனசாட்சி இறங்கி வந்து மிதிவண்டி கைப்பிடியில் அமர்ந்து, கண்களை உருட்டி, 'டேய் மரமண்டையா... மாரிமுத்து அடுக்குமாடி பொட்டிக்குள்ள ஒளிஞ்சு போறவனா இங்க வரலை. இந்த மண்ணுல முளைச்ச ஆலமரமாக வளர்ந்து பேசுறான். எப்போ நம்ம மக்கள் துயர வாழ்வை, நம்ம மறக்குறோமோ, சொந்தநாட்டு உணர்வு போய்யிடும். இந்த நாட்டின் உயர்வும் மடிஞ்சு, மக்கள் உணர்வும் அழிந்துபோகும். அவன் ஒருத்தனால் நூறுபேரை உயர்நிலைக்குக் கூட்டின்னு போகலாம். ஆனால் அவன் சுயநலம் தடுத்துடுச்சு. ஆயிரம் பேரத் தூக்கிவிடும் அதிகாரம் அவன் கையில் வைச்சிருந்தும், ஒருவர் விரலும் அவன் கைபட்டு மேலே உயர்ந்து

வரலை, அந்த பாவத்த கழுவத்தான் இறுதிக் காலத்துல சொந்தநாட்டை தேடி வந்து, இந்த மண்ணை மிதிச்சு இருக்கான். அவன் இழந்ததை எவனும் இனி இந்த நாட்டுல இழக்கக் கூடாதுனு மாரிமுத்து சொல்ல வந்திருக்கான். உன் மரமண்டைக்கு இது எட்டாது. அவனப் பத்தி நீ போகப் போக தெரிஞ்சுக்குவே... இப்போ அவனை ஏரியாவுக்கு கூட்டினு போ...' மனசாட்சி புத்துணர்ச்சியில் பேசி, இந்த மண்ணின் மணத்தை உரசிச் சென்றது.

முனுசாமி முகமெல்லாம் வாடி ஆராத்துயரில் மறைந்தவனாக மிதிவண்டியை மிதித்து, 'யோவ்... நீ நல்லா டாகுல்மாத்தியா இருக்கையா... உன்ன வண்டில ஏத்துனதுக்கு ரெண்டு பேர்கிட்டையும் ஒத்தையில ஒதை வாங்குறோய்யா... இன்மே வாயத் தெரக்கப் போரத்து இல்ல... ஒண்டிக்கட்டையா நான் உங்க கிட்ட சிக்கிட்டேன்..!'' மனவடுக்களை வார்த்தையில் இறைத்து மெதுவாக வண்டியை மிதித்தான் முனுசாமி.

11

மிதிவண்டி வளைந்து நெளிந்து சென்றதும் மாரிமுத்து துவண்டெழுந்து விழித்துப் பார்த்தார். சுற்றிடம் முழுவதும் ஏதோ துர்நாற்றம் வீசியதால் மூக்கை வெளியில் நீட்டி நுகர்ந்து பார்த்ததும், நடுவீதியில் கருத்தவர் ஒருவர் நாற்றம் வீசும் கரும்சேற்றை உடலில் அப்பியபடி நின்றிருந்தார். அவர் அருகில் கொழ கொழவென்று கருத்த வண்டல், தார்ச்சாலையில் நாற்றத்துடன் திசையற்றுச் சென்று கொண்டிருந்தது. பக்கவாட்டில் சனங்கள் தங்கள் மூக்குச்சந்தை, விரல் நுனியை அடைப்பானாகப் பயன்படுத்தி, கால்களில் அடிப்பிரதட்சணம் தொணியில் சென்று கொண்டியிருந்தார்கள். 'வேற்றுக் கிரகத்து துர்நாற்றக் கழிவுகளை விண்கலத்தில் சுமந்து வந்து பூமியில் ஊற்றிவிட்டார்களோ?' என்ற மனக்கேள்வியில் மக்கள் ஊமையாகச் சென்றுகொண்டிருந்தார்கள். கடைநிலைச் சனங்கள் இல்லாமல் போனால், இவர்கள் வீடுகள் கழிவு தேங்கும் கிடங்காய் மாறியிருக்கும். எந்தச் சனங்களும் இதற்கு வேற்று நிலையைத் தேடவில்லை. பாதாளச் சாக்கடையில் இருந்து மலங்கள் ஒட்டி மேல் எழும்பி வந்தவர், தன் கரங்களால் முகத்தைத் துடைத்தார்.

மனிதனே மனிதமலத்தை நடுவீதியில் அள்ளிக்கொண்டிருந்ததை மாரிமுத்து மன அயர்ச்சியில் புலம்பித் தீர்த்தார். மாரிமுத்து நினைவலை வழித்ததும், அவர் விழிநீர் வழிந்து அலைக்கற்றையில் அவர் நெடும்தூரம் பறந்துபோனார்.

'என் மூத்த அத்தை அஞ்சலை, சின்ன அத்தை சின்னபொண்ணு, இருவரின் துணைவர்கள் துப்புரவுப் பணியாளராக இருந்ததைத் தெருவில் வழிந்தோடும் மலநீரோடு இணைத்துப் பார்த்தார் மாரிமுத்து. என் சின்ன மாமா பக்கிரி மனிதமலம் அள்ளும் பணி முடித்து, கழுவிய

கையில், அந்தி சாய்ந்ததும் மந்தார இலை மடிப்பில் இனிப்புப் பனியாரம் மகள் பொம்மிக்கு வாங்கி வந்து தருவார். அதில் என் அத்தை சிண்ணபொண்ணு ரெண்டு பனியாரத்தை முந்தானையில் மறைச்சு வைச்சு எனக்கு வந்து தரும். பனியாரத்தை பலதடவை சுவைத்துப் பழக்கப்பட்ட என் நாவுக்கு நாற்றம் தெரியும்.

பல காலம் பொம்மியும் அவள் பங்குக்கு ஒரு பனியாரம் கொண்டு வந்து தருவாள். அவள் கைரேகைகள் பட்ட பனியாரம் என் உதட்டை உரசி என் நாவுக்குள் செல்லும். அத்தை கொடுத்த பனியாரத்தைவிட பொம்மி கொடுக்கும் பனியாரம் இனிப்பு கூடுதலாக எனக்குத் தெரியும். அவள் ஈரம்பட்ட இதழ்கள் முன் சுவைப்பதாலோ, அச்சுவை என்னை உற்சாகப்படுத்தியது. சிலநாட்களிள் அவள் உமிழ்நீர் பட்ட பனியாரம் அவள் விரல்களின் வழியாக என் நாவின் நீர்த்துளியில் குழைந்து உணவுக்குழலில் இறங்கும். அவள் கைகளில் என் நாவுநீர் காயாமல் இரவுகளில் அவள் கூந்தலில் கை இணைத்து உறங்கும்போது அவள் கூந்தலை என் பாசநீர் ஈரப்படுத்தும்.இளம் சிவந்தமுகம், கன்னம் சதைப்பற்று நிறைந்தும், கூரிய மூக்கும், தடித்த இதழும், சிறு தசைப் பிடித்த உடல்வாகும் நிறைந்த என் பொம்மி விண்ணுலக தேவதையாக இருப்பாள். மிட்டாய் நிறத்தில் பப்கை வைத்த மேலாடை, பச்சைநிறப் பாவாடை ரெண்டு நிறத்திற்கும் உறவற்றுச் சண்டையிடும். என் கண்களுக்கு மட்டும் பொம்மி ஆயிரம் வண்ணம் நிரம்பியவளாக என் இதயத்தைத் தழுவி, அவள் தடித்த கெட்டிக் கொலுசு சலங்கை பாவாடையைத் தேய்த்து ஒலி சிதறிப் போகும். அந்த ஒலி என்னை பலகாலம் தாலாட்டி மெய்யுரைக்கும். என் பக்கிரி மாமாவுக்கும் அத்தைக்கும் ஒரே செல்லமகள். எனக்கும் செல்லமானவள். குளுகுளு பொம்மையாய் நெஞ்சத்தில் கட்டிய கூட்டில் நெடுங்காலம் உறைந்து இருந்தாள். அத்தை என்னை அணைத்து மேலோங்கிய பாசம் வைத்திருந்தது.

பொழுது புலர்வுக்கு முன்பே கட்டி மஞ்சளை செறு ஓட்டில் உரசி, முகமெல்லாம் அப்பிக்கொண்டு மஞ்சள் ஒளி மின்னி, வாயல் புடவையை உடலிறுக்கி, நெற்றியில் செகப்புப் பொட்டு மிளிர்ந்து, மடிப்புப் பிதிங்கிய கரும் இடுப்பு இடையில் கூடையைச் சொருகி, அசைக்கி அசைக்கிக் கிளம்பிவிடும். நான் சைதாப்பேட்டை முனிசிபால் துவக்க பள்ளியில் ஐந்தாம் வகுப்புப் படித்தேன். கால்கடுக்க நடைபயணமாக பள்ளி செல்வேன். நிசப்தம் பெருக்கெடுத்து தவழாதபோது, ஆட்கள் யாரும் இல்லாத அரவமற்ற பள்ளி

முகப்பின்முன் அத்தை வந்தமர்ந்து, பனங்கிழங்கு, பனம்பழம், கமர்கட்டு, ஆரஞ்சுமிட்டாய், பொம்மை பிஸ்கோத்து, நாவல்பழம், எலந்தம்பழம், மரவள்ளிக்கிழங்கு கடைய விரிச்சு அமர்ந்து இருக்கும். எதிரே சின்னப்பன் மொதலியாரு பெஞ்சாதி செல்லத்தாயும் கடை வைத்திருந்தது.

அத்தைக்கு ஜரூராக வியாபாரம் கொழுக்கும். சின்னப்பொண்ணை மிஞ்ச இயலாமல் போட்டி மனத்தழும்பலில் செல்லத்தாயி, அத்தையின் பிறப்பை வஞ்சத்தில் தேடிக்கொண்டிருந்தாள். ஆள் நிறம் பார்த்தும், ஆளை அடையாளம் கண்டும் குழந்தைகளைப் பெற்றவர்கள் திண்பண்டம் வாங்கச் சொல்லி இருப்பார்கள். பெத்தவங்க ஓதியதை அறியாத குழந்தைகள் தின்பண்டங்களை வாங்கும். அத்தை என்ன பொறப்பில் இருந்து வருதுனு யாரும் கண்டுணறாமல், பல பராலாங்கு நீண்டு இருக்கும் அத்தை நாவை அடக்கி, வசவுச்சொல் சிதறாமல், அலட்டல் தொணியில் வியாபாரம் நடத்தும். கருப்பு வெளுத்து, பிறப்பின் நிறத்தை அறிந்து, முரசுகொட்டி வெளுத்துவிடுமோ என்ற பயம் அறியாதவளாக அத்தை தன்னை மறைத்துக்கொள்வதற்கு விடியல் புலர்வதற்கு முன் இருட்டில் பள்ளி வந்து மாற்றாளாக குந்திவிடும். அத்தை வாழ்ந்து தவழ்ந்த இருப்பிடம் யார் மூக்குநுகர்வில் அறியாமல் மறைத்து வைத்திருந்தார். கருங்கல்லில் கருப்பு தேய்த்து வைத்து, பொட்டு வைச்ச சாமி போல் புதிய தோற்றத்தை உருக்கொண்டு, அத்தை பொழப்பு தேடி தினம் ஓடியதை என் சின்னவயசுல அழுத்திய வலியின் கறைகள் பின்னாலில் என் அத்தை, என் பொம்மியையும் மறக்க நேர்ந்ததா..? எனக்குத் தெரியவில்லை. நான் வாழ்ந்த நீச்சயிடத்தில் வாழப்பிடிக்காமல் விலகினேனா..? மனம் யூகித்ததில் நான் என்னை மறைக்க மறைவிடம் தேடித்தான் ஒளிந்துபோனேன். அத்தை பலகாலம் மறைவிடத்தில் என்னைத் தழுவி அணைத்த பகுப்பு தெரியாதவனாக சிறுவயதில் என் சரீரம் முழுதும் அந்தக் கறைகள் அழுத்தமாகப் படிந்து இருந்தது.

பொழுது சாய்ந்ததும் ரயில் தண்டவாள இரும்புத்துண்டில் ஓசை எதிரொலித்ததும் பள்ளிக் குழந்தைகள் முண்டியடித்து ஓடிவருவார்கள். புரண்டு நகரும் கால்களுக்கு இடையில் நானும் ஓடிவருவேன். பிரித்து வைத்த பண்டம் விற்கும் ஆள் தெரியாமல் பிள்ளைகளின் கைகள் அத்தை முகம்வரை நீட்டி இருக்கும். அத்தை வியாபாரத்தை ஜரூராகப் பார்த்தக்கொண்டு என்னைத் தேடும். நான் ஓரமாகப் பிள்ளைகளுடன் மறைபிம்பமாக வருவேன். அத்தை என் கையில் பலர் கண்ணிமை

மறைவில் ஒரு காகித மடிப்பைத் திணித்து, விசுக்கெனத் தலையைத் திருப்பி வியாபாரம் பார்த்துக்கொண்டிருக்கும். இவ்வழக்கு தினமும் நடந்தது. அத்தை எனக்குப் பல கண்கள் அறியாமல் கொடுக்கும் காகித மடிப்பை வாங்கிக்கொள்ளப் பழக்கப்படுத்தியது. நான் உறவென்றால் அத்தைப் பொழப்பும் நாறிப் பிசுபிசுபித்து ரணமாகி விடுமோ என்பதால் நான் இடைவெளி விட்டுவிலகியே போவேன்.

வழியெங்கும் குத்தும் கூர்முனை கொடூரத் துயரை சிறுவயதில் இருந்தே நான் சுமந்துவந்தேன். இது எவருக்கும் கிடைக்காத தீயிட்ட பாதாளத்தை நோக்கிய பயணமாகவே எனக்கு இருந்தது. இங்கே தரவுகள் எல்லாம் பொய்யாக ஒலிபரப்பப்பட்டு குழியாடியில் தெரியும் பிம்பங்கள் எல்லாம் பொய்யென்று கற்பிக்கப்பட்டு, நிஜம் யார்? பொய்கள் யார்? என்ற கேள்வியை அப்பொழுதே என்னைக் கேட்க வைத்து, எதிர்கால என் கனவைத் தழுவி படிப்பைத் தனதாக்கி, சைதாப்பேட்டை வழித்தடத்தில் என் கால்கள் துவண்டபோது அத்தை கொடுத்த மடிப்புக் காகிதத்தில் பனங்கெழங்கு, நாவல்பழம் இருந்ததை சுவைத்து முடித்ததும், காகிதம் அடியில் தினம் ஒரு செம்பு தொண்டி காலணா இருந்தது. அதை மகிழ்ச்சியில் என் கிழிந்த அரைக்கால்ச் சட்டைப்பையில் காலணாவைப் போட்டு, கலகலப்போடு நடந்து செல்வேன். தினம் சேர்த்தக் காலணாக்கள் என் கை அசைவில் கால்ச்சட்டை பையில் கலகலவென ஒலியெழுப்பி என்னைத் தினம் நகர்த்திச் செல்லும்.

இருள் அடையாற்றுக்கரையைத் தொட்டிருக்கும். புழுதிகளை தீச்சி உண்ட கோழிகள் ஆங்காங்கு மரங்களில் உறக்கத்தை தேடிக்கொண்டிருந்தன. பல குடிசைகளின் வாசலில், அடுப்புப் புகையில் மக்கள் உணவைத் தரித்துக்கொண்டிருந்தார்கள். புகையோடு கலந்த இருளில், பெருத்த கரும் உதட்டுக்காரன், இரும்புப் புனலை ஊதி, 'ஊவ்... ஊவ்...' என சத்தம் எழுப்பி வருவான். சிறுபிள்ளைகள் தாவி ஓடி வருவார்கள். தடித்த மூங்கில் உச்சியில், கைத்தட்டும் பொம்மையைக் கயிற்றில் இணைந்து இருக்கும். மூங்கில் ஓட்டை வழியே அடிவரை தொங்கிய அந்தக் கயிற்றை, கரும் உதட்டுக்காரன் கால் கட்டைவிரலில் மாட்டி இழுப்பான்.பொம்மை கைகளைத் தட்டி 'சல் சல்' ஓசை எழுப்பும். அதைக் கேட்டுத் துள்ளியோடி வந்து நாங்கள் கிளர்ந்து போவோம்.

என்னுடன் பொம்மியை அணைத்து வந்து, நான் இரண்டு செப்பு தொண்டிக் காலணாவை சேர்த்து அரையாணாவாக நீட்டுவேன்.

கைதட்டும் பொம்மைக்குக் கீழேயே தினம்தினம் பல வண்ணத்தில் ஜவ்மிட்டாய் மூங்கிலை ஒட்டி இருக்கும். அதை இழுத்து இழுத்துச் சுருளாகச் சுருட்டி, ஆம்பிளை கடிகாரம் செய்து என் கையில் கட்டி, சிறுதுண்டு ஜவ்மிட்டாயை கன்னத்தில் ஒட்டி விடுவான். இன்னொரு பூப் போன்ற பொம்மனாட்டி கடிகாரம் செய்து, பொம்மி கையில் அழகு மிளிர கட்டி, சிறு துண்டு ஜவ்வுமிட்டாயை அவள் உப்பிய கன்னத்தில் ஒட்டிவிடுவான். நாங்கள் புன்முறுவலோடு நகர்ந்து செல்வோம். என் கன்னத்தில் ஊறிய ஜவ்மிட்டாயை பொம்மி கன்னத்தில் ஒட்டிவிட்டு நான் ஓடுவேன். அவள் என்னைத் துரத்தி ஓடி வருவாள். நான் கால் பரபரத்து ஓடி நின்றதும், ரெண்டு பேருக்கும் மூச்சிவாங்கியும் சந்தோசத்தில் பொங்கி நிற்போம். பொம்மி பெருத்த கன்னத்தை ஒட்டியிருந்த ஜவ்மிட்டாய், அவள் வியர்வையை உறிஞ்சி உருகியிருக்கும். அதை எடுத்து அவள் என் நாவில் இணைக்கும் போது, என் முன்னம் பல் அவள் மெத்து மெத்து விரலைக் கடித்து விடும். பொம்மி வெட்கி சிரம் சாய்ப்பாள். கவுந்த அவள் தலையை நிமிர்த்தி என் கன்னத்தில் ஒட்டிய மிட்டாயை அவள் உதட்டை உரசித் திணிப்பேன். ரெண்டு உடல் வாசத்தை உறுஞ்சிய ஜவ்மிட்டாய் அதன் தன்மை இழந்து போய், எங்கள் வாசம் இணைந்ததால் எங்களுக்கு அது இனிப்பான நினைவுகளாக இருந்ததன.

பொம்மி விரல்களில் ஒட்டிய ஜவ்மிட்டாய் மாரிமுத்து நாச்சுவை எப்பொழுதும் பற்றியதால் அடையாற்றுக்கரையில் இவ்விருவர் பழக்கம் எப்படித் தொடர்கிறது என்பதை பலர் கண்களுக்கு அறியவிடாமல் சின்னபொண்ணு மட்டும் கண்டுணர்ந்தாள். பள்ளி நடைவாயிலில் நெடுநேரம் குந்தி, தன் பிறப்பை மறைத்து, வியாபாரத்தில் சம்பாதித்த செப்புத் தொண்டி காலணாக்களால் மாரிமுத்து, பொம்மி இருவரையும் பல ஆண்டு பரிச்சம் போட்டு இணைத்து வைத்திருந்தாள் சின்னப்பொண்ணு.

அத்தை கொடுத்த காலணாவுக்குத் தெரியும். இருவரை இணைக்கும் பாலமாக இருப்பது காலணாதான் என்பதால் சிறு அசைவில் சலசலப்பு சத்தத்தை அதிகப்படுத்தி எங்கள் இருவரையும் மகிழ்வில் துள்ளவைத்தது. இப்படி மகிழவைக்க அத்தை, தினம் செப்புத் தொண்டி காலணா கொடுத்தது என்று பின்நாளில் நான் தெரிந்துகொண்டேன். அத்தையின் காலணாக்கள் என்னையும் பொம்மியையும் வெவ்வெறு இடங்களுக்கு நகர்த்திச் சென்றது. எங்கள் உறவை இணைத்த பல செப்புத் தொண்டி காலணாக்கள் என் கால்சட்டையில் மிஞ்சியிருக்கும்.

அடையாற்றுக்கரையில் முழுகிய இருளை, காடாவிளக்கு வெளிச்சம், சிறு துளையிட்டு சீம்பாலடைக் கட்டிகளைத் தாங்கி உள்நுழையும். சிறுபிள்ளைகள் கண்விழித்துப் பார்த்ததும், பாலடை சுமந்தவன் முகம் அசைந்தாடி, காடாவிளக்கு மஞ்சள் சுவாளையில் மின்னுவான். அடையாற்றுக்கரையில் பலபேர் ஏக்கப் பார்வையில் வெம்பி நிற்பார்கள். சில குழந்தைகள் அம்மாக்களின் கிழிந்த புடவையை காடாவிளக்கு வெளிச்சத்துக்கு அழைத்துப்போக இழுத்து இழுத்துக் கிழிந்த புடவையை இன்னும் கிழிப்பார்கள். அம்மாக்களின் கைகள் குழந்தைகளின் முதுகைப் பதம் பார்த்து, காலணா இல்லாமல் குடிசைக்குள் இழுத்துச் செல்வார்கள். குழந்தைகளின் அலரல் சத்தம் எரிந்து நிற்கும் காடாவிளக்கு சுவாளையில் பட்டு அது பல கோணத்தில் ஆடும். காடாவிளக்குக்காரன் ஈரத்துணியில் சீம்பாலாடைக் கட்டியை இழுத்துப் போர்த்திக்கொண்டிருந்தபோது, தொண்டிகாலணா புழங்கிய சிறுவர்களுடன் நானும் பொம்மியும் காடாவிளக்கைத் தேடி ஓடிவந்து, ரெண்டு காலணா கொடுப்பேன். பெரிய பாலடைக்கட்டி மந்தார இலையில் கைமாறி, எங்கள் நாவில் புரண்டு திளைக்கும்.

இதை வியந்து பார்த்த காடாவிளக்குக்காரன் உளவாளியாக அங்கிருந்து போகாமல் எங்களை உற்று உற்றுப் பார்த்து, என் கால்சட்டையில் இருக்கும் செப்புக் காலணாச் சத்தத்தை, காடாவிளக்கு தீச்சுவாளையில் என்னை முறைத்து முறைத்துப் பார்த்தான். அத்தை தினம்தினம் கொடுக்கும் செப்புக்காலணாவைத் தெரிந்து வைத்திருந்தான். மறுகணம் பொம்மி உதடுகள் பாலாடைக்கு ஏங்குவது அவன் கைகளுக்குத் தெரியும். பாலாடைக்கட்டி மறுசுழற்சியில் எங்கள் கைக்குத் திரும்பவும் வந்துவிடும். சுவைத்து சுவைத்து ஓர் அணாவை காலிசெய்வதை அத்தை மனம் அறிந்து தினம் பல காலணா கொடுத்தார்.

காலணாக்கள் என்னையும் பொம்மியையும் நெருங்கி வளர்ந்தது. காலணா, அரையணா கைநழுவி முக்காலணாவாகி, ஓரணாவாக வந்தது. வரவு வைத்த செம்புக் காசுகளை பொம்மிக்காக செலவு செய்தேன். கஜானா பெட்டியில் மறைத்த தங்கத்தைவிட, நெருக்கமான உறவு, பலம் பெறும் என்பதை என் கல்லூரி வாழ்வு வரை ஈர்த்துச் சென்றதை ஜவ்வுமிட்டாய் ஊறிய நாவாக, நினைவில் நிற்கிறது!' நினைவோட்டத்தில் முனுசாமியின் மிதிவண்டியில் வந்தார் மாரிமுத்து.

12

இளம்நிலை முதிர்வு வந்ததும், நான் வாழ்ந்த வாழ்க்கை எனக்கு வேறாகத் தென்பட்டது. என் கல்லூரி வாழ்வும் என்னைத் தாழ்ந்தவனாக புறம் தள்ளியதால் எனக்குள் ஒரு மாற்றம் தட்டியது. பொம்மி இதை அறியாமல் கருக்கலை வெட்ட வெளியாக எடுத்து வருவாள். நான் குடிசைகள் முதுகுப்புறம் மறைந்து காத்திருப்பேன். அவள் கை ஈரக்கசிவில் நனைத்த கருக்கலை நீட்டுவாள், நால்திசையில் என் சிரம் சுற்றி, பழைய கண்கள், புதிய கண்கள் தெரிகிறதா என்று தேடி, என் கண்ணொளியின் ஒப்புதலைப் பெறுவேன். எனக்குக் கருக்கல் பிடிக்காது என்ற உணர்வு அல்ல, உடலோடு ஒன்றாக ஊறிப்போன கருக்கல் பொம்மி கையின் ஈரம்பட்டு, என் நாவில் உமிழ்நீரோடு ஜீரணப்பை நிரப்பும். நான் சுவையுணர்ந்து நடையைக் கட்டியதும், எங்கள் முன்னால் தடித்த கொசுகள் அதன் உணவுக்காகப் பறந்து ரீங்காரமிட்டிருக்க, அடையாற்றுக்கரை நாற்றம், என் நுகர்வுக்குள் புகாமல், பொம்மியின் கைகள் என்னை அணைத்து, அவள் உடல் வாசத்தோடு என்னை அணைத்துச் செல்வாள்.

எங்கள் மனமிணைந்து துள்ளித்திரிந்த காலத்தை அத்தை எங்கள் இருப்பிடம் முழுவதும் என்னையும், பொம்மியையும் வர்ணணையாளராக, பளபளக்கும் ஜரிகை படர்ந்து, மின்னியதை உரக்க வாசித்துக்கொண்டிருப்பார். புழுதிகள் படர்ந்த அடையாற்றுக்கரையில் அப்பழுக்கற்றவர்களாக எங்களை உலாவவிட்டு, அண்ணன் மகன் என்று நிறையப் பிரியப்பட்டு இணைத்துக்கொண்டார்.

நான், சைதாப்பேட்டை முனிசிபல் உயர்நிலைப் பள்ளியில் எட்டாம் வகுப்பு படித்தபோது 'நீ நல்லா படிக்கிறாய்...' என்று ருக்மணி ஆசிரியை அடிக்கடிச் சொல்வார்கள். முதல் மாணவனாக மதிப்பெண் குவிப்பேன். அப்பாவும் அத்தையும் மாறி மாறி என்

படிப்புக்காகத் துயரங்களைச் சுமந்து வருவார்கள். என் வீட்டில் மட்டும் பெரிய சிம்னி விளக்கும், பித்தளைக் காடாவிளக்கும் இருக்கும். அப்பா யாரோ ஒரு நல்லுள்ளத்தை ரிச்சாவில் சுமந்து செல்லும்போது இருண்ட நேர பயணம் சலிப்புத் தட்டாமல் இருக்க, ரிச்சாவில் அமர்ந்து வந்தவர் அப்பாவிடம் பேச்சுக் கொடுத்ததும், 'என் மவன் படிப்புல உசந்தவன். அவனுக்குப் பெரிய அதிகாரியாக வருணும்னு ஆசை... என்னமோ சாமி, அவன் இஸ்டம்...' என்று பேசியபடியே வந்திருக்கிறார். அந்த நல்லுள்ளம் வீட்டில் இறங்கியதும், வீட்டில் இருந்த புதிய பித்தளைக் காடாவிளக்கைக் கொடுத்து, 'உன் பையன் படிக்கரத்துக்கு உதவியா இருக்கும். கீழிருந்து மேலவருவது அழகு... அந்த அழகை நீ வருங்காலத்துல பாரு'ன்னு கொடுத்த அந்த காடாவிளக்கும், சிம்னிவிளக்கும் மின்னி மின்னி எரியும்.

அப்பா எனக்குத் துணையாக, மையம் தொட்ட இருளில் என்னுடன் இருப்பார். அத்தை வெல்லம்போட்ட கருப்புக்காப்பியை விறகுப்புகையில் உருண்டு, நான் துவளும்போதெல்லாம் உணவுக் குழாயில் வெதுவெதுப்பாக ஊற்றுவார். என் அருகில் சிம்னிவிளக்கு ஒளிச்சுடர் என் பாடப் புத்தகத்தில் மிளிரும். எனக்குப் படிப்பின் மேல் மோகம் அதிகமாக இருந்தது. 'இந்தப் பிரிவினையில் இருந்து வெளியே போய்விட கற்றுக்கொள்' என்று என்னைத் துளையிட்டுப் பொசிக்கிக்கொண்டே இருந்தது. ஒருவேளை மலம் அள்ளும் பணியும், அடிமைப்பட்டத் தொழிலைவிட்டு தலைமுறை மாறிப்போகும் என்பதால் எனக்குப் படிப்பு பிடித்திருக்கலாம்.

அத்தை, அடையாற்றுக்கரை முழுக்க பொம்மியின் பிறப்பு எனக்கானது என்று என் அறியா வயதில் தம்பட்டம் அடித்த அந்த உசும்பலால் எனக்கும் பொம்மிக்கும் சிறுவயதில் மனதில் சலனத்தைத் தட்டிவிட்டது. மனம் இணையும் அறியா வயதில் ஊன்றிய எண்ணம், பிற்காலத்தில் தொடருமா என்பது எனக்குத் தெரியாமல் இருந்தது. அத்தையின் சொல் அடையாற்றுக்கரையில் பொம்மியின் அறியாப் பருவத்தில் அவள் இதயத்தைக் கிழித்து வைத்தது, என் அத்தை சின்னப்பொண்ணுதான். பெற்றவர்கள் தன் பிள்ளைக்காக வருங்காலத்தைத் தேடித் தருவது அவர்கள் வாழ்நாளின் கடமை என்பது ஒரு தாய்க்கு இருக்கும்தான். என் அத்தையும் அது கடமை என்று செய்தது. இதை நான் பிறகு உணர்ந்தேன்.

அடையாற்றுக்கரையில் எங்கள் இருவர் பெயர் உலாவும் போது, ஏதோ பிரிவினை வந்தால் அத்தை நாவில் வசவு வார்த்தைகள் கழுவி

கழுவி ஊரை நனைத்துவிடும். வசவுச் சொல்லில் முழுகி நனைந்தவர்கள் அங்கே பிசுபிசுத்து மிதந்து செல்வார்கள். சிலர் பொம்மைக் கல்யாண விளையாட்டாக 'ஏய்... சின்னப்பொண்ணே... உன் பொண்ண என் பையனுக்குக் கட்டி வைச்சிடு... நீ நல்லாயிருப்படி...' என்று, பொம்மியின் அழகை அள்ளிச் செல்லத் துடித்தவர்களின் எண்ணம் முறிவுபெற்று, அன்று முழுவதும் ஓடிய சொல்லில் அவர்கள் நொந்து, நாவு பிரண்டு, தள்ளாடி குடியிடம் போவார்கள்.

'அடி சிரிக்கி மவளே, கரிக்கட்டையாட்டம் பையனை பெத்து வைச்சினுகீற... உன் மவனுக்கு என் அழகுப் பொண்ண கட்டுவேணா..? கேக்க வொவஸ்தயில்லடி தூமமுண்ட... நீ பெத்த பொதுக்கு பன்னிக்கி ஏங் பொண்ணா? ஏங் பொண்ணு, என் அண்ண மவன் மாரிமுத்துவுக்காகப் பொறந்தவடி... அவன் பெரிய படிப்பு படிச்சி... ராஜா மாதிரி வரப்போறான்! இன்னொரு தபா பொண்ணு, கிண்ணுனு... கேட்டுப்பாரு... மொகரையப் பேத்துக் கலக்கிப் புடுவேன்!' என்று சீறி விழுவாள். ஊர் மெச்சிக்க பொம்மியை அங்குலம் அங்குலமாக அளந்து வளர்த்து சின்னம் சிறுசுகளைத் தனிப் பெருமையாகத் திரிய வைத்து, அண்ணன் மகன் கண்களுக்கு இதத்தைப் பெற்றுக்கொடுப்பாள் சின்னப்பொண்ணு.

மாரிமுத்து தான் வாழ்ந்த வாழ்க்கையில் இருந்து நீந்தி எழுந்து மிதிவண்டியில் தொங்கிய பையில் சுருண்டு விழித்திருந்தார். மிதிவண்டி துர்நாற்றம் படர்ந்திருந்த சாலையைத் தாண்டி வந்துகொண்டிருந்தது.

13

'லெப்ட்... ரைட்....' ஓசையும், 'தொப்... தொப்...' பூட்ஸ் கால்கள் சத்தம் இன்னிசையாக செவியில் நுழைந்து மாரிமுத்துவை எழுப்பியது. மாரிமுத்து மெல்லிய மயக்க நிலையில் வீட்டின் நுழைவு வாயிலை எட்டிப் பார்த்தார். இன்னிசை வந்த இடம் மிகப்பெரிய கட்டிடங்கள், சுற்றுச்சுவர் எழும்பியிருந்தது. நிறைய இளையவர்களின் பரேடு நடந்தது. நினைவைத் தட்டிக் கூர்ந்தார்.

'லெப்... ரைட்....' சத்தங்கள் மண்டை இடுக்கில் வந்தது. போலீஸ் பயிற்சி மைதானத்தில் (தற்போதைய பள்ளி) வேலிக்காத்தான் நிறைந்து, அடர்ந்த மரங்கள் இருக்கும். முதிர்வை எட்டத் தொடங்கிய சிறு மரங்களின் கிளை இடுக்குகளில் கட்டிய கூட்டில், பொறித்த குஞ்சுகளுக்காக உணவைத் தேடி வந்த பறவைகளும், அதைப் பாதுகாத்து பின்தொடர்ந்த பறவைகளில் சிறகடிப்பு பறவையிசையாகக் கேட்கும். அவற்றை விரட்டும் அண்டங் காக்கைகளின் கத்தலில், பொறித்த குஞ்சுகளுடன் இருந்த பறவைகள் இறக்கையில் குஞ்சுகளை அணைத்ததும், காகங்கள் உணவின்றி விரக்தியில் திரும்பிப் போகும்.

குழல் துப்பாக்கியில் மருந்தைச் சொருகி, இரும்பு ரவைகளை திணித்துக்கொண்டிருந்த பிரான்சிஸ் குட்டிக்கு மூக்கு வியர்க்க, தலையை நிமிர்த்தி வானத்தைப் பார்த்தான். அவன் கண்களில் குவியல் குவியலாக மேகத்தைக் கிழித்து, இரையைத் தேடியலைந்து, இருப்பிடம் வரும் பறவைகள் கூட்டம் தெரிந்ததும், விசுக்கென எழுந்து துப்பாக்கி குழலைத் தோளில் படுக்கவைத்து, அவன் கால்களை வேகநடையில் வீரியமாக வைத்தான். முதுகை மறைக்க மேலாடை இல்லாமல், அரைக்கால் சட்டையை அரைஞாண் கயற்றில் இறுக்கிச் சொருகிய கருத்து அறியாத கீழ்புதூர் பிள்ளைகள், பிரான்சிஸ்குட்டியை

முந்தியடித்து வேகத்தில் ஓடுவார்கள். வயதைத் தொட்ட கோவிந்து மட்டும் குட்டியின் பக்க பலமாகச் சுற்றுவான். பறவைகள் நம்மைக் கண்டதும் ஜரூராக மரங்களில் ஒளிந்துவிடுமே என்ற நினைப்பில் தன் ஊர் பிள்ளைகளைப் பின்நோக்கி இழுப்பான் கோவிந்து.

பிரான்சிஸ், பறவை வேட்டைக்காக தன் முதுகைக் கூன் விழுந்தவனான நடையில், சத்தம் எழுப்பாமல் நகர்ந்து சென்று பறவைகள் வரும் நெருக்கத்தை அடைந்ததும், துப்பாக்கிக் குழலைத் தோள்பட்டையில் இருந்து இறக்கி மேலே உயர்த்தினான். அந்தி வேளையால் கூட்டை அடைய பறவைகள் கூட்டமாக வரும். அக்கூட்டத்தை நோக்கிக் குறிப்பார்த்துத் துப்பாக்கிக் குழலை வைத்திருந்தான் பிரன்சிஸ் குட்டி!

கோவிந்து ஊர் பிள்ளைகளை காய்ந்த மரக்குச்சிகளைப் பொறுக்க விரட்டிவிட்டான். பொறுக்கிய குச்சிகளைப் பார்த்துத் தன்நிறைவு அடைந்தவனாக கோவிந்து மாறும்போது பறவைக் கூட்டம் ஆர்ப்பரித்து அடர் மரங்களை நோக்கிவர, மௌனமொழியில் ஊர் பிள்ளைகளை பறவை அறியாமல் இருக்க, தனதருகில் அணைத்து வானத்தைப் பார்த்தான். குட்டித் துப்பாக்கிக் குழலைப் பல நகர்வுகளில் குறி பார்த்தான். பறவைகள் நெருங்கிவந்ததும் அவன் அளவுகோலாக பறவை வரும் வேகமும், வெடித்த இரும்பு ரவைகள் உயரே பறக்கும் வேகத்தைக் கணக்கில் எண்ணி, நொடிகளைக் கணக்கிட்டு பறவைகளுக்கு முன் அளவை அளந்து குழலை வெடிக்க வைத்தான். இரும்பு ரவைகள் மேலே செல்லும் நேரமும், பறவைகள் வந்து சேரும் நேரமும் சரியாக அமைந்தது. பல பறவைகள் இறப்புக் குரலை உயர்த்தி, ரெக்கைகளை அடித்து கீழே பல இடத்தில் சுருண்டு விழுந்தன. ஊர்ப் பிள்ளைகளை கோவிந்து உந்தி விரட்டியதும், அவர்கள் கால்களை உயர்த்தி ஓடிய சில பிள்ளைகள் தேங்கிய குட்டையில் விழுந்து சேற்றில் சிக்கிய கால்களைத் தூக்க முயன்று கொண்டிருக்க, சேற்றில் தப்பித்த பிள்ளைகள் இறப்பை நோக்கி பயணிக்கும் பறவைகளை அள்ளி துவண்டடித்து தூசி துப்புகளில் ஓடிவந்தார்கள்.

கோவிந்துக்கு நாக்கு ருசிதட்டி, மடிந்த பறவைகளின் இறகுகள் அவன் விரல்களில் சரிந்து போகும். சரிந்த இறகுகள் காற்றில் பறந்ததும், பறவைகள் நிர்வாணம் ஆகும். தேங்கிய குட்டை நீரில் பறவைகளை நிர்வாணக் குளியலிட்டு, இடுப்பில் சொருகிய காகிதத்தில் இருந்த மிளகாய்ப்பொடியைப் பறவைகளின் உடலில் வளிச்சி எடுத்து,

பொறிக்கி வைத்த குச்சிகள் தீயில் கருகத் தொடங்கியதும் பறவைகளை கோவிந்து தீயில் வாட்டி எடுத்தான். சுவைக்குக் கறிபக்குவம் அடைந்த வாசம் கட்டாந்தரையில் இருந்து மேலோங்கி வந்ததும், நிர்வாணத்தில் சரிந்த பறவையை வெளியில் எடுத்து, தொடையில் சிறுசதையைப் பிச்சி சுவைத்து நாக்கைத் தட்டினான். ஊர் பிள்ளைகளும் சுவை அறிந்து உதடு அசைந்ததும், ஆளுக்கொரு துண்டு பிச்சி நாவில் திணித்தான் கோவிந்து. சிலவினாடி கடந்ததும் பறவைகள் பிள்ளைகள் ஜீரணபையில் சுருண்டு படுத்தவுடன், கோவிந்து கையில் தீயில்வெந்த இரு பறவைகள் தொங்கியதும் பிரான்சிஸ் குட்டி முகத்தை அவன் குறுகுறுவெனப் பார்த்து கண்ணை உருட்டினான். குட்டி சில காலணா, அரையணாக்களை கோவிந்துக்குக் கொடுத்தான். சப்பியடிக்க விறுவிறுவென அவன் கால்கள் நகர்ந்து சென்றது. வீரத்தை நிரூபணம் செய்த களிப்பில் குட்டி குழல் துப்பாக்கியைத் தோளில் சுமந்து அவன் பங்களாவை நோக்கிச் சென்றான்.

குட்டையுடன் சேர்ந்த அடர்ந்து மரங்கள் பல இப்போது காணாமல் போயிருந்தது. நிறைய சேற்றுக் குட்டைகள் ததும்பிய இடத்தில் சிறுசிறு குட்டைகளாக மாறி இருந்தன. சேற்றுக் குட்டையில் மீன்பிடிக்கும் சிறுவர்கள் குரவை மீனைப் பிடித்துக் கண்ணாடிக் குவலைகளில் தவழவிட்டு விளையாடுவார்கள். மீன்கள் கருத்த நிறத்தில் தலை பெருத்தும் சிருத்த வாலை ஆட்டி கண்ணாடிக் குவலையில் சுற்றும். தவளைக் குஞ்சுகளைக் குரவைமீன் என்று யூகித்து, சிறுவர்கள் விளையாடி ஏமாந்து போவதை நான் வளர்ந்தவனாகப் பார்த்தேன். அது என் மனதுக்குள் நமட்டுச் சிரிப்பைக் கொடுத்தது.

கோவிந்து மாமாவோடு ஓடிய பிள்ளையாக இருந்த என்னை, காலம் கடத்திவந்து, அறியும் பருவத்தை எட்ட வைத்திருந்தது. என் பெரிய அத்தை அஞ்சலையும் நடுநிலை தாண்டி இருந்தார். முறிந்து விழுந்த பறவைகளை, கோவிந்து மாமாவோடு தேடியலைந்த பழைய இடத்துக்கு நான் வந்தேன். பிரான்சிஸ் குட்டி காணவில்லை. சில கட்டிடங்கள் எழுந்திருந்தன. காலத்தில் கடைநிலை சனங்களின் பசியைத் தற்போது தீர்க்குமிடமாக அந்த இடம் மாறி இருந்தது. ஆம், அறிஞர் அண்ணா சமூகநலக் கூடத்தின் பின்புறத்தில், அந்தப் பசியைப் போக்கிய மைதானம் ஒட்டியிருந்தது.

சமூகநலக் கூடத்தில் மங்கல ஒலி கேட்கும். மைதானத்தில் ஏழ்மை சனங்களும் நாடோடிக் கூட்டங்களும் திரண்டு மங்களஒலி எப்பொழுது முடிவுபெறும் என உள்குரல்கள் எழுப்பும். அக்குரல்கள் மங்கள

ஒலியெழுப்பும் கருவிகளில் போய் ஏழ்மையில் மோதும். மங்கள ஒலி ஒரு வேலை கேட்காமல் போனால் பசியாற எச்சில் இலைக்காகக் கடைநிலை மனிதர்கள் மனதை அலையவிட்டு காத்துக்கிடப்பார்கள். முதல் பந்தி, இரண்டாம் பந்தி இப்படிக் கடைசி பந்தி முடிந்ததும் பசியாற்றி வீட்டில் உள்ள குழந்தைகளுக்கும் மடியில் எச்சில் சோற்றை முடிந்து எடுத்துச்செல்வார்கள். என்றாவது, தின்று வீசிய இலையில் எலும்பில் ஒட்டிய ஆட்டிறைச்சி வரம் பெறும். அதைப் புசித்தவர்கள் கிடைக்காத ஒன்று கிடைத்ததுபோல புத்துணர்ச்சியாக அவர்கள் முகம் மலர்ந்து இலையைச் சுத்தப்படுத்தி, குடல் நிரப்பிக்கொண்டு செம்மண் கிராவல் வீதியில் களிப்பில் சுற்றும்போது அவர்கள் முகத்தில் தெரியும்.

ஒருநாள் என் பெரிய அத்தை அஞ்சலை, எச்சில் இலை மடிப்புகளைப் புரட்டியதை நான் கண்டேன். என் உள்எண்ணம் இதைப் பார்த்து துர்நாற்றத்தில் நீந்தியது இந்த இடத்தைவிட்டு நகர்ந்துவிட வேண்டும் என்று மனயலையில் பல லட்சம் ஊசிகள் என் நரம்புகளில் குத்தி, மன அயற்சியில் உசுப்பி என்னைத் துடிக்க வைத்தது. ஒருவேளை இரவில் வீசிய சுதந்திரக் காற்றைச் சுவாசிக்க எங்களுக்கு அனுமதியில்லாமல் போயிற்றோ... இது சுதந்திர நாட்டில் நடந்த காட்சிப் பிழையாக இருந்தை என் வயது வந்து பார்த்ததில் நான் துவண்டு என் அத்தையைப் பார்க்காமல் அடையாற்றுக்கரையை நோக்கித் திரும்பிச் சென்றேன்.

கரைந்தோடிய காலமாற்றத்திற்கு எதைப் பெறவேண்டும் என்று கூறியதில் அதை நான் பெற்றதும், என் ஆசையைத் தழுவிக்கொண்டு நான் மட்டும் கடைநிலை மனிதர்களையும், உறவையும் விலகி வைத்து உயர்கூட்டத்தில் உறுப்பினராக நான் சேர்ந்துகொண்டேன். மிதிவண்டியை முனுசாமி மிதித்து நகர்ந்தான். லெப்... ரைட்... சத்தம் எங்கோ சிறு ஒலியாக மனவலியோடு கேட்டுக்கொண்டே வந்தது.

லேசாக கண்களைத் திறந்ததும் நினைவுகளின் நீர்வழிந்த முகம் பெருத்து இருந்ததும் மாரிமுத்து வீட்டின் ஓட்டை வழியாக எட்டிப் பார்த்தார். ஜவர்களால் நேரு நூறடி அகல வீதியின் வழியாக முனுசாமி மிதிவண்டியை மிதித்து இருந்தான். சாலையை உற்று விழித்தார். மாற்றங்கள் வளர்ச்சியாக மாறியபோதே தன் மகிழுந்து பிரிமியர் வலியற்றவனாக பயணப்பட்ட நினைவுக்குள் புதைந்துவெளியே புறப்பட்டார் மாரிமுத்து.

செம்மண் கிராவல் மண் நிறைந்த அகல வீதியில் தர்மன் செல்வத்தை (ரிச்சா)மிதித்து வர, தேங்காநார் அடைத்த நீலவண்ணத்தில்

கட்டையான அமரும் மெத்தை இருக்கும். இது ஒருவித ஏழைகளின் மெத்தையாக மெத்து, மெத்துன்னு தெரியும். கருத்த குதிரை பூட்டிய சேரட்டு வண்டியில் இருப்பது போல அப்பா ரிச்சாவில் ஓலமிடாமல் ஒய்யாரமாக அமர்ந்து இருப்பேன். வீதியெங்கும் மிதிவண்டிகள் சாரை சாரையாகச் செல்லும், பாரத்தைச் சுமந்த மனிதர்கள் இழுத்துச் செல்லும் கைவண்டிச் சக்கரத்தில் இறுக்கிய மணிகள் எழுப்பும் இசை சல் சல் ஓசையுடன் வண்டியை இழுப்பவர்களின் வியர்வைத் துளிகள் வீதியெங்கும் நனைத்துச் செல்லும். கைவண்டிகளில் மனிதர்களைச் சுமந்து அயர்ச்சியில் இழுக்கும் மனிதர்களின் மூச்சியிறைச்சல் காதுகளை துயரமாக வருடிச் செல்லும். இயந்திர இருசக்கர வண்டி எஸ்டி, கருத்த புல்லட், ஜாவா வாகனங்கள் ஆணுக்கான கணீர் குரலில் கரகரத்த ஓசையெழுப்பிச் செல்லும்.

என்றாவது ஒருநாள் வினோத ஒலியெழுப்பி டிவிஎஸ் நிறுவனத்தின் நீலவண்ணப் பேருந்து செம்மண் புழுதியை வாரி இறைத்து வீசிச்செல்லும். என் முகம் முழுவதும் சிகப்பு வண்டல்கள் ஒட்டிக்கொள்ளும். என் கண்களை எரிச்சலில் கசக்கியதில் என் கையில் செம்மண் துகள்கள் ஒட்டும் என்பதால், அப்பா தோளில் உள்ள துண்டை உருவி முகத்தைத் துடைப்பேன். ஈரம்பட்ட துண்டில் அப்பாவின் வியர்வை மணக்கும், ஒருவிதத்தில் அப்பாவை நுகர்ந்ததில் திருப்தியடைவேன்.

என்றாவது ஒருநாள் பிரிமியர், பிளைமவுத் மகிழுந்துகள் அழகு ஜொலித்து ரிச்சாவை முந்திச்செல்லும், இரு பக்கம் உள்ள அடர்த்தியான மரங்களின் காற்று தூசிகளைத் தனதுள் அனைத்து, தூய காற்றடித்து என் உடலை அணைத்துச் செல்லும். நீலவண்ணப் பேருந்து வேகத் தடையற்ற காலத்தில், வேகமாக செம்மண் புழுதியைக் கிளப்பி வரும். நான் அப்பாவின் துண்டை உறுவி முகத்தை மூடிக்கொண்டு, துண்டின் ஓட்டை வழியாக வீதியை ரசித்து வருவேன். பேருந்துக்குள் ஒருசிலர்தான் அமர்ந்து இருந்தும் எதுக்குப் பேருந்து இத்தனை வேகத்தில் செல்கிறது..? வீதியில் நடந்துசெல்லும் சனங்களின் மேலும் செம்மண் புழுதிகள் அப்பிப் போகிறதே... என்று நினைத்து அப்பாவின் ரிச்சாவில் அமர்ந்து வருவேன். இன்னும் கொரகாலத்துல இந்த வீதியில் யாரும் போக முடியாதுன்னு அந்தப் பேருந்து சொல்லிட்டுப் போகுது என்று மனம் என்னிடம் பேசிக்கொண்டே வந்தது. அப்படிபட்ட வீதியில், சிறு வயதில் பரிச்சயப்பட்ட காலம் மாரிமுத்து நினைவைக் குடைந்து வந்தது.

முனுசாமி மிதிவண்டியை அதே வீதியில் மிதித்து வந்தான். அது தற்போது நேரு நூறடிச் சாலையாக இருந்ததை மாரிமுத்து கண்களுக்கு வெளுத்ததும், நான் அரசு அதிகாரியாக இருந்தபோது மின்விளக்கு மின்னும் மகிழுந்தில் ஒத்தையாக கௌரவத்தில் அமர்ந்து போனதும், மனையாளுடன் சொந்த மகிழுந்தில் சுற்றியதும், இந்த நூறடி சாலையில்தான் என்று நினைவுகளைப் புரட்டிக்கொண்டு மாரிமுத்து வந்தார்.

பழங்காலத்தை நவீனக் காலத்துக்கு கடத்திவந்து, வளர்ச்சியை நமக்கு முத்தமிட வைத்தவர்களும் மறைந்துபோய்விட்டார்கள். ஜவகர்லால் நேரு நூறடிச்சாலையின் இறைச்சலில் நனைந்து பழம் நினைவுகளில் ஆடி ஆடி வந்தார் மாரிமுத்து.

'வீதி நெடுக்கிலும் பூவரசம், காக்குவான் மரங்களுடன் ஆங்காங்கு நொச்சி மரங்கள் அசைந்தாடிய மெல்லிய காற்றைச் சுவாசித்து, அதன் நிழல் அடிவாரத்தில் லாவகமாக அப்பா செல்வத்தை மிதிப்பார். கல்யாண முருங்கை மரங்களில் சிகப்புவண்ண மலரில் மைனாக்கள் தேன் அருந்திச் செல்லும். அம்மரத்தில் உதிர்ந்து விழுந்த பூவின் இதழ்கள் தரையில் சிகப்புக் கம்பளமாக ஆங்காங்கு தரையை அப்பிக் கிடக்கும். சிறுபிள்ளைகள், சூடுக்கொட்டையைப் பொறிக்கி, கீழே தேய்த்துத்தேய்த்து ஒருவர் மேல் ஒருவர் சூடுவைத்து ஓடியாடி விளையாடிக் கொஞ்சிக் கிடப்பார்கள்.

நான் பொம்மிக்கு வைத்த சூட்டில் அவள் துள்ளிக் குதித்து என் விரலை பற்களில் கடித்துவிட்டு பாய்ந்து ஓடுவாள். நான் சிரித்து களிப்பில் மிதந்துசெல்வேன். அவ்வீதியில் அமைதி தழுவி, விறகு சுமந்துபோகும் பெண்களும், தழைகளை ஆட்டுக்குட்டிகளுக்கு தோளில் சுமந்துபோகும் ஆண் கூட்டம் வீதியெங்கும் மரங்களின் அடர்ந்த நிழலில் நடைபயணமும், ஜட்கா வண்டிகளின் குதிரைக் குளம்புகளின் ஓசை, தாளம் போட்டு இசையாக மிதந்து செல்லும்.'

இதையெல்லாம் மௌனமாக உதடுகளுக்குள் அசைப்போட்டு செல்வத்தின் மேல் கால்மேல் கால்போட்டு கம்பீரமாக அமர்ந்து சாய்ந்து வந்தான் மாரிமுத்து.

வீட்டின் ஓட்டை வழியாகப் பார்த்த மாரிமுத்து மிதிவண்டியின் பெல்லை 'கிலிங் கிலிங்' என்று முனுசாமி அடிக்க, அரசு பல்லவன்

பேருந்துகள் கணக்கற்று அதன் வேகத்தை அழுத்திக்கொண்டு, இடி ஒலியாக தார்ச்சாலையை உரசிப் பறந்தது. மாரிமுத்து கண் எரிச்சலில் அசோக் பில்லரைப் பார்க்க முடியாமல் நினைவுகள் காலங்களைக் கடந்து நீண்ட பயணமாகப் பறந்து சென்றார்.

அசோக் பில்லர் அருகில் மல்லிப்புச் சேரி இருந்தது. முல்லைத் தோட்டம் அதிகம் சேர்ந்து இருந்தால் அது மறுவி மல்லிப்பு சேரியாக மாறியது. அரசு ஒதுக்கப்பட்ட ஏழை மந்தைகள் குடியமர்த்திய இடம்தான் மல்லிப்புச் சேரி. அதன் அருகில் தோன்றிய ஊர்தான் கீழ் புதூர். இங்கே சுடுகாடு இருந்ததற்கு சில இடங்களைத் தோண்டும் போது மனித எலும்புகள் நிறைந்து கிடக்கும். மல்லிப்புச் சேரியை போல் இங்கும் சனங்களின் நெருக்கடி இருந்தது. இந்த ஊரை நோக்கி தர்மன் தன் மூத்த தங்கை அஞ்சலை வீட்டுக்கு மாரிமுத்துவுடன் பயணித்துக்கொண்டிருந்தார்.

துள்ளிக் குதித்து கன்றுக்குட்டிகள் விளையாடும், பசுக்கள் கன்றை அழைக்கும் குரல் ஆங்காங்கே ஒலிக்கும். இடையிடையே ஆடுகள் புழுக்கைப் போட்டு மண்தெருவில் துள்ளிக் குதித்தோடும். பல குடிகளின் வேலியில் பரந்து விரிந்து கரும்பச்சை இலைகளுடன் காட்டாமணக்கும், பாலைச் செடிகளில் வெளிர் ஊதா பூக்கள் கொத்து. கொத்தாக அசைந்தாடி குடிமனைகளின் எல்லையை வகுத்து நிற்கும். ஒன்றுவிட்ட ஒரு வீட்டிலாவது டிசம்பர் பூக்களும், கனங்காம்பரப் பூக்களும் பூத்துக் குலுங்கும்.

வேலிகளின் இடையிடையில் பசும் தழைகளை ஆடுகள் மேய்ந்துகொண்டு சிறுசிறு கூட்டமாகச் செல்லும். கிழவிகள் குச்சிகளில் ஆடுகளை ஓட்டிச் செல்வார்கள். பசுக்களும், கன்றுகளும் கழுத்தில் தொங்கிய மணிகளை ஆட்டி ஓசை எழுப்பிச் செல்லும். தெருக்களில் ஆங்கங்கே சூடுதனியாத சாணங்களை அள்ளி உருண்டையாகப் பிடித்து எடுத்துச்செல்லும் பெண்கள், உருண்டைகளைத் தவறவிடாமல் இரு கரங்களில் மாறி மாறி இறுக்கிப் பிடித்து ஆட்டுக் கூட்டத்துள் செல்வார்கள். ஆட்டுக் குட்டிகள் இடையிடையே துள்ளித் துள்ளி ஓடி தாயின் பால் மடியை முட்டும்.

தெருமுனைச் சந்தில் கோவிந்து, அவன் கூட்டாளிகள், ஒன்று இரண்டு பெரியவர்கள் குழுமிய இடத்தில், ஒத்தையில் ஒரு ஆண், ஒரு அம்மாவின் குரல்கள் மேலெழும்பி சலசலப்பு அதிகமாகி பல குரல்கள் ஒன்றை ஒன்று மோதிக்கொண்டன. யார் என்ன பேசுகிறார்கள்

விளங்காமல் ஒரு சண்டை நடந்துகொண்டிருக்க, ஆடுகள் பல சனங்களின் காலிடைக்குள் நுழைந்து செல்ல, ‘அம்மா... அம்மா...’ சத்தம், ஒற்றைப் பசுவின் அழும் குரலாக ஒலியெழும்பி வர...

‘‘அய்யோ... அது எங்க மாடுதான்... எங்க குட்டிமா... அவா குரலக் கேட்டாலே... காத்தால இர்ந்து தீணி வைக்கலையடா பாவிங்களா..?’’

வெளியில் இருந்து வந்த மாட்டின் சொந்தக்காரப் பெண்மணியின் அவலக் குரல், கோவிந்து அவன் கூட்டாளிகளை பல வசவுச் சொற்களில் பிழிந்து காயவைத்திருந்தது.

‘‘ஆத்தா, அப்பனப் பாக்க மாடு எப்டி கத்துதூ பாரு... வாயில்லா ஜீவனுக்கும் ஆத்தா அப்பன் யாருன்னு தெரியும். மாட்ட அவுத்து விடுங்கடா... அடுத்தவன் மாட்ட திருடுரத்தே ஒரு பொழப்பாடா பாவிங்களா..!’’ சேர்ந்த கூட்டத்தில் ஒரு பெரியவர் கணீர் குரலில் ஒலித்ததும்.

மாட்டின் சொந்தகாரன், ‘‘எங்க குட்டிமாவ லேசுல எந்த கொம்பனும் புடிக்க முடியாதடா... எப்படிடா புடிச்சீங்க..?’’ மாட்டின் வீரச் செயலை சத்தமிட்டதும்...

‘‘ஊவ் மாடு... மாடாவா கீது...’’ கோவிந்து விரக்தியில் கொப்பளித்தான்.

தர்மன் ரிச்சா சலசலப்புக்கு அருகில் வந்துகொண்டிருந்தது. மாரிமுத்து சினம் ததும்பி, ‘‘கோவிந்து மாமா லேசுப்பட்ட ஆள் இல்ல. எல்லாம் மாட்டையும் அந்த வேலிகாத்தான் முள்புதருத்தான் காவுவாங்குது. அந்த முள் புதர் மட்டும் இல்லைனா... வழிதவறி வந்த மாடுகள் ரணமாகாமல் அது போக்குக்கு வந்து போகும்!’’ மனப்புலம்பலில் கண்விழித்து மாமா வேலிக்காத்தான் புதரில் செய்யும் சித்துவேலையை நினைவில் நிறுத்திப் பார்த்து வந்தான் மாரிமுத்து.

வேலிக்காத்தான் புதர்கள் நிரம்பி, சின்னச் சின்ன சேற்றுக் குட்டைகள் நிறைந்து இருக்கும். சேற்றுக் குட்டையருகில் பாலைச் செடிகள் சிறு புதராக குமிந்திருக்கும். வேற்றுத் திசையில் இருந்து ஒத்தை மாடுகள் அங்கே வந்துவிடும். வழி தெரியாமல் கத்தி அலைந்து, குறுக்கு மறுக்கும் திசையறியாமல் திரிந்துக்கொண்டிருக்கும். கோவிந்து அவன் கூட்டாளிகள் இமையசைவில் பட்டாலும் சரி... திசையறியாமல் வந்த மாடு, கோவிந்து கண்களில் சிக்கினால் அந்த மாடு தப்பிச் செல்வது கடினம் என்பது ஊர் அறியும்.

இப்படித்தான் கோவிந்து கண்ணில் மாட்டிக்கொண்டது குட்டிமா. கோவிந்து கூட்டாளி டேவிட் குட்டிமாவை விரட்ட, கோவிந்து வேலிக்காத்தான் புதரில் அலட்டாமல், அலுங்காமல் உள்ளிருந்தான். குட்டிமா புதுயிடம் என்பதால் மிரண்டது. டேவிட்டும், கூட்டாளிகளும் குட்டிமாவைப் புயல்காற்று வேகத்தில் விரட்டிச் சென்று, வேறுவித ஒலியை அழுத்தக் குரலில் விட்டு விட்டு ஊதி எடுத்தார்கள். குட்டிமா மிரட்சியில் கால்தெறிக்க வளைந்து, நெளிந்து பாலைச்செடிகளைப் பதம் பார்த்து, அதன் ஆயுளைக் குறைத்து முட்புதருக்குள் ஓடிப் போய் நின்றது.

வேலிக்காத்தான் முட்கள் குட்டிமா உடல் முழுக்கப் பதம் பார்த்து ரணமாக்கி இருந்தது. குட்டிமா பிடிபட சாதகமாகச் செயலாற்றியிருந்த முட்களைப் பார்த்து கோவிந்து சிறு புன்னகை வழங்கி நன்றியை முட்களுக்குச் சமர்ப்பித்தான்.

குட்டிமா நாவுதள்ளி, முட்பு புதருக்குள் மயக்கத்தில் கண் இருண்டு வழி தெரியாமல் முழித்து ‘மேவ்... மேவ்...’ என்று கத்திக்கொண்டு இருந்தது. டேவிட் மற்றும் கூட்டாளிகள் புதரில் அணைக்கட்டி நின்றிருந்தார்கள். மாடு வெளியில் செல்ல முடியாமல் துவண்டெழுந்து குரலை அடித்தொண்டையில் இழுத்துக் கத்திகொண்டு முன்னம் கால்களை நகர்த்தி நகர்த்தி வைச்ச இடத்திலே மறுபடியும் கால்களை வைத்து, தலைவிசும்பி உயர்த்தி, நம்மை முச்சந்தின் ஒதுக்குப் புறத்தில், மந்திரித்துச் சுற்றவிட்ட மாடாக நினைத்துப் பலியிடப் போகிறார்கள் என்று அறிந்த குட்டிமா அதிர்வில் வயிற்றை மேலும் கீழும் இழுத்து மூச்சிறைத்து கண்களைச் சுழற்றியதும், கண்களில் நீர் கசிந்து கத்தியது. கோவிந்து சுறுக்குக் கயற்றை கையில் இறுக்கிக்கொண்டு மாட்டைப் புதருக்குள் லாவகமாக அவன் சத்தத்தில் குட்டிமாவை நகர்த்திச் சென்றான்.

காய்ந்து நீண்டு இருந்த முட்கள், மறுபடியும் குட்டிமா உடலை போருக்கு வந்தவனை வீழ்த்த ஈட்டியாக நிமிர்ந்து நின்றிருந்தபோது அதன் அருகில் குட்டிமாவை விரட்டினான் கோவிந்து. முட்கள் கிழித்து, இரத்தம் வழிந்து சோர்ந்து போகும் வரை காய்ந்த முட்களின் இடையிடையில் விரட்டினான். மாட்டின் உடலை ரணமாக்கி, வீசியக் காற்றில் சரிந்துவிழுந்த தனிமரமாகத் துவண்டுபோய் நின்றது குட்டிமா. கோவிந்து சேற்றுக் குட்டையை நோக்கி மறுபடியும் விரட்டினான். குட்டிமா சோர்வில் திசை தெரியாமல் குறுக்கும் நெடுக்குமாக ஓடியது. கோவிந்து குட்டைச் சேற்றைக் குறிவைத்து, ஒரே குரலில்

குட்டிமாவை விரட்டியதும், சேற்றுக் குட்டையில் கால் சிக்கினால் நம்மைச் சதைசதையாக அறுத்துச் சுவைத்து, புசித்துவிடுவார்கள் என அறிந்த மாடு, விலகி விலகி அடம்பிடித்து பாலைச்செடிப் புதரை நோக்கியே ஓடியது. அவர்கள் நோக்கம் குட்டைச் சேற்றில்தான் பணம் கொழிக்கும் சுரங்கம் என்பதால் குட்டிமாவை குட்டையை நோக்கி இடித்து விரட்டியதும், குட்டிமா குட்டையை நோக்கிப் பாய்ந்துசெல்ல குட்டைச் சேற்றில் கால்கள் இரட்டைப் பின்னலாக சிக்கிக்கொண்டு, முன்னம் கால்களை எம்பிஎம்பி, தலையை விசும்பி ஆட்டியது. கோவிந்து பாலைச்செடிகளை விலக்கி எந்த அலட்டலும் இல்லாமல் ஒய்யார நடைகட்டி சுறுக்குக் கயிற்றை மாட்டின் தலையில் வீசினான். கயறு இரட்டைக் கொம்புகளைக் கடந்து மாட்டின் பெருத்த கழுத்தில் மாட்டிக்கொண்டது. டேவிட் ஓடிவந்து கோவிந்து கையில் உள்ள கயற்றை வாங்கிக்கொண்டான்.

கோவிந்து மாட்டின் மூக்கணாம் கயிற்றைப் பிடிக்க முயன்றான். மாடு அசுர வேகத்தில் துள்ளிக் குதித்ததும், குட்டை சேறு தெறித்து அவன் முகம் தெரியாமல் சேர் அப்பிக்கொண்டது. கோவிந்து இமைகளில் அப்பிய சேற்றை வளித்து வீசினான். குட்டிமாவை அறுத்து தோலுரிக்கும் கொலை பார்வையில் நறநறவென பற்களைக் கடித்தான். மாடு மிரட்சியில் கண்களை உருட்டி அம்மாவென அழும் குரல் உறவைத் தேடும் குரலாக வேலிக்காத்தான் புதரில் எதிரொலித்ததும், காய்ந்து கொத்துக்கொத்தாகத் தொங்கிய வேலிக்காத்தான் விதைகள் அசைந்து சல்சல் என சத்தம் மெரக்கோஸ் ஒலியாக சுற்றிடம் படர்ந்தது.

டேவிட் மாட்டின் கழுத்தில் சிக்கிய கயிற்றை பலம் கொண்டு முறுக்கி இழுத்தான். குட்டிமா கழுத்தை கயிறு நெறுக்கி குரல் தடைப்பட்டு, குரவலை சுருங்கி, தலை சிலுப்புவது கொஞ்சம் கொஞ்சமாக நின்றுபோனதும், பாலைச் செடிகளில் பூத்திருந்த ஊதாப் பூக்களும் வாடி உதிர்ந்துபோனது.

கோவிந்து சிரித்த முகத்தில் மெதுவாக காலடிவைத்து மூக்கணாங் கயிற்றை பற்றிக்கொண்டு, வரிசைப்படுத்த முடியாத முரட்டு மாடுகளை அலுங்காமல் பிடித்த அவன் கைகளில் குட்டிமாவால் முட்கள் கீறல் பட்டதைப் பார்த்து மூர்க்கமாக, அவன் பற்கள் அசைவத்தில் சிக்கிய பற்களாக நறநறன்னு சத்தம் மட்டும் கேட்டது.

திரும்பவும் மாட்டின் மூக்கணாங்கயிற்றை முறுக்கி அழுத்தியதும், மாட்டின் தலை, கீழே தொங்கியது. மாடு திமிரமுடியாமல் கோவிந்துவின்

மு.து.பிரபாகரன் 153

பிடிக்குள் அடங்கிப்போனது. மாட்டை வெளியில் இழுத்துவந்து முறிந்துகிடந்த காட்டாமணக்கு குச்சியில் குட்டிமாவை வெளுத்தெடுத்து, வறண்டு பழுதடைந்த ஊர் பொதுக்கிணத்துப் பக்கத்தில் உள்ள வேலிக்காத்தான், பாலைச்செடிகள் நிரப்பிய சிறுபுதரின் உள்ளே கட்டினான் கோவிந்து. தெருவில் செல்லும் கிழவிகள், ''ஒத்தமாடு குரலைக் கேட்டாலே, தூமைங்க திருட்டுமாட்ட புடிச்சிட்டான்னுக... எவெ மடி கனமாகீதோ அத்த நக்கி... மாட்டுக்காரங்ககிட்ட துட்ட அமிக்கிட்டு மாட்ட விடுவானுங்க..!'' முகம்சுளித்து பெருசுகள் வசவை நீச்சமாக அவுத்துவிட்டுப் போனது. மாரிமுத்து அத்தை வீட்டு வாசலில் இருக்கும்போது பலதடவை காதில் புதைந்த கெட்ட சொற்களில் பழகிப்போய், மனவலியில் பதிந்ததை நினைத்து ''மாமா மாட்ட திருடுது. எல்லாரும் திட்டிட்டுப் போறாங்க... அசிங்கமா இல்லையா அத்த..?'' அர்த்தம் அறியா வயதில் மாரிமுத்து கேட்டான்.

''எம்மா தடவ சொன்னாலும் கேட்டாதானே! அவன் அப்பங்காரன் ஊர் பீயை அள்ளிப் போட்டுட்டு வரவே நேரம் சரியா கீது... எங்கே புள்ளைய கேக்குறான்..? எறந்து[17] துண்ணுர பாடு..! ஏதோ அப்பன் மாதரி ஊர் பீய்ய அள்ளாம... கவுரவமான திருடனா போனான். அதுக்கு இந்தத் திருட்டுப் பொழப்பே மாமாவுக்குப் பரவாயில்ல ராசா...'' என்று அலுத்த அஞ்சலை, ''பள்ளிக்கொடத்துக்குப் போய் நாலுயெழுத்துப் படிடானா பச்சானா..? அவன் தலையில என்ன எழுதியிருக்கோ அதான் நடக்கும்..! நீ நல்லா பச்சி... உசந்த இடத்துக்கு வந்து... எங்களக் காப்பந்து பன்னு ராசா...'' எதார்த்ததின் உள்ளாழத்தை கலையாமல் சொன்னாள்.

வெள்ளையும் சொள்ளையுமாக வேட்டிசட்டையில் வந்த சுதந்திர போராட்ட தியாகி எல்லப்பன் கிழவன், அஞ்சலை முகம் பார்த்து,

''அடிப்போடி புத்திக் கெட்டவளே! பட்லர் இங்கிலீஸ் பேசுனுவங்களையும் தெருமுனையில் நிக்கவைச்சுட்டானுக, வெள்ளையன் கொடுத்த நாலுயெழுத்தெல்லாம் மாறிப்போச்சு, கல்விக்காக சட்டம் ஏற்றி குடியரசுன்னு வந்துடுச்சு. அப்பவும் ஏழைக்கு சரியான படிப்பு இல்ல. உன் புள்ள மாதிரி ஏழை புள்ளைங்க திருடங்களா மாறிப்போனாங்க. ஏழைங்க செஞ்ச தொழிலுங்க எல்லாம் அவங்க கையிலத்தான் மாறாம இருக்கு, சுதந்திரம் எல்லார் கைக்கும் மாறலடி... அதே அடிமைத்தனம் நம்ம கைக்கு சொந்தமா பேச்சு. எனக்கு சுதந்திர போராட்ட தியாகின்னு பேரு மட்டும் மிஞ்சுச்சி'' எல்லப்பன் தியாகி கடிகார முள்ளாகச் சொல்லி நகர்ந்தார்.

மாரிமுத்துவுக்கு புதியதாக ஓர் உணர்வு, புத்துணர்ச்சியாக எல்லப்பன் கிழவன் எப்பவோ சொன்ன பழம் நினைவை மண்டைக்குள் அரைத்து, அப்பா ரிச்சாவில் அமர்ந்து தெருமுனையில் நடக்கும் சண்டையைப் பார்த்து வந்தான்.

தெருமுனையில் குமிந்த மக்கள் மத்தியில் கோவிந்தும் அவன் கூட்டாளிகளும், குட்டிமா அம்மா, அப்பாவிடம் சண்டை உச்சியைத் தொட்டதும், சில குரல்கள் கணீரென வான உயரம் பறந்துகொண்டிருக்க, தர்மன் ரிச்சா வசவுச் சொல்லில் மிரண்டு, சண்டை நடக்கும் கூட்டத்தின் அருகில் வந்துக்கொண்டிருந்தது.

''உன்னொரு மாடு சிக்கிடிச்சு, அதான் கோவிந்து மாமா மூச்சுமுட்ட பேசுது.'' மாரிமுத்து ரிச்சாவில் அமர்ந்து மனதைத் தடவி கோவிந்திடம் ஓடிவர, அவன் மாட்டுக்கார அம்மாவிடம் ஈனசத்தமிட்டான். அந்த நீச்ச ஒலி குழுமிய கூட்டம் முகத்தில் எதிரொலித்து மாரிமுத்து காதுகளைத் துளைக்க, அவனும் அருவருப்பாக மாமா செயல் சிறுவயது தொடக்கம் முதல் பிடிக்காமலே இருந்ததால் முகம் சுளித்து கோவிந்தை நோக்கி வந்தான்.

மாட்டுக்காரன் அலுத்து பணம் கொடுத்ததும், கோவிந்து இசைந்து கொடுக்காமல் பச்சிளம் குழந்தையாக ஜல்பு[18] காட்டி, சொந்த மாட்டை துக்கத்தில் விற்பதாகப் பேரம் ஜரூராக வாய்ச்சொல் பிரலாமல், ''மாடாய்யா வள்த்துவைச்சிருக்க... என்ன ஜிம்ப்பி ஜிம்ப்பி தள்ளி, ஒடம்ப ரணமாக்கிடுச்சி... நான் எந்த மாட்டுக்கும் இம்மா பேஜார்[19] ஆனதில்ல... தூவுவ்... இது மாடாய்யா?''

கைகளை மாட்டுக்காரம்மாவிடம் காட்சியாக்கியதும், கைகள் முழுதும் முட்கள் சிராய்த்து, இரத்தம் காய்ந்து, வடுக்கள் இருந்தன. மாட்டுக்காரம்மா பொறியில சிக்கிய எலியாகத் துடித்து,

''என் குட்டிமாவ புடிச்சவன் கை முறிஞ்சு சாவத்தாண்டா போறீங்க..! உங்களுக்குப் புள்ளைய பெத்துக்கொடுக்கும் உறுப்பு அழுவி, சீய்வடிஞ்சி பொணமாதான் போவீங்க!'' இமை கசங்கி சாப்பனையைக் குழைத்து முகத்தில் பூசி, மண்ணை அள்ளி, அள்ளி கோவிந்து முகத்தில் வீசினாள்.

சிதறிய மண் வேடிக்கைப் பார்த்த கண்களில் அப்பி, கண் கசக்க வைத்தபோது, மாட்டுக்காரம்மா இடுப்புச் சுருக்குப்பையை விரித்து நாலணா, எட்டணா, கசங்கிய ஒத்தை ரூபாக்களை

இருகை நிறையக் கொடுத்துக் காறி உமிழ்ந்தாள். கோவிந்து எந்தச் சலனமின்றி கையை நீட்டியதும் பணம் கைமாறியது. மாடு ஒரு சிட்டிகையில் மின்னலாய் ஓடிவந்து நின்றது. வழிதவறிய மாடுகளை நேர்த்தியாக ஒப்படைப்பதிலும் கண்ணியம் காத்தவனாக கோவிந்து இருந்தான். தொழிலைச் சுத்தமாகச் செய்வதில் பேருபெற்றவனாக இருந்து, மாட்டைத் தொட்டிக்கு அனுப்பாமல் ஆசையாகக் காத்து வளர்த்தவர்களிடம் ஒப்படைப்பதில் கடமை தவறாமலும் இருந்தவன்தான் கோவிந்து.

'அம்மா' என்று கத்தி ஓடிவந்த பசுவின் குரல் கேட்டதும், மாட்டுக்காரர்கள் இமை படபடத்து வறண்ட உதட்டில் சிறுபுன்னகை ஊற்றெடுத்துப் பாய்ந்தது. அம்மா, அப்பாவைப் பார்த்த குட்டிமா குழந்தையாகத் தலையைத் தூக்கி ஓடிவந்தது. அம்மா, தன் மாட்டின் கழுத்தைக் கட்டியணைக்க, அப்பா, மாட்டின் முதுகைத் தடவி விட்டதும், மனிதஉறவு பிரிந்த சந்திப்பாக உணர்ச்சி தத்தளித்து விளையாடியது.

கோவிந்து பணத்தை லூங்கியில் இறுக்கி, அந்தம்மா துப்பிய வசவை கேளாத செவிடனாக இன்றைய வருமானத்தைக் கண்டு ஊர்ந்து சென்றான். தர்மன் ரிச்சா அவன் பின்னே சென்றது. மாரிமுத்துவுக்கு கோவிந்து மாமாவைப் பிடிக்காமல் கண்களில் நெருப்பொளி சுழல்வதுபோல கனத்திருந்தான்.

கோவிந்து பிடித்த மாடுகள் எல்லாம் திசைமாறி வழியறியா வந்தவைகள். எந்த மாட்டையும் அவனாகத் தேடிச்சென்று திருட்டு மாடாகப் பிடிப்பதில்லை. அத்தனை கண்ணியம் கொண்டவனாக இருந்தான். மாடு வேறு திசையில் சிக்கியிருந்தால் நல்ல பால்மடி கரவைமாடாக இருந்தாலும், இறைச்சிக்காக விற்கப்பட்டுவிடும். இல்லையேல் மாட்டை அறுத்து ஊர் மறைவிடத்தில் பிரிக்கப்பட்டு, விறகு அடுப்பில் வெந்து பலர் வயிற்றை நிரப்பிவிடுவார்கள்.

கோவிந்திடத்தில் நியாம் குடியிருந்தது. மாடுகளைப் பத்திரமாகப் பிடித்துவைத்துக்கொண்டு, பல மாதமானாலும் பாதுகாத்ததுக்குக் கூலியாகப் பணம் பெற்றுக்கொள்வான். அவனைப் பார்ப்பவர்கள் மனப்பார்வைத் தப்பாக இருந்தாலும் அவன் உள்ளம் வெண்பாறையாகப் பளிச்சிடும் நியாயவாதியாக ஊரில் உலாவிக்கொண்டிருந்தான்.

14

பள்ளி வார விடுமுறையானால் மாரிமுத்துவுக்கு அத்தை அஞ்சலை வீடு குதூகலம் வழிந்த உறைவிடமாக இருக்கும். தர்மனுக்கு பெருசாக சவாரி இருக்காததால், மகனுக்காக அவர் தங்கை அஞ்சலை புகலிடத்துக்கு அச்சமின்றி வந்துவிடுவார். அஞ்சலைக்கும் தன் தங்கை சின்னபொண்ணு மகள் பொம்மியைப் பின்நாளில் மாரிமுத்துவுக்கு கட்டிவைக்க இவருக்கும் ஆசை கரையோடி இருந்தது.

என்றாவது ஒருநாள் பொம்மி தன் வீட்டுக்கு வந்துவிட்டாள் என்றால், அஞ்சலைக்குக் கால்கள் தங்காமல் பலயிடம் ஓடி, பார்த்துப்பார்த்து வாங்கிய கவுச்சி விதவிதமாக இருக்கும். வெந்தகறி, வயல் நண்டு ரசம், காய்ந்த மித உப்புக்கருவாடு எல்லாம் எண்ணெயில் பொறித்துக் குதிக்கும். இவ்விருவர் மூச்சுமுட்ட உண்ண வைத்து, முந்தானையை இடுப்பில் சொருகி மகிழ்ந்து திளைப்பாள். இதைக்கண்ட ஊர்கண்கள் திஸ்டியை அறிந்து, அஞ்சலை இரவில் இருவரையும் குந்தவைத்து, காய்ந்த மிளகாய், உப்பு கொட்டாங்கெச்சில் வைத்து, ''ஊர்க் கண்ணு, ஒறவுக் கண்ணு, பாவிக் கண்ணு, பராப்பாராக் கண்ணு, முண்டக் கண்ணு எல்லா கொல்லிக் கண்ணும் முறுஞ்சி போகணும்'' என்று உரக்கச் சொல்லி, தலையைச் சுற்றி இருவரையும் துப்பவைத்து, தெருவில் எந்தக் கண்ணும் படாமல் முத்தெருவில் கொளுத்தி திஸ்டி கழிப்பாள்.

'மாரிமுத்து உடைந்து சிதறிக்கிடக்கும் ஒடுக்கப்பட்ட ஏழ்மை வாழ்வை மேலே உயர்த்தி, பரண் மேல் குந்தவைத்து, பொம்மியின் கரம் பிடித்து அணைத்துச்செல்வான்' என்று நினைத்து மிதந்தவர்களில் அஞ்சலையும் ஒருவராக இருந்தாள். மாரிமுத்து வந்தால், மாமா என்ற உறவில் கோவிந்தும் தன் பங்காக, பந்திபோட்டு களிப்பில் மிதந்து, அவன் விருப்பங்களை அள்ளிக் கொட்டுவான். சில வேலை தமக்கை

பொம்மியை நினைத்து, அவள் வாழ்வைக் கணக்குப் போட்டு எண்ணில் மேன்மை எண்ணாக அவள் தெரிவதால் மாரிமுத்துவை தன்னுடன் இணைத்து, பொம்மி பின் வாழ்வைத் தழுவிய அண்ணனாக அலைந்து திரிவான் கோவிந்து. சில நாட்களில் மாமன் தர்மன் வந்தால் கோவிந்துக்குப் பண்டிகைத் திருநாளாக நாள் முழுக்கப் பொங்கிவழியும். இருவர் விழுங்கிய கலக்கல் வாசம் வீசி, கீத்துக் கொட்டகை உச்சிவரை முட்டும். சிலநேரம் அவர்கள் வாய் உருட்டல் சத்தம் வாசலில் தொங்கிய புடவையைக் கிழித்து வீதியில் பரவும். இதைக் காதால் கேட்டு தெருவில் நடந்து செல்லும் உறவுப் பெண்கள், முகம் வெளிர்ந்து, கோவிந்துவின் நீச்ச சொற்களை உள்ளுக்குள் நுகராமல் முந்தானையில் முகம்மூடி முணுமுணுத்துப் போவார்கள்.

திபுதிபுவென ஓடிவந்த அஞ்சலை, முந்தானையில் முகம் மூடிச் செல்லும் பெண்களைப் பார்த்து, ''அவன் தாம் மாமனோடு கும்மாளம் அடிச்சா உஙகளுக்கு எந்த இடம் நோவுதுடி..? உங்க சந்துங்கள பொத்திக்கினு போங்கடி!''ன்னு கழுவி உத்துவாள். முகம் மூடிய முந்தானையை எடுத்த பெண்கள் ''தோ... அத்தே... உங் மவென நீயே அன்சிக்கோ... நாங்க கேக்கல. எப்பப் பாத்தாலும் குச்சினே கீதே... மாமனாச்சேன்னு... மன்சு கேக்காம கேட்டோம்...'' என்று விசுக்கென கேட்டு விட்டு முந்தானையை இறுக்கிப் பிடித்து, தபுக்குனு ஓடிப் போவார்கள்.

மாமனைப் பார்க்கவேண்டும் என்கிற ஆசையில் சில முந்தானைகள் சற்றுத் தயங்கி ஓடாமல் நின்றால், அந்த உறவுப் பெண்களின் முந்தானை கோவிந்து கைக்கு வந்து, அவர்களின் மார்புகள் அவன் கண்களுக்கு விருந்து வைக்கும். பெண்கள் வெட்கி முந்தானையை உறுவி விட்டு ஓடுவார்கள். இது ஊரார் கண்களுக்கு வெட்ட வெளிச்சத்தில் பலகாலம் தெரியும்.

தர்மன், மாரிமுத்து இருவரும் வீட்டுக்கு வந்தால் அஞ்சலை மாய்ந்து மாய்ந்து, தடல்புடலாக விடலைச் சேவலும், முத்திய பொட்டையை அறுத்து விருந்து வைக்கும். உண்டதுக்கு அடையாளமாக வாசல் கட்டாந்தரையில் தர்மனின் பல்பட்ட பல எலும்புகள் நசிந்து சிதறிக் கிடக்கும். அதை நாய்கள் ருசித்துக் கடிக்க... கறகற சத்தம் திருவிழாவாக உருண்டோடும். வேறு நாய்களும், சிதறிக் கிடக்கும் எலும்பைக் கவ்விப் பிடிக்க குறைப்புச் சத்தம் தெருவைச் சூழ்ந்து இருக்கும். மாரிமுத்து மட்டும் ஓரமாக உட்கார்ந்திருக்க, தெருவில் போனவர்கள், வந்தவர்கள் கவுந்து கிடக்கும் தர்மனையும் கோவிந்தையும் பார்த்து உமிழ்நீரால் தெருவை நனைத்துப் போவார்கள்.

இவற்றையெல்லாம் முன்பார்த்த நினைவில், மாரிமுத்து மனசைக் குடைந்து ரிச்சாவில் வந்துகொண்டு இருந்தான்.

தர்மன் இன்பத்தை மறந்து, தங்கை அஞ்சலை மகன் கோவிந்து உபசரிப்பை நினைத்து பல்லுக்கு இடையில் அசைபோட்டு, ரிச்சாவை மிதித்து வர, ரிச்சா கோவிந்துக்கு பின்னே வருவது அவன் அறியாமல் குட்டிமாவால் ஈட்டிய காசுகளைக் கணக்கிட்டுச் சென்றான்.

புலர்ந்த பொழுதில் மஞ்சள் ஒளி பரவியிருந்த நேரம், வறுமையை விலை பேசமுடியாத வாழ்விடத்தின் வாசல்கள் சாணம் தெளித்த மனம் வீசிக்கொண்டிருக்கும்.

அஞ்சலையின் வீட்டு வாசலிலும் பெரியபுள்ளிக் கோலம் அழகைத் தழுவிப் பாகற்கொடியாகப் படர்ந்து இருந்தது. மாரிமுத்துவின் மனதில் அத்தை போடும் கோலம் அத்தனையும் பலகாலம் பதிந்திருந்தது. பொறித்த கோழிக்குஞ்சுகளுடன் பெட்டைகள் மண்ணைத் தீச்சிக்கொண்டும், சேவல்கள் பெட்டைகளை ஓரம் தள்ளி குரலை எழுப்பி மயக்கிக்கொண்டிருக்க, தர்மனின் ரிச்சா அஞ்சலை வீட்டின் முகப்பு மண்ணைத் தேய்த்து நின்றது.

மாரிமுத்து ரிச்சாவில் இருந்து கீழே குதித்து ஓடினான். பின்னாளின் கனவு இளவரசன் வந்ததைக் கண்டு அஞ்சலை ஓடிவந்து அவனை இருகையணைத்து, முத்தங்களை வாரியிறைத்தாள். நட்சத்திரம் மின்னுவதுப்போல் இருவரும் அஞ்சலை முத்தத்தால் மின்னினார்கள். வாழ்வை வேறு பாதையில் நகர்த்திச் செல்ல, உறவில் உதித்த பகலவனாக நினைவு உசுப்பியதால், அஞ்சலை தன் மாளிகைக்குள் மாரிமுத்துவை அழைத்துச் சென்றாள். தன் மறு தலைமுறை பெரிய படிப்புப் படித்து கௌரவத்தில் மலைமுகடு உயரத்தில் நின்று எங்க பொம்மியைக் காணாத உலகத்தின் உச்சியில் நிறுத்திக் காட்டப் போறான்... அவளோட நாங்களும் உச்சி முகர்ந்து பின்னே போவோம் என்ற கனவில் அஞ்சலையும் இருந்தாள்.

குளிரூட்டும் குடிசையுள் அஞ்சலையின் சமையலால் மாரிமுத்து நாக்குப் புடைத்து நீர் வழியும். அச்சுவைக்காகவே விடுமுறை நாட்களில் அத்தைக் குடியில் தஞ்சம் அடைவார். கூரைமேல் படர்ந்த சுரைக்கொடியில் தொங்கிய சுரைக்காயைத் தொரட்டுக் குச்சியில் தட்டித் தட்டி இளம் காயைத் தேடிப்பிடித்து அஞ்சலை அறுத்துத் துண்டுகளாக்கியதும், பெருத்த மண்சட்டியில் ஊறிய செனாக்குனியை விரல்களில் புரட்டிக்கொண்டே, ஒழுங்குமுறையாகக் கழுவவில்லை என்றால் கடல்மணல் தட்டி, அது

கிடாப்பல்லின் கூர்மையை மழுக்கட்டையாக்கும் என்பதால் துளாவித் துளாவி விரல்களில் கசக்கிப் பிழிஞ்சிகொண்டே, 'ராஜா, கொஞ்சநேரம் பொறுத்துகோ... அத்த இப்ப ஆக்கிப்போடுறேன்...' விசுக்கு விசுக்கென செனாக்குனி உடலைத் தேய்த்துக் குளிப்பாட்டி புரட்டிக்கொண்டிருந்தாள். குடிசையில் சூழ்ந்த புகை கண்ணை எரிச்சலாக்கி, மண்சட்டியில் வெந்த செனாக்குனி ஆவி பறக்கும் வாசத்தை நுகர்ந்து இருந்தான் மாரிமுத்து. அஞ்சலை மண்பானையில் இருந்த பழம் கஞ்சிச் சோத்தைப் பிழிந்து, அலுமினியத் தட்டில் வைத்து, நாட்டுப்பசு கெட்டித்தயிரும், கழனி தண்ணீரை ஊற்றி அவனிடம் கொடுத்துவிட்டு ''சாப்பிடுராஜா...'' என்று ஆசையில் கூறி, கனையும் விறகை வெளியில் இழுத்து, நெருப்புக்கங்கில் தண்ணீர் தெளித்ததும், புகை சொற்பம் தணிந்து மறைந்ததும் சுரைக்காய், செனாக்குனியை மண்தட்டில் ஆவி பறக்க அள்ளி வைத்தாள்.

தயிருடன் சேர்த்த பழம்கஞ்சி, சுரைக்காய், செனாக்குனியை ருசித்துச் சாப்பிட்டுக்கொண்டிருந்தான் மாரிமுத்து. அவன் ருசியறிந்து சாப்பிடுவதை ரசித்து மயங்கி இருந்தாள் அஞ்சலை. எழைகளின் உறவு அக்குடியில் அழுக்குகள் நீக்கமடைந்து உறவாடிக்கொண்டிருந்தது. ஏழ்மை உறவுகளின் பாசம் அந்த மண்ணில் காலம்தொட்டு மூத்தவர்கள் புதைத்துச் செல்வார்கள். பின்வரும் தலைமுறை தோண்டி எடுத்துக்கொள்வார்கள். அப்படித்தான் அஞ்சலை தன்முன்னோர் புதைத்ததை வெளிக்கொணர்ந்து, தன் மருமகன் மாரிமுத்துவை மனதில் அணைத்துக்கொண்டிருந்தாள்.

உச்சிவெயில் தளர்ந்தபொழுது மிடுக்கு குறையாமல் தர்மனும், கோவிந்தும் சிறு மயக்கத்தில் கால்கள் தடுமாறாமல் நடந்து வர. சில இளம் பெண்கள் கலக்கல், ஜிஞ்சர் மனம் நீச்சமாகத் தெரிந்ததும், வாசம் புகும் துவாரத்தை முந்தானை நுனியில் இறுக்கி, ''பெரியப்பா வந்தாவே கோவிந்து மாமனுக்கு வாரம் ஒரு தீபாவளிடி... என்னமா பம்பரம் மாதிரி சுத்துது...'' பெண்கள் கூவி நகர்ந்து சென்றார்கள்.

தர்மனும், கோவிந்தும் தள்ளாடி நடந்துவர, ''ஓந்திய[20] தின்ன வக்கில்லதவனுங்க... ஏங்கோழிய திருடித் துண்ணுப் புட்டான்னுக...'' என்று வசவு வார்த்தைகளில் சாப்பனையாக தனம்மாள் கொட்டி வர, தர்மன், கோவிந்து இருவரும் தனம்மாள் திட்டிய சொற்களை உள்வாங்கியும், கோவிந்து காது புடைக்காமல், காது நரம்புகளை உறங்க வைத்து, எந்த சலனமும் இல்லாமல் அமைதி காத்தவனாக நடந்து வந்தான்.

கோவிந்து கால்கள் பின்னலிட்டு நடந்துவர, தனம்மாள் சாணம் மொழுகிய கையோடு வந்து வானத்திடம் பேசுவதாக, ''எங்கோழிய திருடுறான்னுங்க... என் வூட்டுல இருக்கறதை கறினு திண்றீங்களடா... முதுகெலும்பு செத்தவனுங்க...'' அடித்தொண்டையில் திட்டியதும், கோவிந்து மண்டைக்குள் ஏறாமல் மரகட்டையாக உருண்டு போனான். தனம்மாளின் வசவை விழுங்கிய தர்மனுக்கு மட்டும் சுவையாகக் கடித்த சேவலில் தொடைக்கறி குடலில் இருந்து தொண்டைக்குழிக்கு வருவது போல் எக்கல் தொடர்ந்து வந்துகொண்டே இருந்ததால் நெஞ்சை பிடித்து நடந்து வந்தார் தர்மன்.

தனம்மாள், தன் அண்ணன் மேல் ஈனச்சொல்லைப் பூசியதைக் கண்ட அஞ்சலை, துடித்தெழுந்து அழுக்குப் புடவைக்குள் ஒளிந்திருக்கும் தனம்மாள் உடலை எதிர்வினைச் சொல்லில் கழுவி எடுத்து, சொல்லால் தனம்மாள் புடவையை அவுத்து வீசி, தன் புடவையை முட்டிக்கி மேல் சொறுகி, கைகளை நீட்டி, நீட்டி...

''பெர்சா கோழி வள்துட்டா! உன் கோழிங்க என் ஊட்டு வாசல்லத் தாண்டி பேண்டு வைக்கீதுங்க. இன்மே வரட்டும்... எங் ஊட்டுலையே சூப்பு வைக்கிறேன்டி. பெர்சா அவுத்துக்குனு வந்துட்டா!'' விரலை நீட்டி சாணம் தெளித்த மண்தரையைப் பேத்துக்கொண்டு சண்டை இழுத்துப் பார்த்தும், தனம்மாள் திறந்த உதடுகளை மூடி, மெலிந்த தேகத்தை அவசர நடையில் நகர்ந்து சென்றாள்.

மகன் கோவிந்துக்குகாக வக்காளத்துச் சண்டை போடவில்லை, அண்ணன் தர்மனுக்காகச் சண்டையிட்டாள். தர்மனும் கோவிந்தும் குடிசை தாழ்வாரம் தட்டாமல் தலைகுனிந்து பூனைபோல செல்ல, தொங்கிய அஞ்சலையின் புடவை, தர்மன் முகம் தடவி தமக்கை மணம் பரப்பியதை தன்னுள் வாங்கி உள்ளே சென்றார்.

மாரிமுத்து அத்தையின் புடவையைப் பிடித்து, ''கோவிந்து மாமாவுக்கு பொழப்பே இல்லை. எவன் கிட்டையும் கைகட்ட மனசு இல்லாமல் சொந்தபந்தம்கிட்ட மல்லுக்கட்டிக்கினு இருக்கு'' என்று அத்தையைப் பிடித்து நினைப்பை அசைபோட்டு மாமன்மேல் படிந்த கறைகளைக் காண மிதந்து சென்றான் மாரிமுத்து.

பெட்டைக்கோழி பொறித்த குஞ்சுகளுடன் இரையைத் தேடித்திரிந்த பொழுது, கொழுத்த சிவந்த சேவல் பெட்டை உடலை ஈர்த்து அடிக்குரலில் ஒலியை விட்டுவிட்டு எழுப்பி, முதிர்ந்த தன் கால்களை தரையில் பிராண்டிப் பெட்டையை அணை கட்டும். பெட்டை இறகை

விரித்து ஒலி எழுப்பி ஓடியதும், சேவலைத் துரத்த கோவிந்து மாமா பார்வை அதன் மேல்பட்டதும், சேவல் இன்னும் வேகமாக ஒலி எழுப்பி பறந்துபோக மாரிமுத்துவும் அந்த ஒலியின் வேகத்தோடு அவனும் கோவிந்தோடு பறந்து சென்றான்.

கோவிந்து நண்பர்கள் அழைத்து கோலியை குறிபார்த்து அடிக்கச் சொன்னார்கள். அவன் அடித்த கோலி நெறுங்கியதும், சில்லரையை உருவிக்கொண்டு கோவிந்து திரும்பிப் பார்த்தான். சிவந்த சேவல் அலகை விரித்து கொக்கரிக்கும் ஓசை அவன் குடலில் போய் தட்டியது. அவன் பரபரப்பாக உற்றுப்பார்த்து, பெட்டையைத் துரத்திச் சேவலைத் தனியாகப் பிரிக்க கல் வீசினான். சேவல் வேலிகாத்தான் புதரை நோக்கி பயணித்து வந்தது. புதர் உள்ளே வந்த சிகப்புச் சேவலைப் பார்த்த, முன்பு மாய்த்துப்போன பல சேவல்கள் வான்வெளியில் கொக்கரித்தது. அதன் ஒலிகள் அடர்ந்த மேகத்தில் பீறிட்டுப் பூமியை நோக்கி வானூர்தியை விஞ்சும் வேகத்தில் சத்தம் எழுப்பியது. பீறிட்டு வந்த ஒலிகள் வேலிகாத்தான் புதரில் காய்ந்து கொத்துக்கொத்தாகத் தொங்கிய வேலிகாத்தான் விதைகளில் மோதி, முன்பு மடிந்த சேவல்களின் அழும் குரலாக சலசலவென சத்தம் எதிரொலித்தது. சிவந்த சேவல் சிறுகண்களை உருட்டி ஒலியைக் கூர்ந்து பார்த்துவிட்டு, பொட்டையை மயக்கும் குரலில் கூவி, தன் முரட்டு கால்களில் தரையைப் பிராண்டி எடுத்தது. அதன் கால்களில் வேலிகாத்தான் காய்ந்த வெளிர்மஞ்சள் விதைகள் சிக்கி சல்சல் என இசையை உற்பத்திச் செய்ததும் சேவலும் பெட்டையும் இனிமை இசைக்குள் மயங்கி, சேவல், பெட்டையைக் குறிவைத்து புதருக்குள் நகர்த்திச் சென்றது. கோவிந்து விறுவிறுவென புதருக்குள் ஓட, டேவிட் தோளில் உள்ள துண்டை குட்டைத் தண்ணீரில் முக்கி எடுத்து அதன் ஈரம் ஒழுகிக்கொண்டே சேவலின் எதிர்த்திசையில் போய் நின்றுகொண்டான். இன்னொருவன் நிறைய கற்களை கோவிந்து மாமாவிடம் கொடுத்து சேவலின் பக்கவாட்டில் நின்றுகொண்டான். மாமா கற்களை லுங்கியில் மடித்துக்கட்டி இரண்டு கைகளிலும் கற்களை இறுக்கியதும், சேவல் இறகை ஒருபக்கம் நகர்த்திப் பெட்டையை ஓரம் தள்ளிச் சென்றது.

கோவிந்து மாமா நாக்கை சுழற்றி ஒரு ஒலியை காற்றில் தூது அனுப்பினார். சேவலுக்கு அது கட்டளையாக உணர்ந்து சேவல் மெல்ல நகர்ந்து புதருக்குள்ளே சென்றது.

கோவிந்து மாமா விசில் ஒலியை விதவிதமாக எழுப்பியதும் சேவல் பின்னால் நகர்ந்து சென்றது. கூட்டாளிகள் கோழி வேறு திசையில் செல்லாமல் இருக்க மூவரும் ஒன்றுபோல் ஊர்ந்து சென்றார்கள்.

சேவல் கோவிந்து மாமாவைப் பார்த்து சிறு விழிகளை அசைத்து 'கொக்கரக்கோ' எனக் கத்தியது. அங்கே முன்பு மாய்ந்த சேவல்கள் பதில் குரலாகக் 'கொக்கரக்கோ' என்று குரல் எழுப்பியதும் வேலிகாத்தான் இலைகள் சிவந்த சேவலை நினைத்து அச்சத்தில் முரண்டு ஆடியது. சிவந்த சேவல் பெட்டையை மயக்க உடலை முன்நகர்த்திச் சென்றது. சேவலுக்கு இன்னும் சிலமணித் துளியில் மனிதக் குடலுக்கு இறையாகப் போகிறோம் என்று தெரியாமல் மாமா சமிக்ஞைக்கு ஆடிக் கொண்டிருந்தது. மாமா பெட்டைக்கு வேறு ஒரு ஒலியெழுப்பினார்.பெட்டை, மாமா ஒலியை வாங்கி அடர்ந்த புதருக்குள் நகர்ந்தது. பெட்டையை விரட்டி சேவலும் அடர்ந்த புதருக்குள் சென்றது.

மாமா சேவல்களை விரட்டுவதில் நேர்த்தி. அவர் மதியில் பல வருடமாக மருத்துவ சமிக்ஞையாக இருந்தது. மீனுக்குத் தூண்டில் புழுவைப்போல், சேவலுக்குப் பெட்டை தூண்டில் புழுவாக மாமா பெட்டையை நகர்த்தி, நகர்த்திச் சென்றார். மாமா சேவலை நகர்த்தினதைப் பார்த்தால் எதிரியைக்கூட நகர முடியாமல் சிக்கவைத்துப் பிடிப்பதில் மாவீரனாக இருந்தார். இவற்றைக் கண்ட மாரிமுத்து மாமாவைப் பார்த்து வியந்து இருந்தான்.

கோழி எங்கும் நகர முடியாதளவுக்கு லாவகமாக புதர் நடுவில் நிறுத்திக் கருங்கல்லைக் கண்ணுக்கு அருகில் வைத்து கோவிந்து குறிபார்த்தான். சேவல், பெட்டையைக் கொஞ்ச 'கொக்... கொக்...' குரல் அடர்த்தியாக ரீங்காரமிட்டுத் தலையை சுர்ரென்று உயரத்தில் நீட்டி நிற்க, கூர்மையான கருங்கல் சேவலின் மண்டையில் தெறித்ததும், சேவல் சத்தமிட நேரமில்லாமல், முன் மாண்டுபோன பல சேவல்களுடன் சேர்ந்து சிவந்த சேவல் சுருண்டு விழுந்தது. பெட்டை பயம் தெறித்துப் பறந்து ஓடியது. எதிர்த்திசையில் இருந்த டேவிட் ஓடிவந்து ஈரத்துண்டில் சேவலைக் கட்டிக்கொண்டதும், மாமா டவலை வாங்கி லுங்கியில் மடித்து ஒன்றும் தெரியாதது போல் நடந்து சென்றார்.

டேவிட் புது பனாமா பிளேடை பிரித்துச் சேவலை அறுத்தான். மாரிமுத்து, சேவல் திருட்டைப் பாடமாகப் படித்த நினைவில் இருந்து வெளியேறினான்.

'மகனிடம் மாரிமுத்து கோழித்திருட்டு வித்தையைக் கற்றுவிட்டானே!' என்று அச்சம் தழுவி அஞ்சலை அவனை மார்பில் அணைத்து, கோவிந்தை வசவுச் சொற்களால் அபிசேகம் செய்தாள்.

தர்மன் மகனை பெட்டிக்கடைக்கு அழைத்துச்சென்று ராம்சேட் சொக்கலால் பீடிக்கட்டு வாங்கிய பிறகு செப்புதொண்டி காலணாவுக்கு பனம்பழம் வாங்கிக் கொடுத்தார். தனம்மாள் கோழியை பறி கொடுத்ததால், நேரடி விசாரணைக்குக் கடைக்காரனிடம் சினம் தருவி, ''யோவ் மருவாதையா சொல்லு... எவெ இன்னிக்கி புது பனாமா பிளேடு வாங்கின்னு போனான்? எல்லா திருட்டு வேலைக்கும் பிளேட நீதான் விக்கிறே... சொல்லுய்யா... இல்ல உங்... உயிர்நாடி பனாமா பிளேடுக்குப் போயிடும்... மருவாதையா சொல்லு..!'' பல்லைக் கறகறவென மென்று மிரட்டினாள் தனம்மாள். கடைக்காரர் மிரண்டு திருதிருவென முகம் வியர்த்துப் பார்த்தான்.

இது புதியதாக நடந்தேறும் அரங்கேற்றம் இல்லை. கடைக்காரருக்கும், பல பெண்களுக்கும் தொடர் சண்டை காலம் காலமாக நடந்துகொண்டிருந்தது. அவர் சில நேரத்தில் பிளேடு வாங்கியவரைக் காட்டிக்கொடுத்துவிடுவார். பிளேடு வாங்கியவர்கள் தேடிவந்து அவரை தோள் மேலாடையைத் துகிலுரித்து, மண்தரையில் உருட்டி மிதிப்பார்கள். ஒரு தடவை பல்லும் உடைந்து பலநாளாக பேச முடியாமல் மௌன விரதம் கடைப்பிடித்தார். சில நேரத்தில் பிளேடு வாங்கியவர்களைக் காட்டிக் கொடுக்காததால் அபத்தமாகப் பெண்கள் வாரி இறைத்த வசவை வாங்கிக்கட்டி, வெட்கி தலைசாய்ந்துகொள்வார்.

இந்தக் கடைதான் கோழித் திருடர்களைக் கண்டுபிடிக்கும் அதிநவீன உளவுத்துறை அலுவலகமாக இருந்தது. அடிவாங்கி சிவந்து போன அவர் இப்போது பிளேடு விற்பதை நிறுத்திவிட்டார். தற்போது கோவிந்தைக் கண்டுபிடிக்க முடியாமல் தனம்மாள் பல சேவல்களை இழந்து நின்றாள்.

நினைவுகள் நெடுந்தூரம் வான்வெளியில் சிறகடித்தச் சிறு பிள்ளையாக நெடும்பயணம் போய் வீட்டின் ஓட்டை வழியே அயர்ந்து பார்த்து இருந்தார் மாரிமுத்து.

''யோவ்... என்னய்யா அமைதியா வர...?'' முனுசாமி மிதிவண்டியை மெதுவாக அழுத்த,

''அப்படி எல்லாம் ஒன்னும் இல்ல... என் கோவிந்து மாமா திருடித்துண்ண கோழிங்களைப் பத்தி நெனைச்சேன்!''

''என்னது... திருட்டுக்கோழியா? நீங்க என்ன திருட்டுப் பரம்பரையா?'' முனுசாமி நமுட்டுச் சிரிப்பில் கேட்டான்.

''அவர் ஒன்னும் திருடன் இல்லை. அவர் சித்தி, அத்தைங்க, மாமிங்க, சொந்த இரத்த பந்தத்துல அவங்களுக்குத் தெரியாமல் எடுத்துத் துண்ணுதே தவிர, அசல்ல போய் திருடலை... தனம் பெரியம்மாவுக்கு ஆசையா வளர்க்க ஆம்ளபுள்ள கிடையாது. அவங்க முனீஸ்வரனுக்கு வேண்டுதலையா கறுப்புசேவல அறுத்துப் படையல் போடும். அந்தப் படையலை இரத்த சொந்த தலப்புள்ளக்குத்தான் சாப்பிடக் கொடுக்கணும். எங்க கோவிந்து மாமாவ தலப்புள்ளையா நெனச்சி முனீஸ்வரன் படையலை மொரத்துல எடுத்து வைச்சி, கறிய அள்ளிஅள்ளிப் போட்டுத் தின்ன வைச்சி அழகுப்பாக்கும் தனம் பெரியம்மா. அப்படிப்பட்ட உறவுதான் எங்க உறவுங்க, மாமா திருடித்துண்ணாருன்னு வைச்சாக்கூட, சொந்தபந்தத்துகிட்டதான் நல்ல கறியத்தான் துண்ணுச்சி. உங்கள மாதிரி வெசத்த கறின்னு சாப்புடலை. கோழிக்கறி வேணும்னு அது வளரும் நாளுக்கு முன்னாடியே வெசமருந்த ஊசியாப் போட்டு, இயற்கைக்கு மாறாக சீக்கிரம்மா வளரவைச்சி... கறின்னு துண்ணுறீங்க... இதுல உனக்கு சவுடால்[21] வேற..!'' மாரிமுத்து கம்பீரமுமாக முனுசாமியைக் கழுவி ஊத்தினார்.

''யோவ்... சவடால்லு கிவடாலுன்னு பேசுன வண்டியில் இருந்து தூக்கிப் போட்டுட்டு போயிடுவேன். சொந்த நாட்டுலையே பாஸ்போட் இல்லம திருடன் மாதிரி வந்திருக்கே... மருவாதையா பேசுய்யா...'' முனுசாமி அதட்டல் தொணியில் மாரிமுத்துவை மிரட்டினான். மாரிமுத்து நிசப்தம் தழுவி கோவிந்து மாமாவின் பிணைப்பை நினைத்து, தன் வீட்டில் உள்ளே கண்களை மூடிக்கொண்டார்.

பல நினைவலைகள் அவரை உலுக்கியதால் வழிந்த ஈரம் மார்பை நனைத்து முதுமையில் இளமையைத் தேடிப் போன களைப்பு முகத்தில் தெரிந்தது. கண்களைப் பிதுக்கி வீட்டின் ஓட்டை வழியாகப் பார்த்தார். பரந்தவெளியில் மிதக்கும் தூசியால் கண்ணொளி மங்கலாகத் தெரிந்தது. குதிரை குலம்புச் சத்தம் தார்ச்சாலையைத் தேய்த்து வருவதைக் கேட்டு, விழியைக் கூர்மையாக்கிச் சாலையில் தேடினார். மிகக் கம்பீர உயரத்தில் சதை பெருத்த கறுப்பு வெள்ளைக் குதிரை பறந்து வந்தது. அதனூடே அவரும் தன் நினைவுடன் பறந்து சென்றார்.

15

பசுமை வளத்தோடு மிகப்படர்ந்த வனப்பகுதியாக இருந்த இடம், குதிரைகளுக்கு மேய்ச்சல் நிலமாகக் காட்சி தந்ததால், ஆற்காடு நவாப்புகள் 'கோடோ பாக்' என்று உருது மொழியில் அழைத்து குதிரைகளின் தோட்டமாக உதயமானது. அந்தக் குதிரைகளின் தோட்டம் பின்னாளில் மருவி சுறுங்கி, 'கோடம்பாக்கம்' என்ற இடமாக உருமாறியது. பிறகு நிறைய குதிரை லாயங்கள் மறைந்து, சில மட்டும் மிச்சம் சொச்சம்மாக மிஞ்சியது.

வடபழனி முருகன் கோவில்முன் அரை பர்லாங்கு தாண்டியதும், இடதுபுறம்தான் குதிரைகள், குதிரை வண்டிகள் லாயம் இருக்கும். அதற்குப் பின்னால் வலது பக்கத்தில் மிகபெரிய வேலிக்காத்தான் புதரும், ஆழமான நீர் குட்டைகளும், நெடும்தொலைவை நோக்கி இருந்தது. அங்கே மனித நடமாட்டம் குறைவாகயிருக்கும். சில தருணம் மனிதர்களை மடியச்செய்து குட்டையில் வீசிச் செல்வார்கள்.

அங்கே பெண்களின் வாசம் அறியாத வேலிக்காத்தான் புதர்கள், பிரம்மசாரிகளாக ஒற்றைக் காலில் பூமியை ஊன்றி நிற்கும். அத்தனை பயம்... பெண்கள் அந்தப் பக்கம் கால்கள் பதித்துச் செல்லாமல் ஜட்காவண்டி குதிரைகள் கனைத்த சத்தம் மட்டும் வேலிகாத்தான் புதரில் எப்பொழுதும் எதிரொலித்து, குட்டை நீரில் கரைந்துபோகும். ஒலிகளைப் பொய்யாக்கி இரவில் வேலிக்காத்தான் மரங்கள் இருளைக் கவ்வி இருக்கும்.

சவாரி போகாத ஜட்காவண்டி குதிரைகள் வயிற்றை நிரப்ப அங்கே புல்வெளி மறைந்ததால், புதர்களைத் தேடி பசியாற்ற குதிரைக் கழுத்தில் இறுக்கிய கயிற்றை விலக்கிவிட்டதும், அது கனைத்துக்கொண்டு கால்கடுக்க நடையாக நடந்து செல்லும். சில நேரத்தில் வழித்தடம்

அறியா மல்லிப்பு சேரிக்கும், கீழ்புதூருக்கும் இடையில் உள்ள இடிந்துபோன மில்டரிகேம்பு பக்கத்தில் வந்ததும், இலையுதிர்ந்து காய்ந்த மரங்களும், சிறுசிறு புதராகக் கருத்தப் பச்சைச்செடிகளும், புற்களும் படர்ந்த இடத்தில், இயற்கை உபாதையில் இரு ஊர் சனம் மலம் கழிக்கும். அங்கே இறுகிய மலத்தை கருவண்டுகள் உருண்டையாக உருட்டித் திரியுமிடத்தில் குதிரைகள் பசும்தழை, புற்களை மேய்ந்து பசியாற்றிக்கொண்டு இருக்கும்.

கோவிந்து கேங்கு, பாளையம் கேங்குகளில் முதலில் குதிரை யார் கண்ணில் படுகிறதோ, அந்தக் குதிரையின் உயிர் அன்று முழுவதும் தரியில் இடிப்பட்ட நூலாகப் போய்விடும். மறுநாள் அந்த குதிரையை ஜட்காவண்டியில் பூட்டமுடியாது. உடல் முழுதும் இரத்தக்காயத்துடன் கால்கள் துவண்டு போயிருக்கும். படுத்து எழுந்து கொள்ளச் சிரமப்படும்போது குதிரை எஜமான் மஞ்சள்பத்துப் போட்டு கால்களில் கட்டிக்கொண்டிருப்பார்கள். அந்த இரண்டு கேங்கை திட்டித் தீர்த்தாலும், புதூர் பக்கம் சென்று குதிரைக்காரன் அதட்டல் தொணியில் கேட்க முடியாது. அவர்கள் கை ஒரு பரலாங் நீண்டு இருப்பதால் குதிரைக்காரன் முகம்பேந்து, தடித்து வீங்கி, அமைதி நடையைக் கட்டிச் செல்லவேண்டும். அதனால் அவர்களை ஏன் என்ற கேள்வி கேட்காமல் ஜட்கா வண்டி எஜமானர்கள் புதூர்பக்கம் திரும்பிப் பார்க்கமாட்டார்கள்.

மில்டரி கேம்ப் கட்டிடத்தில் கதவு, ஜன்னல்களைப் பெயர்த்து, பல குடிசைக் குடியிடத்தில் கம்பீரமாக நிற்பதற்கு எடுத்துச் சென்றிருப்பார்கள். இப்படி இடிந்த நிலையில் ஆங்காங்கு வரிசையில் பலகட்டிடங்கள் இருக்கும். பாளையம் கேங்குக்கும், கோவிந்துக்கும் குதிரைப் பிடிப்பதில் எப்போதும் போட்டி நிலவும்.கோவிந்து பொறி வைத்து குதிரைப் பிடிப்பதில் கில்லாடி. ஒருவேளை இவன் இராணுவத்தில் குதிரை கழுத்தைப் பிடித்திறுக்கி பயிற்சி கொடுத்த சாதுரியம் பெற்றவனாக இருந்திருப்பவன் போல், அத்தனை சாமர்த்தியம் அவனிடம் இருந்தது. கோவிந்து இடிந்துபோன மில்டரி கேம்பில் உள்ளே ஒளிந்திருப்பான். கோவிந்து நண்பர்கள் குதிரைக்குப் பின்னால் விரட்டி ஓட, குதிரையின் இருபக்கமும் பலர் சூழ்ந்துகொண்டு முன்னே விரட்டி, மில்டரி கேம்ப் கட்டிடத்தின் உள்ளே ஓட்டுவார்கள்.சில குதிரைகள் தலைவிசும்பி கனைத்து முரண்டு பிடிக்கும். ஒரேயிடத்தில் வட்டவடிவில் சுற்றி விரட்டியும், விசும்பிக் கொண்டு அதிக தூரம் ஓடும். மில்டரி கேம்பை விட்டு குதிரை விலகி ஓடினால் இருகேங்கும் விரட்டி ஓடுவார்கள்.

குதிரை மில்டரி கேம்ப்பைவிட்டு விலகி ஓடினால் இரு கேங்கும் விரட்டிப் பிடிக்க ஒப்பந்தம், பிரத்தியேகமாக இருவருக்குள் இருந்தது. இரண்டு கேங்கில் நெஞ்சில் பலம் பெருந்தியவர்கள் குதிரையை பிடிப்பார்கள். அதில் முதன்மை முத்திரைப் பதித்தவன் எப்பொழுதும் கோவிந்துதான் இருப்பான். தந்திரக்காரனாக குதிரையை மண்தரையில் மணிக்கணக்கில் விரட்டாமல், மதிநுட்பத்தில் குதிரையைக் கேம்பு அருகிலே அசைக்கி அசைக்கி நகர்த்தி வருவான். குதிரை கோவிந்து பக்குவத்துக்கு வந்தால், பாளையம்கேங் ஒப்பந்தத்தில் இருந்து விலகி வேடிக்கையில் திளைத்துப் பார்ப்பார்கள். மில்டரி கேம்ப் நெருக்கத்தில் குதிரையை அழுத்தமாகத் துரத்தியதும், குதிரை துள்ளி ஓடி கேம்ப்புக்குள் வந்துவிடும். கோவிந்து சிறு நொடியில் குதிரைக் கண்களை மறைத்து, ஜன்னல் வழியாகச் சுவற்றை எட்டிபிடித்து உள்ளே குதித்துவிடுவான். அவன் தலை மேலேழும்பாமல் கூன் விழுந்தவனாக நின்று, கைகளை இறுக்கி தயார் நிலையில் இருப்பான்.

இப்படி, குதிரைப் பிடிப்பதற்கு மதியம் கூட ஆகிவிடும். இறுதிக் கட்ட நகர்வாக குதிரையை இடிந்த கேம்பு உள்ளே ஓட்டி விட்டதும் குதிரை சீறிப்பாய்ந்து உள்ளே நுழையும், கோவிந்து அதேவேகத்தில் பாய்ந்து குதிரையின் வாயைப் பிளந்துவிடுவான். குதிரைப் பற்கள் கோவிந்து கைகளைப் பதம் பார்த்தாலும், அவன் கைகள் இரு தாடயைக் கீழ் அழுத்தி இறுக்கியதும், ஒருவன் குதிரை வாலை முறுக்கி பின்னிக்கொள்வான். குதிரை தன் கால்களில் உதைத்துத் திமிரும்போது, இருவர் குதிரையின் முதுகைப் பிடிப்பதும் நகர்வதுமாக இருப்பார்கள். கோவிந்து குதிரை வாயில் கயிற்றைத் திணித்து, இருபக்கம் இழுத்துத் தலைக்குப் பின்னால் இறுக்கிக்கட்டி, குதிரைக்கு மேல் பாய்ந்து உட்கார்ந்து விடுவான்.

மனிதனைச் சுமந்துசெல்ல பழக்கமற்ற குதிரை முதுகு வளைந்து, நெளிந்து வாயின் வலி பொறுக்க முடியாமல் அமைதியாக நடந்துப்போகும். அன்று முழுவதும் குதிரை, கோவிந்து நளினத்தில் விளையாடும். ஏழைக் குழந்தைகள் வீறுநடைக் கட்டி குதிரை சவாரி ஆரம்பமாகும். மறுக்கப்படும்போது எடுத்துக்கொள்ளும் பழக்கம் கோவிந்து வைத்திருந்தான். ஏழைக் குழந்தைகளுக்கு குதிரை சவாரி கிடைக்காமல் போனதை அறிந்து, உடையே இல்லாமல் திரிந்த பிள்ளைகளுக்கு இலவசமாக அன்று முழுவதும் குதிரை சவாரி கிடைக்க கோவிந்து உரிமையாக எடுத்துக்கொண்டான்.

மறுக்கப்பட்ட உல்லாசத்தை உரிமையோடு எடுத்துக்கொண்ட கோவிந்து மாமா. பொம்மியையும், என்னையும் குதிரையில் அழைத்து

செல்லும். நான் அவள் முதுகை உரசி உட்கார்ந்து ராஜா மாதிரி அமர்ந்து வருவேன். மாமா குதிரை தாடையில் இறுக்கிய கயிற்றைப் பிடித்து விரட்டிக்கொண்டு எங்கள் பின்னால் ஓடி வருவார். பொம்மி குதிரைமேலிருந்து பயத்தில் கத்துவாள். அவளை என் மார்பில் அணைத்துக் கொள்வேன். அவள் முகம் என் மார்பைத் தழுவி, அவள் கைகள் என் முதுகை அணைத்திருக்கும். பலமணி நேரம் பயணித்து வந்ததால் இருவர் உடல் நீர் ஒருசேர நனைந்து என் மேல் வறண்டுக் கிடக்கும். அது ஒருவித மணமாக என் நுகர்வில் பட்டு சுகமாயிருக்கும். பல குதிரை சவாரியில் எங்கள் நெஞ்சுத் துடிப்புகள் கலந்து பேசிக்கொள்ளும். இதனால் எனக்கு குதிரைப் பயணம் அலுப்புத் தட்டாமல், நந்தவனத்துக்குள் உலாவும் களிப்பில் எங்களை வானம் தொடும் உயரத்தில் மிதக்க வைக்கும். சிலநேரத்தில் அவள் பயத்தில் என்னை இறுக்கியபோது மேகத்தினூடே துருத்தியோடித் தாவி மிதப்போம். சூரியக்கதிர்கள் வெட்கி மங்களான ஒளியை எங்கள் மீது தெளிக்கும். கருமேகம் நீரை சுமந்து வந்து எங்களை உரசி குளிரூட்டும். திரும்பி குதிரை வேகத்தை வழங்கியதும் பொம்மி மிரண்டு தவிப்பாள்.

''எதுக்கு இப்படி பயப்படுறே..?''

''நான் எங்கே பயந்தேன்..!'' வீராப்பில் சொல்லுவாள்.

''அதான் சத்தம் போட்டு என் மேல் சாஞ்ஜீயோ..?''

''நான் எங்க சத்தம் போட்டேன்... மாமாவாச்சேன்னு உன் மேல சாஞ்ஜேன்..!'' என்று சொல்லிச் சிரிப்பாள். அந்தச் சிரிப்புச் சத்தத்தில் நான் மகிழ்வில் உழன்று போவேன். நாங்கள் சென்று கொண்டிருப்பது குதிரையா..? அது குதிரையும் இல்லை, கழுதையாகவும் இல்லை. அப்படி ஓர் இனத்தைச் சார்ந்த குதிரை.

எப்போதாவது இருசக்கரம் வாகனம் செல்லும். மாமா ''வேகமாபோ... அதை முந்திபோ..!'' என்று கத்துவேன். மாமா குச்சியில் குதிரையை வெளுத்து வாங்குவார். வலியை பொறுத்து அசைந்துதான் நடக்கும். சிறுவர் கூட்டம் முட்டி மோதி குதிரை பின்னே ஓடி வருவார்கள். சில நேரங்களில் அந்த சிறுவர்களோடு நானும் ஓடிவருவேன். எங்களுக்குக் குதிரை சவாரி பெரிதாக இருக்கும். மதியம் சோறு திண்ண செல்லமாட்டோம்.சிறுவர்களின் அம்மாக்கள் மதியம் வந்து அவர்கள் குழந்தைகளை விரட்டி குதிரைப் பின் ஓடி வருவார்கள். கடைசி நெட்டில் முடியாமல் திரும்பி வீட்டுக்குப்போன அம்மாக்கள் தான் அதிகம்.

நாள்முழுக்க குதிரை மண்தரையில் ஓடியாடியதால் உடல் முழுதும் கிராவல் செம்மண் படிந்திருக்கும். மாலையில் நாங்கள் சோர்ந்து விடுவோம். ஆனாலும் வீட்டுக்கு விரைந்து போகமாட்டோம். கிடைக்காத ஒன்றும், மறுக்கப்பட்ட ஒன்றும், அதிகாரத்தில் பெறப் பட்டால் உரிமைக்காக விட்டுச்செல்ல மனம் இருக்காது. அது உரிமை என்று அப்போது எனக்குத் தெரியாது. இருந்தாலும் இருட்டும் வரை கிடைக்காத ஒன்று கிடைத்ததற்கு ஓடுவோம். அன்று முழுவதும் அரண்மனைக் குழந்தைகளாக நாங்கள் தெரிவோம். இளவரசர்களாக நாள் முழுதும் வலம் வருவோம். சில நேரங்களில் ராஜாக்களைப்போல் அந்தக் குதிரையில் நகர் உலா செல்வோம். போருக்குப் போய் திரும்பிய ராஜாவாக வெற்றியில் வீறுநடைக் கட்டிவருவேன். அங்கே என் ராணியாக பொம்மி நின்றிருப்பாள். அவள் கீரிடத்தில் மின்னும் கற்களும், என் கீரிடத்தின் மின்னும் கற்களும் உரசும் தருணம் எங்கள் இருவர் பற்களின் வெண்மை வெளிக்காட்டி எங்களை முத்தாக அணைத்துக்கொள்ளும். காலம் எதைத் தர மறுத்ததோ அதை அடையத் துடித்தபோது அதை உரிமையாகத் தேடித் தந்தது என் கோவிந்து மாமா.

நானும் பொம்மியும் அணைத்துக்கொண்டு குதிரை மேல் போவதைக் கண்ட அஞ்சலை அத்தை, உண்மையான ராஜாவம்சத்தைச் சார்ந்தவன் என்ற திகைப்பில் நின்று, வாழ்த்து மடலாக புன்சிரிப்பைக் கொட்டி, ‘நீ உசரத்துல மேல படிச்சி வந்து எங்களை எல்லாம் காப்பந்து பண்ணுவே’ என்ற மிதப்பில் நின்று, குதிரை மறையும்வரைப் பார்த்திருக்கும்.

குதிரைச் சவாரியின் பெருமிதத்தில் என் மனம் சுற்றியலைந்ததில் என் முகத்தில் மகிழ்வுப் பரவி என் நெஞ்சில் பட்டதும் குதிரை திடீரென்று முரண்டு பிடிக்கும், கோவிந்து மாமா குச்சியில் விளாசுவார். டேவிட் குதிரையின் வாலைப் பிடித்து முறுக்குவார். அது துடித்தும், வேகமாகவும் செல்லாது. ஜட்காவண்டியில் ஆளை வைத்து இழுக்கும்போது சும்மா கால்கள் தெறித்து ஓடும். அது ஜட்கா வண்டிக்குப் பழக்கப்பட்டதால் தன் எஜமான் சாட்டையை வீசினால் ஐந்தாறு மனிதர்களை வைத்து ஜட்காவண்டியை வேகமாக இழுத்துச் செல்லும். இப்படிப் பழக்கப்பட்ட குதிரைகள்தான் புதூர் குழந்தைகளுக்கும், சிறுவர்களுக்கும் அன்று நாள் முழுவதும் விதவிதமான குதிரை சவாரிகள் கிடைத்துக் களைப்பில் இருப்பார்கள்.

பொழுது சாயும்வேளையில் இளம் காரிருள் தட்டும்போது குதிரை நடக்கமுடியாமல் தலை கவிழ்ந்து, நாவு ஈரம் உலர்ந்து

தத்தளித்திருக்கும். கோவிந்து மாமா, நண்பர்கள் விளாசிய அடிகள் குதிரையின் உடம்பில் கொப்பளமாக பழுத்திருக்கும். சிறுபிள்ளைகள் ஆட்டம் அடங்கியதும் கோவிந்து மாமா, குதிரையில் இருந்து கீழ் இறங்கி, அதன் தாடையில் இறுக்கிய கயிற்றை உருவி எடுக்கும். நான் மாமாவோடு போவேன். ஆளுமையின் பிடியில் நடையற்று துவண்டவர்களைச் சுமந்த குதிரை, ஆளுமை இழந்த ஆண்டையாக தன் மூத்த எஜமானை நோக்கி, உமிழ்நீரைச் சிந்தியவாறு தட்டுத்தடுமாறி கிராவல் மண்தரையில் தெம்பற்று இருட்டில் தவழ்ந்து செல்லும்.

காலச்சுழற்சியில் வருடங்கள் கடந்துபோயின. என் கல்லூரிக் காலத்தில், போகிப் பண்டிகையால் வழி நெடுக்க கரும்புகை எங்கும் சூழ்ந்து இருந்தது. ஆங்காங்கு வீதியில் தீ எரிந்துகொண்டு இருக்கும். எங்கோ மேளச் சத்தம் கேட்கும். வடிந்த புகையின் மிச்சத்தில் தெருக்களில் எரித்த கூளங்கள் புகைந்தும், ஆங்காங்கு சாம்பல்கள் சிதறிக்கிடக்கும். இருண்ட புகைமூட்டத்தில் சிறுபிள்ளைகள் சந்தோச அலையில் குதித்துத் துள்ளி விளையாடி இருந்தார்கள். இத்தருணத்தில் என் அத்தை அஞ்சலையைப் பார்க்க, விடியலில் புகைக்குள் நடைப்பயணமாகச் சென்றேன்.

நான் என் வலியினால் என் உறவுகளைவிட்டுக் கல்லூரி தொடங்கிய காலம் முதல் நான் தனிமையில் துவண்டு இருந்தேன். அன்று போகி பண்டிகையால் மனம் பேதலித்து அத்தையைப் பார்க்க புதூரின் நுழைவு சந்தில் வந்ததும், மேலாடையற்றும், சிலர் கிழிந்த உடுப்புடன் மாட்டின் ஜவ்வின் தரித்த மேளங்களை அடித்துத் துள்ளி விளையாடிய ஆரவாரத்தில் குதித்து ஓடிவந்ததும், பின்னே சிறுவர்கள் டயரை எரிய வைத்து இழுத்துவர, அதன் தீயின் கரும்புகை மேகத்தை நோக்கிச் சுற்றிச்சுழன்று சென்றது. மேளத்தின் சத்தங்கள் முழங்க புதூர் எதிரில் சில கல்லில் அமைந்த வீடுகளில் இருந்தவர்கள் அவர்கள் வீட்டின் கழிவுகளை எரித்திருந்தபோது எரிந்த டயரை இழுத்து, மேளம் அடித்து துள்ளி ஓடிவந்த சிறுவர்களைக் கண்டதும் ‘சேரிபசங்க வருது’னு அந்தக் கல்லு வீட்டுக்குள் மனித உருவமாக உள்ளவர்கள் சொன்னார்கள்.

சேரி என்ற சொல் என் காது நரம்பை அறுத்துக் குமைந்தது. அடையாற்றுக்கரைக்குத் திரும்பிப் போக என் எண்ணம் துளைத்தது. நான், வேற்றுக் கிரகவாசிகள் இருப்பிடத்தில் என் காலடிபட்டது என்று உணர்ந்தேன். நான் பலகாலம் உறவைப் பிரிந்திருந்ததால் என் அஞ்சலை அத்தையைப் பார்த்துவிட வேண்டும் என்று அத்தனை வலிகளை நெஞ்சுக்குழிக்குள் நிறுத்தி புதூர்க்குப் பயணப்பட்டேன்.

‘சேரி என்பது சேர்ந்து வாழ்வது சேரி என்ற பொருள் தரும் தமிழ் வார்த்தை’ என்று ருக்குமணி தமிழ் ஆசிரியர் அன்று கூறியது என் நினைவுக்குள் வந்ததும், என் மதிபிளந்தது. பழங்காலத்தில் தமிழ் தழைத்தோங்கிய சோழர் காலத்தில் புத்தநாடு என்று காஞ்சியில் புத்தேரித் தெரு என்பது தமிழ் வழக்காக சோழர் கல்வெட்டில் இன்றும் இருக்கிறதே. அதென்ன புத்தேரி தெருவை தமிழ் சொல்லாடலில் பிரித்தால் புத்தம் சார்ந்தவர்கள் சேர்ந்து வாழ்ந்ததைத்தான் புத்தர்சேரி என்று இருக்கும். சேரி என்பது சேர்ந்து வாழ்வதுதானே? ஏன் மேளம் அடித்து குதூகளித்து விளையாடியச் சிறுவர்களை இழுக்காக ‘சேரி பசங்க வராங்க’ என்று பயந்து ஓடினார்கள். என் மனம் கேள்விகளைத் துளைத்தது. ‘சேரி என்ற வார்த்தை இழி செல்லா?’ என்று தமிழ் அகராதியை தேடிப்பார்க்க அத்தை வீட்டுக்கு மனசஞ்சலிப்பில் புதூர் சென்றேன்.

மாமா, மலக்கழிவுகளை அள்ளி அள்ளி, நோய் பெருகி, ஆயுள் குறைந்து இறந்துபோனதால் குடும்பம் பல சிதைவைத் தழுவியது. அஞ்சலை அத்தை சில வீட்டில் சட்டிபொட்டி கழுவும் வேலை செய்து உடலைக் கழுவியதைக் கண்டதும், கம்பீரம் தாழ்ந்து அத்தை மெலிந்து கடைசி காலத்தைத் தேடி உழன்றுக்கொண்டிருந்தார். என்னைக் கண்டதும் கட்டியணைத்து கண்ணீரில் நனைந்து, விறகுப் புகையில் உண்ணுவதைக் கூட வேகவைக்க குடிசையில்லாமல் அந்த செனாக்குனிக்குப் பதில் ஒரு சொம்பு பானைத் தண்ணீர்க்கொடுத்து ‘ராசா நீ படிச்சி உசந்துவா... எங்களை நீ காப்பத்துவே’ன்னு சோகத்தில் முகநீர்மல்க என்னை அணைத்து அழுதது. என் மேலாடை அத்தையின் சோகத்தில் வழிந்த நீரில் நனைந்ததும், என் கன்னத்தில் முத்தமிட்டு ஓடிப்போய் அருகில் இருந்த குடிகளிடம் காய்ந்த மிளகாய், உப்பை ஏறந்து வாங்கிவந்து என் தலையை மாறி மாறி சுற்றி, காறி உமிழ்ந்து நடுவீதியில் போட்டதும் அத்தைக் கொடுத்த தண்ணீரைக் குடித்து, உறவைவிட்டுத் தள்ளாடி விழும் சோர்வோடு இடம் நகர்ந்து நெடுந்தூரம் கடந்துபோனேன்.

ஏழ்மை தழுவிய உறவுகளின் வலியை என் படிப்பில் தெரிந்ததும் இதைவிட்டு நான் விலகிச் சென்றேனா என்று புலப்படாமலே, எனக்கு ஒத்துப்போகாத நாட்டை விட்டே என் தலைமுறைக்காக நான் வெளிதேசம் ஓடிப்போனேன்.

வீரதீரமாக சுழன்ற கோவிந்து மாமாவுக்கும் போதாத காலம். மாமா செத்துப்போனதும் அப்பன் குலத்தொழிலான அடுத்தவன் மலம் அள்ளும் தொழிலுக்குப் போய் அல்லோல்பட்டு பலஆண்டுகள் வாழ்ந்து, துவண்டு அவர் வீரமெல்லாம் மாய்ந்து அடுத்தவனுக்கு கைகட்டும் நிலை தழும்பி, வாழ்நாள் முழுதும் துர்நாற்றங்களை நுகர்ந்து, என்பது வயதுக்கு மேல் வாழ்ந்து நினைவோடு செத்துப்போனார் என்று நான் உயர்ந்த அதிகாரப்பதவியில் இருக்கும்போது கேள்விப்பட்டு என் இதயம் பிராண்டி எடுத்தது.

கிடைக்காத ஒன்று, மறுக்கப்பட்ட ஒன்றைத் தேடித் தந்த கோவிந்து மாமாவின் வலியில் சில காலம் வருந்தியே நான் துவண்டு உறக்கத்தை தொலைத்திருந்தேன்.

பல காலம் கடந்து, மக்கள் வசிப்பிடமாக மாறிய புதூர், அசோக் நகராக மாறியதும் அப்பாவோடு இல்லாமல் அத்தை வீட்டுக்கு நடையாக வந்தேன். அதே சிகப்புமண் வீதி, வணிகவளாகங்கள், அரசு அலுவலகங்கள் கண்ணில் தென்பட்டது. ஜட்கா வண்டிகளும், ரிச்சாக்களும், நிறுத்தும் இடமாக மாறிப்போனது. மக்கள் இரைச்சல் கொஞ்சம் கூடியிருந்தது. அதே வண்டிகளுடன் பியட், பிரிமியர் 118 மகிழுந்துகள் சுற்றின.

இதே சாலையில் என் படிப்பும் பதவியும் வந்த பிறகு என் பிரிமியர்118 சுற்றிய நினைவில் நான் தயக்கத்தோடு அசோக் பில்லரைக் கூர்ந்து நோக்கினேன். அதை முழுமையாகப் பார்க்க முடியவில்லை. அங்கே கூடுதலான வாகனங்கள் விழித்திரையை மூடிவிட்டுச் சென்றது. கண்களை இறுக மூடித்திறந்து பார்த்தேன். அரசு பேருந்து சத்தம் வினோதமாகக் கேட்டு நகர்ந்துபோனது. வளர்ச்சி பல திக்கு எங்கும் மாற்றங்களை உருவாக்கும் என்பதை நான் வளர்ந்த காலத்தில் இருந்து அறிந்தேன்.

மாரிமுத்து சிந்தையைத் தட்டியெழுப்பி முணுமுணுத்து வந்தார். முனுசாமி மிதிவண்டியை சடசடப்பு இல்லாமல் சந்தோசத்தில் மிதித்துச் சென்றான். மாரிமுத்து அவனை குறுகுறுத்துப் பார்த்து வந்தார். அவன் முகம் மலர்ந்து இன்பத் துடிப்பில் கெண்டைக்கால் விசை அசதியில்லாமல் பெரும்விசையை வெளிப்படுத்தியதும் முனுசாமி இடுப்பு நெளிவுடன் புன்சிரிப்பில் மிதந்து சென்றான்.

16

சிறிது தொலைவு மதிவண்டி சென்றதும், திடீர் மாற்றம் குடிகொண்டு இருள் சூழ்ந்தவனாக முனுசாமியின் முகம் பரபரப்பில் துடித்து, ஏதோ சேதி அவன் கண்ணைக் கவ்வி இமைகள் படபடத்தன. 'மிதிவண்டிச் சக்கரம், சாலையில் அலைபாய்ந்து திசையற்று எங்கே செல்கிறது?' என்ற கேள்வி துளைத்ததும், தாம் கண்ணியம் தவறுகிறோமே என்கிற பயம் இறுக்கி, மிதிவண்டிக்கு பஞ்சவர்ணம் நினைவலைத் தட்டியது.

'ஐய்யய்யோ..! வால்குழலைப் புடுங்கி காற்றை வெளியேற்றி ஊனமாக்கிவிடுவாளோ..!' மிதிவண்டி நடுக்கத்தில் அச்சையிழந்து அச்சத்தில் ஊர்ந்தது. முனுசாமி கனல்படர்ந்த நெஞ்சுடன் மாரிமுத்துவை அடிக்கடி பலவீனப்பட்டவனாகப் பார்வை செலுத்தியதில் அவன் நரம்பு புடைத்து, மண்டைக்குள் சிறுசிறு ஊசிகள் குத்தி உச்சந்தலை வியர்த்து இருந்திருந்தது. சபலத்தில் கைரேகை சூடேறி, மிதிவண்டியின் கைப்பிடியில் கசிந்து, அசோக் பில்லர் அருகில் உள்ள அரசினர் மகளிர் உயர்நிலைப் பள்ளியின் பக்கவாட்டுச் சந்தில், மிதிவண்டி வழக்கமாகப் போகும் திசை தவறி திருப்பியதும், நடுகத்தில் சக்கரத்தின் கம்பிகள் கிர்... கிர்... ஓசையுடன் தெருவில் நுழைந்தது.

தெருமுழுக்க நிழல்படர்ந்து, மரங்களின் உதிர்ந்த மஞ்சள் மலர்கள் வாடி, மகரந்தம் இழைந்து அரை மஞ்சளாக வீதியெங்கும் நிறைந்து கண் குளிர்ச்சியைப் பரப்பி இருந்தது. வெட்டவெளியில் சனங்களின் மூச்சுக்காற்று குறைவாக இருந்தது. பள்ளிப் பெண்கள் சலசலத்த நாவிசை அடர்ந்த மரங்களில் மோதி இலையசைவில் எதிரொலித்தது. வலப்பக்கம் பள்ளிச் சுற்றுச்சுவர் மிகநீண்டு இருந்தது.

வண்ணங்களற்ற சுற்றுச்சுவற்றின் பக்கம் முனுசாமி விழித்திரை பதித்து ஊர்ந்துகொண்டிருந்தான். இடப்புறம் நெடுவரிசையில் குடியிருப்புகள் தார்பாயில் போர்த்திவைத்ததுபோல அமைதியில் மூழ்கியிருந்தது.

முனுசாமி அச்சத்தில் மாரிமுத்துவைப் பதட்டத்துடன் பார்த்தான். அவர் அசடாக தலை கவிழ்ந்து சுருண்டு கிடந்தார். முனுசாமி இன்புற்று, ஆழ்ந்த பெருமூச்சில் பள்ளிச் சுற்றுச் சுவரோரம் பார்வையைச் செலுத்த, தகதகவென மின்னும் வெண்தோலும், குண்டுமல்லி முகமும், பொருத்தமான கட்டழகுப் பெண் கரும்பச்சையில் பூக்கள் நிறைந்த வழவழப்புப் புடவை கட்டி, ஏக்கப் பார்வையில் மிதிவண்டி ராஜாவைப் பார்த்து ஈரயிதழில் புன்னகைத்தாள். அவளைப் பார்த்த முனுசாமி மறுகனம் மாரிமுத்துவைப் பயமிறுகிப் பார்த்தான். அவர் நிர்மூலமாய் தலைகவிழ்ந்து கிடந்தார். அவன் களிப்பில் சுழன்று அவள் அழகுத் ததும்பளை நோக்கி மிதிப்பானில் விசையை முனைப்பாகச் செலுத்தியதும் வண்டி ராஜம்மாள் நெருக்கத்தில் வந்து நின்றது. முனுசாமிக்கு அவள் பெயர் முதுமைக்கு ஒவ்வாமைப்பட்டுப் பெயரைச் சுருக்கி ராஜீ என்று அழைத்தான். சுவரோரம் படிந்த நிழலில் சொந்தங்கள் இல்லாமல் தனித்து நின்றிருந்த மகிழுந்துகளின் சிறுமறைவில் இருந்த ராஜம்மாள்.

''என்ன தாமதம், எப்பவும் சரியா வருவீயே.. ?'' கீச்சிகுரலில் அவள் உடல்வாகுக்கு எதிர்மறை குரலாக ஒலித்தது.

''ஊஸ்... சத்தம்போடாதே...'' மெல்லியகுரலில் முனுசாமி சொல்ல,

''என்ன இப்படி பயப்படுறே... யாரும் இங்கேயில்லையே...''

''கம்முன்னுயிரு... நான் ஒரு கெய்வங் கிட்ட மாட்டிக்கினு கீறே... அந்த ஆளுக்குத் தெரிஞ்சா கரிச்சிக்கொட்டி, ரொம்ப பேசியே கொன்னுடுவான்... நாட்டுக்கு நல்லது பண்ணுனு சட்மெல்லாம் பேசுவான்...'' என்று கூறி முனுசாமி மாரிமுத்துவை நடுக்கத்தில் பார்த்தான்.

துணிப்பையில் வயோதிகம் அசைவற்று மாண்டவனாக சுருண்டு கிடந்தார். அப்பாடா என்று நெகிழ்ந்து முனுசாமி ராஜீயை அரைக் கண்ணில் பார்த்தான். ராஜீ செல்லச் சிரிப்பை உதிர்த்து, ''கிழவனும் இல்ல... இங்கே யாருமே இல்ல. என்ன பிரம்ம புடிச்ச மாதரி இருக்கியே!'' என்று அப்பாவியாகக் கேட்டாள்.

''ஊங் கண்ணுக்குத் தெரியாது... கெய்வ ஏங் வண்டில குந்தின்னு கீறான்... நீ வா!'' என்று சொல்லி மகிழுந்து சந்தின் உள்ளே அவளைக் கைப்பிடித்து, பெருத்த புட்டத்தை உரசிச் சென்றான். ராஜீ மிதிவண்டியில் யாரும் இல்லாததைப் பார்த்து முனுசாமியிடம் ''அசடு'' என்று புன்சிரிப்பைச் சிதறவிட்டு நகர்ந்து சென்றாள்.

கிழம் ஒண்டிக்கட்டை என்று நினைத்து ராஜீயைப் பார்க்க வந்தவனை மாரிமுத்து மனசாட்சி குழம்பிய சேற்று நீராக தன்வீட்டின் ஓட்டையை நீக்கி கண்களைப் பிதிக்கி நோட்டமிட்டார். முனுசாமி, ராஜம்மாள் கண்ணாடி ரசத்தில் பிம்பமாகப் பளிச்சென்று தெரிந்ததும் முனுசாமி, இளமை அரங்கத்தினுள் நிற்கும் வாலிப நடிகனாக மிளிர்ந்தான். ராஜீ மய்யம்தாண்டி முதுமையின் பக்கத்தில் செல்லக் காத்திருக்கும் பெண்ணாக இருந்தாள். எதை நோக்கி இந்த உறவுகள் இசைந்து இன்பம் காணத் துடித்தது? கலங்கிய செயற்கை ஊற்று நீராக அவதரித்ததை மாரிமுத்து உள்மதி கிறங்கியவராக இருவரைப் பார்த்திருந்தார்.

இருவரும் சுயநினைவு இழந்து குழையும் இனிமையோசை, குமிழ்ந்து கிடக்கும் தூங்குமூஞ்சு மரங்களின் காற்றில் மோதி சிரித்தது. சில வினாடி படபடத்தது, பலகணம் கருவிழிகள் பேசிக்கொண்டே இருந்தது. முனுசாமி, ராஜீவின் கையை இறுகப்பற்றி இருந்தான். இருதேகமும் சிறுகச்சிறுக உரசலில் தள்ளாடித் திடீரென கலகலத்த உதட்டொலி வெவ்வேறு இசையாக மேலெழும்பியது. இருபாலினம் சல்லாபத்திற்குத் தேர்வு எழுத, தேர்வுத்தாளைப் படித்து விடையைத் தேடிக்கொண்டிருந்தார்கள். மாரிமுத்துவின் கண்கள் மாசுபட்டு தாண்டவமிட்டு மலைத்து நிற்க, முனுசாமி, மாரிமுத்துவின் ஞாபகம் நெஞ்சுக்குழிக்குள் படபடத்துத் திரும்பியதும், அவர் விழி பெரிதாக விழித்திருப்பதைக் கண்டு ராஜீவின் கையை விசுக்கென உதறி, அகம் புறம் துடித்து நின்றான். ராஜீ மகிழ்வானம் மேலிருந்த உடல் அணுக்களின் கூட்டமைப்பு உச்சத்தில் உருண்டு திரண்டு கீழ் இறங்கி, ''என்னய்யா நல்ல மூடுல... விசுக்குனு கீழே இறங்கிட்ட..?'' கிறக்கம் மாறாமல் கண் சிமிட்டிக் கேட்டாள்.

''கெழம் பாத்திருச்சி... இன்னொருத்தன் வேற வருவான், அவங்கிட்டயும் சொல்லும்..! ரெண்டுங்களும் என்ன வெளுத்து

வாங்குவானுங்க... பகுல்பிகில் ஊத வைப்பானுக...'' நடுக்கம் கலந்து புலம்பலை முனுசாமி கொட்டித் தீர்த்ததும்...

''கிழம்அதுஇதுன்னுசொல்லாதே... உனக்கு மூடுபோச்சுனு தெரியுது. உன்னால என் ஆசையும் மறையில் கழன்ற நட்டாக போச்சு. நாளைக்கு மதியம் வீட்டுக்கு வா... பருப்பு, நெய்விட்டு சாதம் தறேன், சாப்பிட்டுப்போ... அதான் உன் சரீரத்துக்கு லாயக்கி'' என்று அரைமயக்கத்தில் சொல்லி, தன் நெஞ்சை இறுக்கிப் பிடித்திருந்த ரவுக்கைக்குள் திரண்ட மார்பகத்தின் ஈரம்பட்ட ரிசர்வ் வங்கி நோட்டுகளை அவன் கையில் திணித்தாள். அவள் மார்பு ஈரக்கசிவுகள் அவன் கைரேகைக்குள் பாய்ந்து இதயத்தின் உள்ளே குடிபெயர்ந்ததும் முகம் மலர்ந்து நோட்டுகளை கால்சட்டைப் பையில் சொருகி நகர்ந்தான் முனுசாமி. ராஜீ சல்லாபத்தில் தஞ்சமிட்ட கருவிழியைக் கீழிறக்கி அவனை வழியனுப்பினாள். அவன் தயங்கித் தயங்கி மிதிவண்டியருகில் வந்தான். மாரிமுத்து சட்டெனத் தலையை வீட்டினுள் இழுத்து எல்லாம் மறைந்த சாக்காடாக சுருண்டு கொண்டார்.

முனுசாமிக்கு குழப்பம் நடுமண்டையைச் சொரிந்து, தலைகனத்ததாக உணர்ந்து வந்தான். ராஜீ மாதம் இரண்டொரு நாள் அவனைச் சந்தித்து பலவழியில் உதவிக்கரம் நீட்டியவள். அரசுத்துறையில் கணக்காளராக பணி செய்கிறாள். ஒத்தையாக வீட்டில் குந்தி இருக்க மனம் இணக்கம் பெறவில்லை. துணைவேண்டி அவன் அழுக்கையும் சுவாசித்து சில பொழுதுகளை மேலோட்டமாகச் சல்லாபித்தாள்.

முனுசாமி துப்புரவுப் பணிக்கு முன் மைலாப்பூரில் அலங்கார பொருள்கள் விற்பனை செய்யும் ஒரு அங்காடி வாசலில் நின்று, வீதியில் செல்பவர்களைக் கூவியழைத்துக் கடை உள்ளே அழைத்துச் செல்பவனாக இருந்தான்.

மயிலை கபாலீஸ்வரர் கோவில் கோபுரத்தில் புறாக்கள் வட்டமிட்டு ஒலி எழுப்பும். நாதசுரம், தவுல் சத்தங்கள் முழங்கும். காக்கைகள் புறாக்களை விரட்டும். புறாக்களின் கீச்குரலிடையில் ராஜம்மாள் பட்டுப் புடவையுடுத்தி, அவள் கூந்தலில் முல்லைச்சரம் அலங்கரித்திருந்தது. வெள்ளிப் பூஜைக்கூடையுடன் பக்தியோடு அம்மனாக அசைந்து

ராஜம்மாள் வர, அவள் கால் பட்டுடையில் சிக்கித் தடுமாறிக் கீழே சரிந்தாள். முனுசாமி ஓடி ராஜம்மாள் இடுப்பு மடிப்பைப் புடவை நீங்கலாகப் பிடித்து நிமிர்த்தினான். சூரியனும், வெண்நிலவும் உரசியதாக, பார்வைப்பட்ட மயிலைக் குடிகள் இருவர் மீதும் உமிழ்நீரைத் துப்பிச் சென்றார்கள்.

முனுசாமி சிதறிய பூஜைப் பொருள்களை வெள்ளிக்கூடையில் எடுத்து ராஜம்மாளிடம் கொடுத்தான். இருவர் தொடு உணர்வு அவர்களை இசைவு செய்துவிட்டது போல் அவள் வெள்ளிக்கூடையில் உள்ள பூஜைப் பொருள்களை அவனிடம் கொடுத்து விறுவிறுவென அச்சத்தில் சென்றாள். நம்மிக்கையற்ற பிரசாதம் பின்நாளில் முனுசாமியுடன் பரிச்சமடைய சந்தர்ப்பத்தை ஈன்றுத் தந்தது.

ராஜம்மாள் தினமும் கோவிலுக்கு வரும்போது முனுசாமியின் கூவலைப் பார்த்துப் புன்னகைத்து அவனைக் குளிர்வித்துச் செல்வாள். அவன் எதிலும் நாட்டம் இல்லாமல் பார்வை மட்டும் செலுத்துவான். பல நாட்கள் நகர்ந்துபோய் அவள் குரலும், முனுசாமி குரலும் சில நேரங்களில் சங்கமித்தது. மயிலைவாசிகள் பலர் பொய் உச்சரிப்பு இருவர் நெருக்கத்திற்குப் பாலமாக உதவியது. முனுசாமி கூவிக் கூவி குரல் கிழிந்து, கால்கள் கடுத்து, பார்வையில் சலிப்புத்தட்டி, கோவணம் மட்டும் மிஞ்சியதும் அந்த வேலையை விட்டுத் துப்புரவாளனாக மாறினான். மயிலாப்பூர் முனுசாமிக்கு மறைவிடமாக மாறியது.

ராஜம்மாள் அவனைத் தேடி சில நாட்கள் அசோக் பில்லர் வர ஆரம்பித்தாள். ராஜம்மாள் துணையில்லாமல் அவனைக் கைப்பற்ற நெஞ்சு கரைந்து பசுமை நிழலைத் தேடியது. முனுசாமிக்குப் பல வழியில் அவள் உதவி செய்தாள். அவள் மனதில் சொந்த உறவுகள் நெருங்கிக்கூட விளையாடாததால் தனிமை அவளை அமுக்குனியாக்கிய போது முனுசாமி மீது ஈர்த்து மனதில் ஒட்டிக்கொண்டாள். சின்னச் சின்ன பரிச்சம் மட்டும்தான் இருவருக்குள் இருந்தது. ராஜம்மாள் அரங்கேற்றத்திற்குக் காத்திருக்கும் பாவையாக காற்றில் மிதக்கும் ஜரிகை போல் மிதந்துகொண்டிருந்தாள். இவர்கள் வேறு எங்கோ சென்று அகம் மகிழ்ந்து களிப்பில் உலா வருகிறார்கள் என்று மையிலைப் பார்வையாளர்கள் நினைத்திருந்தார்கள். இவர்களிடம் பூக்களின் மனம் மட்டும் வீசியது. காய்கள் தோன்றி, கனியாக வாசம் இன்னும் பரவவில்லை. அந்த ஆழம் இருவருக்கு மட்டும்தான்

தெரியும். மற்றவர் பார்வைக்கணிப்பு சரியில்லாமல் மானுட ஜந்துகளின் இடுக்கில் சிக்கியிருந்தாள் ராஜம்மாள்.

முனுசாமி பெட்டகப் பொருளைத் தொலைத்தவனாக மாரிமுத்து மேல் நடுங்கி மிதிவண்டியை மிதுத்து இருந்தபோது குர்... குர்... சத்தம் வண்டியில் எழும்பி பின்தொடர்ந்தது. அவன் மனசாட்சி தோலுரிக்க, கூர்கத்தியைத் தீட்டுவதாக பயத்தில் வெகுண்டு சட்டென திரும்பிப் பார்த்தான். பெரிய ஜவுளிக்கடை வெள்ளை நெகிழிப் பை, கசங்கிய நிலையில் மிதிவண்டி சக்கரத்தில் சிக்கி சத்தத்தை எழுப்பி வந்ததைக் கண்டு, மனஅயர்சியைத் தளர்த்தி நெகிழிப் பையை எடுத்து வீசினான். வண்டி சிறிது ஆடியதும், துணிப்பை மெல்ல அசைவதைக் கண்ட முனுசாமி ஒன்னும் அறியாதவன்போல் மிதிப்பானில் கால் வைத்தான்.

''முனுசாமி யாருடா அது..? வெள்ளத்தோலா... சும்மா கும்முன்னு இருக்குது!''

''பாத்தா வேற வூட்டு ஆள் மாதிரி தெரியுது..!'' இளக்காரமாக முனுசாமியின் மனதைப் புடுங்க சொற்களை வீசினார் மாரிமுத்து.

''ஆருமில்ல... உன்கு இது தேவையில்லாத பேச்சு... ஊங்... மூக்க இதுவுள்ள நொய்க்காதே, மருவாத கெட்டுடும்..!''

நடுக்கத்தை உள்ளடக்கி, வீரம் எழுந்தவனாக முகத்தைச் சுளித்து மிதிவண்டியை இடது பக்கம் அரசு நூலகத்தின் வழியே திரும்பியதும், 'கிழம் கிட்ட மாட்டிக்கினோமே...' உள்மதி ஆருடம் சொல்ல, மாரிமுத்து ராஜீயை அறிய குறுகுறுத்து அதன் ஆழத்தைத் தோண்ட,

''ஆருமில்லேன்னு சொல்லுரீயே... வெக்கமாயில்ல..? அப்படினா மகிழுந்து பின்னாடி இழுத்துனு போன பொம்பள ஆரு..?''

''தெஞ்சவங்க...''

''தெஞ்சாவங்கன்னா... எதுக்குடா சந்துல கூட்டினுப்போயி கையப் புச்சிக்குன்னு இருந்தே... வப்பாட்டிதானே..?'' என்று கேட்டு மாரிமுத்து சிரிக்க,

''யோவ், மருவாதையா பேசு..! அவுங்க நல்லவங்க. என்கு ஒதவி செய்றாங்க. வப்பாட்டி ஒன்னும் கெடையாது... அவங்க வூட்டுல வேல செய்யக் கூப்பிடுவாங்க... நா போவேன். பாவய்யா... புருச கோவிலாண்ட கட வைச்சிருக்காரு. அவெங்க அரசாங்கத்துல வேல

செய்றாங்க. நெறைய சம்பளம் வாங்குறாங்க. அவங்க புருசனுக்கு கடையில கெடைக்கிறத்து கொஞ்சூண்டு துட்டு. இத்த வைச்சி... மேலும் கீழா ரெண்டு பேரையும் பிரிச்சி, அவெங்க மேல இட்டுக் கட்டியது அவரு ஒறவுங்க. இத்த அவரும் நம்பி ராஜீயை விட்டு ஓடிப் போய்ட்டாரு. அவங்க நல்லவங்கைய்யா... நானும் எப்பவும் ஒதவி செய்வேன்'' தலையைச் சுளித்துச் சொன்னான்.

''ஒதவின்னா..? புருச கொடுக்காத சொகமாடா..?'' சிறு கோவத்தில் மாரிமுத்து கொப்பளித்ததும், ''ஆமாய்யா... அதாங்... அதுக்குத்தான் என்கு பணமா ஒதவி செய்யுறாங்க போதுமாய்யா..!''

கோவமாகச் சொல்லி மிதிவண்டியை மேல் எழும்பி மிதித்தான் முனுசாமி.

''தெரியுதுடா, நீங்கெல்லாம் இப்படி வப்பாட்டி வைச்சி சீரழிறீங்க... எப்படியோ அழிஞ்சு போங்கடா..!'' என்று சலித்து, மாரிமுத்துவின் இமைகள் கருவிழியை இறுக மூடியது.

''தெ பாருய்யா, இத்தோட இத்த வுடு... இல்லனா குப்பத்தொட்டில உன்ன எரிஞ்சுப்புட்டு, மயிராச்சினு போய்னேயிருப்பேன்..!''

முனுசாமியின் கடும் சொற்கள் மாரிமுத்து மனதை அலங்கோலப் படுத்தியது. அவர் துவண்டுபோய் விட்ட கண்ணீர் சொட்டுகள் மிதிவண்டியின் முன் சக்கரத்தின் சூட்டைத் தணித்தது.

முனுசாமியின் தலையில் நறுக்கென்று தட்டிய அவனது மனசாட்சி மிதிவண்டிக் கைப்பிடியில் வந்து அமர்ந்ததும் வண்டியும் குலுங்கி ஆடியது. முனுசாமி துடித்து பயத்தில் குமைந்தான்...

''டேய் மரமண்டையா... இது மனிதர்கள் வாழும் புனிதமான மண்ணு. உங்கள மாதிரி தப்பான உறவுகள் உற்பத்திச் செய்யும் உசுருகளாலத்தான் மண்ணு கெட்டுப்போச்சு, நிறம்மாறிப் போச்சு, வாழ்க்கையின் நீதி, பண்பு திசைமாறிக் கிடக்கு. பெண்ணைக் கொல்லுறீங்க, பெத்தவளே புள்ளையக் கொல்ல வைச்சீங்க. உங்களுக்குள்ள விசம் பரவிப் போச்சு, அந்த விசத்தைக் கொண்டு சமூகத்த ஒன்னுமில்லாமல் ஆக்குனதும் நீங்கதான். நீயும் அந்தக் கூட்டத்துல சேந்துட்டே... நீயும் இங்க இருக்க தகுதியில்லாதவனா போயிட்டே.... உனக்கும் கடும் விசம் தரவேண்டிய நேரம் வந்துடுச்சு... பெரிய வாகனத்த பார்த்து மேல விடவேண்டியதுதான்!'' கோபம்

தெறிக்க அவன் மனசாட்சி கத்தியதும்,

''ஐய்யய்யோ... என்னவுட்டுடூ... நீ சொல்லும்போதுதான் தப்புன்னு என்கு தெர்யுது. ஒதவி செய்றாளேன்னு தத்துணூன்டு தப்புபண்ணேன். என்கு பஞ்சவர்ணமும், ரெண்டுபுள்ளகளும் இருக்கு. என்ன உட்டுடூ...'' முனுசாமி, பிரியப்போகும் உயிராக நடுக்கமுற்று மனசாட்சியை விழித்து மண்டியிட்டான்.

உங்களுக்கு ஒருத்தன் சாட்டைய விளாசவேண்டி இருக்கு. எத்தனை தூய மனித உயிர்கள் உதிரம் கொட்டி, சுவாசத்தை இழந்து, யுத்தம் செய்து, சுத்தப்படுத்திய மண்ணு இது. இந்த மண்ணின் பெண் தலைமையை உடைத்து, ஆணுக்குக் கீழே பெண்ணை வெச்ச உங்க ஆட்சியில, ஆணாதிக்கம் இன்னும் மேலோங்கியே, பொண்ணுகளை விடாமல் தேடிப் பிடிச்சி அழிக்கிறீங்க. உங்களுக்காக வண்டி தயராயிருக்கு. ஒவ்வொருத்தரும் மண்ணுக்குள் போக ரெடியா இருங்கடா!'' என்றதும், முனுசாமி உசுருக்கு ஆசைப்பட்டு மனசாட்சியைப் பார்த்து விழித்திருந்தான். ''உனக்கு நாட்கள் எழுத வேண்டியிருக்கு. அதுக்குள்ள மாரிமுத்துவை அவன் ஏரியாவில் கொண்டுபோய் விடு..!'' மிரட்டியது மனசாட்சி. வழிநெடுக்க காலம் காலமாய் நடந்த அவலங்களைப் பார்த்து, சரீரம் அலுத்துப்போன கோவத்தில், மனசாட்சியிடம் முனுசாமி சிக்கிக்கொண்டான்.

முனுசாமியின் மனசாட்சி மிரட்டலில் ஒடிங்கி, ''ராஜீயிடம் எதுக்குப் பணம் வாங்கினே..? இனி ராஜீ எனக்கு வேண்டாம்!'' மனசஞ்சலத்தோடு வண்டியை மிதித்துக்கொண்டிருந்தான். மிதிவண்டியும், 'மதிசொல் இழந்து போனோமே... இவன சுமக்குறத்துக்கு மாரிமுத்து ஐயாவைச் சுமந்து போகலாம். அந்த ராக்காயி முண்ட, பஞ்சவர்ணத்துக்கிட்ட மாட்னா நம்மள தனித்தனியா கழட்டியெடுத்து எடைக்குப் போட்டு பேரிச்சம்பழம், அவுல் வாங்கித் துண்ணுடுவாளே..!' மிதிவண்டிச் சக்கரம் அச்சம் மேலோங்கி விசைக்கு ஏற்றவாறு போகாமல் நெளிந்து நெளிந்து பிழையாகச் சென்றுகொண்டிருந்தது.

மாரிமுத்து நிம்மதியிழந்து, சோப்ளாங்கியாக மதியலைந்து கொண்டிருந்தார். ''ராஜீயைப் பத்தி பஞ்சவர்ணத்திடம் சொல்லச் சொல்வானோ... என் மூஞ்சுல பூசுனசாயம் வெளுத்துடுமா? கெட்டபுத்திகாரன், அழுக்கானவன்னு என்னை பஞ்சவர்ணம்

நெனச்சுடுவாளோ...'' நடுக்கத்தில் மெதுவாக மிதித்து ஐந்தாவது நிழல்சாலையின் நடுவீதியில் உள்ள பிள்ளையார் கோவில் வலதுபுறம் வண்டியைத் திருப்பினான். ஜாப்பர்கான்பேட்டை நெருக்கத்தில் வண்டி ஊர்ந்துகொண்டிருந்தபோது மனசாட்சி துப்பிய எச்சில் அவன் சொக்காவில் பிசுபிசுத்துக் காய்ந்திருந்தது. முனுசாமி மண்டைபாரத்தில் ஐம்புலன்கள் செத்தவனாக வண்டியைத் தளர்ந்து மிதித்தான். மனசாட்சி பயமுறுத்திய சொல்லாடல் அவன் காது ஆழத்தில் நெளிந்துகொண்டே வந்தது. மாரிமுத்து பார்த்த அழுக்குக் காட்சியால் மனஅயற்சியில் படுத்துக்கிடந்தார். முனுசாமியால் துயரப்பட்டு, தான் வாழ்ந்த வாழ்க்கைக் காலத்தை நோக்கி புயல்காற்றாக நினைவுக்குள் போனார் மாரிமுத்து.

17

நான், என் பொம்மிக்குப் பண்ண துரோகத்துக்கு உயிர் ஊசலாடி இருக்கேன். இந்தச் சமூக நெருப்புத்தனல் என்னைச் சுட்டது. என் உறவுக்குள் நடந்த பிரிவால் என் பொம்மியை இழந்தேன். அந்நேரம் என் உணர்வை எழுப்பாமல் அமுக்குன கொத்தையாக இருந்து என்னை நேசித்த என் உறவை நான் மறந்தேன். நான் யாருக்கும் துரோகம் செய்யவில்லை.

‘உங்கள மாதிரி நான் பொண்டாட்டி இருந்தும், கூத்தியாளை வைச்சிக்கிளை. சொர்ப ஆசையை என் மனதில் எந்நாளும் நான் வைத்ததில்லை. மாளிகையில் வைத்து என் மனைவி காமாட்சியை ராணியாக அழகு பார்த்தேன். அவளும் என்னைத் தனியாக விட்டு விட்டு மண்ணறைக்குப் போய்விட்டாள்.

நான் பறிகொடுத்தச் சூழலை நினைத்து என் பொம்மியோடு வாழ்ந்த வாழ்க்கையைத் தேடி வந்திருக்கிறேன். எங்க மனசுல ஆசையைத் தூண்ட வைச்சது சின்னப்பொண்ணு அத்தைதான். என் அம்மாவுக்கும் அத்தைக்கும் எதுக்குப் பிரிவு வந்தது என்று நான் அறியாமல் இருந்தேன். அந்த வலிகளைப் பாரமாகச் சுமக்கும்போது சுற்றுச்சூழல் என்னை வேறு இடத்திற்கு நகர்த்தி செல்லத் தூண்டியது, அதற்கு அத்தைதான் பாலம் அமைத்துக்கொடுத்தது. அதில் ஊர்ந்து போகாமல், விசையை தாங்கியவனாக விரைந்து அத்தை கொடுத்த குழியாடிக் கண்ணாடியில் பிம்பங்கள் பளிச்சென்று தெரிந்ததும் அதை நோக்கிப் பயணப்பட்டு இறுதித் தேர்வில் தேர்ச்சி பெற்றவனாக நடை தளராமல் உறவுகளை மறந்து சென்றுவிட்டேன். இம்மாற்றங்கள் எனக்குள் குடிகொண்டதும் அம்மா சனாதனப் பாதையில் என்னை நகர்த்த முயற்சித்தார்கள். நான் துவண்டு போய் உறவுகளை மறக்காமல்

இருக்க முயன்றும் முடியாமல் போனது. என் தாய் சொல்லை மறுக்க சுனங்கிக்கொண்டதால், என் உயர்வுக்கு வித்திட்ட உறவுகளை மறந்து போனேன். விழிகளில் பார்வைக் கோளாறு ததும்பிப் போனதால் கடந்துவந்த வாழ்க்கை அழுக்கானது என்று பிறகு நான் தெரிந்து கொண்டேன்.

சிதைந்த கற்பாறைக்குள் விழுந்து மூளைக்கும் விதையாக அம்மா இருந்தார். அத்தை மனசும், அம்மா மனசும் ஒன்னு சேராமல் தினம் தினம் வசவுச் சொற்களில் வழுக்கி விழுந்து, கடைசித் தீர்வாக என்னையும், பொம்மியையும் பிரிக்க இறுதி முடிவை இருவரும் எழுதினார்கள். அம்மா, அத்தை பிரிவு எங்களை நெடுந்தூரப் பயணத்தை எட்டாத் துருவங்களாக மாற்றி என்னைக் கற்சிலையாக நிற்க வைத்தது. நானும் அவளும் கனவுகளோடு வாழ்ந்தது மெய்ப்படும் உறவற்ற கன்னிம்மா பெரியம்மா செய்த துரோகம் எங்களைப் பிரிச்சதை பின்நாளில் நான் அறிந்தேன். அதனால்தான் என் அப்பா மூச்சும் நின்றது என்று அறிந்து துவண்டு போனேன்.' மாரிமுத்து மனவலியால் கண்களில் நீர் பீறிட்டு வழிந்தது.

'நானும் பொம்மியும் வாழ்ந்தது அழுக்கு இல்லாத காலம். ஏன் என்னை அக்காலத்தை விட்டு என்னை மட்டும் கடத்திப் போனது, கடத்தப்பட்ட இடத்தில நான் நேர்மை ததும்பியே வாழ்ந்தேன். அவள் மனசில் மாமானு முளைக்கும் விதையாக போனதுக்கு நான் பாவியாக இப்பொழுது அலைகிறேன். அவளை நான் பார்ப்பேன், அவெகிட்ட பேசுவேன், இந்தச் சமூக அமைப்பு எல்லாத்தையும் விட்டெறிந்து போ... பின்னிப் பிணைந்த எல்லா உறவையும் தொலைத்து ஓடிபோ... அதற்குக் காரணம் என் மேல் பட்ட பல நூற்றாண்டுக்கால வலிகள்தான் உரக்கக் கத்தியது.

நான் பார்த்த என் சனங்களின் துயரம் என்னை பளபளக்கும் இரும்பில் குத்தித் துளையிட்டுப் பாதிச்சதும் இதை விட்டு உயர்வான இடத்துக்குப் போக என் சுயநலம் எல்லாத்தையும் மறக்கடித்தது. உயர்ந்த இடம் கண்டதும், இருந்த இடத்தின் மாற்றம் கிடைக்கப் போராடும் எண்ணம் எனக்குள் மறைந்துபோனது. நான் பொம்மியை ஏமாற்றவில்லை. கன்னிம்மா பெரியம்மா செய்த கொடூர செயல் பிரபஞ்சத்திற்கும், பூமிக்கும் இடைப்பட்ட எட்ட முடியாத தூரத்தில் குடும்பம் பிரிஞ்சுபோனது. இதையெல்லாம் தாங்கித்தான் அம்மாவின் சூழல் என்னை மாற்றியது என்று பொம்மி என்னை நம்புவாள்... நம்புவாள்...' நினைவு ஆழத்துக்குள் சென்றார் மாரிமுத்து.

தொழிலுக்குப் போன சனங்களினால் காலைப்பொழுதில் இருந்து அந்திவரை அடையாற்றுக்கரை வெறிச்சோடிக் கிடக்கும். பிரித்துக் கட்டிய எருமைக் கன்றுகள், குரவலைச் சத்தங்களை எழுப்பிக்கொண்டு போகும். சேவல்கள், பெட்டைகளைக் குடிச்சந்துகளில் அசைக்கிச் செல்லும். நாய்கள், ஜோடி நாய்களில் சிறுநீர் துவாரத்தை நுகர்ந்து முன்னம் கால்களில் தள்ளிச் செல்லும். ஆளுமையாளர்கள் விரட்டித் தின்ற காலங்களில் உடல்பலத்தைத் தாரை வார்த்தவர்கள், முதுமைத் தட்டிய கிழவன், கிழவிகள், சாணம் மெழுகிய மண்தரையில் கட்டங்களைக் கிழித்துத் 'தாய் பாசு' விளையாடிப் பொழுதுகளைக் கடத்திக்கொண்டிருப்பார்கள்.

பொம்மி, நான் வழிமொழிந்த கருத்தைக் காப்பாற்ற தாயக் கட்டங்களில் ஒட்டியிருக்கும் காய்களை கால்களில் தேய்த்துக் கலைத்துவிட்டு, 'இது மாமாவுக்குப் புடிக்காது. இத்தப் போய் விளையாடினுகிறீங்க...' பாவாடையை இடுப்பில் செறுகிக் கத்திக்கொண்டிருப்பாள் பொம்மி. கிழங்கள் பாரம்தூக்கி நழுவியதால் எலும்புமுறிவில் பத்துப் போட்டவர்கள் ஆத்திரத்தில், கிழவிகள் வசவு வார்த்தைகளை அவள்மேல் கொட்டித் தீர்ப்பார்கள். பல தடவை வீசிய தாயக்கட்டையில் பொம்மி நெத்திப்பொட்டு கிழிந்து இரத்தத்தை மாமனுக்காக முந்தானையில் உறிஞ்சிக்கொண்டிருந்த போது சின்னபொண்ணு ஆட்டு புலுக்கையுடன் வந்து கூடையைக் கீழே வீசிவிட்டு,

''ஏன்னடி பொண்ணே... இதுங்க எத்தையாவுது வெளையாடி கெடந்தா உன்கு இன்னாடி..?''

''போம்மா... உங்க காலத்த இப்டியே பொழுத தள்ளிட்டீங்க... எங்களையும் நாசம் பண்ணி உங்க தொழில் எல்லாத்தையும் எங்ககிட்ட கொடுத்தீங்க... இனிமேலும் அந்தத் தொழில நாங்க செய்யணுமா? மாமா அடிக்கடி சொல்லினே கீது. அதான் புள்ளங்களுக்கு நல்ல வழிய காட்டுங்கன்னு... அதுங்களைத் திட்டித் தாயத்தக் கலைச்சி உட்டேன்'' என்று உரைத்தாள் பொம்மி..

''ஊவ் மாமனுக்கு இருக்குற புத்தி இங்கெ எவெனுக்குக்கீது? பொண்ணே... நாங்களா எங்க தொழில உங்க தலமேல சொமத்தினோம், நம்ம தொழிலை மாத்துனா... அத்த செய்றத்துக்கு இங்க காலம் காலமா ஆள் இல்லனு சொல்லி நம்ம தலையில் சொமத்தி வைச்சிகீறானுக, பாடுங்க... இத்தக் கேக்குறத்துக்கு நமக்குத் திராணியில்ல.''

''போடி பெண்ணே... நீங்களாவுது பிற்காலத்துல ரெண்டு பேரும் நல்லா வாய்ந்தா போதுண்டி...'' அவலங்களை அறிந்து கூடையைத் தூக்கி இடுப்புல வைச்சி பொம்மியை அணைத்துப் போன சின்னப்பொண்ணு நினைப்பு.

''எத்தனை தலைமுறைதான் இத்தையே சுமக்கறது? என் பொண்ண என் அண்ணன் மவனோடு சேத்துட்டனா... என்னைப் பிடிச்ச பிசாசும், உடம்பெல்லாம் ஏறிய நாத்தமும் என்னோடவே போய் கடல்ல கரைஞ்சு போகட்டும். அப்புறம் மண்ணுக்குத்தான் நான் போய்ச் சேரணும்!'' பல காலம் அழுக்காகப் பின்தொடர்ந்த பாரத்தை நினைவுக்குள் நிறுத்தி காற்றுவெளியில் பறக்கவிட்டு நடந்துபோனாள் சின்னப்பொண்ணு.

நான் பள்ளிக்கொடத்தாண்ட டவுசரு கிழிந்து, ஓட்டை வழியே என் புட்டம் அறைகுறையில் தெரிந்ததும், அத்தை வைத்திருந்த கடையை விட்டு ஓடிவந்து டவுசரைத் தொட்டுப் பார்த்துக் கட்டியணைத்தது. கடையை ஏறக்கட்டி திநகர் வந்து, எனக்கு டவுசர் சட்டைக்கு பேரம் பேசி வாங்கி, தைத்துப்போட்டு என்னை அழகு பார்த்தது.

நான் மறுதினம் புத்தாடையுடன் மகிழ்வில் பள்ளிக்குச் சென்றேன். சாயங்காலம் அத்தையின் கடையில் குழந்தைகள் கூட்டம். அங்கே குழந்தைகளை அழைக்க வந்த 'வேற்றுக் கிரகமனிதர்கள்' தங்கள் குழந்தைகளுக்கு வேற்றாள் திண்பண்டம் கொடுத்ததைக் கண்டதும், அந்தப் பெற்றோர்கள் இரத்தம் சூடேறி குழந்தைகளை அடித்து,

''அவெ யாருனு தெரியாமல் வருசக் கணக்கா அவெ கை பட்டதை சாப்பிட்டீங்களா..?'' கோவத்தில் பள்ளியின் வாசலைவிட்டு குழந்தைகளோடு நகர்ந்து சென்றார்கள்.

அத்தை சந்தோசத்தில் பள்ளிக்கூடத்தாண்ட வெடியக் காலையே போய் அமர்ந்துகொண்டது. அத்தையின் அழுக்கு பள்ளியில் படிக்கும் குழந்தைகளின் உடம்பில் ஒட்டிக் கொண்டதாக நம்பிய பெற்றோர்கள், முன்னமே பள்ளிக்கு வந்து அத்தையைத் திட்டுவதற்குக் காத்துக் கிடந்தார்கள். அத்தை மரவள்ளிக்கிழங்கு, பனம்பழம், பனங்கிழங்கு, எலந்தம்பழம், நாவப்பழம், கமர்கட்டு, நிறையமிட்டாய் எல்லத்தையும் தனித்தனியாக கூடைத் தட்டில் பிரிச்சு வைக்க, அதெல்லாம் மனுசன் குடலுக்குள் இறங்காத திண்பண்டம் என்று, அங்கு காத்திருந்த பெற்றவர்களின் கண்ணுக்குள் சென்றதும், ஒரு வினாடியில் எல்லாத்தையும் தூக்கி தெருவில் வேற்று கிரகவாசியாக வீசியெறிந்து,

''நீ யாருனு தெரியாமல் பல வருசமா இங்க வித்து இருக்கே...'' என்று அவர்கள் முகம் சுளித்து, தன் குழந்தைகள் தின்ற திண்பண்டத்தால் குடல் அழுகும் தன்மையில் குமட்டிக்கொண்டே பெற்றோர்கள் அத்தையை தெருவில் தள்ளிப் புரட்டி எடுத்தார்கள்.

அத்தையின் வழிந்த இரத்தம், பள்ளியின் முன் மண்தரையை ஊறவைத்தது. ''இங்கே கடை வைக்கக் கூடாது" என்று அத்தையைத் துரத்தி அடித்தார்கள். நடுக்கத்தில் நின்று பார்த்த எனக்கு, ''மனிதன் உண்ணாததை நானும் சாப்பிட்டேனா? மற்ற குழந்தைகளும் சாப்பிட்டார்களா? மனம் வெதும்பி அத்தையும் அதை விற்றதா?'' இப்படி அந்த நிகழ்ச்சி என்னைக் கேள்வி கேட்டு அழுத்தியதால், என் மனம் படிப்பின் வழியே தாமிரத்தில் சேரும் தங்கமாக பிற்காலத்தில் நான் மாறினேன். நான் உயர்ந்து வந்ததுக்கு என் அத்தை இட்ட பலி, தியாகம் என்று நான் அறிந்தேன். அத்தை பட்ட வடுக்கள் காய்ந்து அடையாற்றுக்கரையில் மௌனியாக, உறவுகளிடம் மானத்தை அவுத்து வைக்காமல் சில காலம் சுற்றித் திரிந்தது.

புத்தகம் வாங்க முடியாமல் படிப்பு நின்று விடும் சோகங்கள் இருந்தபோது அப்பாவின் ரிச்சாவும் பழுதுபட்டுப் படுத்தது. தினம் புதிதாக வடித்த சோறும் இல்லாமல் எறந்த உணவு என்னைப் பசியாற்றியபோது அத்தை மண்சுமக்கும் வேலை தேடிப்போனார்.

அங்கே இருந்த முதலாளி, தனக்குக் கீழ் வேலையாட்களை விரட்டிப் பிழியும் தலைமை அடிமையாக ஒருவனை வைத்திருந்தான். அத்தையை அழைத்துச்சென்ற இடைத்தரகர், மும்முனையாகப் பிரித்து, அத்தை உழைப்பின் கூலிப்பணம் மூன்று பங்காக கைமாறி, ஒவ்வெருவன் கைக்கும் கொஞ்சம் பணம் போய் மீந்த இருப்பு மட்டும் உழைப்புக்கான சொர்ப்பப் பணம் அத்தையின் கைக்குக் கிட்டும்.

அத்தை, எனக்காகப் பல காலம் அதே தொழிலைத் தொடர்ந்தது. விடியர்பொழுது கொள்ளப்பக்கம் போகக்கூட நேரம் ஒதுக்காமல், அவசர அவசரமாக சொம்பு நீரில் ஒட்டிய கழிவை அலசிவிட்டு, மண் சுமக்கும் கூடையை தலையில் சுமந்து, நீச்ச நாத்தம் உடம்பெல்லாம் வீசியும், இரத்த நாளங்கள் சுருங்கி, உழைத்தப் பணத்தைப் பெற வரிசையில் வரும்போது, இடைத்தரகர் எந்தச் சலனமும் இல்லாமல் கையை உரசிக் கொடுத்தப் பணத்தில் எனக்குப் படிக்கும் புத்தகம் வந்தது. புது சொக்கா, டவுசர், புதிதாக நீலவண்ண பேட்டா செருப்பு வந்தது.கருநிற அத்தை கடும் கறுப்பாக மாறி, பெருத்த உடம்பு

சிறுத்தும், கம்பீர நடை தளர்ந்து வேலைக்குச் செல்லும். இடைத்தரகர் எல்லோரிடமும் நடத்தும் விதமாக அத்தையிடம் மாறாமல் எப்பொழுதும் பணத்தைத் தரும்போது அத்தையின் கையை உரசிக் கொடுப்பான்.

ஒரு நாள், இடைத்தரகரின் கை அத்தையிடம் வேறு வித தழுவலாக அழுத்தித் தேய்த்ததும், அந்த உரசல் மறைமுக வேலைக்கு அழைப்பு விடுப்பதையறிந்து, அத்தை பணம் பெறாமல் கையை உதறி விட்டு ஓடிவந்தார். கேட்க நாதியற்ற ஒடுக்கப்பட்ட சரீரம் கிடைக்காத ஏக்கத்தில் இருந்த ஏஜென்ட், ஓடிக்கொண்டிருக்கும் சின்னப்பொண்ணு பெருத்த புட்டத்தை நோக்கியே கனையும் காம அம்புகளை வீசிப் பார்த்து இருந்தான்.

'உயிராக நான் உலாவும்போது என்னை யாரும் அண்ட முடியாது. ஆளுமை தன் அதிகாரபலத்தில் இருபாலினம் ஒன்றின்மேல் ஒன்று படுத்துருண்டு காமத்தில் ஒட்டிக்கொண்ட தருவாயில், ஈருடலில் வழியும் வியர்வைத் துளிகளை ஆளுமை, தன்னுள் விருப்பத்தில் இணைத்து, மகிழ்வில் நுகர்ந்து முடித்துக் கீழ் இறங்கியதும் ருசித்த சரீரத்தை ஒதுக்குப் புறமாகப் புழக்கடையில் தள்ளிவைக்கும் மானிடத்தை, எந்தக் கிரகத்தில், யார் தோற்றுவித்தார்கள்? இவர்கள் இச்சைக்காகக் கீழ்மட்ட ஏழ்மை மனிதர்களைப் பிரித்து அவர்கள் அரைஞாண் கயிற்றில் காமத்துக்கு முடிந்து வைத்துக்கொள்ள உரிமை யார் வழங்கியது? இது எந்த ஏடுகளில் இச்செயல் மெய்யான கூற்று என்று உரைத்திருக்கிறது? இவர்கள் எதை உடம்பில் பூசி, எங்கிருந்து நஞ்சோடு வந்தார்கள்?' சின்னப்பொண்ணு மனம் அலைபாய்ந்து அடையாற்றுக்கரையை நோக்கி ஓடியது.

பள்ளி முடித்து அந்திசாயும் முன் வந்தவன் புது சொக்காய், டவுசருடன் பசியில் புத்தகத்தை வாசித்துக்கொண்டே அத்தை உழைத்த கூலியில் பனியாரம் வாங்கிவரும் நெனைப்பில் மாரிமுத்து இருந்தான். சீரழிந்த அழுக்கில் நனையாமல் ஓடிவந்த சின்னப்பொண்ணு அவனைக் கட்டியணைத்து, ஓவென அழுகுரலில் புரண்டு அழுது, "ராசா... உன்ன நான் எப்படிப் படிக்க வைக்கப் போறேனோ..? என் பொண்ண எப்படிக் கரசேப்பேன்..? நீ இந்தத் தரம் கெட்ட வாழ்க்கைய வுட்டுப் போகமாட்டியா..?" தேம்பலில் விழிநீரில் அவனை நனைத்தெடுக்கும்போது பொம்மி ஓடிவந்து இருவர் அருகில் நின்றாள்.

சின்னப்பொண்ணு அவளை மாரிமுத்தோடு இணைத்து இருவர் மேல் சோக நீரில் நனைத்துக்கொண்டிருந்தாள். இடையில் பச்சையம்மாள் ஓடிவந்து அவளை விலக்கி,

''இன்னாடி ஆச்சு..?'' என்றார்.

''அண்ணி... நம்ம புள்ளங்களை இந்த எடத்த விட்டு கர சேக்க முடியுமா?''

''இங்க இர்ந்து நம்ம மாறுவோமா தெரியலை...''

''வேலைக்குப்போன எடத்துல நம்ம பொறப்பு உறுப்பு மேல் ஆசப்படுறானுக... நம்மள ஈனத்தனமா பாக்குறானுக அண்ணி..!''

இருவரும் கட்டியணைத்து ஒப்பாரி வைத்தார்கள். ஊர் சனங்களும் சோகத்தில் சேர்ந்து நின்றார்கள். பல நூற்றாண்டுகளாகக் கருகிய வாழ்வை நினைத்து ஏழ்மை வேறு இடம் குடிபெயரும் போராட்டத்தில் வடிந்த கண்ணீரில் அடையாற்றுக்கரை மண்ணை நனைத்ததும், மூப்பைத்தொட்ட பழுத்த கிழம் பூவரசம் குச்சியை ஊன்றி வந்து,

''தூவ்... இது ஒன்னும் புதுசு இல்லடி..! பல்லாயிரம் வருசமா குரவலையை நசுக்கி இருக்கு. நீ பேலுரத்துக்குக்கூட தனி கட்டான்தரைய கொடுத்திருக்கு. நாம மடிஞ்சுபோனாக்கூட புதைக்க இங்கே இடமில்லடி..! எல்லாருமே இத்த நெனச்சினு அய்துனு இருக்கோம்.. அந்த காலத்துல எல்லோரும் மாத்தலாம்னு நெனைச்சாங்க... இன்னும் அது மாறல... உங்க காலத்துலயாவது மாறுமானு பாப்போம்!'' பொக்கை வாயை பல வளைவில் வளைத்துத் தள்ளாடிச் சென்றார்.

''ஏய் பொண்ணே... நம்கு தலையில இன்னா எய்தியிர்கோ அதான்டி நடக்கும்... உங் அண்ணன்பையன் நல்லா பச்சி, உன்ன காபந்து பண்ணுவான். இந்த ஊருக்கே அவெதான் நல்லது பண்ணப்போறான்.''

நம்பிக்கைத் தரித்தவராகப் புரண்டுகிடந்த சின்னப்பொண்ணைத் தூக்கி கன்னிம்மா மார்பில் அணைத்துச் சென்றாள். சின்னப்பொண்ணு அழுகையைத் தடுக்காமல், கன்னிம்மா மார்பை கண்ணீரில் நனைத்தாள். பொம்மி அம்மா புடவையைப் பிடித்து எதுவும் புரியாமல் வெம்பிய குரலோடு அம்மாவுடன் சென்றாள்.

மாரிமுத்து மாற்றம் தேவைப்பட்டவனாக துயரில் உழன்று கன்னிம்மாவுடன் சென்ற அத்தை ஒப்பாரிச் சத்தத்தை உள்வாங்கி நின்றிருந்தான். ஊர்சனங்களிடம் சின்னப்பொண்ணுவின் அழுகுரல் மெல்லிய சத்தமாக மோதலாக வந்து விழுந்துகொண்டிருந்தது.

''அவ்ளுக்கு ன்னா... எண்ணம்..? அண்ணம் புள்ளைய ஓசந்த எடத்துல குந்த வைச்சாதான் பொண்ணு நல்லாயிப்பாணு ஆசப்படுறா'' என்று கூடிய சனத்தின் பதில் குரல் வந்து விழுந்ததும்

''ஆம்மாண்டி.... எத்தினி காலந்தான் இந்த பீ அள்ளூரத்தும், அடுத்துவன் சொமைய முதுகுல சொமக்குர பொழப்புலயும் நம்ம ஏன் இருக்கணும்..?'' வேறு குரல் பளிச்சிட்டது.

சின்னப்பொண்ணை வீட்டில் குந்தவைத்த பிறகு அங்கு சிதறிய பேச்சுவழக்கை உள்வாங்கிய கன்னிம்மா...

''உவ்வு... ஊராவுட்டு கதைன்னா வெல்லம் துண்ர மாதிரி இருக்கும். அடுத்தவங்கள நோண்டி துரு எடுக்கரத்தே உங்க வேலையா போச்சி! தூவ்... போயி உங்க வெலையப் பாருங்கடி..!''

என்று கண்பிதுங்கி திரண்டவர்கள் முகம் பதித்து விடும்.

''அவெ எதுக்கு அண்ணன் மவன காபந்து பண்ணுறாளோ..! அவன் அவெள்த புடிங்கித் துண்ணுப்புட்டு, ஆத்தாளும் புள்ளையும் ஓடத்தான் போறாங்க... அப்பத்தான் அவ்ளுக்குத் தெரியும்!'' கன்னிம்மா ஆசை மனதை அரைத்து, பொம்மியைப் பார்த்து,

''நல்ல பொண்ணு... அழகுக் குட்டியா இருக்கா, என் புள்ள குமாருக்குக் கட்டுனா நல்ல இருப்பா... அவெ ஆத்தாக்காரிக்கு எங்க தெரியுது? அவெள அவன் கழுத்தறுத்து ஓடும்போதுதான்... இத்தினி வருசமா அவனுக்காக எழ்ந்த இரத்தம் எவ்வளவுனு அவெளுக்கு தெரிஞ்ச பெறவு என்கால்ல வந்து விழ வருவா..!''

''நான் உடனே என் புள்ளைய கட்டி வைச்சிடுவனா? உன்ன லோல்பட்டு லோங்கறுத்து, சுத்தவைச்சிதா உன் பொண்ண என் புள்ளைக்குக் கட்டி வைப்பேன்டி!'' சுருண்டு கிடந்த சின்னப்பொண்ணு கருவிழியைப் பார்த்து வஞ்சத்தில் தன்விழியை உருட்டி கன்னிம்மா நகர்ந்து சென்றாள்.

''இவெ எதுக்கு இங்க வந்தாளோ..! குடும்பத்த கலச்சி ஏப்பம் விடப்போறா சண்டாளி!'' ஊர்ச் சனம் முகச்சுளிப்பை சிந்தி, கன்னிம்மா மேல் எச்சிலாக வீசிக் கலைந்துபோனார்கள்.

சின்னப்பொண்ணு போகும் வழித்தடம் அறியாமல், விரீயமிக்க சரீரத்தின் கம்பீரத்தை மீட்டெக்க அடையாற்றுக்கரை பிரதானச்சாலை வெயிலில் புத்தி பேதலித்து, தொலைத்ததைத் தேடித் திரிந்தாள்.

சைதாப்பேட்டை மேம்பாலத்தில் பாரம் ஏற்றிச் செல்லும் கட்டை வண்டிகள், மனிதர்களைக் கைவண்டியில் சுமையாக இழுத்துச் செல்லும் வண்டிக்கார உறவுகள், கனைத்துச் செல்லும் குதிரை வண்டிகள், சிற்சில இயந்திர வாகனங்களில் முட்டி சின்னப்பொண்ணு உடல் சிராய்த்துக் கசிந்த இரத்தம் தரையில் நனைந்ததும், அதன் அதிர்வில் உச்சந்தலையில் கசிந்த நீரைத்தேய்த்து முடிகளைக் கிளரி இருந்தாள் சின்னப்பொண்ணு. அங்கே ஐதீக நெடிவீசியதில், புளியமரத்தை உலுக்கும் பிசாசு அவள் குரவலையை நெறித்ததும் சின்னப்பொண்ணு சத்தமெழுப்பி விசும்பி ஓடினாள்!

கதிரொளி விடைபெற்று காரிருள் படர்ந்ததும், உணவைத் தேடி முடித்துப் பறந்துவந்த பறவைகளின் குரல் வெவ்வெறு ஓசையாக சுற்றிடத்தில் மிதந்துகொண்டிருந்தன. இருளில் மனிதக்கூட்டம் அமைதியைத்தேடி இருப்பிடம் சென்றது.

சின்னப்பொண்ணு ஊரின் முக்குகளில் எல்லாம் குந்தி நேரத்துக்கு நேரம் ஒப்பாரி வைத்து அலங்கோலமாகப் புரண்டு ஊரைச் சுற்றித் திரிந்தாள். இரவு உணவை தேடியலையும் நாய்கள் சின்னப்பொண்ணை கோரைப்பல்லை உயர்த்தித் துரத்தியது. உடனே வெகுண்டெழுந்து, குரல் கம்மி, கால்விரல்களை உற்றுப் பார்த்து, முதுகை வளைத்து உரக்கக் கத்தி மண்ணைப் பிராண்டி எடுத்து, நமட்டுச் சிரிப்பில் தலையைச் செவட்டி செவட்டி எடுத்தாள் சின்னப்பொண்ணு.

வேற்று தேசத்திலிருந்து வந்து, இரத்தம் குடிக்கும் நரியின் ஊளைகளும், பிடரியை உயர்த்திய சிங்கத்தின் கர்ஜனையும் பலத்த சத்தமாக அவள் காதுநரம்பில் பேயிறைச்சலாகத் தட்டி உருட்டியது. தன்னை யாரோ சுழற்றிச் சுழற்றி எடுப்பதாக உணர்ந்து, கண்களை இறுக மூடிக்கொண்டு, பூமியில் ஆழ்துளையிட்டு மண்ணில் புதைந்துகொண்டே கைகளைப் புரட்டி எடுத்தாள். பீறிட்டு வந்த ஊற்று நீர் சுற்றிச் சுற்றி வட்ட வடிவில் அவள் மேல் பீச்சியடிக்க, நீரின் வண்டல்கள் மிதந்து வந்து சின்னப்பொண்ணை சுருட்டி அடித்து இன்னும் ஆழத்தில் அழுத்திப் பூமிக்குள் கொண்டுசென்றது.

கரடுமுரடான பாறைகளில் அவள் முட்டிமோதி வீரியமிக்க உடலை உருட்டியதும், அவள் சரீரம் பாறைகளைப் பிளந்து துகள்களாக வீசியடிக்க, பாறைகள் வெடிக்கும் சத்தம் பூமிமேல் பரப்பில் மோதி அதிர்வுச் சத்தமாகக் கேட்டது. பூமி மேல் பரப்பில் நரியின் ஊளையும், கர்ஜித்த சிங்கத்தின் சீற்றமும் பயம் தருவிப் பதுங்கி அடங்கியது.

சின்னப்பொண்ணு ஆனந்தம் குமிழ்ந்த பற்களின் ஓசை வீறுகொண்டு ஒலி எழுப்பியபோது அவளது சிரம் வட்டவடிவில் நால்திசை சுற்றியதில், சுக்குநூறாக பாறைகள் உடைந்து, சிறுசிறு துகள்களுக்குள் பூமியின் அடியாழத்தில் சென்றாள் சின்னப்பொண்ணு.

தீ சுவாலை அசைந்தாடுவதைத் தரிசித்து, புரண்டோடிய மகிழ் வெள்ளத்தில் கலகலவென வெண்பற்கள் களிப்பில் பொங்கி ஆடத் தொடங்கினாள் சின்னப்பொண்ணு. அவள் பாதம் பூமி அடியாழத்தில் மிதிபட்டதும் அதன் அதிர்வுகள் பூமி மேல்பரப்பை குலுங்கச் செய்தது. அவள் சிரிப்பொலி நெருப்புச் சுவாலையில் கலந்தும் வஞ்சிக்கப் பட்டவளின் விடயம் கண்டு தீ சுவாலையும் சினம்கொண்டு ஆடியது.

புத்த பிச்சிகள் வெளிச்சம் இல்லாமல் இருள்தழுவிக்கொண்டிருக்கும் உறைவிடத்தில் வெளிச்சம் பாய்ச்ச எதையோ தேடினார்கள். மரக்கட்டைகளில் தொடர் நெருப்பெரிக்கும் கிராமங்களைக் கண்டு அதைப் புதைக்க, ஆமணுக்கு விதைகளைப் பிழிந்த நெய்யில் தீபம் ஏற்றினார்கள். அந்த நெருப்புக்குப் பயந்து ஓடிய அரசகுலத்தை அழுத்திப் பிடித்து வந்து 'மனிதனுக்கு ஒளியைத் தருபவைடதீபம்தான்!' என்பதை நிரூபணம் செய்ய மலை உச்சியில் இருள் மறையும்வரை அந்த நெய் தீபத்தை எரியவிட்டார்கள்.

அரகுலத்தின் நெருப்புப் பயம் பறந்தோடி அரண்மனை உச்சியில் பலயிடத்தில் தீபம் ஏற்றி வைத்ததும், மாளிகைச் சுடரில் மின்னி மிளிர இளவரசி சின்னப்பெண்ணு கம்பீர நடையில் அரண்மனைக்குள் சுற்றிவந்தாள். அவள் நடையழகில் விதானத்தில் உயர்ந்த கற்தூண்கள் புனுகு, ஜவ்வாது வாசத்தைத் தாங்கி மணம் கமழ்ந்து அவள் மேல் வீசி நின்றது. சின்னப்பொண்ணு புன்முறுவலில் விதானத்தில் மகிழ்வில் சுற்றி வந்தாள். யானைகள் அணிவகுப்புடன், குதிரைவீரர்கள் புடைசூழ்ந்து நிற்க, நவரத்தினக் கற்கள் ஜொலித்தத் தங்கத்தேரில் சீன நாட்டுப் பட்டில் மரகதக்கல், வைரக்கல் பதிச்ச புடவையைச் சுற்றி சீனத்தின் ஆடியில் அலங்கரித்த முகஅழகை ரசித்து, தங்கத்தேரில் இளவரசி சின்னப்பொண்ணு பவனி சென்றாள். வழிநெடுக தர்மாவதியை சனத்திரள் வணங்கி 'இந்த ராணியைப்போல் அரசனும் இருந்தால் நாம நல்லா இருப்போம்' என்று சனங்களின் புகழ்ச்சியைக் கேட்ட இளவரசி, உதடுகள் விரிந்து, பற்களின் வெண்ணொளியைப் பரப்பி, குதிரைகளின் குளம்புச் சத்தம் மண்ணில் தேய்த்துப்போவதை உணர்ந்து மெத்தையின் மீது தலைசாய்ந்தாள் சின்னப்பொண்ணு.

நெருப்புத் தணல் பீய்ச்சி வந்து, பல இரும்புத் துண்டுகள் தணலில் பழுத்திருந்ததை பனையில் வைத்து வெளுத்து வாங்கியதும், கூர்முனை உளியாக மாறி பாறையைச் செதுக்கி, அழகிய சிலைகளைத் தேடும்சத்தம் சுற்றிடத்தில் வெவ்வேறு இசையாக மாறி மாறிக் கேட்க, வாத்தியங்கள் முழங்க, யானைகளின் முழக்கம் கணீரொலியாகக் கேட்ட வண்ணம் இருக்க, கனைந்த நெருப்பில் காய்ந்த கூர் இரும்புக்கோலில் விலங்குத் தோலில் கீறி வடித்த சிற்பங்கள் நிறைந்த கோவில் வரைப்படம் நிமிர்ந்து நின்ற மரத்துண்டில் தொங்கி இருந்தது.

சுற்றிடத்தில் குமிழ்ந்து கிடக்கும் கற்பாறைகளில், கலை ததும்பி செதுக்கி நிற்கும் சிற்பங்களைத் தரிசித்து மனம் பொங்கி வந்தாள் இளவரசி சின்னப்பொண்ணு. பஞ்சகச்சம் கழன்று விழும் தன்மையறிந்து தலைமைச் சிற்பி இடது கையில் கச்சத்தை இறுக்கிப் பிடித்துக்கொண்டான். ஆளுமையால் மனிதனைப் பிரித்து வைக்கப்பட்டதைச் செதுக்கிய பாறையில் கண்ட சின்னப்பொண்ணின் சிரிப்பொலி கணீரொலியாக மேலோங்கி வந்ததும், தலைமைச் சிற்பியின் நடுக்கம் இன்னும் மேலே எழுந்து கால்கள் தள்ளாடி, கருவிழி கழன்று நின்றான்.

அரசர் வேற இல்லை, இளவரசி மாற்றுக் கருத்தைக் கொண்டு இவ்வுலகை மாற்றத் துடிப்பவள். வேள்வியர்கள் கருத்தோட்டத்தை மூக்கில் வழிந்த ஒவ்வாமை நீராகச் சிந்தி வீசிப்போடுவார்களே, சிற்பிகளையும், நெருப்பில் உளியை உருவாக்கித் தருபவனையும், பாரம்தூக்குபவனையும், விலங்கைப் பராமரிப்பவனையும், உணவை உற்பத்திச் செய்பவனையும், இறந்த கழிவுகளை அப்புறப்படுத்துபவன் என்று இழிவு கட்டமைப்பு படிநிலையில் இவர்களைத் தனிதனியாக நான் பிரிக்கவில்லை. வேற்று தேசத்தில் வந்தவர் இட்ட கட்டளை என்று இளவரசிக்குத் தெரியாதே'' என்று மண்டைக்குள் பிறையோடிய தவிப்பில் இளவரசியை வரவேற்றான் தலைமைச் சிற்பி.

இளவரசியின் மென்பாதம், மண்தரையில் பட்டதும், பிரித்து ஒதுக்கிய மனிதர்கள், இளவரசி கால்பட்டுத் தரையதிர்ந்ததாகவும் தூசிகள் பரவியதாகவும், அவை மலர்களாக வீசுவதாக மனம் மகிழ்ச்சியில் அந்த மனிதர்கள் மனம் மகிழ்ந்து இளவரசியைப் பார்த்துக் கைகூப்பிச் சிரித்தார்கள். நிமிர்ந்து நின்றிருந்த மரத்துண்டில் தொங்கிய தோலில் வரைந்திருந்த கோவிலும், மையத்தில் வைக்கும் உருவமற்ற சிலையும், கருங்கோடுகளில் இருந்ததைக் கண்ட இளவரசி, எங்கும் இம்மண்ணில் பார்க்காத ஜோடிக்கப்பட்ட மைய உருவத்தை

கண்களில் இறக்கி, பற்களை அகல விரித்துச் சத்தம் எழுப்பினாள் இளவரசி. தலைமைச் சிற்பி நடுங்கி, இடுப்பை இறுக்கிய கச்சைத் துணி கழன்று நிர்வாணம் அடையப் போவதை அறிந்ததும் கால்கள் நடுக்கத்தில் ஆடின.

இளவரசி பார்வையில், நால்திசை சுழன்று சிலைவடிக்க ஒதுக்கிய கட்டாந்தரையைப் பார்த்தார். பணியில் உழன்றவர்கள் பிரிக்கப்பட்டதைக் கண்டு சினத்தில் வெகுண்டு, உருவங்களைக் கருங்கோடுகளில் வரைந்த தோலில் தாங்கியதைப் பிடிங்கி உளி அடிக்க எரியும் நெருப்புத் தணலில் வீசியடித்து, தலைமைச் சிற்பியைக் குலைநடுங்க வைத்து அவன் கையில் இருந்த வரைக்கோலைப் பிடிங்கித் தூரவீசி எறிந்து மின்னலில் பறக்கும் கரும்குதிரையில் ஏறி மின்னலாக கோவத்தில் கொப்பளித்தவளாகப் பறந்தாள்.

பிரித்து ஒதிக்கி வைத்த மனிதக்கூட்டம் எழுந்து நின்று இளவரசிக்குக் கைகூப்பி வணக்கம் சொல்லி வழியனுப்பினார்கள். இளவரசி குதிரை, காடுகளைத் தாண்டி அசுர வேகத்தில் பறந்துசெல்ல, பின்னே இளவரசியை காக்கும் வீரர்களின் குதிரைகள் முந்தமுடியாமல் மூச்சிறைத்து பின்னே வந்தது. தலைமைச் சிற்பி முன்னமே அலுங்காமல் வேற்று தேசத்து வெண்குதிரையில் காற்றின் இடைவெளியைக் கிழித்து அரண்மனை வாசல்படிகளை மிதித்திருந்தான். வந்த வேற்று தேசத்துக் குதிரை ஓடிவந்த வடுக்கள் அறியாமல் ஒய்யாரமாக அரசன் வைத்த உயர்தர உணவைச் சுவைத்து, தலையை விசும்பி அருகில் இருந்த ஜோடி வெண்குதிரையைப் பார்த்துக் கனைத்தது. ஜோடிக்குதிரை இந்த மண்ணின் வீரியமிக்க காளைகளை எல்லாம் எலக்காரப் பார்வையில் சிறுகண்களை உருட்டி நமக்கு இது ஒன்றும் புதியதில்லை. ஈராயிரம் ஆண்டு இந்த வலிமையைத் தேடித்தான் ஏதோ ஒரு தேசம் நலிந்து இறுதிப் பயணத்தில் இருந்த நாகரீகத்தின் மேல் கால்மிதித்து அதன் எல்லையைக் கடந்து வந்து உறவில்லாமல் ஆண் சமூகமாக இங்கே வந்து நின்றிருக்கிறோம். தேசம் கிடைத்ததும் நமக்குக் கீழே மனிதக் கூட்டம் இலவசமாகக் கிடைத்தார்கள். நாம் மின்னல் வேகத்தில் பறப்பது நமக்கு பழக்கப்பட்ட ஒன்றுதான் என்று முரட்டுக் காளையைப் பார்த்து உறுமியது அந்த ஜோடி வெண்குதிரை.

அலங்கரித்த யானை அசைந்து, அசைந்து மண்வீதியில் நடந்து வர, பட்டில் நெய்த துணி உடலை ஜொலிக்க வைத்து, யானை மேல் வெண்தோல் கொண்ட புதிய வேற்று தேசத்து காவலன் ஒருவன் ஒத்த செடியில் பூத்த மலரின் மாலை இட்டு, தங்கத்தால் இணையம் பெற்ற

ருத்ராச்சை மாலையைக் கழுத்தில் அணிந்து, செவ்வொளிக் கதிர்கள் அவர் உடல் தொடாமல் பரந்த நிழல் குடையின் கீழ் யானைமேல் அமர்ந்து வந்தான். சிறு கண்களை உருட்டி புதிய காவலனைத் தாங்கிய யானை ஆடி ஆடி வந்தது.

முரசுகள் ஒலி வானுயரம் வரை ஒலிக்க, பரம்பரை வாத்தியங்கள் முழக்கத்தில் குதிரைப் படைவீரர்கள் வரிசையில் ஈட்டிகளை உயரப் பிடித்து, அரச வழிபாட்டில் நகர்ந்து வந்தார்கள். இருபக்கம் திரண்ட மனிதர்கள் யானை மேல் அமர்ந்த புதுமை மனிதனை இமைகளைத் திறந்து திறந்து பார்த்து, ஒன்றும் அறியாமல் இடையிடையில் கழன்று சென்றார்கள்.

புதிய மனிதன் சிக்கியதைக் கண்டு சந்தோசம் பொங்கி, உதட்டை அசைத்து நீண்ட வெளியில் தன்பார்வை ஒளியைத் தூரத் துரத்தி அடித்தான். ஒளி திரும்பி வந்து 'எத்தனை இடத்தை நாம் ஆளப்போகிறோம்' என்று கணக்குகளை வரிசைப்படுத்தி வந்து கூறியது. புதியவன் முகம் மலர்ந்து வானத்தைப் பார்த்துச் சிரித்தான். வான்மலர்கள் 'நீ இங்கே ஆளப்போகிறாய்' எனத் தூவியதும், புதியவர் முகம் மலர்ந்து மண்ணிடம் 'எனக்கு எத்தனை ஆயிரம் ஆண்டு இந்த மண் இருக்கும்' என இருவரும் பேசி முடித்துச் சிரித்தார்கள். இதைக் கண்ட வெளிர்மேகம் வெக்கத்தில் தலைகவிழ்ந்து பின்னால் நடக்கப்போகும் துயரங்களை நினைத்து கரும்மேகங்களைத் தழுவி கண்ணீரால் கண்களை மூடிக்கொண்டது.

இளவரசி சின்னப்பொண்ணு தந்தையிடம் சண்டை இட்டாள்...

''யார் பேச்சில், அசைவத்தை சைவமாக மாற்றிவிட்டாய்; அரண்மனையில் குமிந்தவர்களை தரம் காட்டிப் பிரித்துவிட்டாய்; அரண்மனையைச் சுற்றி தளபதிமார்கள், அடுத்தது வேள்வியரை அமரச் செய்யப் போகிறாய்; இவ்விருவர் குடும்பத்திற்கு உன் கட்டளையில் மேலாடை கொடுத்திருக்கிறாய்; அடுத்துப் போருக்குள் மடியும் வீரனையும், அரண்மனைக் காவலனையும், சொந்த மண்ணில் வாழத் தகுதியுள்ள மற்றவர்களையும் அரண்மனையை விட்டு வெளியே மண்ணே இல்லாமல் துரத்திவிட்டாய்; அவர்களுக்குக் கீழாடை மட்டும் வழங்கி, அவர்களின் உடலின் ரோமங்களை வழிக்கக்கூடாது என்றும், அவர்களின் பெண்கள் மேலாடை இல்லாமல் வீதிகளில் அலைய வைக்கப் போகிறாய்? அந்தப் புதிய வேள்விமனிதனை மட்டும் ஏன் இரண்டாமிடத்தில் வைத்தாய்? அப்பா உனக்கு இதை யார் கற்பித்தது... சொல்லுப்பா..?

அந்தப் புதியவன் வரும் முன் இந்த மனிதர்கள் எல்லாம் இந்த மண்ணைத் தொட்டு உயர்த்தியவர்கள். இந்த மண்ணுக்கு சொந்தக்காரர்கள். அவர்களை நீ உன் பணிக்காக எப்படி வேணுமானால் உரிமையில் வைத்துக்கொள். அந்தப் புதியவர் எங்கிருந்து வந்தார்? அவர் கொடுத்த ஏட்டை நீங்கள் ஏன் படித்தீர்கள்? அவர்கள் கூறியதை ஏன் அரங்கேற்றுகிறீர்கள்?''

சின்னப்பொண்ணு குரல் மேலோங்கி அரண்மனையில் சுற்றி வெடித்ததும், வாத்தியங்கள் முழங்கும் ஒலி அரண்மனை விதானத்தில் நின்ற தூண்களில் மோதி எதிரொலித்ததும், சின்னபொண்ணு குரல் சிறுத்துப் போனது. புதிய ஒலியைக் கேட்ட அரசன் மிரண்டு ஓடி புதிய தலைவனை வணங்கி விதானத்தில் அழைத்து வந்தான்.

பெரிய, பெரிய யாகக்குண்டங்கள் தயார் நிலையில் இருந்தது. விதானம் முழுவதும் வாசனை திரவியங்கள் மனம் வீச, அம்மணத்தை நுகர்ந்து, யானைத் தந்தத்தில் வடித்த ஆசனத்தில் பட்டுத்துணி விரித்ததில் வேற்று தேசத்துப் புதியவர் அமர்ந்தார். அரசன் சின்னப்பொண்ணை அமர வைக்கப் படாத பாடுபட்டு இழுத்து அமர வைத்து தானும் அமர்ந்தார். நெருப்பு சுவாலைகள் ஓமகுண்டத்தில் மேலேழுந்து நின்றது. புதியவர் இளவரசி முகத்தை கடும் சினத்தில் தழும்பி வேற்று மொழியின் ஒலியை நெருப்பில் உமிழ்ந்தார். நெருப்பு ஆசை ததும்பி முன்பு ருசித்த உயிர்ச்சதைப் பிண்டங்களுக்கு ஏங்கியது. இதை அறிந்த புதியவர் மொழியறியா சொற்களில் உரக்கக் கத்தினார்.

இளவரசியின் உடம்பெல்லாம் நடுங்கி, தந்தையைப் பிடித்து உலுக்கி, ''இந்த வழி வேண்டாம். மனிதனைப் பிரிக்கும் நெருப்பு வேண்டாம். இங்கே மனித இரத்தம் குடிக்கப் போகுது, வேண்டாம்ப்பா...'' என்று அப்பாவிடம் மன்றாடினாள்.

வேற்றாரை ஏற்றுக்கொண்ட புத்தி, புதிய பயணத்தைத் தொடங்கப்போற உத்தி, அரசருக்கு நல்லதாக இருந்ததால், புதியவரோடு மகிழ்வில் கைகோர்த்துச் சிரித்தார். புதியவர் சிரிப்பொலி அரண்மனைக் கற்பாறையை உடைத்து ஊரெங்கும் பேயிறைச்சலாகக் கேட்டது. சனத்திரள் அச்சத்தில் உடலை இறுக்கிப் பிடித்து தீயில் கருகிவிடுவோமே என்ற பயத்தில் சிதறி ஓடினார்கள். புதியவரின் துணையாட்கள் மணியோசைகளை எழுப்பி, பெரும் தாமரை இலையில் வைத்த கனிகளைத் தீயில் வீசி, அறியா மொழியில் தீயிடம் உரக்கப் பேசினார்கள். திசையறியாத மனிதக்கூட்டம் ஆங்காங்கே

நின்றார்கள். புதியவன் ஓதிய வேற்றுமொழிச்சொற்கள் அவர்கள் உச்சித்தலையைத் துளையிட்டு இறங்கியதும், அவர்கள் அசையாமல் நின்றார்கள். தலைமைப் புதியவன் நெருப்பிடம் உரக்கப் பேசினான். அக்குரல் தீயாக வெளிச்சென்று ஏதும் அறியாமல் நின்றிருந்த மனிதக்கூட்டத்தின் மேல் இல்லாத ஒன்றை பூசியதும், அவர்கள் அரண்மனையை நோக்கி ஓடிவரத் தொடங்கினார்கள்.

தலைமைப் புதியவன் கடும் ஆக்ரோசத்தில் வேற்று மொழியில் உதட்டைத் திறந்தான். நெருப்பு சதைப் பிண்டத்திற்கு ஆசையில் மகிழ்வில் உயர்ந்து, தாழ்ந்திருந்த பொழுது சனத்திரள்கள் குவியல், குவியலாக ஓமகுண்ட நெருப்பில் விழுந்து கருகிக்கொண்டிருந்தார்கள்.

மனிதர்கள் வேற்றார் முறையில் துவளுவதைக் கண்ட சின்னப்பொண்ணு புதிய தலைவனை முறைத்து கண்ணொளியை கடும் சினத்தில் அவர் மேல் பாய்ச்சினாள். கண்ணொளி போன வேகத்தில் கோழையாக சிரம் தாழ்ந்து திரும்பி வந்தது.

புதியவன் இமையை இறுக மூடி, குரலை உயர்த்தி வேற்றுமொழிச் சொற்களைக் கத்தை கத்தையாக சின்னப்பொண்ணுமீது தீட்டப்பட்ட கூரிய ஈட்டியாக வீசினான். இளவரசி உடல் வெப்பம் உயர்நிலைத் தழுவி அப்பாவின் கைப்பிடித்து கண்ணீரைச் சிந்தினாள். அப்பா, அவள் கைகளை உதறித் தள்ளினார். புதியவர் கண்களும் அரசன் கண்களும் நளினமிட்டுப் பேசத்தொடங்கின. சின்னப்பொண்ணின் இளவரசித் தோரணை பொய்த்ததை உணர்ந்து, விகார சத்தமிட்டு எழுந்து வேற்றான் மொழி சொல்லவரும் உதட்டைக் கால்களால் எட்டி உதைத்துக் குரலை வானுயரம் உயர்த்தி வேற்றான் இட்ட நெருப்பு சுவாலைக்குள் இறங்கினாள் சின்னப்பொண்ணு.

தீ சுவாலை அசைந்தாடியதில் இருந்து சின்னப்பொண்ணின் குரல் ''நான் பல நூற்றாண்டு கழித்து கோடி உயிராகத் திரும்பி வருவேன், அத்தருணம் அரகுலம் இந்த மண்ணில் சிதைந்து மறைந்திருக்கும். கோடி உயிரோடு நான் உயிர்ப்பித்து ஒரு பெண்ணாக வந்து உங்கள் அடிவேர்களை அழிக்க வந்து நிற்பேன். என்னோடு பலகோடி உயிர்களும் பிறப்பெடுத்து என்னுடன் நிற்பார்கள். அவர்களோடு உன்பிறப்பை யாரென்று வெளியிட்டுக்காட்டி உங்களை எங்கள் பூர்வ மண்ணில் புதைப்பேன்'' என்று சின்னப்பொண்ணு குரல் ஓவெனும் சத்தமாக ஒலித்து விதானபாறைகளில் மோதியது.

ஓவெனும் சத்தம் பேரிடியாக உயர்ந்து நின்ற தூண்கள் மேல் மோதியதும், எல்லாத் தூண்களும் உடைந்து நொறுங்கியது. அந்தச் சத்தம் வான்வெளியில் சிதறி, பூமியை நோக்கி வந்து ஓவெனும் சத்தத்துடன் அடையாற்றுக்கரை மேம்பாலம் உடைந்து நொறுங்க...

சின்னப்பெண்ணு உரக்கக் கத்தி எழுந்து பொம்மி, மாரிமுத்துவைக் கட்டி அணைத்து ஒப்பாரி வைத்தாள். ஊர்ச் சனங்கள் கூடிக் கண்ணீர் மல்கி நின்றார்கள்.

''முடியாததைப் போட்டுக்குனு தொங்கினு கெடக்குறா... பாவாடைய உருவுனா மானம்தான் போகும். போகட்டும்... மானத்தக் கழுவரத்துக்கு ஒரு சொம்பு தண்ணிப்போதுண்டி பொண்ணே... உங் அண்ணன் மவன் பச்சா இன்னா... படிக்கலன்னா இன்னா..? சோத்த துண்ணுரத்துக்கு இங்கே பவுசா இல்ல... நாலு வூட்டுல கழுவுன வேல செஞ்சாக்கூட குந்தினு சோத்தத் துண்ணலாம்...'' என்று கன்னிம்மா சொற்களை வாரியிறைத்தாள்.

சின்னப்பொண்ணைப் பார்த்து, ''இவெள செத்துப்போன உடும்பு கணேசன் வந்து புடிச்சியிருக்கான். அந்தப் பாவி உடும்பு மாதிரி ஏறி திருடப்போய் விழுந்து செத்துப் போனான். அவன்தான் ராவானா இவெள பேயா வந்து ஆட்டுறான்!'' என்று சொன்னதும், பதில் குரல்கள், ''ஆமா, ஆமா'' என்று கத்தியதும் கன்னிம்மா, சின்னப்பொண்ணைத் தூக்கிச்சென்றாள்.

மறுநாள் அந்தி சாய்ததும் பெருத்த கல்லை மஞ்சளில் மொழுகி, மலையிட்டு அதன்முன் அமர்ந்து பேய், பிசாசுகளை விரட்டும் எல்லப்பனிடம் சின்னப்பொண்ணை, கன்னிம்மா அமரவைத்தாள்.

இல்லாத ஒன்றைத் திணிக்க முற்படுவதை அறிந்த சின்னப்பொண்ணு முரண்டு ஜிம்பினாள். வந்தவர்கள் எல்லாம் அவளை அழுத்திப் பிடித்துக் காலம் முழுவதும் உழன்று கிடந்த ஐதீக இடத்தில் குந்தவைத்தார்கள்.

எல்லப்பன், சின்னப்பொண்ணு முடியைப் பிடித்துச் சுழட்டி எடுத்தான். பதில் சுழட்டலாக சின்னப்பொண்ணு எல்லப்பன் முடியைப் பிடித்து விளாசி எடுத்தாள். அலறியடித்த கன்னிம்மாவும் உடன் வந்தவர்களும் அவள் கைகளை இழுத்து இறுகப்பிடித்தார்கள். பேய், பிசாசுகளை விரட்டும் தொணியில் எல்லப்பன் பிரம்பில் சின்னப்பொண்ணை குலசாமிப் பெயர்களைச் சொல்லி வெளுத்துக்கட்டினார். குறிசொல்லும் சாமியை அழைத்து திருநீரை

அள்ளி அள்ளி அவள் தலையை நிரப்பிக் கண்களை இறுக மூடி தலையை விசும்பி விசும்பி சுழன்று வேப்பிலைக் கொத்தை எடுத்து அவள் தலையில் ஓங்கி அடித்தார். அவள் தலையில் இருந்த திருநீர் காற்றில் பறந்தது.

சின்னப்பொண்ணு விழிகளை உருட்டி, ''டேய்... எல்லப்பா எத்தனை வருசம்தான் இதையே எங்க தலையில் சுமத்துவீங்க... எங்கையோ இருந்து வந்தவனுக்கு நீங்க புதிய முட்டு கொடுக்குறீங்களா? கொடுங்க... உங்க ஐம்பம் இனிமே பலிக்காதுடா...''

முறுக்கேறிய தன் கைகளை ஜிம்பினாள். கன்னிம்மா அவள் தோளை அழுத்திப் பிடித்தாள். உடன் வந்தவர்களும் அவள் கைகளை இறுக்கினார்கள்.

அவள் முன்செய்த வலி இன்றும் தொடர்கிறதை அறிந்த சின்னப்பொண்ணு, ''டேய்... நான் பேயாதான் வந்திருக்கேன். உடும்பு கணேசன்தான் வந்திருக்கேன். என்ன ஏன் திருடவச்சீங்க? எனக்கு இரத்தம் வேணும்... திருட வைச்சவனுடைய இரத்தம் வேணும்... காலம், காலமாக எங்க முன்னோர்களையும் சேர்த்து எங்க இரத்தத்த நீங்கத்தானே குடிச்சீங்க... எங்கள திருட வைச்சீங்க... இப்போ உங்க உதிரம் எனக்கு வேணுண்டா... என் அடிமைத்தனம் இங்கே உடையணும்... உங்க இரத்தம் எனக்கு வேணுண்டா..!'' என்று ஆவேசமாக கையை விசும்பி எல்லப்பன் முகத்தை இரு பிளவாகப் பிளந்து எடுத்தாள் சின்னப்பொண்ணு.

எல்லப்பன் நடுங்கி, ''இது பேய் இல்லை... இரத்தக்காட்டேரி வந்திருக்கு... இது இங்கே என்னமோ தேடுது... யாரையோ புழி தீக்கப் பாக்குது...'' என்று அலறிவிட்டு,

''நீ எங்கிருந்து வந்தேனு சொல்லு..? உனக்கு என்ன வேணும்?''

உறும்பும் உடுக்கையை அடித்து விபரீத கேள்விகளை சின்னப்பொண்ணிடம் கேட்டுக்கொண்டேயிருந்தான் எல்லப்பன்.

அவள் எந்த இசைவும் தராமல் மௌனச் சிரிப்பில் ஏழைபாழங்களின் நிலையறியாத பாலகன் என்று எல்லப்பனைக் கூர்ந்து அகோரமாகச் சிரித்தாள். எல்லப்பன் 'வந்தது இரத்தக் காட்டேரி' என்று சினம் கொண்டு, சின்னப்பொண்ணைப் பிரம்பில் வெளுத்துக் கட்டினார். அவள் மயங்கி விழுந்தாள். எல்லப்பன் விகாரச் சிரிப்பு மேலே எழுந்ததும், கன்னிம்மாவும் மற்றவர்கள் மனம் குளிர்ந்து மெல்லிய சிரிப்பில் தவழ்ந்தார்கள்.

எல்லப்பன் கவுந்து கிடந்த சின்னப்பொண்ணைக் காட்டி, "காட்டேரி போய்விட்டது..." என்று ஜல்பாகாட்டி, அவள் உச்சித்தலை முடியை கொத்தாகப் பிடிங்கி எடுத்து கண்களை மூடி மௌனத்தில் முடியிடம் பேசிவிட்டு, "கன்னிம்மா... காட்டேரி இந்த மூடிக்குள்ள இறங்கிடுச்சி... இத்த எடுத்துனு போய் புதருக்குள்ள தள்ளி, பச்சைமரத்தில் ஆணிவைச்சி அறைந்தால் அந்த மரத்த விட்டு இனி காட்டேரி நகராது, இவெள கூட்டினு போ... இனிமேல் நல்லா இருப்பாள்" என்றான்.

உடனே சின்னப்பொண்ணு துடித்தெழுந்து, "டேய்... நீங்க பரம்பரை பரம்பரையாக உன் வவுத்துப் பொழப்புக்கு இதை செஞ்சுனு இருக்கீங்க.. எங்கக் கொடலப் புடிங்கி தின்னுரவங்களை நான் சும்மா விடமாட்டேன்!" வீரம் செறிந்தவளாக எழுந்து, எல்லப்பன் முகத்தில் உமிழ்நீரைச் சிந்தி விறுவிறுவெனச் சென்றாள். கன்னிம்மா அவள் பின் ஓடினாள்.

18

மாரிமுத்து சோகத்தில் அத்தை மேல் தொடுத்த சொல்லாடல் தெரியாமல் வறுமைப் பிடிப்பில் படிப்போடு ஆழ்ந்திருக்கும்போது சின்னப்பொண்ணு அவனைப் பார்த்துத் துவண்டு இருந்தாள். பக்கிரி பல வீடுகளில் சாக்கடை அள்ளி வீசிவிட்டு உடம்பைக் கழுவி மொழுவியதில் ஒட்டிய துர்நாற்றம் தனியாமல், எறந்த கொஞ்சம் பணத்தில் ஜிஞ்சர் நாலு அவுன்ஸ் உள்ளே இறக்கிவிட்டு குடிசைக்குள் வந்ததும் மீந்த தத்துணூண்டு துட்டைச் சின்னப்பொண்ணு பிடிங்கி, ''இது சோத்துக்கு வராது, வூட்டுக்கும் நிக்காது'' என்று சுழன்றாள்.

சைதாப்பேட்டை காரணீஸ்சுவரர் கோவில் அருகில் வடம் போட பயன்படுத்தி மழுங்கிக் குழி விரிந்த ஆட்டுக்கல்லை, யாரோ கோவில் பின்புறத்தில் வீசியதை தேடிப்பிடித்து, ஒத்தையாளாக உருட்டி வந்து தர்மன் ரிச்சாவில் ஏற்றி வந்து, அரிசி மாவை மசியாத உரலில் கைவலியை இழந்து அரைத்து, அடையாற்றுக்கரைத் தெருவோரம் தோசை, இட்லி சுட்டு விற்கத் தொடங்கினாள். நாஸ்டாகடை[22] பொழப்பு பல காலம் பெயர்ந்ததால் கடந்துபோன கம்பீரத்தை மீட்டு வைத்துக்கொண்டாள் சின்னப்பொண்ணு.

எதைத் தொட்டாலும் வீம்புக்கு உயிர்த்தெழுந்து மார்பை நிமிர்த்தி வெற்றி தேடுபவள் சின்னப்பொண்ணு என்றதை ஊரில் பிதட்டாமல் நின்றாள். அத்தையின் மாற்றத்தால் குத்துக்கல்லாக நிமிர்ந்து நிற்கும் மாரிமுத்து, அழுக்குப் படியாதவனாக மறுபடியும் பளிச்சிட்டதும் அவன் இன்னும் படிப்பில் கவனம் சிதறாமல் அடுத்த கட்டங்களை நகர்த்திக்கொண்டே வந்தான்.

முனியம்மா கிழவியை தர்மன் ரிச்சாவில் அழைத்துவர, கிழவி பக்கிரியைப் பெற்ற காலம் கடந்துபோகாமல் இருக்க, மருமகள்

சின்னப்பொண்ணு, பேத்தி பொம்மி கரம் அணைக்க பெரியமேட்டில் இருந்து புறப்பட்டார். குதிரைவண்டியில் சில பர்லாங்கும், மீதி வழித்தடத்தை நடையாகக் கடந்து சைதாப்பேட்டையைத் தொட்டதும், தர்மன் கண்ணில் சிக்குண்டு செல்வம் மேல் அமர்ந்து பயணப்பட்டு வந்தார்.

சின்னப்பொண்ணு அரைக்காத ஆட்டுக்கல்லில் மாவை வலிதாங்கி ஆட்டிக்கொண்டு இருந்தபோது, ரிச்சா சாணம் காய்ந்த மண்தரையைப் புரட்டி எடுத்து தங்கை வீட்டு வாசலில் வந்து நின்றது. மாமியாரை வியந்து பார்த்து, ''வா அத்த... இப்பத்தா வழி தெர்ஞ்தா?'' மாவு கையோடு ஓடிவந்த சின்னப்பொண்ணு கைதாங்க முயன்றதும், கிழவி கரம் உதறி அதுவாகவே இறங்கியது. பொம்மி ஆயாவிடம் ஓடிவந்தாள். கிழவி அவள் உச்சம் தலையை முகர்ந்து முட்டைப் பணியாரம் பேத்தியிடம் கொடுத்து மாவரைக்கும் கல்லருகில் வந்து,

''இது இன்னாடி கல்லா..? இதுல போட்டு ஆட்டுறே..! அரைக்கத் தெரியாதவளுக்கு குசுனி[23] புதுசுத்தாண்டி..!''

''உவ்வு... இத்த வெச்சுகுனுதான் பொய்பு பண்ணி நாலுகாசு சம்பாதிச்சினு கீறே அத்த...''

கிழவி, வாழை மட்டையைப் பிரித்து மூக்குப்பொடி ஒரு சிட்டிகை எடுத்து மூக்கில் திணித்து ''இம்மா சீக்கிரம் கடய மூடிட்டு வந்துட்டியா?'' என்று கேட்டது.

''இல்ல அத்த... காத்தால மட்டுந்தான் கட போடுறோன்... உன்ன மாதரி மணிக்கு ஒன்ன செஞ்சி வித்துனா இருக்கேன்..? என்கு இன்னா பவுசு கெடக்குது... நானே ஒண்டிக்கட்டையா மல்லுக்கட்டினு கீறேன்...''

''ஏண்டி... சாய்ந்தரம் ஆவுனா பொறிம்மா உண்ட செஞ்சி வில்லு... மல்லிதா கூட சுட்டு விக்கலாம்...'' முனியம்மா கிழவி பொழப்புக்குப் புது யுத்தியைச் சொன்னதும்,

''உக்வும்... இதுக்கெல்லாங் பொருளுங்க எங்க போய் நான் வாங்கறத்து?''

''போடி பொண்ணே... தோ... செட்டியார் கட இர்க்கு... எத்த கேட்டாலும் அவன் துட்டப் புடிங்கிகீனு கொடுக்கப்போறாங்...''

''அத்த, மல்லிதானு சொன்னீயே அது... ன்னாது?''

''உவுங் புர்சங்காரன கேளு... நல்லா நாக்க நீட்டி லபுக்கு, லபுக்குனு உள்ள தள்ளுவான்... அது செய்யணும்னா செய்ற பொருள் வேணும்... மூர்மார்கட்டுக்குத்தான் போவணும்'' என்றாள் கிழவி.

சின்னப்பெண்ணு, லபக்கென்று ஓடி தர்மனை உசுப்பேத்தி, மூர்மார்கெட் போக மூணு அவுன்ஸ் கலக்கல் முன்மொழிந்து ஒப்பந்தம் போட்டுவிட்டு, இட்லிக் கடையில் சம்பாதித்த பணத்தை அடுக்குப் பானையிலும், ஒலை இடுக்கில் சொருகி இருந்ததை எடுத்து சுருக்குப்பையில் போட்டுக்கொண்டாள். மாமியாரை அலுக்காம குலுக்காம தூக்கிச் செல்வம் மேல் குந்த வைச்சி, புதுசாக ஒன்றைச் செய்யப்போகும் சந்தோசம் முகத்தில் களைகட்ட, மாமியாரை ஒட்டி பெருத்த பின் சதையை அரக்கிக் குந்திக்கொண்டாள்.

தர்மன், ரிச்சா மிதியடியை மிதிக்கத் தயாராக இருந்தபோது பக்கிரி கலக்கல் விழுங்காமல் காலடிகளைச் சரியாக ஊன்றி வந்தான். பக்கிரி அம்மாவைக் கண்டு பேச உதட்டைத் திறந்ததும், ''தெ பார்மே…'' என்று கூவியழைத்து, மல்லிதா செய்யும் பொருள் வாங்கி வைக்கக் கட்டளையிட்டு ரிச்சாவின் மெத்தையில் புட்டத்தை அரக்கி இருந்தாள் சின்னப்பொண்ணு. தர்மனுக்கு கலக்கல் ஜாக்பாட் அடித்ததை பக்கிரி ஆதங்கத்தில் அவரை வெறித்துப் பார்த்து முணுமுணுத்தவாரே வீட்டுக்குள் போனார். தர்மனின் கெண்டை சதை மேலும் கீழும் விசையாக, கலக்கல் நினைவில் செல்வத்தை மிதியென மிதித்ததும், அது வேகமாக சக்கரங்களைத் தேய்த்து மண்ணைக் கிளப்பிப் பாய்ந்து சென்றது.

பெரியமேட்டியில் இருந்து ரெண்டு பர்லாங்குக்கு முன், சாக்கடை நீரோட்டத்தின் கரையில் குஜிலிபஜாராக பெயர் பெற்றிருந்ததை, சர் ஜார்ஜ் மூர் என்ற வெள்ளையன் நகர்த்தி வந்து வணிக வளாகமாக மாற்றிய மூர் மார்கெட்டில், முனியம்மாள் எது வேண்டுமென தேவையறிந்ததும், அங்கே நடையாகச் சென்று காரியத்தை முடிக்கும். அங்கே பொருள்கள் பேரம் பேசி வாங்குவதில் வாய்தேர்ந்து, பேரம்பேசி வாங்குவதில் சென்னை மாகாண வாசியாக இருக்கவேண்டும். ரூபாய் தொடக்கம் தொட்டு முடிவு நிலையில் சில ஒர்ணா, ரெண்டணாவில் போய் பேரம் முடியும். அப்படி ஒரு பேரத்தை அந்த காலத்தில் கண்டு கைகழுவித் தேர்ந்தவர் முனியம்மாள்.

மூர் மார்கெட்டில், ஈன்றவர்களைத் தவிர்த்து மற்றபடி புதியது, பழையது அனைத்து மனிதத் தேவைகள் கிடைக்கும் என்பதை அறிந்து மருமகளையும் அங்கே அழைத்துச்சென்று பழைய இரும்பில் புழங்கும் பாத்திரங்கள் குவிந்தயிடத்தில் விறுவிறுவென முதுகை வளைத்து, விசுக்கு விசுக்கென ஒவ்வொரு பொருளாக எடுத்துத் தட்டித் தட்டிப் பார்த்தாள் கிழவி.

''அத்த… இதெல்லாம் பழசா கீது.''

சின்னப்பொண்ணு அறியாமல் உதட்டைத் திறந்ததும், ''ஆமாடி... உங் பவுசுக்கு புச்சாவா கெடைக்கும், இத்த வாங்கி இதுல மாவ உருட்னாலே 'லபுக்'குனு மல்லிதா வரும்!''

ஒவ்வொரு கடைக்குள் நுழைந்து பொருள்களை வாங்கிவிட்டு வளைந்த இரும்புக் கம்பியை ஆட்டி ஆட்டிப் பார்த்தாள் கிழவி.

''ஐய்ய... இது இன்னாது? கொக்கு மாறி வள்ஜினு முள்ளு முள்ளா கீது...'' என்று சின்னப்பொண்ணு சினங்கினாள்.

''அடிப்போடி... இதுல தேங்காவத் துருவி எடுத்தா சும்மா பூப்போல கொட்டும்... இத்த மல்லிதாவோட சேர்த்தா, வாயிக்கு ஒன்தியா வவுத்துல இறங்கும்டி..!'' இப்படிச் சொல்லிச் சொல்லி பொருள்கள் வாங்கிக்கொடுத்ததும், சின்னப்பொண்ணு இடுப்பில் இருந்த சுருக்குப்பை அப்பப்போ விரிந்து சுருங்கிக் கனத்தைக் குறைத்துக்கொண்டே வந்தது.

தர்மன் மண்டைக்குள் கலக்கல் அளவு குறைத்து விடுமே என்று ஊசி கண்ணால் முனியம்மாவைப் பார்த்து குத்திக்கொண்டே வந்தார். இருட்டு வரும் நேரம் தட்டியதும் வாங்கிய பொருளை தர்மன் சுமந்து வர, மாமியாரும், மருமகளும் ஒண்ட வந்த பிடாரியாக இல்லாமல் முதலாளி அம்மாக்களாக வீரநடையில் சைனா பால்கடைக்கு வந்து மலாய் படிந்து சுண்டிய பாலை மூவரும் ஊதி ஊதிக் குடித்திருந்தார்கள். முகம் சுருங்கிய பெரியவர் முனியம்மாளைப் பார்த்து,

''இன்னாடி... ஆரு இது..?''

''ஐய்ய... இவெளத் தெர்யாதா? ஏங் மருமவய்யா..!''

''யோவ்... என்ன தெர்லியா? ஜெயில்ல இர்ந்து எப்போ வந்தே?'' சின்னப்பெண்ணு சிறுவயதில் பார்த்ததால் அறியாமல் கேட்டாள்.

''நான் ஜெயில்ல இர்ந்து வந்து பதினைஞ்சி வருசத்துக்கு மேல ஆச்சி. திருடியா ஜெயிலுக்குப் போனே? நாட்டு சொதந்திரத்துக்கு ஊராம் பின்னாடி போய் வெள்ளக்காரன் வெளுத்துக் கட்டியதுல ஒடம்பு புண்ணானதுதான் மிச்சம். வெள்ளக்காரன் போனதும் வெளிய தெறந்து உட்டாணுங்க... அப்போ இரும்புக் கதவ தெறந்துவிட்டு வெள்ளக்காரனுக்குச் சலாம்போட கை தூக்குனவனுங்க... பேனா மையில 'மன்னிச்சுக்கோ'ன்னு எழுதுனவனெல்லாம் உசரத்துலே போய் குந்திக்கினாணுங்க. ஜெயில்ல களிய துண்ணுப்புட்டு பேண்டவனுங்க எல்லாம் போக்கத்துத் தெருவுல சுத்துறோம்..! இத்தக்கூட தெர்யாமக் கேக்கிறியேடி..?'' கிழம் முன்பட்ட வலியைத் திறந்தார்.

''அவ்ளுக்கு ன்னாய்யா சொதந்திரம் தெர்யும்... நம்ம எப்டி சொதந்தரத்துக்கு முன்னால வாய்ந்தோமோ அப்டித்தா அவ்ளும் கீறா. சொதந்திரத்த வாய்க்கையில பாத்தாதானே அவ்ளுக்கு சொதந்திரம்னா என்னானு தெர்யும்...'' முனியம்மா, மருமகளுக்கு வக்காளத்து வாங்கியதும், ''கெடைக்காததப் பத்தி நம்ம ஏதுக்குடி பேசணும்? வரேன்டியம்மா...'' என்று பெரியவர் கிளம்பிச் சென்றார்.

முனியம்மா, பெரியமேட்டுக்கு வேறுபாதையில் போக, சின்னப்பொண்ணு செல்வம் மேல் ஏறி குந்தியதும், தர்மன் சுருக்குப் பை கனத்தை பார்வையில் அளந்து சப்பியையும், கலக்கலையும் நினைத்து, ரிச்சாவை அதிவேகத்தில் மிதிக்கலானார்.

மஞ்சள்ஒளி புலருமுன், இருள் அரைநாள் விடுப்புக்காகத் தயாரான போது, எருமைக்கன்றுகள் பாலுக்குக் குரலை உயர்த்தியதும், தாய் எருமை பொத்து பொத்து என சாணத்தை முக்கித்தள்ளி தடித்த குரலை எழுப்பியதும், கன்றுகள் வெகுண்டு கத்த, உறக்கத்தில் இருந்த பக்கிரி காதில் தெறிக்க,

''ஐய்யோ... பத்து வீட்டுல அள்ளூனாதானே அவசரத்துல வருபவனுக்கு பேல்ரத்துக்கு இடம் கெடைக்கும். நமக்கு நேரம் குறைவா கீதே...'' படர்ந்த இருள், அவர் தோளைத் தட்டியதும் திடுக்கிட்டு எழுந்த பக்கிரி, முட்டில் தாங்கி நின்ற கயனி தொட்டியின் குளிர்நீரை முகத்தில் வழியவிட்டு, மனைவி உருவிப் போட்ட உள்பாவடையில் முகத்தில் வழிந்த நீரை ஒத்தி எடுத்து, விசுக்கென தாமன் வீட்டின் வழியாகச் செல்லும்போது, மாரிமுத்து ரிச்சா மடக்கை விரித்து, அதன் கீழ் காடாவிளக்கு ஒளியில் கண் பதித்து, பக்கிரி மாமா செல்வதைக் கவனிக்காமல் அவன் புத்தக ஏட்டில் தன் உயர்வுக்காக முழுகியிருந்தான்.

சேவல், விடியலை அழைக்க அடித்தொண்டையில் கூவியது. சின்னப்பொண்ணு தன் முகத்தைக் கசக்கி, மல்லிதா செய்யும் நினைப்பில் துடித்தெழுந்து, சொம்புத் தண்ணீரைத் தூக்கி, அடையாற்றுக்கரை பாலம் நோக்கி கீழே குனிந்து கசடு ஒட்டிக்கொள்ளாமல் ஒவ்வொரு காலடி எடுத்து வைத்து, வந்ததை முக்கிக் கழித்துவிட்டு, சொம்பு நீரில் கழுவியெடுத்து, விரைவாக ஓடிவந்தாள். உடனே குளித்துவிட்டு தன் பழைய கம்பீரத்துக்கு மாறி, குங்குமப் பொட்டுடன் வந்து, மூங்கில் தட்டில் அலசிப் போட்ட புடவைத்துணியில் ஆவி பறக்க இட்லியைக் கொட்டி பசியில் தட்டேந்தியவர்களுக்கு இட்டிலியைப் பிரித்துக் கொடுத்தாள்.

பெரிய அலுமினியத் தட்டில் செட்டியார் கடையில் வாங்கிய கோதுமை மாவைக் கொட்டி, ''ஏய் பொண்ணே... இத்த நல்லா எருமப் பால ஊத்திப் பெசைடி..!'' என்று பொம்மிக்குப் பணியிட்டாள்.

முனியம்மா சொல்லிய மல்லிதா செய்முறையை நினைவுப்படுத்தி, சின்னப்பொண்ணு பிசைந்த மாவை சிறு உருண்டைகள் பிடித்து வட்டக் கட்டையில் பெருவட்டமாக உருட்டி எடுத்து, தூக்குச்சட்டி மூடியில் அழுத்தித் தேய்த்து, சிறுவட்டங்களாக எடுத்து முறத்தில் அடுக்கி வைத்தாள். அவற்றை அலுமினிய தேய்சாவில் கொதிக்கும் வெண்ணீரில் ஒன்றுடன் ஒன்று ஒட்டிக்கொள்ளாமல் சுடுநீரில் போட்டாள். கொதிநீரில் மல்லிதா குதிக்காமல் வெந்து மேல் எழும்பி புதுவாசம் கிளம்பியதும் மல்லிதா சுவையறிந்த பலர், ''யக்கா, பொண்ணே... மல்லிதாவா செய்யறே?'' என்று மல்லிதா மீது ஆசையில் கேட்டார்கள்.

சின்னப்பொண்ணு தேங்காவைத் துருவிக்கொண்டே, ''ஏங் மாமியாக்காரி சொல்லிக்கொடுத்தது. செத்த இருங்கைய்யா... செஞ்சி போடுறேன்னு ஜரூராக பனைவெல்லத்தை நசுக்கி எடுத்து, கொதி நீரில் வெந்த மல்லிதாவை எடுத்தாள். இட்டிலியைத் தின்று முடித்த பல தட்டுகள் உயரே வந்து சின்னப்பொண்ணு முகத்தில் இடித்தது. ஒவ்வொரு தட்டில் நாலு மல்லிதா, அதுக்கு மேல் பனைவெல்லம் தெளித்து, துருவிய தேங்காவைப் பரவலாகச் தூவிக் கொடுத்ததும், பல வாய்கள் நாக்கை நீட்டி, மல்லிதாவை உள்ளே அமுக்கி விழுங்குவதைப் பார்த்து வியந்து, தாடையில் கைவைத்துப் பார்த்தாள் சின்னப்பொண்ணு. கொதித்த மல்லிதா தண்ணீர் சுண்டி இருந்ததை சுவைக்கப் போட்டி அதிகரித்ததும், பனை வெல்லத்தை அதனுள் சேர்த்து ரெண்டு குழிக்கரண்டி ஒவ்வொருத்தட்டில் ஊற்றினாள். நாக்கை இழுத்து பலர் குடித்து முடித்தனர். கல்லாப்பொட்டி நிரம்பிப் போய் இன்னும் மல்லிதா கேட்டவர்களுக்குக் கொடுக்க முடியாமல் அலுப்புத்தட்டிக் கொண்டாள் சின்னபொண்ணு.

தினம், தினம் செட்டியார் கடையில் வாங்கிக் குவித்த கோதுமையில் தினம் இரண்டு வேளை மல்லிதா விறுவிறுவென களைகட்டி வியாபாரம் தன் பொண்ணுக்கான வாழ்வைத் தேடிவைக்கும் என்று, எரியும் விறகு நெருப்பில் மல்லிதா விற்கும் திறமையைக் கூட்டிக் கொண்டு மாரிமுத்துவின் படிப்பை நோக்கி சுழன்றிருந்தாள் சின்னப்பெண்ணு.

'மாரிமுத்து ஓர் உயர்ந்த இடம் பிடிப்பான்... மகளும் கூடவே உயரத்தில் வருவாள்... மலம் அள்ளும் வேலை இத்தோடு

முழுகிப்போகும்' என்ற நினைப்பைத் தன்னுள் தேக்கிக்கொண்டு சின்னப்பொண்ணு நாட்களை பழக்கப்படுத்திக்கொண்டாள். உறக்கத்தை மறதியாக்கி அத்தையின் உழைப்பை விரயமாக்காமல் மாரிமுத்து படிப்பில் கவனம் சிதையாமல் விழித்ததில் கொசுக்கள் அவன் உடலில் உணவைத் தேடிக்கொண்டது. அடையாற்றுக்கரைச் சுற்றிடத்தில் படர்ந்திருந்த நுண்அழுக்கும் அவன் உடலைத் தஞ்சமிட்டு அரிப்பை வழங்கியதால் தோல் தடித்ததில் சொறிந்து ரணமானது. இதை பொம்மி கண்டுவிடுவாளோ என்று அழுக்கேறிய அம்மா புடவையைப் போர்த்திப் படிப்பில் முழுகியிருந்தான்.

அத்தையின் பூதக்கண்ணுக்கு இது வெளிச்சம் ஆனதும் பதறிப்போய், அம்மிக்கல்லில் வேப்பிலை, கட்டிமஞ்சள் அரைத்து மாரிமுத்துவின் துணியைத் தாய்மையாக உறுவி எடுத்தாள். அவன் வெட்கி கால்சட்டையை இறுக்கிப் பிடித்து தலைசாய்த்தான். அத்தை வேப்பிலைக் கூழை அவன் உடல் முழுவதும் பூசியதும் எரிச்சலில் ஆட்டம் போட்டான். பொம்மி, அவன் மானத்தைக் காக்க மூடியிருக்கும் அவன் கையைப் பார்த்துச் சிரித்தாள். அவன் வெக்கப்பட்டுக் கதறுவதை அறிந்த அத்தை, ''என்னிக்கியிருந்தாலும் அவெதானே ராசா உன் வாழ்க்கையில இருக்கப் போறா...'' என்று சாந்தப்படுத்தி, ''பொண்ணே... மாமா வெக்கபடுறான்... போடி!'' என்றதும், தேய்த்த வேப்பிலைக் கூழ் அவன் உடலில் இறுகிக் காய்ந்திருந்தது.

வீட்டு வாசலில் அடிக்கியிருக்கும் கல்லின் மேல் அவனை அமர வைத்து சுடுமண் தொட்டியில் கொதிநீரை ஊற்றி, பதம்மாக குளிர்நீரில் விளாவி சீயக்காயை அவன் மேல் தேய்த்து எடுத்ததும் மாரிமுத்து கண் இடுக்கில் வழிந்த சீயக்காய் எரிச்சலில் கண்களைக் கசக்கினான். அத்தை கை அவன் உடல் முழுவதும் வேகத்தடையில்லாமல் சென்றபோது அரைஞாண் கயறு அறுந்ததும், கால்சட்டை அவன் காலைத் தொட்டதும் அவன் பட்டவர்த்தனமாக வெளிப்பட்டான். சட்டென அத்தையை நெம்பித் தள்ளி, அரைக்கால் சட்டையை எடுத்து இடுப்புக்குக் கீழ் மறைத்தான். தென்னை ஓலையின் சிறு இடுக்கில் பார்த்த பொம்மியின் பற்கள் சிரிப்போட்டத்தில் ஆடியதும், அவளும் வெட்கி கண்களை மூடிக்கொண்டாள். 'வருங்காலத்தில் அவன் நமக்கு தானே' என்று உள்ளம் அசைபோட்டு மறுபடியும் புன்னகைத்தாள். அவள் சிரிப்பொலியை உணர்ந்து கைகளைக் கீழ் இருந்து நகர்த்தாமல் மண்ணைப் பார்த்து நின்றிருந்தான் மாரிமுத்து.

துணி துவைக்கும் கல்லில் குந்தியிருந்த கன்னிம்மா இக்காட்சியைக் கண்டு, 'பெத்த பொண்ணைக் காபந்து பண்ண வக்கில்லாமே,

அண்ணன் புள்ளைய இந்த எடத்தவுட்டுக் காலி பண்ண, தாம் புள்ளையாட்டும் அவென என்னமா பாக்குறா... அவளுக்கு என்னமோ இந்த அழுக்குப் புடிக்கலை... அண்ணன் புள்ளையக் காபந்து செஞ்சா பெத்தமவளும் ஒசரத்துக்குப் போவானு வானத்துல போய் மிதக்குறா... ஆருக்கு என்ன கொடுப்புன இருக்கோ அதான் நடக்கும்' என்று கன்னிம்மா, உதடசைக்காமல் மனஅழுத்தத்தில் புலம்பி, பொம்மியை தன் மகன் குமாருக்கு கட்டிவைக்க ஆந்தைக் கண்களை உருட்டிக்கொண்டு எழுந்து நின்று பார்த்தாள்.

சின்னப்பொண்ணு, மாரிமுத்துவுக்குத் தேவை என்ன? அவனைக் கொண்டு செல்லும் பாதை அமைத்தவளாக உழைத்தாலும், அம்மா பச்சையம்மாள் இரவுகளில் மாரிமுத்து படிக்கும் இடைவெளியில் கருப்புக்காபி கொடுத்து வருங்கால உதயத்துக்கு வழிசெய்தாள்.

மகனுக்குப் பிடித்த கருவாட்டுக் குழம்பு செய்துகொண்டிருந்தபோது, சின்னப்பொண்ணு, மெழுகி இறுகிய சாணத் தரையை மிதித்து, சத்தம் எழுப்பி வந்தாள். பச்சையம்மாள் பதட்டத்தில் திரும்ப...

''அண்ணி... ரெண்டுபேரையும் இன்னும் காணும். எங்க போனானுங்களோ தெர்ல..!''

''சாண்டவ[24] குடிக்கப் போயிருப்பானுங்க பாடுங்க...'' கருவாட்டுக் குழம்பும், சோத்தையும் அலுமினியத் தட்டில் போட்டு பச்சையம்மாள் மாரிமுத்துக்குக் கொடுத்து, இருவரும் முந்தானையை இறுக்கிச் சொருகி வெளியில் சென்றார்கள் .நொடிமுள் கால் இருளைத் தொட்டிருந்தது. சின்னப்பொண்ணும், பச்சைம்மாவும் முந்தானையை விரிக்கவைத்த இணையான்களைச் சந்து சந்தாக கண்களில் குத்தி தேடியலைந்தார்கள். அவர்கள் காணாததால் வருவோர் போவோர்களைக் கேட்டும் எங்கும் தென்படாததால், குடல் புரலும் கன்றாவி நீச்ச சொற்கள் இருவர் உதடுகளில் இருந்து விழுந்து தெறித்தது. சுற்றிடக் குடிகள் அயர்ச்சியில் படுத்துறங்கிய செவிகளை நீச்ச சொற்கள் துளைத்ததும், மக்கள் உறக்கம் கெட்டு காதுகளைப் பொத்திக்கொண்டார்கள்.

மாரிமுத்து தின்று முடித்த கருவாட்டு முள் பல்லில் புகுந்ததை விரல்நுனியில் பற்களில் உரசியிருந்தான். இன்னும் சில சனங்கள் உறங்க வீதியோரம் கோணிகளும், இப்பவோ, அப்பவோ கிழிந்து விழும் கோரைப் பாய்களை விரிக்கும் பணியில் இருந்தார்கள்.

பெண்கள் அவரவர்கள் கட்டிக் கிழித்து அழுக்கேறிய புடவைகளை தன் வாசத்தைப் பரப்பி கணவன்மார்களுக்கு மெத்தையாகப் போடடுக்

கொண்டிருந்தார்கள். நாய்கள் கூரை ஓரத்தில் நகபிராண்டலில் படுக்கையைத் தயார்ப்படுத்திக்கொண்டிருக்க, குடிசைக் கூரைமீது இருந்த கோழிகள் உறக்கத்தில் தலைகவுந்து கிடந்தது. எங்கோ பிரித்து வைத்திருக்கும் ஆட்டுக்குட்டியின் கதறல்கள் இடையிடையே செவிகளில் ஊர்ந்துகொண்டிருந்தது. காரிருள் கால் இருட்டைத் தாண்டி மைய இருட்டுக்குப் போக மணியைக் கணக்கிட்டு இருந்தபோது சின்னப்பொண்ணும் பச்சையம்மாவும் கழுத்தில் முடிச்சிப் போட்டவர்களை நோக்கிப் பார்வை மையம் கொண்டு இருளை நிர்கதியாக்க சிகப்புச் சூரியனாக விழியை உருட்டிக் கொடூரக் குற்றம் புரிந்தவர்களைத் தேடுவதாக இருந்தார்கள்.

இன்று இரவு ஊர்க்குடிகள் புதிய கூத்து நடைபெறும் என்று காத்திருந்தார்கள். முதிர் வயதைத் தொட்ட பல கண்களும் கூத்து பார்க்க ஆவலில் விழித்திருந்தார்கள். சில கணவன்மார்கள் இதைக் கண்டு பயத்தில் தன் மனைவியை இறுக்கிப் பிடித்து உறங்குவது போல் நாடக கொட்டகையில் இரவு கூத்துக்காக விழிகளை தயார்ப் படுத்திருந்தார்கள். மச்சான், மாமன் உறவு பாதியிருட்டு கடந்து சாராயவாடையில் கால்கள் சிறுபின்னளோடு இரு சரீரம் ஒட்டி உறவாடி குடிசை சந்தில் நுழைந்தார்கள். ஆடிவந்த இரு சரீரத்தை கண்ட மனைவிமார்களின் குரல்கள் உரக்க ஒலித்ததும், காலிடறி வந்த இருவர் தோல் தூவாரங்களில் ஊற்று நீராக நீர்வந்து அவர்கள் கால்கள் பயத்தில் நேராக நின்றது. ஓடிவந்த சின்னப்பொண்ணு, பக்கிரியின் அரைக்கால்சட்டை பின்புறம் விசும்பி இழுத்து பல சுற்றுச் சுற்றி சுழற்றி எடுத்தாள். குடித்த சாராயம் கீழ் இறங்கி முழிபிதிங்கி நின்றான் பக்கிரி.

''நாள் முழுக்க அடுத்தவன் வூட்டு பீய்ய அள்ளுற பொய்பு செஞ்சுட்டு வரியே வெக்கமாயில்ல..? இந்தப் பொயப்புக்கே தெனம் தெனம் சாராயம், ஜிஞ்சரு, கலக்கல்னு குடிச்சுட்டு வறீயோடா..? நாமதான் நாலுயெழுத்துப் படிக்கல... புள்ளைய படிக்க வைச்சா நம்ம பொண்ணுக்கு ஒரு வாய்க்க கெடைக்குய்யா. நீ குடிச்ச பணத்த ஏங் அண்ணன் மவனுக்கு செலவு பண்ணா, அவெ பச்சு நல்லா வருவானே... அத்தச் செய்யாமே நாலு வூட்ல அள்ளித் திரியறியே.. நீ நல்லா இருக்க மாட்டேடா..!' கழிஞ்சுனுதான் சாகப்போறேடா தூமே..! நீ நல்ல கதில போக மாட்டே..!''

சின்னப்பொண்ணு விம்பி விம்பி அழுது, பக்கிரியின் அரைக்கால் சட்டையை மறுபடியும் பிடித்து முழுசுற்றுச் சுற்றி இழுத்துக் கொண்டிருக்க, பக்கிரி பாம்பரம் போல் சுழன்று தலை தொங்கிக் கிடந்தார்.

பச்சையம்மா, தர்மனின் கழுத்துத் துண்டை இழுத்துப் பிடித்து சாராயம் இறங்கிய உதட்டையும், தாடையையும் பதம்பார்த்தெடுத்துக் கொண்டே உரத்த குரலில், ''உன்கு எதுக்குடா வெறியாட்டம் கேக்குது? எறந்து துண்ண பாடு... புள்ள பொஸ்தகம் வாங்கி கொடுன்னு கேட்டுன்னு கீறான்... அத்த வாங்கிக் கொடுக்கத் துப்பு இல்லாதவனுக்கு எறந்த குடிகேக்குதாடா... தூம. நான் சிறுவச் சிறுவச் சேத்து, ஏங் புள்ளைய படிக்க வைக்கிறேன்... உன்கு கும்மாளம் கேக்குதா..? போதாததுக்கு உன் தங்கச்சிக்காரி புள்ளைய படிக்க வைக்க பணமா கொட்டி அழுவுறா... உன்கு அவமானமாயில்ல..? ஏங் புள்ளய நீ கரசேக்கமாட்டடா பாவி... செத்துத் தொலைடா..!''

கழுத்தில் இருந்த துண்டை இறுக்கி இழுத்து, தர்மனைக் கீழே தள்ளி, அவர் மார்பில் கால்களை இடைவிட்டு இடையில் வேகமாக பதிய வைத்து, அவன் பக்கத்தில் குந்தி பச்சையம்மாள் கண்ணீர் மல்க புரண்டு அழுதாள்.

குத்துக்கால் இட்டு தர்மனும், பக்கிரியும் பல நூற்றாண்டு பழைமையில் இறுகிய கற்பாறையாகக் கிடந்தார்கள். மனம் இறுகிய மனையாள்கள், கூர் உளியாக மாறி, கொழுந்துவிட்டு எரியும் தணலில் பக்குவப்பட்ட சிலைகளாக ஊர்த்திரையில் மனையான்களைச் செதுக்கிக்கொண்டிருந்தார்கள்.

மனையான்களை உடைக்கும் உளியின் சத்தம் சுற்றுவட்ட செவிநரம்புகளை உசுப்பியதும், அவரவர்கள் காது, கண்களை முலாம் பூசி இரவுக் கூத்துக்குத் தயாராகி அருகில் வந்து கூடிவிட்டார்கள். சின்னப்பொண்ணு, தர்மனின் மார்பைப் பிடித்து,

''அண்ணா... உன்குகூட அக்கரயில்லையா..? இங்கையேதான் நம்ம காலம் காலமா வாய்யணுமா? இந்த எடத்த விட்டுப் போக முடியாதா?'' என்று கண்கலங்கி,

''என்னத் தொட்டுப் படுத்த தூம... ஏங் பொண்ண கரசேக்க மாட்டான்... அவன் அள்ளூரத்துக்குதான் பொறந்தவன். அவெ அப்பன் செஞ்ச வேல இவென விடாது. உன் புள்ளதான் எங்களுக்குக் கஞ்சி ஊத்துவாண்ணே. ஏங் பொண்ண உன்ன நம்பித்தானே நான் வளக்குறேன். நம்ம செய்யர தொய்லு இத்தோட போவட்டோம்... புள்ளையப் படிக்க வைண்ணே. அவெனுக்கு உசந்த இடம் கெடைக்கணும்... ஏங் பொண்ணையும் பாருங்கண்ணா... நாம் வாய்ந்த வாய்க்க நம்மளோட போவட்டும்..!''

தர்மனைக் கட்டியணைத்து அவர் மார்பில் தேம்பி, தேம்பி அழுது சோக நீரைப் பாத்திக்கட்டி ஓடவிட்டாள். தர்மன்மேல் வழிந்த தமக்கை சோக நீரால் தவற்றை உணர்ந்தவனாகத் தங்கச்சியை அணைத்து அவர் இமைநீர் கசிந்து வழிந்தது. இரத்த உறவுகள் எங்கே செல்லும்? அண்ணன் தங்கச்சி பிணைப்பு சிறு ஓடைகளாகப் பாச நீரை வடித்தார்கள்.

அழுகுரல் கருவறையைப் பிளக்கும் அளவு சத்தம் எழுப்பிய தர்மனும், சின்னப்பொண்ணும் பாசங்களைச் சற்று விலக்கியதும். பொம்மியும் அழுது நின்றிருந்தாள். மாரிமுத்து அவள் வடித்த நீரை துடைத்தான். சின்னப்பொண்ணு நினைவில் மகள் கண்ணீர் இவனால் தான் துடைக்கப்படும் என அவள் கண்களிலும் நீர் நின்றது. ஊர்க்குடிகள் அங்கே வடித்த பாசநீரைக் கண்டு சிலர் அவர்களை அவலமாகவும் சிலர் பாசப்பிணைப்பைப் புகழ்ந்து முணுமுணுத்து இரவு அடவுப் பாசமலராக முடிந்ததைப் பார்த்து இடம் நகர்ந்து உறக்கத்துக்குச் சென்றார்கள்.

''அவெ இன்னாடி..! அவெ அண்ணிக்காரி கொணம் தெர்சித்தான் சின்னப்பொண்ணு போசுறாளா? புர்சங்காரன் பவுசு சரியில்லனுதான் நாத்தனாரை ஒண்டி உறுவினு நிக்கிறா... புள்ள பச்சிட்டானா... இன்னா கதிப்பன்ன போறாளோ..?'' என்று சுருட்டைக் கிழவி, கன்னிம்மாவிடம் ஓதியதும்,

''யக்கா... நீ சொல்ரத்து உண்மதாங்க்கா... அவெ ஆத்தாக்காரிய நம்பமுடியாது. சின்னப்பொண்ணு கிட்ட எறந்து துண்ணு... அவெள நக்கிப் பொழச்சினு இருக்கா... புள்ள பச்சதும் சூடு சொரணயில்லாம கால விரிச்சினு இங்கே இருந்து ஓடிப்போய்டுவா..!''

கன்னிம்மா மனதில் புரண்ட வார்த்தைகளை இச்சையாகப் பிதற்றி உறக்கத்தைத் தேடிப்போனாள். கன்னிம்மா பொம்மியை மாமனிடத்தில் இருந்து பிரித்து சின்னப்பொண்ணை நிர்க்கதியாக்கிவிட்டு பொம்மியை தன் வீட்டு மருமகளாக அழைக்க பல இடங்களில் புனைவு கட்டி அழுத்திக்கொண்டிருந்தாள்.

சின்னப்பொண்ணு, தன் மகளை மடியில் படுக்கவைத்து, தலைகோதி, குடிசை உச்சி ஓட்டையில் வானத்தை வெறித்துப் பார்த்து, நிகழ்கால நிகழ்வில் இருந்து எதிர்கால நிகழ்வை நோக்கி கனவுலகில் ஒவ்வெருநாளும் மிதந்திருந்தாள்.

மாரிமுத்து, அடையாற்றுக்கரையில் இருந்து நடையாகப் பள்ளிக்குச் சென்றபோது நினைப்பு எல்லாம் இன்னும் மேலே படிக்கவேண்டும்

என்ற எண்ணங்களை அசைபோட்டு புத்தகப்பை இடது, வலது தோளில் மாறி மாறி விழுந்துபோகும். அடையாற்றுக்கரையின் ஏழ்மையில் இருந்து விடுபட தன்னை எப்போதும் தயார்நிலையில் வைத்துக் கொள்ள விருப்பப்பட்டவனாக இருந்தான்.

மாலை வந்ததும் பொம்மி கையில் பணியாரம், மல்லிதா ஏதோ ஒன்றைச் சுவைத்து தேர்வு நேரத்தில் நடுநிசை வரைப் படித்து உடல் சோர்ந்து தெருவோரம் அப்பாவுடன் படுத்துக்கொள்வான். குடிசை சந்துகள் நெடுக்கும் சனங்களின் திறந்த வெளி நடைபாதை குளிரூட்டும் படுக்கையறையாக இருக்கும். அத்தனை உறவுகளின் உறக்கத்தின் வெவ்வெறு மூச்சி இறைச்சல் ஒலியாகக் கேட்கும்.

மாரிமுத்து, அத்தையின் துயரில் வந்த புதிய கோரைப் பாயில், அம்மாவின் புடவையை விரித்து, அப்பாவின் பக்கத்தில் படுத்திருந்தான். திடீரென அவன் வயிற்று வலியால் துடித்தான். தர்மன் விழித்து என்னவென்று கேட்டுக்கொண்டிருந்தார். அம்மா பித்தளை காடாவிளக்கு சுவாலை அணையாமல் கையை அணைத்து வந்தாள். தெருவோரம் படுக்கையில் இருந்த சின்னப்பொண்ணு அண்ணன் மகன் துடிக்கும் குரல் கேட்டு ஓடிவந்து அவன் வயிற்றைத் தடவிப் பார்த்தாள். மருத்துவச்சியாக விரைந்து ஓடினாள். பின்னே பொம்மி ஓடிவந்து 'மாமா... மாமா' என்று பதட்டமான குரலில் அவனை அணைத்துக்கொண்டாள்.

சின்னப்பொண்ணு வசும்பு தேய்க்கும் கல்லுடன், சிறிய கருத்த சந்தனமரத்துண்டில் நீரை விட்டு வசும்பு கல்லில் தேய்க்கத் தேய்க்க சந்தனக் கூழ் திரண்டு வந்ததும், மாரிமுத்துவின் சட்டையைக் கழற்றினாள். அவன் வெட்கப்பட்டு உடல் நெளிய, சின்னப்பொண்ணு சந்தனக் கூழை அவன் தொப்புளைச் சுற்றி அடர்த்தியாகப் பூசிவிட்டாள்.

பொம்மி மாரிமுத்துவின் தலையைப் பிடித்து வருடிக் கொண்டிருந்தாள். அந்த வருடல் அவன் வலியை மறக்க வைத்தது. பொம்மி அவன் நெஞ்சு மேல் படுத்து, ''வலிக்குதா மாமா..?'' என்றாள். இல்லை என்று அவன் மெல்ல தலையசைத்தான். படர்ந்த இருளில் சிறுஒளியில் இருவர் பார்வை இணைத்துக்கொண்டிருந்தது. பொம்மி அவன் நெற்றியில் விரல்களால் இதமாகத் தேய்த்ததும், மாரிமுத்து அவள் விரல்களைப் பற்றிக்கொண்டான். பொம்மி முகத்தசைத்து நாணத்தில் துடித்து வானுயரம் சென்ற நினைவில் உதட்டோரம் பூத்த புன்னகையை அவன் மேல் தூவி, அவள் கெட்டி கொலுசுச் சத்தத்தை எழுப்பிச் சென்றாள்.

முருங்கை மரயிடுக்களில் உறங்கியிருந்த சிட்டுக்குருவிகள் விழித்து மந்தை மந்தையாகக் கீச்சிக் குரலிட்டு வட்டமிட்டது. மாரிமுத்து, கொலுசு ஒலியில் ஆழ்ந்த நித்திரையில் சென்றான். இருவர் பிணைப்பைப் பார்த்த கன்னிம்மா செவியில் பொம்மி கெட்டி கொலுசு ஒலி சலக்சலக்குனு உரசி நுழைந்ததும், ''எந்த நேரத்துல மாமன உரசிட்டு போறா பாரு! இப்பவே தொடைய விரிச்சு புள்ளயப் பெத்துகுற வயசு வந்துடுச்சி... பாய விரிச்சா புள்ளைய பெத்துக்குவா! அவன் படிக்கணும்னு ராவான வெட்டியா உலாத்துறான். இது எங்க போய் முடியப் போவுதோ..? முடிக்கப்போறது நானாதாண்டி இருப்பேன்! நான் முடிக்கிற நேரம் வரும்..!'' கொலுசுச் சத்தத்தோடு மனக் குமுறலைப் பிராண்டி பொம்மியை வல்லுறுவாக வெப்பக்கனையில் குத்திப் பார்த்திருந்தாள் கன்னிம்மா.

விடியலை நோக்கிய இளம் இரவில் பொம்மி நல்ல உறக்கத்தில் இருந்தாள். அடுப்பு எரிக்கும் புகை அவள் முகத்தில் ஊர்ந்ததும் எரிச்சலில் கண்களைக் கசக்கித் திறந்தாள். அம்மா கட்டி வெல்லத்தை நசுக்கி காபி சட்டியில் போட்டதைப் பார்த்து புடவையை இழுத்து முகத்தை மூடிப் படுத்துக்கொண்டாள்.

கோழிகள் கூவாமல் குடிசைகளின் கூரை உச்சி, நொனா மரக்கிளைகளிலும் உறங்கிக்கொண்டிருந்தன. பாரங்களைச் சுமக்கும் முதுமைகள் குளிர்நீரில் கறுத்த முகங்களைக் கழுவிப் பணிக்குச் சென்றார்கள். குடும்ப பாரத்தை இறக்கி வைக்கும் நினைப்பில் கைவண்டிக்காரர்கள், வண்டியை இழுத்துப் போக, அதன் சக்கரங்கள் உருண்டோடும் சத்தம் கேட்டு கோழிகள் கூவியது.

மாரிமுத்து குளிரில் அம்மாவின் புடவையை இழுத்துப் போர்த்திப் படுத்திருந்தான். விடியலை உணர்ந்த எருமைகளின் சத்தம் தொடர்ந்து கேட்டுயிருந்தது. செல்வத்தின் மீது தண்ணீர்விட்டு துருக்களைத் தேய்த்து விரட்டிக் கொண்டிருந்தார் தர்மன். அண்ணனைக் கண்டு சிரிப்புடன் சின்னப்பொண்ணு அலுமினியக் குவளையில் கருப்பு காபி சூடுதனியாமல் முந்தானையில் இறுகப் பிடித்து வந்து மாரிமுத்துவை எழுப்பி காபி குவளையைக் கொடுத்தாள். தினப் பொழுதுகள் இப்படி மாரிமுத்துவுக்கு விடிந்தன.

சிலவேளை அத்தை பொம்மியிடம் காபி குவளைக் கொடுத்து விடுவாள். அவன் இழுத்துப் போத்தியிருக்கும் புடவையை மெல்ல விலக்குவாள் பொம்மி, அவன் புடவையை இழுத்துப் போர்த்திக்கொள்வான். அவனுக்குத் தெரியும் விலக்கும் கையின்

வாசத்தை நுகர்ந்து போர்த்திய புடவையை இறுக்கி இருப்பான். பொம்மி செயல் நடந்தேறும். பொம்மி அவன் தலையருகில் முகத்தைக் கொண்டு செல்வாள். அவள் மூச்சுக் காற்றின் வாசத்தை நுகர்வான். அவள், அவன் தலையோடு முகத்தை இணைப்பாள். விடியல் இரவில் இவ்விருவர் மூச்சுக் காற்றும் இணைந்து மௌன மொழியில் பேசும். காபி குவளையின் ஆவி தணிந்து போகும். பொம்மி அவன் முகம் மறைத்த புடவையை உருவுவாள். அவன் கண்கள் அவள் முகத்தில் விழிக்கும்.

இரவு முழுக்க கசிந்த அவன் சுவாசம் அவள் முகத்தைத் தழுவும். எண்ணிலடங்கா ஆனந்தத்தில் அவள் முகம் மெய்யாகத் தெரியும். சூடுதணிந்த காபியை அவள் மார்பில் அணைத்து சூடேற்றிச் சுவைக்கத் தருவாள். விடிந்த காலை புத்துணர்ச்சியாக அவன் உணவுக்குழியை கருப்புக்காபி நனைக்கும். அவன் தலை நால்திசை சுற்றுவான். யாரும் இல்லாமல் இருவர் மட்டும் தெருவில் அமர்ந்திருப்பதைக் கண்டு, மாரிமுத்து பறந்துபோய் ஓலை மறைப்பில் விறுவிறுவென குளிர்நீரில் தேய்த்துக் குளித்துவிட்டு, நேத்து மீந்த கழனித் தண்ணீருடன் சோத்துப் பருக்கையை உண்டு பள்ளிக்கு விரைந்து வந்தான்.

வருடம் பள்ளி முடிவு நாள் என்பதால், அவன் மாலைத் தொடக்கத்தில் முகமறியாத நட்புகள் இணைந்து உருண்டோடிய காலம் முடிவுபெறும் நாள் இன்று என்பதால், மாந்தோப்புப் பள்ளியை சுற்றிச் சுழன்று சீனுமணியும் மாரிமுத்துவும் சிலமாத பிரிவு உபசாரத்தில தத்தளித்து பிரிந்து சென்றார்கள்.

19

புதிய துவக்கம் ஒவ்வொரு மனிதனுக்கும் மறக்காத ஒன்று. பத்தாம் வகுப்பு முடிந்து, விடுமுறை கடந்து மாரிமுத்து சிறு பதைபதைப்பில் புதிய அனுபவம் தேடி பள்ளிக்குச் சென்றான். சீனுமணி, பள்ளியின் வாசலில் அவனை நோக்கிக் காத்திருந்தான். புதிய வழி கிடைக்கும் என்ற நினைப்பில் வந்த மாரிமுத்துவை சீனுமணி கட்டியணைத்து இருமுகங்களும் உரசிப் பேசினான். அங்கு கூடிய வேற்றுக் கிரகத்து மனிதர்களின் வார்த்தைத் துளிகள் அவன் காதை அழுத்தியது. சீனுமணி, மற்றவர்களின் கேளிப் பேச்சைப் பொருட்படுத்தாமல் மாரிமுத்துவுடன் கைகோர்த்து, தொடக்க முதல்நாள் எஸ்.எஸ்.எல்.சி. வகுப்பில் தன் அருகில் அமர வைத்தான். பள்ளியில் முதல் மாணவனாக மாரிமுத்து மதிப்பெண் பெற்று மேலே உயர்ந்ததை வகுப்பு ஆசிரியர் உரைத்தார். வகுப்பில் கரவொலி ஒலிக்கவில்லை. சீனுமணி மட்டும் அவன் முகத்தோடு முகமணைத்து நெற்றிப் பொட்டில் முத்தமிட்டான். இரண்டாம் நிலை மதிப்பெண் சீனுமணி என்று ஆசிரியர் அறிவித்ததும் யாரும் கரவொலி எழுப்பவில்லை.

''அது எனக்கும் தெரியும்... என்னைத் தொட்டு உரசிப் பழகும் சீனுமணிக்கும் தெரியும். மதிப்பெண் வாங்குவதில், படித்த காலம் முதல் பள்ளியில் நானும் அவனும் முந்திக்கொள்வோம். பிந்தியவர்களின் கைகள்தான், எழுப்பாத கரவொலிக்குச் சொந்தங்கள். அவர்களிடம் மனிதனைப் பிரித்துப் பார்க்கும் பிரிவு இருந்தது. அவர்களைப் பின்னுக்குத் தள்ளி முதலிடத்தையும், இரண்டாமிடத்தையும் பலகாலம் நாங்கள் தக்க வைத்தோம். அதனால் வகுப்பில் கரவொலி எழுப்ப விரும்பாமல் அழுத்தமாக அவர்கள் அமர்ந்து இருந்தார்கள்.

நான் வகுப்பில் முதன்நிலையை நிறுத்திக்கொண்டேன். சீனுமணி மட்டும் சந்தோசமாக மதியம் மாவடு, தயிர் சாதம் அவன் விரல்கள் என் நாவில் எப்போதும் உரசி ஊறவைத்ததை மற்றப் பார்வையாளர்கள் 'காட்சி தவறு' என்று என்னை தள்ளி நிற்க வைத்தார்கள். சீனுமணிக்கும் எனக்கும் மதிப்பெண்ணைத் தாண்டிய மனிதப் பிணைப்பு மட்டும்தான் மனம் நிறைந்து இருந்தது. அவனும் அந்தக் கூட்டத்தின் முதல் வகுப்பைச் சார்ந்தவன். இவன் ஏன் மனிதனாகப் பிறப்பெடுத்தான்? அது எனக்குத் தெரியாமல் நான் அவனோடு இருந்தேன். சீனுமணி நண்பனாக இல்லாமல் மனித உறவாக இருந்து என்னை அவன் நேசித்தே இருந்தான்.

பள்ளி மாலை முடிந்ததும் நானும், சீனுமணியும் மாந்தோப்புகள் நிறைந்த பள்ளிச் சுற்றிடத்தில் இருள் தொடங்கும் வரை என் நெஞ்சு பாரத்தை அவனிடம் அவிழ்த்து வைத்தேன். அவன் உந்துதல் எனக்குக் கனமாகத் தெரிந்தும், அந்த கனத்தை நானே இலகுவாக மாற்ற முயற்சி செய்தேன். சீனுமணி என் திட்டத்தை ஆழ்ந்து பாராட்டி, என்னைக் கட்டிப் பிடித்துப் புகழ்ந்து மேலே அமரவைத்தான்.

மாலை கடந்து, இருள் படர்ந்ததும், நாங்கள் நினைவுகளை விட்டு அகன்று வீடுகளை நோக்கிப் பயணித்தோம். என் நடையில் பொம்மி இடையிடையில் நினைவில் குறுக்கிடுவாள். ஏதோ ஒரு ஆழம், புதைந்திருப்பதை நான் உணர்ந்து அவளிடம் பேசிக்கொண்டே அடையாற்றுக்கரை வந்து சேர்ந்தேன். எனக்காக மண்தொட்டி தண்ணீர் அருகில் காத்திருந்தாள் பொம்மி. அவள் கொடுத்த ஈரநீரில் முகத்தில் முழுகி எடுத்து, கொடியில் தொங்கிய அவள் குட்டைப் பாவாடையில் முகத்து நீரை உறிஞ்சி எடுத்து குடிசை உள்ளே சென்றேன். அத்தையும் எனக்காகக் காத்திருந்தார்கள்.''

அத்தை, பொழுதோட சோறு வடித்த மண்பானை போன் சட்டிமேல் கவிழ்ந்து இருந்ததை நிமிர்த்தி மாரிமுத்துக்கு சோறு போட்டு...

''பொண்ணே... மாமாவுக்கு கொய்ம்ப தாராளமா ஊத்து. மீன எடுத்து வை. ராசா... கொரவ மீனு, ஆத்துல புச்சது... நல்லா சாப்பிடு ராசா! பொண்ணே... மாமா வூட்டு டெல்லி எருமைக்கு என்னவோ ஆச்சாம்... என்னனு பாத்துட்டு வாறேன்...'' என்று அவசரமாகப் புறப்பட்டு, தாழ்வாரத்தைத் தாண்டி,

''பொண்ணே... கன்னிம்மா அத்த வருவாடி அவ்ளுக்கு கொஞ்சுண்டு மீன்கொய்ம்ப கொடுடி...'' குரலை மேலே எழுப்பிச் சென்றாள்.

பொம்மி, மீனை மாரிமுத்துக்கு எடுத்துப் போட்டுக்கொண்டே இருந்தாள். ''சேத்துல வழவழன்னு நெளிஞ்சுன்னு இருக்கும், குட்டிக் கொறவ மீன சாம்பல்ல தேச்சிக் கழுவி, கொழம்பு வைச்சா அப்படி ஒரு ருசி மாமா..!'' மாரிமுத்து நாவில் மீன் குழையாமல் உள்ளே சென்றுகொண்டிருப்பதையும், அவன் ருசித்துச் சுவைப்பதை ரசித்தே அகப்பையில் இன்னும் மீனை எடுத்துப்போட்டு, 'மண்சட்டியை உருட்டித் துண்ணு மாமா... துண்ணூ...' முணங்களில் பொம்மி உள்ளூர ஆழ்ந்து போனாள்.

மாரிமுத்து கொரவையை ருசித்து இருக்க...

''மாமா, நீ பச்சி முச்சினா கைநெறைய சம்பாதிப்பே... உன்கு ஒஸ்தியான மீனு... மார்க்கெட்டுலே வாங்கியாந்து வக்கணையா சமைச்சிப் போடுவேன் மாமா. நீ இஸ்திரி போட்ட சொக்காயொல்லாம் போட்டுன்னு ஆபீஸ் போவே... அப்போ, உன்ன நானே கண்ணு வெக்கப்போறேன்... எங்க அம்மா உன்கு சுத்திப் போடுவாங்க... நாங் ஊவ் கைய இறுக்கிப் பிடிச்சுன்னு வருவேன். நான் பாக்காத மெட்ராச என்ன புச்சுகினு சுத்திகாட்டணும் மாமா..!'' மழலை உள்ளமாக மனநினைப்பில் அவனை வெறித்துப் பார்த்திருந்தாள் பொம்மி. மீன் சட்டியில் கைவுட்டு மீனை எடுத்துப்போட்டு, ''மாமா நல்லா இத்தையும் துண்ணூ..!''

''எவ்வளவு சாப்பிடரத்து..? வயிறு ரொம்பிப்போச்சு...'' மீனை பொம்மி வாயில் சொருகிவிட்டு குவளை நீரில் வாசல் ஓரம் கை கழுவியதும், தண்ணீர் பக்கவாட்டுச் சுவர் ஓலையில் பட்டுத் தெறித்தது.

கன்னிம்மா குழம்புக் கிண்ணம் எடுத்து உள்ளே வந்தாள். பொம்மி அதை வாங்கி ரெண்டு மீனோடு குழம்பை ஊற்றிக் கொடுத்தாள். கன்னிம்மா அதைக் கண்டு சினத்தில் விசும்பி, சட்டியில் மீன் குழம்பை விசுக்கென ஊற்றி, முகம் சுளித்து, ''நல்லா ஊங் மாமனையே கவனி..! எல்லாத்தையும் வழிச்சித் துண்ணுப்புட்டு, கை விரிச்சு உன்ன நடுத்தெருவுல உட்டுட்டூ போவப்போறான்... கச்சில இங்க தாண்டி பாவாடைய தூக்கிக் குந்தி லொங்கறுந்து[25] இருக்கப் போறே. கச்சில, ஏங் புள்ளத்தான் உன்னக் கிழிச்சி புள்ளயக்கொடுக்கப் போறான்... அப்போ நீ என்ன புச்சிகினு தொங்கினு வருவே..!''

எதிர்பார்த்தது கிடைக்கப் பெறாத வலியில் பொம்மி மனதில் துயரத்தை சிறு ஊசியில் கன்னிம்மா கீறிவிட்டுச் சென்றாள். பொம்மி துக்கம் அடைத்து தாத்தா புகைப்படத்தின் முன் ஓ... என்று தேம்பி சத்தத்தை எழுப்பினாள். ஓடிவந்த மாரிமுத்து அவளைத் தாங்கி இறுக்கி

கன்னிம்மா வார்த்தை புரியாதவனாக அவள் துயரைத் துடைத்திருந்த போது சின்னப்பொண்ணு வந்தாள்.

'யம்மா... கன்னிம்மா அத்த, மாமா என்ன ஏமாத்திடும்னு சொல்லுதா..! விட்டுட்டுப் போயிடுமாம்..!'

அம்மாவின் இடுப்பைப் பற்றி ஒப்பாரியை அதிகப்படுத்தி, மாரிமுத்து கையை மார்பில் அணைத்து, ''மாமா, என்ன ஏமாத்தமாட்டயில்ல..?'' கலங்கிய விழியுடன் கண்களை அசைத்தாள் பொம்மி.

சின்னப்பொண்ணு மகளைத் தேற்றி அமர வைத்தாள். மாரிமுத்து மேல் அத்தை கை இருந்ததை விலக்கி, கன்னிம்மா சொல் தவறு என்ற அழுத்தத்தில் வெளியே நகர்ந்தான் மாரிமுத்து.

இருள் தழுவிய அடையாற்றுக்கரையில் சிறுசிறு குடிசை சந்துகளில் ஒளிமங்கியவனாக மாரிமுத்து நடை அசைந்து வந்ததும், எங்கோ கத்தும் நாய்களின் ஊளை யாரோ பின்நாளில் மரணிக்கப்போவதாக உணர்ந்து பொம்மியை மனவெளியில் ஆடுவதாக நெஞ்சை இறுக்கிய கனத்துடன் நடந்து வந்தான் மாரிமுத்து.

காரிருள் தொட்டதும் மாரிமுத்து, பொம்மியின் துயரை இறுக்கி ஊர்ந்து நடந்து வந்தான். கைவண்டிகள் ஒவ்வொன்றாக குடிசையோரம் சக்கரங்களைப் பதித்திருந்தது. பாரம் தூக்கி வந்த சனங்கள் சாராயத்தில் கொப்பளித்த சுவாசக்காத்து குடிசைகளில் மோதி, சத்தங்களை எழுப்பி விண்ணேறி சுகம் கண்டிருந்தார்கள். அதன் சத்தம் நீச்ச சொற்களாக சூழ்ந்து குடிசைகளில் பரவியது. ஆங்காங்கு இறைச்சலில் குழந்தைகள் மாட்டிறைச்சிக் கொழுப்புகளை லாவகமாக விழுங்கி சுவைத்திருந்தார்கள். சூட்டில் கருகிக்கொண்டிருக்கும் காய்ந்த கொழுப்பும் ஜவ்வும், கருக்கலாக ரம்மியமாக வீசியிருந்தது.

கிழவிகள் கடிக்க முடியாத முட்டி எலும்புகளை பொக்கை வாயில் உறுஞ்சி வீசும் எதிர்பார்ப்பில், வாலைக் குழைத்த நாய்கள் நாக்கில் வழிந்த நீரில் மண்ணை நனைத்துக் காத்து இருந்தன. ஆற்றின் கரிய நீரிலிருந்த கொசுக்கள் ரீங்காரமிட்டு உணவைத்தேடி மனித உறவுகளிடம் அலைந்துகொண்டிருந்தது.

அந்தி சாய்ந்ததும் உணவை இறைப்பையில் நிரப்பி உறங்கச் சென்ற உழைக்கும் சில மனிதர்கள் நடுநிசி தொடும் முன்னே நடு உறக்கத்தைப் பலர் தொட்டிருந்தார்கள். 'வளம் தழுவிய சென்னை மாநகர மண்ணைச் செழிமைப்படுத்திய மனிதக்கூட்டத்தின்

வாழ்விடம்தான் அடையாற்றுக்கரையாக இருந்தது' என்று மாரிமுத்து நினைவு ஏடுகளைப் புரட்டி வாசித்துப் பார்த்தான்.

மாரிமுத்து தனக்கான உயர்வைத் தேடிக்கொள்ளத் தான் எழுதிய பள்ளித் தேர்வும் காலம் கடந்துருண்டு விடுமுறை காலம் முடிவு பெற்றதும் மதராஸ் மாகாணத்தில் மாரிமுத்து முதல் மாணவனாகத் தேர்வுபெற்றதை அறிந்த சீனுமணி, அழுக்குகள் நிறைந்த அடையாற்றுக்கரைக்குத் தேடிவந்து, மாரிமுத்துவைக் கட்டியணைத்து மனிதநேசத்தைப் பகிர்ந்தான். ஊர் திரண்டு இருவரையும் கண்டு ஆனந்தத்தில் திளைத்தார்கள்.

சின்னப்பொண்ணு வெல்லம் பணியாரம், கருப்புக் காபியை தயக்கத்தில் சீனுமணிக்குக் கொடுத்தாள். அவன், மனதில் எதையும் நினைக்காமல் மனிதர்களின் பாணம் என்று மகிழ்வில் குடித்து முடித்தான். சின்னப்பொண்ணு, சீனுமணி யாரென்று அறியாமல் மாரிமுத்துவையும் இணைத்துக் கட்டியணைத்து இருவர் உச்சித்தலையில் முத்தமிட்டு நுகர்ந்தாள்.

20

சில நாட்கள் நகர்ந்தன.

ஆண்டின் புதிய துவக்கம் பியூசி என்பதால் கல்லூரி வாசலில் பாதம் பதிக்க வேண்டும். மாரிமுத்து காலையில் புதிய கல்லூரிக்குச் செல்ல இருப்பதால், பொம்மி, மாமன் நம்மை எங்கோ அழைத்து செல்லுவதற்கான காலக்கனிவை நெஞ்சலைக்குள் இறுக்கித் திரிந்தாள். சின்னப்பொண்ணும் அதற்கான ஆயத்தப் பணியில் உழன்றுகொண்டிருந்தாள். தர்மன், பச்சையம்மாள் மதிக்கு எட்டாத கனவுகளை சின்னப்பொண்ணு கண்டுணர்ந்து விடியல் எப்போது புலரும் என்று தூக்கத்தைத் தொலைத்துத் துடித்திருந்தாள். சிறுமஞ்சள் கதிரொளி மண்ணைத் தொட்டுப் புலர்ந்ததும், பூசிமொழுகிய மஞ்சள் முகத்தோடு சின்னப்பொண்ணு கருத்த பெரும் சேவலை இடுப்பில் அனைத்து, அசைந்து வந்தாள். பின்னே மாரிமுத்து, மொம்மி, சுற்றங்கள் வந்ததை ஊர் பார்த்து இன்புற்றார்கள்.

படர்ந்து விரிந்த மரக்கிளை இடுக்கில் நுழைந்த கதிரொளி, மரத்தின் அடிவாரத்தில் இருந்த சின்னப்பொண்ணுவின் முன்னோர் முனீஸ்வரன் நடுக்கல்லில் பட்டுப் பிரகாசித்தது. சின்னப்பொண்ணு அவரைக் கழுவித் துடைத்தெடுத்து, அலங்கரித்து, சுருட்டு, தூக்குச்சட்டிச் சாராயம் படையலிட்டு, தலைமுறை சூரியன் மாரிமுத்துவை முன்நிறுத்தி, நாவைச் சுழற்றி ஓசை எழுப்பி, கருத்தச் சேவலை முனீஸ்வரன் முகத்தில் இடது, வலதுபுறம் சுற்றி எடுத்து, அதன் கழுத்தில் கத்தியை வைத்தாள். இரத்தம் பீறிட்டு முனீஸ்வரன் முன் மண்ணை நனைத்தது. கன்னிம்மாவின் புருசன் பட்லர் முனியப்பன், ஆக்ரோச சத்தங்களை எழுப்பி கைகளை முறுக்கேற்றித் தலையைச் செவட்டிச் செவட்டி ஆட்டி, நாக்கைச் சுருட்டி உறும்பினார். சனங்கள் வியப்பில் அவதானித்து அவரைக் கைகூப்பி வணங்கி நின்றார்கள்.

சின்னப்பொண்ணு கைகளை இடைக்கு மேல் கூப்பி, சிரம் தாழ்த்தி, மென்குரலில், ''சாமி... என் அண்ணன் மவன் படிச்சி ஓசரத்துக்கு வருவானா? என் பொண்ண கை பிடித்துக் காபந்து பண்ணி உயரத்தில் அமரவைப்பானா?'' என்று நெடுநாள் நினைப்பை முனீஸ்வரன் கல்லின் மேல் தெளித்து, பட்லர் முனியப்பனிடம் பவ்வியமாகக் கை கூப்பி நின்றாள்.

முனியப்பன் கைகளை முறுக்கேற்றி, தலையை மேலும், கீழும் வளைத்து ஆட்டி, கால்களை உசரத் தூக்கிக் குதித்து, 'ஊம்... ஊம்...' என கிடா மூக்கை விரித்து,

''இன்னா நெனச்சடி..! என் அண்ணன் பையன் படிச்சி ஓசரதுக்கு வருவானா..? ஆவெ எல்லா உசரத்தையும் உச்சி தொட்டு வருவாண்டி! ஆளுமையில அவெ கை உசரத்துல நிக்கும்... உன்கு இன்னா வேணும்? அவெ வேணுமா? அவெ உங்களுக்குக் கெடைக்க மாட்டான்... நீ வலியில துடிக்கிறது எனக்குத் தெரியும். அவெ கொஞ்சநாளுதான் இங்க இருப்பான்... உங்கள உட்டுட்டு ஓடிப்புய்டுவாண்டி... நீ நாண்டுக்கினுதான் சாகப்போறே..! உன் பொண்ண நடுத்தெருவுல உட்டுட்டு போவாண்டி!!'' என்று உறும்பினார்.

குலைநடுக்கத்தை உண்டு செய்து முனி குதித்துக் குதித்து ஆடியது. கன்னிம்மா மனமகிழ்ந்து முனீஸ்வரனை வணங்கி இருந்தாள். சின்னப்பொண்ணு முனியப்பன் வாக்கைக் கேட்டு நரம்புகள் இடம் பெயர்ந்து, ஆக்ரோசத்தில் முனியப்பன் மார்பில் எட்டி உதைத்துக் கீழே தள்ளி, அடித்தொண்டையில் உறும்பி முனியப்பன் மயிரைப் பிடித்து உலுக்கி...

''ஏய் தூம... ஏங் அண்ண பையன் துரேகம் செய்யமாட்டான்டா... நீயெல்லாம் சாமியாடா..? உங் மேல எங்க சாமி வர்லடா... நீ எங்கள ஏமாத்த வந்திருக்கும் சாமிடா... எங்கோ வந்தேறிங்க சொன்னத, எங்க தலமேல சொமத்த வந்த போலிச் சாமிடா நீ..!'' விகாரமாக அவன் தலைமயிரை இழுத்துப் பிளந்து எடுத்ததும், சிக்கிய இன்னொரு கருப்புச்சேவல் துடிப்பதுபோல் முனியப்பன் நழுவியதும், கன்னிம்மா எட்டி சின்னப்பொண்ணு மயிரைப் பிடித்து உருண்டு வலப்பக்கம், இடப்பக்கம் உருட்டி எடுத்தாள். இருவரின் மாராப்பும் விலகி, திரண்ட மார்புகள் வெட்ட வெளியில் திரையிட்டது. ஊர்சனங்கள் வாய்பிளந்து நின்றார்கள். முனி வந்த பட்லர் முனியப்பன் பேய் அறைந்தவனாக கண் சொருகி, வெளுத்து வாங்கிய அடியால் முகம் பிதுங்கி நின்று இருந்தான். ஊர் சனங்கள் சின்னப்பொண்ணையும்

கன்னிம்மாவையும் பிரித்தெடுக்க முயன்றார்கள். கன்னிம்மா முன் பகையில் சின்னப்பொண்ணை ஜிப்பி எடுத்தாள். சனங்கள் அச்சத்தில் விலகி நின்றார்கள். சின்னப்பொண்ணு தலையை கன்னிம்மா இப்படியும், அப்படியும் செவட்டியடித்தாள். அவள் தலை முனீஸ்வரன் கல்லில் பட்டு, மண்டை பிளந்து முனிக்கு இரத்தமிட்டு சின்னப்பொண்ணு எழுந்தாள். ஊர்சனங்கள் அவளைப் பிடித்து அழைத்துச் சென்றார்கள்.

சின்னப்பொண்ணு முனங்கல் பிற்காலத்தில் அவள் வலியை நினைத்து சத்தமிட்டதை அறிந்து அடையாற்றுக்கரை சனங்கள் சலசலப்பில் நகர்ந்து சென்றார்கள். பக்கிரி, மனையாள் துயரத்தைத் தன்னுள் இணைத்துக்கொள்ளாமல், சிறு சலனத்தில் திரும்பி முனீஸ்வரனை விழியை உருட்டிப்பார்த்தான். மனைவி ரத்தத்தை வாங்கிய முனீஸ்வரன் முறுக்கு மீசை அமைதி பெற்றிருந்தது.

''யோவ்... நீ என் தாத்தன், பூட்டன்னு எனக்குத் தெரியும் முனி'' என்று உதட்டசைத்து அறுபட்ட சேவல் இரத்தம் மண்ணை நனைத்து கால்கள் சிறு துடிப்புடன் மண்ணைப் பிராண்டித் தேய்த்திருந்த போது, தூக்குச்சட்டி சாராயம் அசைவற்று குடல்களைக் காணக் காத்திருந்தது. பக்கிரி உறவுத்திரளில் இருந்து நழுவி வந்து முனியிடம்,

''ஓய் சாமி... என் பொண்டாட்டி இரத்தம் உனக்குக் கொடுத்தாச்சி... அதுக்குப் பதிலா உனக்கு வைச்ச சாராயத்தை நான் எடுத்துக்கிறேன்'' என்று உரிமையோடு அவர் தாத்தனிடம் கேட்டுச் சாராயத்தைக் கல்படி அடித்துத் தூக்குச்சட்டியும், அறுபட்ட கரும் சேவலைத் தூக்கிக்கொண்டு கூட்டத்தில் இணைந்து சிறுமிதப்பில் நடைகட்டி நகர்ந்து போனான். கரும் சேவலின் தடித்த தொடைகள் ஆடிக்கொண்டு வர, இடிச்சம்மா கிழவி தன் பல்லுக்குத் தொடைக்கறி கிடைக்காமல் ஏமாந்து போனதால், கன்னிம்மாவை நீச்ச சொற்களைத் துப்பி,

''இவெ போற போக்கப் பாத்தா... பொம்மியைக் கொன்னுடுவான்னு தெர்து... அவெ மாமனையும் பிரிச்சிப்புடுவா...'' என்று புலம்பிவிட்டுத் திரும்பிப் பார்த்ததும், கன்னிம்மா ஆடையெல்லாம் விலகி அலங்கோலத்தில் ஓடிவந்து முனிஸ்வரன் சிலை மேல் விழுந்து, கதறி அழுது...

''அவெ பொறக்கும்போதே என் பையனுக்குத் தான்னு சொல்லி வைச்சேனே... அவெ மனச மாத்துனதும் நீ தானே..?'' அழும் குரலை முனிகல் மேல் உருண்டு தேய்த்து,

"அவெ அண்ணன் பையனுக்கு அவெ கெடைக்கக் கூடாது. என் பையனுக்குக் கெடைக்காதவ உசுரும் இந்த மண்ணுல இர்க்கக் கூடாது. அவெ இரத்தத்தால இந்த மண்ணு நனையணும்..!'' மனம் குமுறி புரண்டு அழுத்தாள்.

பட்லர் முனியப்பன், கன்னிம்மாவை மார்பில் தாங்கி, விலகிய முந்தானையால் மார்பை மறைத்து அழைத்துச் சென்றார்.

21

மாரிமுத்து, படிப்பில் எஸ்.எஸ்.எல்.சி. கடந்து, நந்தனம் கலைக் கல்லூரியில் பியூசி படிக்க புதிய இடம் கிடைத்தது. அவன் தொடக்க நாள் கல்லூரி செல்ல ஆயத்தமானான். தன் கடைநிலைக் கழிவைவிட்டு இருள் நீங்கியவனாக மகிழ்ந்திருந்தான். பச்சையம்மா காலை சுடுச்சோறு பொங்கி மாரிமுத்துவுக்கு ஆவி பறக்க சோத்தையும், நேத்து மீந்த கருவாட்டுக் கொழம்பை வைத்து அவனைச் சாப்பிட அழைத்தாள். சின்னப்பொண்ணு வாங்கிக்கொடுத்த புது டெர்லீன் சொக்காய், டெரிகாட்டன் முழுநீள கால்சட்டை பளபளத்ததும், அவன் ஆயா குந்திய பழைய மணப்பலகையை பரணில் இருந்து எடுத்துப்போட்டு குடிசை ஓதமும், தூசுகளும், புதுயுடையில் தஞ்சமிடாமல் இருக்க மாரித்துவை மணப் பலகையில் அமரவைத்ததும், சுடுசோத்தை மாரிமுத்து சாப்பிடத் தொடங்கினான்.

மூச்சிறைக்க ஓடிவந்த பொம்மி வாசலில் தொங்கிய பழைய புடவையை விலக்கி மாமனைப் பார்த்து நின்றாள். பஞ்சணையில் உழலும் மகாராஜனைப் போல் அவள் கண்ணில் தெரிந்தான் மாரிமுத்து. நந்தவனத்தில் இனி நாம்தான் உலாவப் போவோம் என மகிழ்ச்சியில் உற்றுப் பார்த்திருந்தாள். அவன் டெர்லீன் சொக்காயின் மின்னல் அவள் கண்கள் கூச்சத்தில் தவழ்ந்து இமைகள் படபடத்தன. மாரிமுத்து அவளைப் பார்த்து வெட்கித் தலை கவுந்தான்.

பொம்மி, மாமனைக் காண அவசர நடையில் வந்தபோது வாசலில் தொங்கிய திருஷ்டி பொம்மை யார் என்று அறியாமல் அதை இடித்தாள். ஆடிய திருஷ்டி பொம்மை கண்விழித்து, புத்தபிச்சாக அவளைப் பார்த்துத் தலைகவிழ்த்துக் கண்ணீர் விட்டது. இவள் சூழலின் மாற்றத்தில் விதைத்து வைத்திருக்கும் அழுக்கில் சிக்கி எரிந்துகொள்ள

வழி தேடுகிறாள் என்பதை திருஷ்டி பொம்மை அறிந்து அவளுக்காகக் கண்ணீர் சிந்தியது. இங்கே அழுக்குச் சூழலை வைத்த சமூகம், அவள் மாமன் அதைத் தகர்த்துச்செல்ல துடிக்கிறதை திருஷ்டி பொம்மை கடந்த நூற்றாண்டுக்குள் சென்று காற்றில் ஆடிக்கொண்டிருந்தது. அதன் முன் பொம்மி, மாமனை வியப்பில் பார்த்து நின்றிருந்தாள்.

''டேய்... தலைய நிம்ந்து பாருடா... பொம்மி வந்திருக்கா.''

அம்மா சொன்னதும் மாரிமுத்து மெல்லத் திரும்பிப் பார்த்தான். இருவர் விழியொளிகள் மௌனமாகப் பேசிச் சுற்றியலைந்தன. மாரிமுத்து வெளியே வந்தான். சின்னப்பொண்ணு அவனுக்கு ஆலம் சுற்றி குங்கும நீரை நெற்றியில் வைத்தாள். அவன் பார்வை பொம்மியைத் தேடியது. அவள் தென்படவில்லை. அவன் முகம் ஏதோ ஒன்றை தவறவிட்டவனாக சோகம் முகத்தை இறுக்கி இருந்தது. தர்மன் தன் முன்னவர்கள் இழந்ததை மீட்டெடுக்கப் புறப்பட்ட மகனை தன் ரிச்சாவில் ஏற்றக் கூப்பிட்டான். அவன் சம்மதிக்காமல் பொம்மியைத் தேடினான். எத்திக்கிலும் நத்தைநத்தையான கெட்டிக்கொலுசுச் சத்தம் கேட்காமல் முகத்தில் இடர் தன்மை படர்ந்து, சிறு சிறு ஓலைச் சந்துகளில் தெளித்த சாணத்தை மிதித்து, பொம்மி பதித்த மென் பாதங்களைத் தேடி வந்தான்.

''டேய்... மாரிமுத்து..!'' ஒரு பெரியம்மா வழிமறித்து அவன் தலையை வருடி சொடக்கிட்டு, ''நீ நல்லா நாலுயெழுத்து படிக்கணும்... ஊங் ஒருத்தனுக்குத்தான் வரமா கெடைச்சியிருக்கு. நீ சனத்தயெல்லாம் மாத்தணும்டா!'' சந்தோசம் பொங்கி சுருக்குப்பையில் இருந்து ரெண்டு நாலணா, ஒரு எட்டணாவைக் கொடுத்தார்.

''வேணா பெரியம்மா...'' என்று சொன்னதும், அந்தம்மா பரிசுப் பொருளாக அவன் கையில் அந்த நாணயங்களைத் திணித்துச் சென்றாள்.

ஒரு கிழவி, மாரிமுத்துவைக் கட்டியணைத்து வெத்தலை சிவந்த உதட்டில் புகையிலை வாசத்தில் நெற்றியில் முத்தம் பதித்து, ''நீ பெரிய ஆளா வருவே... பெரிய உத்தியோகத்துக்குப் போவடா. நம்ம ஒறவு சனத்தக் காபந்து பண்ணுவடா. உன்ன நம்பி இந்த ஊரே விழிச்சிக்கெடக்குது. நம்ம ஊருக்கு வெளிச்சத்த நீதான் காட்டணும்..!'' முக்கால் காசை முந்தானை மூடிச்சை அவிழ்த்துக் கொடுத்தார்.

ஒரு அம்மா காகித மடிப்பைப் பிரித்து, திருநீரை அவன் நெற்றியில் வைத்து, ''ஆன்னு திற'' என்று ஒரு சிட்டிகை திருநீரை வாயில் போட்டு ''சக்தி வாழ்ந்த நம்ம கொலத்துல பொறந்த மாரியாத்தாள் திருநீரு.

நீ நெறைய பச்சி, நம்ம அண்ணல் ஐயா மாதரி, ஏழபாழங்களுக்கு ஒதவி செஞ்சு, எல்லாரையும் மேல உயர்த்துவடா..!'' என்று மகிழ்ந்து ஒசந்து போகும் எண்ணத்தின் வழியைக் கூறிச் சென்றதும், மாரிமுத்து உமிழ்நீரில் காய்ந்த சாணத்தில் பெற்ற சாம்பலில் கரைசல் நீரைக் கீழே துப்பிச் சென்றான்.

இந்த உறவுகள் அழுக்குத் தெரியாதவர்கள். இளகிய நல்மனம் கொண்ட உறவுகள் என நினைத்து எல்லாவற்றையும் கடந்து வெளியே வந்தான் மாரிமுத்து. பொம்மி, அந்தச் சந்தின் முடிவில் நின்று அவனைப் பார்த்து வெண்பற்கள் ஒளி பீறிட்டு அவன் முகத்தில் பட்டு ஜொலிக்க அவன் அருகில் வந்தாள்.

''மொதநாளு கல்லூரிக்குப் போறேன். உன்னப் பாக்காமே போயிடு வேன்னு பயந்துட்டேன்'' மனவெளியை உதிர்த்தான் மாரிமுத்து.

''நீ பெரிய எடத்துல படிக்க போறே. ஊவ் நோட்டுல மொதயெய்த்த இதுலத்தான் நீ எய்தணும் மாமா. மரநிறத்தில் மை பேனாவை, மார்பில் புதைத்ததை எடுத்து அன்பால் உதட்டின் இச் எனும் சத்தத்தை ஒத்தி நீட்டினாள். தத்தளிக்கும் இளம் பருவ ஒளியில் பெற்ற எழுதுகோலால் பொம்மியின் கையில் முதல் எழுத்தாக இருவரின் பெயரையும் எழுதிவிட்டு, உயர் வாழ்வைத் தொடங்கும் மையை அவளது கையில் இணைத்து, சந்தோசம் பொங்கிச் சென்றான் மாரிமுத்து. அவனது காலசைவை யூகித்து உயரப் பறக்கப்போகும் தன் வாழ்வின் பயணத்தை அங்கிருந்தே துவங்கிக்கொண்டாள் மொம்மி.

''என்னை உயர்த்த, கல்லூரியில் முதல் எழுத்தின் வழியே வேறு பாதையில் செம்மிக் கிடந்த உறவுகளைக் கைப் பிடித்து சுமைகளைப் பொசுக்கி அடுத்த இடம் நகர்த்திச் செல்வேன் என நெஞ்சுக்குள் அசைபோட்டு வகுப்புக்குச் சென்றேன். அடையாற்றுக்கரை வலியுடன் பொம்மி ஈந்த எழுதும் மையால் முதலில் எழுதிய காகிதத்தை பல ஆண்டுகள் என் நெஞ்சில் வைத்துச் சுமந்தேன். அவள் தந்த மை, அடுத்த கட்டங்கள் உந்தி பியூசி இறுதியில் என்னை உயர்த்தி அங்கேயும் நல்ல மாணவனாகச் சிறக்க வைத்து உச்சியில் நகர்த்தி முன் வந்தேன்.

உறவுகளின் பாசத்தைத் தேடும்போது முன்செய்த செயல்கள் நம்மை கணக்கச் செய்கிறது. தாயின் கணிப்பைவிட அத்தையின் அபரிமித நம்பிக்கையில் காலச் சக்கரம் எனக்கு வேகத்தைக் கொடுத்தது. நான் விரும்பிய உணவைக்கூட வறுமையில் அறிந்து என்னை அத்தை பல கட்டம் நகர்த்தியது.

ஒருநாள் நகரத்தைச் சுற்றியலைந்து, ‘‘உனக்கு ரொம்பப் பிடித்த மட்டி இன்னக்கி வேணுமா ராசா?’’ என்று கேட்டதும், விருப்பமற்று அத்தை மனதுக்காக மெதுவாகத் தலையசைத்து, கல்லூரி சென்றேன்.

துயரத்தைப் போக்க கல்வியை முதுகில் ஏத்தி பயணப்பட்டதால் உணவுமேல் எனக்கு விருப்பம் குறைந்து போச்சு. வறுமையும், சமூகத்தைப் பிடித்த கோரைப்பல்லும், ஒதுக்கி வைக்கப்பட்ட இடத்தை வீசியெறிய புதியத் தேடலாக கல்வியை முதுகில் சுமந்தேன். உறவுகள் விருப்பும் உணவை அலசிப் பார்த்து எனக்குக் கொடுத்தார்கள். அவர்களுக்குக் கிடைக்காத ஒன்றைத் தேடும் எண்ணம் எனக்குத் தோன்றியது. இந்த அமைப்பு படிநிலை முறையில் இருந்து நான் விலகி மேலே பறந்துசெல்வது என் குறியாக இருந்தது.

அத்தை, ‘பானைக்காரி வருவாளா? மட்டி கிடைக்குமா?’ என சந்துகளில் தேடியலைந்து, போறவங்க, வரவங்களை எல்லாம் கேட்டு பதில் கிடைக்காததால் அவர்களைத் திட்டினாள். பானைக்காரியைக் கேட்டுக்கொண்டு இருந்தும், அவள் உருவத்தை தெரிந்தவர்களும் அவள் எத்திசையில் இருந்து வருகிறாள் என்று எவரும் சரியான பதில் சொல்லாமல் சென்றார்கள். பிரதானசாலை முக்குவரை வந்தவர்கள், போனவர்கள் இடமெல்லாம் அத்தை டமாரம் அடித்துக்கேட்டும் பிசப்பி பானைக்காரி விலாசம் அகப்படவில்லை.

‘மட்டி ரெண்டு அரைப்படி ஒத்த ரூவா’ கொரலுக்காக ஏங்கி புள்ள ஆசப்பட்டுக் கேட்டுட்டானேனு நடையாக நடந்து அயோத்திக் குப்பம் வரை சென்று பானைக்காரியைத் தேடியலைந்து கால்நடுக்கத்தில் மணலில் புட்டத்தை அரைக்கி அமர்ந்து முனங்கியும், பானைக்காரி கண்ணுக்கே தென்படாததால் மனம் சொனிங்கி, கடலை வெறித்துப் பார்த்திருந்தாள் சின்னப்பொண்ணு. முதிர் வயதம்மா சின்னப்பொண்ணின் சினங்களைப் பார்த்து,

‘‘யாரிடிம்மா... யாரத் தேடிக்கினு வந்து குப்புத்துள்ள ஓய்ஞ்ஜி போய் குந்தினு கீறே..?’’ என்று கேட்டதும்,

‘‘புள்ள மட்டி கேட்டுட்டான். இங்க இர்ந்துதான் அவெ வருவாளாம். அவெளத் தேடித்தான் வந்தேம்மா’’ அசதியில் சொன்னாள்.

‘‘நல்லதத்தா தேடுனே. கடலும் ஆறும் சேரும் எடத்துல கெடக்கிற ஒஸ்தியான மட்டியத்தான் தேடிக்கினு வந்திருக்கே... இனி உங் வூட்டாண்ட அவெ வரமாட்டா!’’

‘‘என்ன ஆச்சு அவெளுக்கு?’’

''அந்தச் சிரிக்கிய அவெ புர்சங்காரன் ஓதச்சி, மூக்கு, வாயி பேந்துகினு கோஸ் ஆஸ்பத்திரிக்குப் போயிருக்கா..!''

''ஏங் ஓதச்சான்?''

''புர்சன உட்டுட்டு வேற எவெனையாவது பாத்து மோந்துக்குனு கால விரிக்கப்போனா... இந்தக் கெதிதான் நடக்கும்! ஒடம்பு நெம்பினாலும் புர்சங்கிட்டத்தான் பாயப் போடணும். சரி சரி வா... உங் புள்ள கேட்டுட்டான்னு சொல்லிட்டே... ஏங் ஊட்டுல கொஞ்சம் இர்க்கு... தறேன். பெத்தவளுக்குத்தான் புள்ள அருமை தெரியும்...'' கிழவியின் சொல் மனதில் பற்றியதும், சின்னப்பொண்ணு அவரைப் பின் தொடர்ந்து,

''ஏங் புள்ள இல்ல... அண்ண மவன்தான் கேட்டான்...''

''மருமவனுக்காடி இத்தனை ஆர்ப்பாட்டம்..? உன் பொண்ணக் கட்டிக் கொடுக்கப் போறீயா..? பாத்துடியம்மா... பசங்க கொஞ்சம் காசு பணம் சேர்ந்த ஒடனே ஒறவ முறிச்சுக்குன்னு சைசா போயிறான்னுக... ஏங் வூட்டுலையும் ஒரு நாதாரி தருதல அப்படித்தான் செஞ்சுட்டு கையை விரிச்சிட்டுப் போயிட்டான்!''

''ஏங் அண்ண மவன் ஓசந்த படிப்பு படிக்கிறான்... அவன் ஏங் பொண்ண ஏமாத்த மாட்டான்...'' சின்னப்பொண்ணு நம்பிக்கை எழுத்தைப் பிசையாமல் வாசித்தாள்.

'' ஓசந்த படிப்பு படிச்சி ஓடிடப் போறாண்டி. பாத்து உஷாரா இர்ந்துக்கோ!'' இருவரும் மணலில் அரைக்கி நடந்து சென்றார்கள்.

கிழவி வீட்டுக்குள் நுழைந்து, பெரிய பானையை நகர்த்தி வாயில் சுற்றிய புடவைத் துணியை பிரித்ததும் நீச்ச நாற்றம் மேலெழுந்து குபீர்னு மூக்கைத் துளைத்தது. கிழவி பானையின் உள்ளே கையைவிட்டு கலக்கியதும், இன்னும் கவுச்சி வாசம் பீறிட்டு வந்தது. அரைப்படி அளந்து சின்னப்பெண்ணு அலுமினியத் தூக்குச் சட்டியில் ஊற்றியதும், மட்டி ஒன்றோடு ஒன்று பின்னிப் பிணைந்து கொழுப்பு மாதிரி நீரில் கலந்தது. பானையைக் கிளறி இன்னும் ரெண்டு ஆழாக்கு இருக்கு இத்தையும் வாங்கினு போ...'' அதை ஊற்றிவிட்டு, ''ஒன்னேகால் ரூவா ஆகுது... நீ ஒத்தரூவா குடுடி. இம்மா தொலவு இத்தத் தேடி உன் அண்ணன் மவனுக்காக வந்துயிருக்கே!'' என்றதும் சின்னப்பொண்ணுக்கு சந்தோசம் மனம் தாங்காமல், 'உப்புக் காத்துல அலைஞ்சி திரிஞ்சி, மருமவன் ஆசையாகக் கேட்டதை வாங்கிட்டோமே'ன்னு துடியாகத் துடித்தாள்.

''இம்மாந் தொலவு இத்தத் தேடி வந்துட்டே... கொஞ்சுண்டு இலிப்பூச்சி இருக்கு எடுத்துனு போய் இத்தையும் பெரண்டி குடு... வாயிக்கு ருசியா துண்ணுவான்... உங் பொண்ண பலமா இடிக்கீற புர்சனா இருப்பாண்டி!'' என்று நமுட்டுச் சிரிப்புடன் கிழவி அள்ளிக் கொடுத்தாள். சின்னப்பொண்ணு முந்தானையில் இலிப்பூச்சியை வாங்கி முடிந்து தோளில் போட்டுக்கொண்டு, விசுக்கு விசுக்குனு மண்தரையில் குதிகால் சதையை அரக்கி நெடும் பயணமாக அடையாற்றுக்கரை வந்து சேர்ந்தாள்.

''எம்மா தொலவு... கால் நரம்பு உட்டுப்போச்சி!'' பெருத்த புட்டம் மண்தரையில் குந்த முடியாமல் தலைக்கு வைக்கிற அழுக்குத் துணி மூட்டையை ரெண்டு புட்டத்துக்கு நடுவில் வைத்து அரைக்கி அமர்ந்தாள்.

மட்டியைச் சரியாகக் கழுவி எடுக்கலன்னா நீச்சம் துளியும் போகாமல் சுத்துபத்தும் கவுச்சி மூக்கைப் புடிங்கி எடுக்குமேனு மண்டை நெருடிய சின்னப்பொண்ணு, மட்டியை அலசி துவச்சிக்கொண்டு இருந்தாள். பொம்மி மண்சட்டியில் நீரை எடுத்து அம்மாவிடம் கொடுத்துக்கொண்டிருந்தாள். கழுவி முடித்து மட்டியைப் புழிஞ்சி மண்சட்டியில் போட்டு, சிறு கத்தரிக்காய், உருளைக்கிழங்கை சிறுசிறு துண்டுகளாக்கி அகலச் சட்டியில் வேகவைத்தாள்.

சட்டியில் மட்டி துடித்ததில் மனம் கூரை சந்துகளில் பீச்சியடித்து, பக்கத்து வீடுகளில் பலர் நாக்கில் சுவையெழுந்ததும்,

''ஏய் பொண்ணே... மட்டி மூக்க தொளைக்குது... கொஞ்சுண்டு ஏங் பேரனுக்குக் கொடுடி...''

''உக்கு... ஏங் மருமவ பெரிய படிப்பு படிக்குறான், இங்க ஆரும் படிக்கல. அவெ பெரிய எடத்துக்குப் போறான். அவெ சத்தா இர்க்க கவுச்சி தேவதானே..? அதான் புள்ள துண்ண பெறவு தறேன்... போடி கெய்வி...'' என்று மாரிமுத்துவை உள்ளத்தில் பூட்டி வைத்ததைத் திறந்தாள் சின்னப்பொண்ணு.

இளசுகள், பொம்மி குடிசையில் வரும் வாசத்தில் சுற்றிச்சுற்றி வர, கன்னிம்மா தள்ளி நின்று, நாவு வரண்டு, மட்டி வாசத்தின் மேல் வசவுச் சொற்களை அள்ளி உமிழ்ந்து, ''விருந்துக்கு வந்தவன் நல்லா நாக்கத் தட்டி துண்ணுப்புட்டு கைய விரிச்சி கை கழுவிப் போவான். அண்ணன் புள்ளைக்கு அலைஞ்சு திரிஞ்சு செஞ்சு போடுறா..! நல்லா

போட்டுடி... என் புள்ள குமாரு இருக்குற வரைக்கும் நீ நெனக்கிறத்து நடக்காதுடி...'' என்று சொல்லி வீசினாள்.

இருண்ட கண்ணில் நெருப்பாக சுடும் வேகத்தில் டுமீல் விட்டு கன்னிம்மா நகர்ந்ததும், வெடிக்கி குறுக்கிட்டு, ''சின்னப்பொண்ணு, அண்ணன் மவன்னு எல்லாம் செஞ்ஜீ போட்டாக் கூட... கச்சியில உவ்வு புள்ளகிட்ட வந்துதான் பேரனோ, பேத்தியோ தரப்போறாடி...'' என்று வெடித்துச் சென்றாள்.

எதிரில் வந்த பழுத்த பெரிய சுருட்டைக் கிழவி, ''அவ்ளுக்கு எதுக்கு இந்த ஜோடுதலையை[26] தூக்கினு தொங்கினு கிடக்குறா..? கன்னிம்மா சிரிக்கி... சின்னப்பொண்ணுக்கு ஒட்டும் இல்ல, ஒறவும் இல்ல... இப்படி அவெள கரிச்சிக் கொட்டிட்டுப் போறாளே. கூடவேற வெடிக்கியும் காண்டுல[27] சேர்ந்துட்டா. இன்னமே, தேங்கிய குட்ட நீரை கலங்க வெச்சு, அந்த பொம்மிய இவெதான் கொல்லப்போறா..! கச்சில பாவாட கழண்டு ஒட்டு சூத்தக்காட்டி அம்மனமாத்தா திரியப்போறா... '' என்று வெத்தலை புகையிலை எச்சிலை கன்னிம்மா சுண்டிய புட்டத்தைப் பார்த்துக் காறித் துப்பி கடுகடு நடுக்கத்தில் கோல் ஊன்றி சென்றது பெரிய சுருட்டைக் கிழவி.

மாமன் வருகையறிந்து ஒடுக்குவிழுந்த அலுமினியத் தட்டை கழுவிய பொம்மி வெளியில் ஓடிவந்து பார்த்தாள். அத்தை கைபட்ட மட்டியின் மணம், மாரிமுத்து மூக்குச் சந்தைக் குடைந்து பற்களிடையே நாக்கு துள்ளிக் குதித்து வீட்டினுள் வந்தான். பொம்மி தண்ணீரைக் கொடுத்ததும் கைகழுவி அத்தை வைத்த சோத்துத் தட்டை தன் அருகில் இழுத்து கவளம் கவளமாக உள்ளே தள்ளி மட்டியைப் பொறுக்கி பல்லில் அசைபோட்டுக்கொண்டே 'அபரிமிதமான சுவை சைவத்திற்கு முப்பாட்டன் உறவுதானே' என்ற திளைப்பில் சுவைத்து நாக்கை உருட்டியதை பொம்மி வியந்து பார்த்துக்கொண்டே இருந்தாள்.

''ஏய் பொண்ணே... மாமனுக்கு மட்டிய எத்து எத்துப் போட்டுடி!'' என்றதும், அம்மா சொல்லில் இணங்கி, பொம்மி தேய்ந்த அகப்பையில் மண்சட்டியைத் தேய்த்து அள்ளி அள்ளிப் போட்டாள். ஆசை தீர்ந்து அவன் வயிறு ரொம்பியதும், சின்னப்பொண்ணு ஆசையும் தீர்ந்தது. அம்மா ஆசை நிறைந்ததும், கன்னிம்மா அத்தைக் கூறியதுதை நினைத்து, 'மாமன்மேல் உள்ள ஆசை நிராசையாகப் போய்விடுமா?' என்ற அச்சத்தில் நின்று பொம்மி மாமனை வெறித்துப் பார்த்திருந்தாள்.

கல்லூரி இறுதியாண்டு... மாரிமுத்துவின் முகரோமம் முதிர்வடைந்து முறுக்கும் அளவு தொட்டதும் விவரிதம் பொருத்தப்பட்ட துர்நாற்ற அழுக்குகளைக் கலைய முறுக்கு மீசையுடன் மாரிமுத்து நெஞ்சை நிமிர்த்தி பலநூற்றாண்டு தீயில்பட்ட வடுக்களின் தழும்புடன் கல்லூரியில் சுற்றி வருவதை பொம்மி புரியாமல் இருந்தாள். பூக்கும் பூ வேண்டியவர்கள் விரல்பட்டு ஆண்டு அனுபவித்து வீசியெறிந்ததும், பூ வாடிப்போவதை உணர்ந்து, கல்லூரியில் ஒதுக்கு நிலையில் சிக்குண்டதால் அதில் விலகி இருக்கும் பயிற்சியைத் தேடியலைந்து தன்னை மாற்றிக்கொள்ளும் மனபாவம் மாரிமுத்துவுக்குக் கல்லூரியில் கிடைத்தது. பல கீறல்கள்பட்ட ரணத்தில் மனிதனைப் புரட்டிப்போட்டு மண்ணுக்குள் இழுத்துச் செல்லும் என்பதை உணர்ந்து புதிய விடியலை கல்லூரியில் தேடியலைந்து அடையாற்றுக்கரை நோக்கி துயரத்தில் நடந்து வந்தான் மாரிமுத்து.

காரிருள் தவழ்ந்ததால் பொம்மி மாமனைக் காணும் நேரமும் தொலைந்ததால் மனமிறுகி மாமனைத் தேடி ஓடிவந்தாள். அவள் தொட்ட அகவையால் மாமனை வரிந்து இடுப்பில் சொருகிக்கொள்ளும் ஆசை மேலோங்கி கண்களை உசரத்தில் நிறுத்தி அடையாற்றுக்கரைப் பிரதான சாலையில் மாமன் வருவான் என்று நெடுநேரம் பார்த்திருந்தாள். மாமனைக் காணாமல் நெஞ்சு பதபதைத்து அடையாற்றுக்கரைக்குள் திரும்பி வந்தாள்.

மாரிமுத்து புத்தகப் பையைச் சுமந்து பசிமயக்கத்தில் நடைபயணமாக ஊரைத் தள்ளி அசைந்து வர, பொம்மி மாமனை நோக்கி குடிசை சந்துகளுக்குள் வேகத்தில் பாதம் பதித்ததில் மண்தரை ஆங்கங்கு பெயர்ந்து, அப்பா வாங்கி வந்த கருக்கலின் மனம் காற்றில் கலந்து வீசியது. சூடு தணிந்தால் மாமாவுக்கு கருக்கல் எப்படி கொடுப்பது, கொழுப்பும் இறுகி மொரமொரப்புப் போய்விடுமே... என்ற ஆதங்கத்தில், அடையாற்றுக்கரை வாயிலை நோக்கி மறுபடியும் ஓடினாள். ''மாமனைப் பாக்க எப்டி ஜல்சாவா அலையறா பாரு!'' என வெத்தலை புகையிலை குதப்பிய குரல்கள் ஆங்காங்கு குடிசைகளின் கூரை ஓட்டைகளில் கேட்டது.

''அவெ ஆசைக்கு விடிவு கட்டப் போறவ கன்னிம்மாதான். அவெ ஆசை பதபதப்பைப் பிடிங்கி அடையாற்றுக்கரையில் குந்த வச்சாத்தான் ஓடுகாலி கால் அடங்கும்'' மன சஞ்சலிப்பைக் கொட்டிய வெடிக்கி ஜல்பு[28] வந்தவளாக சிந்தி நகர்ந்ததும், கன்னிம்மாவும் அங்கு வந்து

இருவரும் பொம்மியை நோட்டமிட்டு எரிந்த கருவிழியை உருட்டி ஆந்தைகளாக நகர்ந்து சென்றார்கள்.

பொம்மி எந்தக் குரலையும் செவியில் நுழைக்காமல் மாமனை நோக்கும் குறும்புப் பார்வையில் குடிசைகளைத் தாண்டி மாமன் வரும் பாதயை நோக்கி குஜிலியாக ஓடினாள். மாரிமுத்து அடையாற்றுக் கரையைத் தொடும் நேரம் தொலைந்ததால் குடிசைச் சந்துகளில் ஓடிவந்து, 'மாமா பசிமயக்கத்தில் வருமே...' என்று பொம்மி நின்றிருந்தாள்.

மாரிமுத்து மெல்லிய அசைவில் வருவதைக் கண்டதும் துள்ளியோடி வளவளவென வார்த்தைகளை அள்ளி அவன் முகத்தில் தெளித்தாள். மாரிமுத்து முகம் மலர்ந்தபோது மடித்த காகிதத்தைப் பிரித்து கருக்கலை அவன் முகத்தருகில் நீட்டினாள். அவன் முகம் வேறு திசைக்குச் சென்றது.

பொம்மி, கருக்கல் காகிதத்தைக் கீழ் இறக்கி, ''என்ன மாமா பசிக்கிலையா..? மன்ச எங்க திரிய வைச்சி இருக்கே..?'' பசி உச்சம் பிரண்டியும், அடையாள உணவு அத்தனை ருசியும், மனமும் கொண்டதை காகிதம் அறிந்து கொழுப்பை உறிஞ்சி அதுவும் சுவைத்து விழுங்கியிருந்தைப் பார்த்தான். தான் கொண்ட மாற்றத்தில் தன் அடையாளத்தை மறைக்கப் பயிற்சி எடுக்க முகங்களை மூடிக்கொள்ள விரும்பினான்.

கல்லூரி வளாகத்தில் தினம் பூசிவிடும் அழுக்குகளை அவன் சுமப்பதால் தன் அடையாற்றுக்கரை நாற்றத்தை மறைக்க அவனுக்குத் துளிர்விட்டு இருந்தது. 'நானே என் அடையாளங்களை விட்டு விலகிப்போக விரும்பவில்லை. இங்கே அழுத்தம் கொடுக்கும் பாரங்களால் என் கல்வி நின்று விடுமோ..? என் தலைமுறைத் தொழிலை நான் தொடர வேண்டுமோ..?' என்ற நினைப்பில் பொம்மி நீட்டிய கருக்கலை வெறித்துப் பார்த்திருந்தான்.

பொம்மி அவனைக் கண்ட திகைப்பில் ஆழ்ந்து மொருமொருப்புக் கருக்கலில் போய்விடுமோ, அவள் மனதுக்குள் இருந்ததை அறிந்த மாரிமுத்து அவள் ஆசைக்காக இரண்டு கருக்கலை வெறுப்புத் தட்டி உணவுக் குழலில் இறக்கினான். அவள் நெஞ்சம் குளிர்ந்ததும் அவன் முறுக்கு மீசையைத் தொட்டு பொம்மியை அணைத்தான். அவள் மகிழ்வில் பல்லசைவை காற்றில் பறக்கவிட்டு இருவரும் ஒய்யார நடையில் நகர்ந்து வந்தார்கள்.

இருள் படர்ந்ததால் மாரிமுத்து நெடுநேரம் காணாததை அறிந்த சின்னப்பொண்ணு அவன் வருகையைக் கண்டு ஓடிவந்து அவனை இறுக்கியணைத்து எங்க போனே ராசா..? உன்ன நம்பி இந்த ஊரு இருக்கு, நீ கவலைப்படாதப்பா. எதுவாயிருந்தாலும் ஊரு உங் பின்னால வரும் ராசா. தேம்பளை அவன் மேல் தேய்த்து விட்டாள். அவன் அத்தையை முகத்தோடு முகம் அணைத்துத் ததும்பியதும் உறவின் உணர்வலைகளை ஊரே மெச்சிப் பார்த்தது.

கன்னிம்மா மட்டும் ஊத்தப் பல்லை வெளிக்காட்டி, கருவிய சொற்களில் சாப்பனையை வழிச்சிக் கொட்டி, முகச்சுளிப்புடன் வெடிக்கியோடு சேர்ந்து, பொம்மியை நீச்ச சொல்லில் நனைத்தாள். கன்னிம்மாவின் ஈனச்சொற்களை உள்வாங்கிய சுருட்டைக் கிழவி,

''இந்த முண்ட, அந்தப் பொண்ண சாவடிக்காம விடமாட்டா... அந்தப் பையன் இந்த அழுக்க விட்டுப்போகத் துடியாத் துடிக்கிறான். எத்தினிக் காலம்தான் நட்டு வைச்சிக்கிற ஈட்டில செத்துச் செத்து மடிவானுங்க..? அதா இவெ உடைக்கத் துடிக்கிறா... இவெ இன்னாத்த இந்த மண்ணுல வாரீன்னு போவப்போறா... இவெ காட்டுர ஊதாருல கச்சில சொனங்கித்தா செத்துப் போவப் போறா முண்ட.... இவெ காட்டுற காண்டு ஒன்னும் பொம்மி பொண்ணு அடிமசுரப் புடுங்க முடியாது...''

அனுபவத்தின் வெளிப்பாடாக மனதைத் திறந்த சுருட்டைக் கிழவி, வெற்றிலை எச்சிலை கன்னிம்மாவின் புட்டத்தைப் பார்த்துத் துப்பியதும், முருவப்பன் குறுக்கிட்டு, ''ஏண்டி கிழவி... ஏங் அக்காவ எப்பப் பாத்தாலும் முறைக்குறத்தும், சாப்பனைய விடுறத்தே பொழப்பாவே அலைஞ்சு சுத்துறே... உன்கு எதுக்கு அடுத்தவன் வூட்டு பந்தியில வந்து பாய்ய போடுறே..?'' என்று கன்னிம்மாவுக்கு ஆண் குரல் வக்காளத்து ஒலித்ததும்,

''ஆமாடா பைய்யா... என்த வந்து மோந்து குந்தலனா, உன் மூக்கு சும்மா இர்க்காது. கட்டுன பொஞ்சாதி புள்ளதாச்சியா இர்க்கும்போது, பொயலு வெள்ளத்துக்கு பலிக் கொடுத்துட்டு கச்சில டர்வுட்டுக்குனு அக்காவோட எகிறிப் போனவன்தானே நீ..!''

''தா பாரு சுருட்ட.... லாரி ஓட்டி ரெண்டு பேர கொன்ன கை... ஏங் கையாலத்தான் நீ சாவப்போறே...''

''க்கும்... பொண்டாட்டி செத்தும் எவெளும் உங்கூட பாயப்போட வரல... பேச வந்துட்டான்'' தூவென்று துப்பி சுருட்டைக் கிழவி நகர்ந்து சென்றாள்.

முறுக்குமீசை மலர்ந்த மாரிமுத்து, கல்லூரியில் நாட்டின் பொருளாதரத்தை அலசி பட்டம் வாங்க இறுதியாண்டு முடிக்கும் தருணம். நெஞ்சில் தீரமில்லாதவர்கள் குறுக்கே பின்னிய பழம் முரட்டு கயிற்றை அறுத்தெறியும் சூச்சுமத்தைக் கற்று, இடையிடையே சொருகிக் கிடந்த பழமை வாய்ந்த மொக்கைக் கத்திகளைப் பிடிங்கி எறிந்து, விரீயமிக்கவனாக கல்லூரி வளாகத்தில் கற்பதை மட்டும் தனதாக்கி சுழன்று வந்தான் மாரிமுத்து. பொம்மி அவன் சுழல்வது அறியாமல் அவனைச் சுற்றித் திரிந்தாள். அவன் முறுக்குமீசை வீரியம் பெற்று உடல் சக்தியை தேடிக்கொடுக்க உடம்பெல்லாம் சாம்பல் நிறம் தழுவிய, வளைந்து பழுத்த வெண்கோடுகள் குவிந்த கீரிப்புள்ளைப்போல் நிறம் கொண்ட, பெட்டைக்கோழியை பொம்மி கீரிப்பெட்டை என்று பெயர் வைத்து மாமனுக்காக மடியில் அணைத்துத் திரிந்தாள்.

பொம்மி அங்க அடையாளம் அனைத்தும் கீரிப்பெட்டை அலகுக்குத் தெரியும். அவள் உடல் வெப்பம் அறிந்த வெப்பமானியாக குளிர் இரவுகளில் கீரிப்பெட்டை பொம்மி மார்பில் படுக்கை மெத்தையாக அயர்ந்து உறங்கும். கீரிப்பெட்டைமேல் அவள் ஏன் இந்த இறக்கம் வைத்திருந்தாள். ஒரு சிட்டிகை நேரம்கூட அதைப் பிரிஞ்சு இருக்கமாட்டாள். அது சிலநேரத்தில் குணத்தைக் காட்டிவிடும், பதறிப்போய் விடுவாள்.

ஒருநாள் கீரிப்பெட்டை காணாமல் போனதும் பொம்மி அடர் இருளில் புதர் இடர்களைத் தாண்டி, தான் வளர்த்த செல்ல கீரிப்பெட்டையைத் தேடிய வழித்தடத்தில் வந்த வாசத்தை, மூக்கை அகல விரித்து நுகர்ந்து பார்த்தாள். கோழிக்கறி கொதிக்கும் மனம் நுகர்வில் எட்டியது. இரவில் விழித்த சூரியனாக புகைவரும் அடுப்பைப் பார்த்து ஓடினாள். கொதி முடித்துச் சட்டியை இறக்கிய முருவாயிடம் சென்று நுகர்ந்து, விசுக்கென வெளியே வந்து குடிசை சந்துகளில் சுற்றிச் சுற்றி அவள் உள்ளாழம் அறியும்வரை எதையோ தேடினாள்.

மனம் அமைதி பொறாமல், 'போவ்... போவ்...' குரலைத் தொடர்ந்து எழுப்பிய உளைச்சலால் மங்கிய கண்களைச் சுழற்றி அலசியும் எதுவும் தென்படாமல் அந்த வீட்டை உளவுத்துறைப் பெண்ணாக மோப்பம் பிடித்தாள். ஓலை மறைவில் ஒடம்பைக் கழுவும் இடத்தில் அனுமதி காகிதம் இல்லாமல் விசுக்கென்று உள்ளே சென்றாள். உள்ஈரத்தில் படுத்துறங்கிய பன்றிகள் 'குர்.. குர்..' சத்தத்தில்

சீறிப்பாய்ந்து அவளை இடித்தோடியது. உயரம் தாழ்ந்த அகண்ட சுடுமண் தொட்டியைப் புடவை ஒன்று மறைத்து மூடியிருந்தது. அதன் மேல் சில கோழிஇறகுகள் சிதறி இருந்ததைக் கண்டு சினத்தில் புடவையை உருவிப் பார்த்தாள்.

பொங்கிய புன்சிரிப்பில் அவள் முகம் பளிச்சிட்டது. மண்தொட்டியில் செவத்த சேவல் இறகுகள் குவிந்து கிடந்ததை பார்த்து மகிழ்வில் உள்மூச்சு வாங்கி நின்றாள். குடிசைகளின் பின்புறம் துர்நாற்றம் வீசும் கரிய ஆற்றங்கரையில் தேடியலைந்து, கீழே கருத்த மண்மீது கவனம் சிதைந்து குறுக்கும் நெடுக்குமாய் நடந்தபோது, சிறு புதருக்குள் குட்டிகளை ஈன்ற பெருத்தப் பன்னி, குட்டிகளோடு பீறியோடியதும் அங்கே சொம்புடன் கன்னிம்மா நடந்து வருவதைக் கண்டு ஓலை இடுக்குச் சந்துக்குள் மறைந்தாள் பொம்மி.

பொம்மியை உற்றுநோக்கி கீறியெடுக்க வந்த கன்னிம்மா, ''இன்னாடி... வயசுப் புள்ளை... இந்த நேரத்துல இர்ட்டுக்குள்ள ஒளியறே? எவனா பாத்தானா புள்ளைய கொடுத்துறப் போறான். ஊங் ஆத்தா இன்னாமோ கனவு கண்டுக்கினு ஒலாவினு கெடக்குறா. பேசாம ஏங் வூட்டுக்கு வந்துரு... பட்லர் வூட்டுக் குடும்பனா பேர் போனதுடி..!'' என்று, அசுரக் குணம் பிசங்கி, சப்பை எலும்புடலை ஆட்டி ஆட்டி வஞ்சகச் சொல்லை வாரியிறைத்தாள்.

பயம் தெறித்து சிறு நடுக்கத்தில் பொம்மி, ''ஏங் கோழியக் காணும். அத்த தேடித்தான் வந்தேன் அத்தே!''

''உவ்வு... பெரிய கோழி வள்த்துட்டா... அறுத்து துண்ணறத்துக்குத் தானே கோழி..? எவெ வவுத்துக்குக் கறியா போச்சோ. காலையில வந்து பாரு... மூத்திர மண்ணுல தேடு. நாளைக்கு எங் வூட்டுக்கு வரப்போற மருமவ நீ..!'' அலுத்த சொல்லுடன் மல்லிகா வீட்டு சந்து வழியாக அசுரக்குணக்காரி சென்றாள். வெடிக்கியும் கையில் சொம்புடன் கன்னிம்மாவுடன் இணைந்து பொம்மிக்காக வத்தியைக் கொலுத்தி, கனையும் வரை ஊதிக்கொண்டே நடந்து சென்றாள்.

''அறுத்து துண்ணுற கோழிய வச்சி மாமகிட்ட கவுந்து ராவும் பகலுமா குஜாலா சுத்துறா... அறுத்த கோழிய துண்ண மாதிரி நாக்கத்தட்டி துண்ணுப்புட்டு, அவெ ஜகா[29] வாங்கிக்கீனு... அவெ ஜிம்பினு ஓடப்போறான். அப்புறம் விரிச்ச கால மூடுறத்துக்கு பல வருசம் ஆகும்...'' என்று இருக்கமான மனப்புலம்பலை வெடிக்கியிடம் கன்னிம்மா கொட்டினாள்.

''ஆமாடி... அவ்ளுக்குப் பாய விரிக்குற காலம் வந்துடுச்சி... நீ அவெள இஸ்துனு வந்து உன் புள்ளைக்குக் கட்டி வைச்சிடு...''

வெடிக்கியும் கன்னிம்மா மனதை ஆழத்தில் கீறிவிட்டு இருவரும் குடிசைச் சந்தில் நடையைக் கட்டினார்கள்.

பொம்மி, குடிசை இடுக்குச் சந்தில் இருந்து தலையை எட்டிப் பார்த்தாள். அசுரக்குணக்காரி சந்தின் முனையில் நிழல் உருவமாக நடந்து செல்வது தெரிந்தது. குடிசை இடுக்குச் சந்தில் இருந்து கீரிப்பெட்டையின் மேல் பார்வை சிதறாமல் ஓடும்போது வேலிக்காத்தான் முள் அவள் மேல் பரிச்சப்பட்டு தாவணியை இழுத்துக் கொண்டது. மாமனுக்காக வளர்த்து வரும் கீரிப்பெட்டைக்காக தன் மார்பை வெட்ட வெளியாக்கி, முள்ளிடம் பக்குவமாகத் தாவணியை எடுத்து மார்பை மறைத்து, நிதானம் தவறி, கால்களை நகர்த்தினாள். மார்பை ரசித்த முட்கள் அவள் பாதத்தையும் ஆசையில் குத்திப் பார்த்ததும் 'ஆ...ஆ...' என உரக்கக் கத்தினாள். அக்குரல் குடிசை அருகில் உயர்ந்த மரங்களின் மேல் தெறிக்க, கக்குவான் மரம் இலைகள் வீசி ஆடியதில் உதிர்ந்த காய்கள் டொக்... டொக்... சத்தம் கேட்டது. அவள் தலையைச் சிலிப்பி அடித்தொண்டையில் போவ்... போவ்... என்று கத்தினாள். பொம்மி குரல் அறிந்து நுனா மரமேலிருந்து கீரிப்பெட்டை பாய்ந்து வந்து பொம்மி மடியில் விழுந்தது. பிரிந்து சென்ற பந்தங்கள் நேசத்தைத் தழுவது போல் மகிழ்ந்து அதன் தலையை வருடி, ''நீ ஏங் மாமனுக்கு சொந்தமானவள். மாமா ஒறவு எனக்கும் சொந்தம்தானே..? என்ன விட்டு நீ பிரிஞ்சி இனிமே இருக்கக் கூடாது!'' என்று மண்டைமேல் செல்லமாகத் தட்டி மார்பில் அணைத்துப் பேசிக்கொண்டே வந்தாள். கீரிப்பெட்டை அவள் மார்பின் கதகதப்பில் தலை வைத்து 'கொக், கொக்' என குரல் எழுப்பி வந்ததும் அதன் உடலைத் தடவிக்கொண்டே வந்தாள் மொம்மி.

''கன்னிம்மா அத்த உன் மேல் கோவமில்லை. எனக்கும் அது சொந்தமும் இல்ல. என் ஆயாக்காரி வீட்டாண்ட இருந்ததால் ஆயாவுக்கு ஒத்தசையா இருந்து, அது சொல்லைத் தட்டாமல் கழுவுன வேலை செஞ்சு புள்ளைய வளர்த்துச்சாம் கன்னிம்மா அத்த.

முனியப்பன் மாமா, தொரவூட்டுல சமையல்காரனா இருந்ததால மாசம் ரெண்டு தபாத்தான் வூட்டுக்கு வருமாம். ஏன்னா, மிசியம்மா லேசுல மாமாவ விடாதாம். தொரம்மாவுக்கு மாட்டுக்கறிய அவுச்சி, மிளகு சேர்த்து நாக்குக்கு ருசியா செஞ்சி போட்டதால் தொரம்மா அவர

ரொம்பப் புடிச்சி, வூட்டு உள்ள வரைக்கும் உடுவாங்கலாம். உடாமே இன்னா பண்ணுவாங்க, மாட்டுக்கறிய துண்றவனும் இல்ல, அத்த சமைக்குறவனும் எவனும் இல்ல. இப்படியே கறிய அவிச்சு வாய்க்கு ஒஸ்தியா சமைச்சிப் போட்டதால, அடுத்தவன் வீட்டுக்குள் போக முடியாத முனியப்பன் மாமாவ வெள்ளக்காரன் வீட்டு உள்ளவரைக்கும் வர வைச்சி கறியை அவுச்சிப் போடச் சொல்லி, நாக்கத் தட்டி துண்ணாங்கனு எங்க ஆயா சொல்லிச் சிரிக்கும்.

முனியப்பன் மாமா சரியா வீட்டுக்கு வர முடியாததால் கன்னிம்மா அத்த, தனியா புள்ளைய வைச்சி லோல்பட்டதால் ஆயா புண்ணியம் கட்டி எங்கப்பாவ நம்பி இங்க குடி வெச்சிதாம். அப்பாவ அண்ணன்னு கூப்பிடும். அதான் எனக்கு அத்தையா ஆயிடுச்சி. இந்த லட்சனத்துல துடுக்கு வேற ஜாஸ்தியாகி 'வாய்பெருத்தவ'னு பேர் வாங்குச்சாம் அத்த. அந்த குமார் மாமாவும் அத்த மாதிரி வாலு பையன்னு சொல்லுவங்க. நான் சின்ன வயசுல அவர பாத்ததே இல்ல, அது என்னவிட ரொம்ப வயசு பெரிசு, ஊர்ல குமார் மாமனுக்கு என்னக் கட்டுவாங்கன்னு கன்னிம்மா அத்த பரப்பி மொழுகி வெச்சது. எங்கம்மா எதுவா இருந்தாலும் கன்னிம்மா கன்னிம்மானு கூப்பிட்டு ஒட்ட வைச்சிதால அத்த மரத்துல ஒட்டுற காளான் மாதிரி எதிலும் டபுக்குனு ஒட்டிக்கும். அப்படித்தான் அம்மாகிட்ட ஒட்டிக்கினு அம்மாவ 'ஏய் பொண்ணே'னு கூவிக் கூவி மெரட்டிகினு அம்மா எங்க போனாலும் கூடவே சுத்தி என்மேல் பாசத்தக் கொட்டி வழிச்சி எடுக்கும்.

என் வீட்டில் நெடும் காலம் கழிச்சி புள்ள இல்லாம நான் வூட்டுக்குள்ள பொறந்ததும், கன்னிம்மா அத்த என் மருமக பொறந்துட்டானு ஊருல டமாரம் அடிச்சது. நான் காலெடுத்து நடந்ததும் என்னத் தூக்கினு, 'ஏய் பொண்ணே, இவெள என் புள்ளைக்குத்தான் கட்டிக் கொடுக்கணும்னு பேச்சி வழக்கை கொட்டியதும், அம்மா கட்டிகினுதா போ...'னு அதுவும் பேச்சில சொல்லிருச்சி, நான் வளர, வளர கன்னிம்மா அத்தைக்கு ஆசையும் வளர்ந்து போய் என்னை அது மார்பிலே வெச்சி வளர்த்தது. வெள்ளக்காரன் உட்டுல சமைச்சித் துண்ணு பழகின பொருள்களை அது வூட்டுல சமைச்சி எனக்கு ஊட்டி ஊட்டி தலைமேல தாங்கி திரிஞ்சுது. அதுக்கு வீராப்பு எப்பவும் மேலையே இருக்கும். என்னை யாருகிட்டையும் விட்டுக் கொடுக்காமல் நான் தர்மன் மாமாகிட்ட ஓடினால் பிடித்து ஒடம்போட ஒட்டவைச்சி பாசத்தோட என்ன வளத்துச்சு. முனியப்பன் மாமா, தொரவூட்டுல வேலை செஞ்சதால்

அவரு பவுசா பேசுவாராம். பட்லர் மாமா பெரம்பூராண்ட மில்லு பக்கத்துல வெள்ளக்காரன் நாக்குத் தட்டும்போதெல்லாம் வாயிக்கு ஒஸ்தியா செஞ்சி போட்டு அவர் மனசுல குடிபுகுந்து தொரையை அலுங்காம அமிக்கிப் பிடித்து அவர் வீட்டிலேயே ஓய்யாரமா இருந்ததால தொர மீந்த சீமச் சாராயத்தை அவருக்கு அப்பப்போ கொடுப்பாறாம். அத்த குச்சுப்புட்டு இன்னும் பவுசு மேல ஏறி இங்க சுத்துவாராம். திடீர்னு வெள்ளக்காரன் இராணுவத்துல தர கலர்சாராயம் முழுசா தந்ததும் அடையாற்றுக்கரையில் அப்பா, தர்மன் மாமா அவரும் விழுங்கியதும் அவர் பெருமையை கித்தாப்பா[30] பேசி வாய் உளறி ஜல்பா சுத்துவாராம்.

மாமா தொரவூட்லியே இருந்ததால் அவருக்கு பட்லர் முனியப்பன்னு பேரு வந்ததாம். சிறுவயசுல குமாரு மாமா அடிக்கடிக்கு தொரவூட்ல போய் வளர்ந்ததால அது துடிப்ப பாத்த மிசியம்மவுக்கு ரொம்பப் புடிச்சி இங்கிலீஸ்ல பேசியதால் குமார் மாமாவும் மிசியம்மாக்கிட்ட இங்கிலீஸ் பேசித் திரியுமாம். இத்தயெல்லாம் என் வூட்டுல கன்னிம்மா அத்த பீத்தும். அதனால் அம்மாவுக்கு அத்தையைப் புடிக்காமல் போச்சி. ஊர்ல தொரனு பேர இழுத்த எல்லோரும் அத்த பீத்தலுக்குப் பயந்து நழுவி ஓடிடுவாங்கலாம்.

குமார் மாமாவை தொரம்மாவுக்குப் புடிச்சதால் தொரகிட்ட சொல்லி குமார் மாமாவப் படிக்க வைச்சாங்கலாம். அவர் படிப்பு சின்ன வயசுலயே பாதியிலேயே புட்டுக்கிச்சி. எதுக்கு ஆயானு கேட்டேன் தொரையும், மிசியம்மாவும் நாட்ட விட்டு நடுராத்திரியே கழண்டுக்கினாங்கலாம். எதுக்குனு கேட்டேன். அதான்டி நம்ம நாட்டுக்கு சொதந்திரம் வந்துடுச்சினு சென்னானுங்க. அது இன்னா சொதந்திரமே பொய்யா போச்சினு ஆயா சொல்லுச்சி...''

அறியாப் பருவத்தில் பொம்மி கேட்ட கதையை கீரிப்பெட்டையிடம் சொல்லிவந்ததும், அது தலையை அவள் மார்பில் தேய்த்து அசைவதைப் பார்த்து, தலையைத் தட்டி, ''கேக்குறீயா, இல்லையா?'' என்று மெதுவாக நடந்துகொண்டே மீண்டும் சொல்ல ஆரம்பித்தாள்...

''நான் வளர்ந்த பெறவும் அத்த பீத்தலுக்குப் பயந்து, அம்மா, என் பொண்ண உன் பையனுக்குத் தர முடியாது... ஆவெ வயசு என்ன? இவெ வயசு என்னனு சொல்லியும் கேக்காமல் இன்னமும் என்னைக் கருவினு சுத்துது கன்னிம்மா அத்த. அந்தக் குமார் மாமா நல்லவரு, எல்லாருக்கு அவரப் புடிக்கும். ஊர்ல ஒன்னுன்னா முன்ன

வந்து நிக்கும். எனக்கு அந்த மாமாவ ரொம்பப் பிடிக்கும். அதுவும் பள்ளிக்கொடத்துக்கு மறுபடியும் போச்சி. பின்னாடி நல்லா படிச்சி பாதியிலே நின்னுபுட்டு பொது வாழ்க்கைனு நெறைய ஆளுங்களோட கூட்டம் கூட்டமா போவும்.

கார்ல்மார்க்ஸ், பகத்சிங், அம்பேத்காரு, பெரியாரைப் பத்தியெல்லாம் பேசுமாம். சின்ன வயசுல ஜெயிலுக்கும் போய் வந்ததுனு சொல்லுவாங்க. எனக்கு இன்னானு தெரியாது.குமாரு மாமாவுக்கு ரொம்ப வயசு அதிகம். அந்த மாமாவ எனக்குக் கட்டிக்கப் பிடிக்காது. ஒருத்தர் மனசு ஏத்துக்கிச்சினா வயசப்பாக்காம உசுரக்கூட அவருக்காகக் கொடுக்கலாம். அவரு ஒரு தடவைக்கூட என்கூடப் பேசுனது இல்ல. என்னப் பாத்ததுகூடக் கிடையாது. இப்போ எங்க இருக்குனு கேக்கறீயா? அவரு இப்பவும் ஜெயில்லதான் இருக்காரு. அது வந்ததும் என்னை என்ன பண்ணுறன்னு பாருனு சவால்ல சுத்தினு இருக்கு கன்னிம்மா அத்தை. என் உசுரு போனாலும் பரவாயில்லை. எனக்கு மாரிமுத்து மாமாதான் வேணும். அதனாலதான் கன்னிம்மா அத்த, கருப்புச் சேவல உட்டு உன்ன கொல்லப் பாக்குது!'' கீரிப்பெட்டையைத் தடவிப் பார்க்க அது உறக்கத்தில் சுருண்டு அவள் மார்பை அணைத்து இருந்தது.

குடிசை சுற்றிடத்தில் நிறைய கோழிகள் மேயும். பொம்மி பொத்தி பொத்தி வளர்த்த கீரிப்பெட்டையும் சிலநேரம் கால்களை பிராண்டிவிட்டு வந்து பொம்மி பக்கத்தில் பொழுதைக் கழிக்கும். நொடிக்கு ஒரு தபா மாட்டுக் கழனித் தொட்டித் தண்ணீரில் சோத்துப் பருக்கையைத் தேடிப் பிழிஞ்சு கீரிப்பொட்டைக்கு ஊட்டிவிடுவாள். சாந்திரம் அது வரலன்னா பதறி ஓடி, 'போவ்... போவ்...' என கத்தித் திரிவாள் பொம்மி. அவள் குரல் கேட்டதும் ரெக்கையை விரிச்சு பறந்து ஓடிவந்ததும் அதைப் பிடித்து மார்பில் இறுக்கிக்கொள்வாள். அவள் மார்பில் அதிகம் தவழ்ந்ததால் அவள் இதயத் துடிப்பைத் தெரிந்தது கீரிப்பெட்டைக்கு மட்டும்தான். கீரிமேல் அத்தனைப் பாசம் வைத்து வீட்டுக்குள் கூடை வைத்துக் கவுத்ததில் நடுநிசியில் குரல் கேட்டால், நடுங்கி ஓடி கூடையைத் திறந்து அது மேல் ஒரு தடவுத் தடவிவிட்டு வருவாள். அவள் விரல்கள் தழுவலைக் கண்டதும் அது கவுந்து புழுவாக நெளியும்.

கறுப்புச் சேவல், கீரிப்பெட்டையின் சோற்றுப் பருக்கையைச் சாப்பிட வந்தால் பொம்மி விரட்டி ஓடுவாள். கறுப்புச் சேவல் பயம் தெறித்து கன்னிம்மாவிடம் தஞ்சம் அடையும்.

‘‘ஏண்டி வாயில்லாத கோழிய இப்படி விரட்டுறே..? இன்னமோ போ உன் மாமனுக்காக வெட்டிமடி... அவெ எதக் கழட்டி உனக்குக் கொடுக்கப் போறானோ..!’’

‘‘தோ அத்த... ஏங் மாமனப் பத்திப் பேசுன... மூஞ்சி பேத்துக்கும்...’’ அத்தை ஒறவு பலகாலம் தேய்ந்து பொம்மி மனதில் இருந்ததை சீறிய குரலில் அத்தை முகத்தில் வீசியெறிந்தாள் பொம்மி.

கன்னிம்மா, பொம்மி முகத்தை பல பங்குகளாகப் பேத்துவிட, சாணிக் கூடையுடன் வந்த சின்னப்பொண்ணு, கூடையை கன்னிம்மா தலையில் இடித்து சாணியை வழித்து அவள் முகத்தில் பூசி, கன்னிம்மா மார்புத் துணியைக் கழற்றி அவள் சூம்பிய மார்பை வெட்டவெளியில் பங்கு போட்டு, அவள் தலைமயிரை முறுக்கி மண்தரையில் பிரதோசம் நடத்திக்கொண்டே, ‘‘நீ பட்லர் வூட்டு குடும்பம்னா ஓசந்தவளா..? வெள்ளக்கார அவெ ஊருக்குப் போய்ச் சேர்ந்துட்டான்... உவ்வு பவுசு உன்னும் அடங்கல. ஏங் பொண்ணு உங் வூட்டுக்கு வரமாட்டாடி தேவ..! நல்ல புள்ளைய பெத்து வைச்சிட்டு நீ ஏண்டி மிருகமா அவுத்துப் போட்டு ஆடுறே..? பாவி முண்ட..!’’ நெருப்புத் தனலாக கன்னிம்மா முகத்தை பல உருவாகப் பெயர்த்துப் போட்டுக்கொண்டிருந்தபோது ஓடிவந்த பட்லர் முனியப்பன் இருவரையும் பிரிக்க இயலாதவனாக, நேரம் கடத்திய பிறகு சண்டை தளர்ந்ததும், முனியப்பன் சினம் கொண்ட மனையாள் முகம் பேந்ததில் வழிந்த இரத்தத்தை அவள் முந்தானையில் துடைத்து, கன்னிம்மாவைத் தாங்கி அழைத்துப்போனான்.

கன்னிம்மாவின் தம்பி முருவப்பன் அலறியடித்து ஓடிவந்து, ‘‘அக்கா அவெளை வடுத்தெரியாமல் நான் ஆக்குறேன். அவ பொண்ணு இல்லனா இன்னா... அம்பேத்குமாருக்கு நல்லயிடத்துல பொண்ணு கிடைக்கும். அவெ எருமப் பாலக் கறந்து வித்து அண்ணன் மவனுக்காக வரிஞ்சுன்னு நிக்கிறா... அவ்ளுக்கு ஒரு முடிவு பண்ணாத்தான் அவெ ஆட்டம் அடியோடு அடங்கும்’’ சின்னப்பெண்ணை கேளிக்கைப் பார்வையில் பார்த்து, தன் கண்களை உருட்டிச் சினத்தில் சென்றான்.

இடையில் வெடிக்கி ஓடிவந்து கன்னிம்மாவை அணைத்து அவள் சுட்டுக்கொண்ட வடுவை இன்னும் கீறி வசவு சொல்லில் கிளறி எடுத்து உடன் சென்றாள். குடிகெடுப்பதும், குடும்பத்தை நடுத்தெருவில் விடுவதும் கண்ணற்ற குருடர்களாக அக்காவும் தம்பியும் ஊரில் உலா வருவதைப் பலநேரம் பார்த்த கண்கள் கன்றாவி வார்த்தைகளில் அவர்களை அபிசேகம் செய்தும், முருவப்பன் காதில் வசவு

சொற்கள் இறங்கியும், அவன் சலனமில்லாமல் கிழிந்து தொங்கும் கால்சட்டையை அரைஞான் கயற்றில் இறுக்கி முடிந்து அக்காவுடன் சென்றான்.

பொம்மி முகம் சுளிப்பில் போக, செவிலி சேவல் ‘கொக்... கொக்...’ எனக் கத்தி அவளிடம் வந்ததும் அதை விரட்டி அடித்தாள். கன்னிம்மா கரும்சேவல் மறுபடியும் வர, அதை விரட்டி அந்தச் சேவலைக் கறியாக மாற்றத் துடித்தாள். அவள் குடிசைப் பகுதியில் வருடத்துக்கு பலநாள் கோழிகள் கறியாகும். கீரிபெட்டை மட்டும் கறிக்கானது அல்ல. அவள் மார்பைக் கவ்விப்படுத்து விளையாடும் உரிமை பெற்று மாமாவுக்காகப் பொறித்து வந்தது. அம்மாவுக்குத் தெரியாமல் அரிசியை மறைத்து வைத்திருப்பாள். அம்மா இட்லிக் கடைக்குக் கிளம்பினால் கீரிபெட்டை தானாக அவளிடம் ஓடிவரும். அப்படி ஒரு பயிற்சி செய்து வைத்திருந்தாள்.

பொம்மி இடுப்பில் கீரிப்பெட்டையை வைத்து கையில் அரிசியைக் கொடுப்பாள். யாராவது வருவது தெரிந்தால் குடிசைக்குள் ஓடிவிடுவாள் பொம்மி. கீரிபெட்டைக்கு ஏன் மறைத்து அரிசி கொடுக்கிறாள் என்பது அவளுக்கு மட்டும் தெரியும். அங்கே சனங்களுக்கே மூன்று வேலை அரிசிச்சோறு கிடைக்காது. மதியம் சிரமத்தால் அரிசி உலையில் அங்கே வேகாது. கீரிப்பெட்டைக்கு மட்டும் தினம் கொஞ்சம் அரிசி மதியமே கிடைத்துவிடும். இப்படி கீரிப்பெட்டையை பொம்மி நெஞ்சில் வருடி வளர்த்தாள்.

எருமைக் கன்றுகள் இருளில் தாயைத் தேடி குரல் எழுப்பும். பதிலுக்கு தாயின் குரல் தொலைவில் இருந்து காற்றில் மிதந்து வரும். பிறந்த கன்று, சிலமணிநேரத்தில் கயிற்றை அறுத்துவந்து வயிறு நிறைய பால் குடித்து, வயிறு உப்பி இறந்துபோகும். இதை அறியா எருமைகள் கன்றுகளை உசுப்புவது தாய்க்கும், கன்றுக்கும் உள்ள பிணைப்பான குரல்கள் எதிரொலித்து அடையற்றுக்கரையில் என் நேரமும் இருக்கும். பொம்மி குடிசை உள்ளே செல்வதும் வெளியே வருவதுமாக இருந்தாள்.

“அடியே... அது எங்கையாவது இருக்குண்டி... அத்தப் போய் தேடின்னுகீற... கன்னுக்குட்டி கத்துது... போய்ப் பாருடி!”

அம்மா குரல் வந்ததும், அம்மா சொன்ன கன்று என்ற சொல் கேளாமல் நழுவிய பொம்மி, பதட்டம் தணியாமல் கீரிப்பெட்டையை தேடிக்கொண்டிருந்தாள். கீரிப்பெட்டை ஒரு குடிசையின் உச்சியில்

உறங்கிக்கொண்டு இருந்தது. பொம்மி, 'போவ்... போவ்...' குரல் வெளிப்பட்டதும் கீரிப்பெட்டை பறந்து பொம்மி மடியில் தஞ்சமடைந்தது. அவள் கடும் சினத்தில் 'பட் பட்' என்று அடித்து,

''உன்கு காணாமல் போறத்தே வேலையா போச்சு..! நீ இல்லாமால் ஏங் மாமனுக்கு என்ன பண்ணுவேன்... உன்னாலத்தான் ஏங் மாமா சத்தா கீறாரு... மீசை வந்து ஆம்பளையா வந்தாரு... இனிமே என்ன விட்டுப் போகாதே..!'' என்று நெஞ்சுருகி கீரிப்பெட்டையிடம் கொஞ்சி வந்தாள் பொம்மி.

கீரிப்பெட்டையிடம் அவள் வருங்கால புதையல் புதைந்து இருக்கு, நெத்திப் பொட்டும் மறைந்திருக்கு, நிராகரிக்கப்பட்ட விடியல் எல்லாம் தன் மாமனுக்காக வளர்க்கும் கோழி மேல் இருந்த நினைப்பில் கரையில்லா ஆறாகத் திரிந்து, அவள் மாமன் மேல் மெய்யான உறவில் கனவுகளோடு இருந்தாள் பொம்மி. அதற்காக அத்தனை அரவணைப்பு கீரிப்பெட்டை மேல் வைத்திருந்தாள். இதுவெல்லாம் கீரிப்பெட்டை மேலுள்ள பாசப்பிணைப்பு இல்லை, அது இடும் முட்டை மேல் இருந்தது.

'நான் மதியம் சாப்பாடு இல்லாமல் அவலத்தைக் கடக்க பட்டினியாகக் கல்லூரியில் இருப்பேன். கீரிப்பெட்டை இளம் கோழி, அது இடும் முட்டை சத்தானதுன்னு காலையிலே அவிச்சு தெனம் எனக்குத் தருவாள் பொம்மி. முத்துன கோழிமுட்டையை எனக்குத் தரமாட்டாள். அதனால், 'கீரிப்பெட்டைக்கு ரெண்டு அடுக்குப் பாதுகாப்புக் கொடுத்து அவள் மாமனுக்குகாக வளர்க்கிறாள்!' என்று எங்கள் ஊரில் எல்லோரும் பிதற்றுவார்கள். அவர்கள் முகத்தை உமிழ்வதுபோல் பொம்மி, 'போதும்... போதும்... ஊக்கும்... அக்கும்...' என்று சினிங்கி கீரிப்பெட்டையை இரு கைகளில் அணைத்து வருவாள். 'கீரிப்பெட்டை முட்டையிடாத நாளில் அடி வாங்கும் பாரு... அப்படி ஒரு அடிவாங்கி, இறகுகள் உதிர்ந்து பறக்கும். அத்தை வந்து திட்டிய பெறவுதான் அவளிடம் விடுபட்டு கீரிப்பெட்டை வலியில் பறந்துபோவும்!'.

மாமனுக்கு ஆசையாக நெஞ்சத்தை வருடிய அந்தக் கீரிப்பெட்டை இறந்து மாய்ந்தது. அதன் எலும்புகளும், நுண்ணிய மண்ணின் புழுக்களுக்கு இறையாக மறைந்து போனது. நான் அவள் வாழ்க்கையை காட்டுத் தீயில் சிதைத்த பாவியாகி, பொம்மி மனதை மண்ணறைக்குள்

புதைத்த மாமனானேன். பொங்கிச் சிரிக்கும் அவள் சிரிப்பொலி எங்கே இருக்கிறது இன்றும் நான் அறியவில்லை. அவள் உயிர் இன்னும் இம்மண்ணில் நிலைத்து நிற்கிறதா என்பதைக்கூட நான் காணாமல் பிறை நிலவைத் தேடும் கண்களாக விழித்துப் பார்த்திருக்கிறேன்.

அவள் மார்பில் அணைத்துச் சூடேற்றிக் கொடுத்த கரும் காப்பியின் சுவை என் நாவில் இன்னும் தேங்கிக் கிடக்கிறது. அவள் எப்பொழுதும் என்னை அணைத்து உரசியதில் துடித்த என் மயிர்க்கால்கள் இப்போது வெண்மையாகி பலம் இழந்து துவண்டு கிடக்கிறது. என் சத்துக்காக அவள் அவித்துக் கொடுத்த முட்டையால் தருவிய என் வலிமை மறைந்து, மழையில் கரைந்த புற்றாக நான் நிற்கிறேன்.

இத்தனைப் பிரிவை என் பொம்மிக்கு நானா செய்தேன். என் சூழல்தான் எனக்குத் தெரியாமல் செய்ய வைத்தது. சமூக அவலங்கள் என்னைப் பிரித்தது, சனாதன அமைப்பு முறையும் அதற்கு உடந்தையாக இருந்தது. உறவற்ற கன்னிம்மா, பெரியம்மாவும் இதுக்கு உடந்தையாக இருந்தார். பொம்மி இருப்பாள்... நான் அவளைப் பார்ப்பேன். நம்மைப் பிரித்தது யார் என்று விவரித்து அவள் முன் நான் மண்டியிட்டு என் தலை சாய்ப்பேன்!''

பழம் நினைவில் நெடும்பயணம் சென்றதில் மனம் சஞ்சலித்துப் புழுவாக மிதிவண்டியில் தொங்கும் பையில் நெளிந்து கிடந்தார் மாரிமுத்து. அவர் உடலில் இரண்டு வடுக்கள் ஆராத தழும்பு நெஞ்சில் கூர் கம்பிகளில் குத்திக் கீறியிருந்தது. ஊற்றாக வழிந்த தன் உறவை மறந்து ஓடிப்போனது. உயிராய் நேசமிட்ட பொம்மியின் ரணங்கள், அவரை இறுக்கிக் காய்ந்த வடுக்கள் அரண்களாக இன்னும் நின்று கொண்டிருக்கிறது.

22

காலங்கள் உருண்டோடின. என் சிறுவயது முதல் நான் படித்த எந்தப் பள்ளியிலும் எந்த ஏடுகளைப் புரட்டினாலும் முதல் மதிப்பெண் என்னுடையதாக இருக்கும். கல்லூரியில் நான் பொருளாதாரம் படித்து முடியும் நிலையிலும் அந்தக் கல்லூரியின் ஏட்டிலும் அது அரங்கேறியது.

என் சிறுவயதில் வகுப்பறையில் கிடைக்காத கரவொலியைப் போல என்னை ஏளனப் பார்வையில் கல்லூரியிலும் அம்புகளை என் மேல் பாய்ச்சினார்கள். அது புதிய அம்பல்ல. பல நூற்றாண்டு ஏவப்பட்டிருக்கும் விசம் தடவிய அம்பு என்று உணர்ந்து, என் உடல் ரணமானாலும் மதியாமல் திடக்கழிவுகளை நீர்க்க வைத்து நெஞ்சை நிமிர்த்தி இந்தியப் பொருளாதாரத்தைத் தேடியலைந்து வீறுகொண்டு நடந்து சென்றேன். என் நடையில் நான் தழுவிய அதே முதல் மதிப்பெண் என்னைத் தேடி வந்துகொண்டே இருந்தது. நான் கல்லூரியில் கால்பதித்த நாள் முதல் எய்திய அம்புகள் என் மேல் வஞ்சம் தேக்கி வைத்து அவை இரும்பால் வார்த்த தடித்த ஈட்டியாக உருப்பெற்று என் மனதில் வெவ்வெறு படிநிலையில் குத்திக் கிழித்தது. நான் துவண்டு எழுந்தேன். என் கையில் ஆயுதம் ஏந்த அல்ல. ஏழ்மைக்கு எது கிடைக்கக்கூடாது என்று கூறினார்களோ அதை உடைக்கப் புறப்பட்டு, கல்லூரிப் படிப்பில் மூன்று ஆண்டிலும் என் நாவுக்குள் லட்சுமி வராது என்று யார் கூறினார்களோ அதை மதியில் வென்று, வெண்மணிகள் பதித்த கீரிடத்தைச் சூட மூன்றாம் ஆண்டு கால்பதித்து, ஆண்டு இறுதியில் வெற்றி மகுடத்தைத் தலையில் சூடி கம்பீர நடையில் வந்ததும், ஐதீக வழித் தோன்றல்கள் அதன் கட்டளைக்காக என்னைச் சிதைக்க முடியாமல் நீண்ட வாள்களுடன் என் தலைக்காகக் காத்து நின்றன.

நான் என் முன்னோர்கள் இழந்த வலிமையைத் திரட்டிக்கொண்டு அவர்கள் வாளை உரசி கல்லூரி வாசலைத் தாண்டி என் இருப்பிடத்திற்குப் போருக்குச் சென்ற வீரனாக வெற்றியோடு பட்டத்தை எடுத்துக்கொண்டு அடையாற்றுக்கரை வந்துசேர்ந்தேன்.

மாரிமுத்துவிற்கு புதிய திறவுகோல் கிடைத்ததால் அவன் மேல் படிந்த துர்படிமங்களைப் பெயர்த்தெடுத்து பட்டம் பெற்ற நாளன்று வெகு விமரிசையாக அடையாற்றுக்கரை திளைத்தது. ஊரின் குமிழ்ந்த கண்களில் பிரகாசிக்கும் ஒளியாக அவன் தெரிந்தான். மதராஸ்பட்டணத்தில் மக்கள் திரள் திரளாக வந்து குழம்பியதால் நிறைய முனீஸ்வரன் கல்லும் மறைந்து போயின. ஊரில் பட்டப் படிப்பில் முதல் காலடி அவனுடையது என்பதால் பம்பை உடுக்கை ஒலித்தது, முன்னமே உறைத்த புத்தபடிவத்தில் மறைந்திருந்த மூத்தவளை நினைவூட்டி அத்தை மஞ்சள் உடை மாரியாத்தாளாகி ஊர்ச் சனங்களைத் திரட்டி வேப்பமரத்தடியில் ஊன்றிய பெரும் பாறையைக் குளிப்பாட்டி, மஞ்சள் மொழுகி, ஜரிகை கொண்ட சிகப்பு பாவாடை உடுத்தி, குங்குமப் பொட்டு வைத்து மாரியாத்தாள் உருவம் வந்தது. பக்கிரி பிடித்திருந்த கிடா நீண்ட வாழையிலையைப் பார்த்து தனக்கான உணவு தயாராக இருப்பதாக நினைத்து அடித்தொண்டையை அழுத்திக் கத்திய குரல், வாழையிலை மேல் வந்து விழுந்தது. கிடாவை விழித்துப் பார்த்த சனங்கள் வாழையிலைப் படையலில் இட்ட ஆட்டுக்கறி நமக்குக் கிடைக்குமா? என்ற நினைப்பை உசுப்பி இருந்தார்கள். கிடாவும், சனங்கள் நினைப்பும் உணவைத் தழுவியது என்றதை உள்வாங்காமல், மாரியாத்தாள் பாறை கல் செவிடியாக நின்று இருந்தாள். சின்னப்பொண்ணு வாழையிலையைக் கல்லுக்கு முன்விரித்து பொரி, அவல், முட்டைப்பனியாரம் வைத்ததும், விரித்த வாழை இலையைக் கண்ட கிடா, பசியில் திரும்பவும் கத்தியது. திரும்பிப் பார்த்த சின்னப்பொண்ணு, மழுப்பலாக, ''தோ... வரன்டா... ஆத்தா உன்ன விரும்பி பாத்துகினே இர்க்கா...'' என்று எழுந்து கிடாவைக் குளிப்பாட்டி வெத்திலையில் கட்டிய மாலையைக் கழுத்தில் போட்டு மாரியாத்தாளிடம் அழைத்து வந்து நிற்க வைத்தாள்.

கிடா தலையைச் சிலிப்பி வாழை இலையை நோக்கி நாக்கை நீட்டிப் பசியில் கத்தியது. இல்லாத ஒன்றை மனதில் நிறுத்தி உழன்று கிடக்கும் உறவுகளைக் கண்டு மாரிமுத்து நின்று இருந்தான். பாறையில் தோய்த்துப் பளபளப்பாக்கிய கத்தியை பக்கிரி பற்றி நின்றிருந்ததும், ''மாரியாத்தாளுக்குக் கொடுமே...'' சாமி சொல்லாக சின்னப்பொண்ணு உரக்கக் கத்தினாள்.

கத்தி, கிடாவின் கழுத்தில் தெறித்ததும், தலை பிரிந்து விழுந்து உடல் துடித்த கிடாவால் சின்னபொண்ணு கால்கள் மண் தரையைத் தேய்த்து, கைகளை உயரத்தில் நிறுத்தி, தலைவிரிகோலத்தில் குரல் உசிப்பி, முதுகுத்தண்டு கீழே வளைந்து மேல் நிமிர்ந்து ஆட ஆரம்பித்தாள். கூட்டத்தின் பின்னால் பல கஜம் தொலைவில் நின்றிருந்த மற்றொரு குரல் உரும்பி மேலே எழுந்துகொண்டு கன்னிம்மாவும் ஆடி ஓடிவர, சனங்கள் வாயைப் பொத்தி, ''ஐய்யய்யோ... என்ன நடக்குமோ... நமக்கு வேணாம் சாமி குத்தம்...'' என்று வாயை இறுக்கி இருந்தார்கள்.

கன்னிம்மா குதித்து குதித்து ஆடினாள். சின்னப்பொண்ணு தலைமுடியை வீசி வீசி ஆடி, நாக்கைப் பல்லில் இறுக்கி உதட்டை விரித்தாள். பக்கிரி, முனியப்பன் தன் மனையாள்களின் அதட்டலுக்கு கண் பிதுங்கி, கைகள் உதறலில் அசைந்தது. கன்னிம்மா சொற்கள் இல்லாத அடித்தொண்டையைக் கழட்டி வைத்தாள். பதில் குரல் எழும்பாமல் சின்னப்பொண்ணு, 'அடியே, உங்கிட்ட குறி கேப்பன்னு நெனச்சியா... ஏங் கிட்டையும் சாமி கீதுடி... உன்த மூடிக்கினு போடி ஓட்டு சூத்தி... ஏங்கிட்டியா மோதிப்பாக்குறே..!' வெளித்தொங்கிய நாக்கை உள்ளிழுத்து குரல் ஓங்காமல் மௌனத்தில் பேசிக்கொண்டாள் சின்னப்பொண்ணு.

'ஏய்... ஒடம்பு பெருத்தவளே... உங் அண்ணன் பையன் கம்பிய பழுக்கக் காச்சி நெஞ்சுல சொருவத்தான் போறாண்டி..! ஏங் புள்ள வேணுமான்னு ஆத்தா முன்னாடி முடிவு பண்ணு...' மன அழுத்தத்தை கன்னிம்மா மற்ற காதுகளில் கேளாமல் மனசுக்குள் பேசிக்கொண்டாள்.

இருசாமிகள் மௌன மொழி பேசியதைக் குமிந்தவர்கள் குழம்பிப் போய், சாமி பேச்சு புரியாததால் 'நமக்கு எதுக்கு ஊர் வம்பு' என்று ரெண்டு சாமியையும் கை கூப்பி வணங்கி நின்றிருந்தார்கள். பக்கிரி, முனியப்பனும் கிடாவிடம் வழிந்த இரத்தக்கறைப் படிவைப் பார்த்து இன்னொரு மனித இரத்தம் வழிந்து துவளும் பயத்தில் முந்தியடித்து மண்தட்டில் கொட்டியிருந்த சாண வரட்டியில் எரித்த வெள்ளைத் தூளை அள்ளி அவரவர்கள் துணைவிகள் தலையில் தெளித்து, நெற்றியில் பூசி இருசாமிகளை வெளியில் அனுப்பியதும் முனியப்பன், கன்னிம்மாவைத் தூக்கிச் சென்றான்.

இன்றைய நிகழ்வில் திரண்ட சனங்களுக்கு 'உப்பு, காரம் இல்லாமல் சப்புனு முடிஞ்சு போச்சே'னு சோகம் தட்டி கிடாக் கறியில் காரம், உப்பு இருக்குமா என்று சின்னப்பொண்ணைப் பார்த்து

நின்றார்கள். சின்னப்பொண்ணு விழித்து, உரித்த கிடாவைப் பல் பக்குவத்திற்குத் துண்டுகளிட்டு காரசாரமாக நாக்குப் புரளும் அளவு கிடாக் குழம்பு வைத்து, பசிக்காக கிடா விரும்பிய வாழையிலையில் மாரியாத்தாளுக்குச் சோத்துப் படையல் குமித்து, கிடாக்கறியை வைத்து நடுகல்லை கையெடுத்துக் கும்பிட்டாள். பக்கிரி, சின்னப்பொண்ணு கை இடுக்கைப் பார்த்து மறுபடியும் சாமி வருமா? இழுத்துப் பிடிப்போமா? பயத்தில் ஊரடங்கு உத்தரவில் தயார் நிலையில் இருந்தார்.

கண்டது விளங்காமல் பொம்மி மாமனை ஒட்டி உரசியதில் மயிர்க்கால் நிமிர்ந்து நின்றிருந்தாள். படையல் முன் ஏற்றிய கற்பூரம் அணைந்ததும் சின்னப்பொண்ணு படையலைப் பிசைந்து, மூத்தவள் மாரியாத்தாளுக்கு காகா என கூவி வைத்துவிட்டு படையல் சோத்துருண்டையை மாரிமுத்துவுக்குக் கறியுடன் ஊட்டிவிட்டு மனம் மகிழ்ந்தாள்.

கூடியதில் சிலர் மதிமயங்கி நட்ட கல்லை நினைவில் நிறுத்திப் பார்த்திருக்க, மாரிமுத்து அவர்களைக் கண்டு மாரியாத்தாள் கல்லையும் பார்த்துத் திரும்பியதும் கிடா எலும்பால் பலர் பற்களில் பலவித சப்தங்கள் உற்பத்தியானதைப் பார்த்து ரசித்துச் சிரித்தான். அவன் சிரிப்பில் பொம்மி புன்முறுவலும் கலந்து உண்டவர்களில் முகத்தில் தெறித்ததும், திரண்ட சனங்களில் சிரிப்பும் ஒன்றிணைந்து சின்னப்பொண்ணு முகத்தில் பட்டதும் அவள் சிரிப்பொலியும் மலர்ந்து சுற்றிடத்தில் களிப்பில் மிதந்தது.

மாரிமுத்து அத்தை உழைப்பில் பெற்ற பட்டத்தால் சனங்கள் உண்ட வவுத்தைத் தடவி அசைக்கி நடந்துசெல்ல, கூட்டத்தில் சிலகுரல்கள் உண்ட மயக்கத்தில் சாக்கிட்டுப் பேசின.

''கன்னிம்மா இன்னாத்த சொன்னா... சின்னப்பொண்ணு பவுசு அவ்ளுக்கு வருமா?''

''அவெ அண்ணன் பையன் இவெள பின்நாள்ல காபந்து பண்ணுவான்... அவெ புள்ள ஊராங் கூட சேந்து சுத்தினு கெடக்குது... பேர வேற மாத்திக்கிச்சி... அது... ன்னாடி? அம்பேத்குமாரு...'' சுருட்டைக் கிளவி சொல்லில் வெளுத்து வாங்கி, உண்ட கறியை ஜீரணித்து ஏப்பம்விட்டது.

''போடி கிளவி... அவெ போட்ட கறிய துண்ணுப்புட்டு அவ்ளுக்கு வக்காளத்து வாங்குறே..!''

''அம்பேத்குமாரு எம்மா நல்ல பேரு. கன்னிம்மா சொன்னதுலையும் நாயங் கீது...''

''அவெ அண்ணன் பையன் பச்சி முச்சிட்டான்... அவெ போக்கே மாறிப்போச்சி... ன்னாத்த பண்ணப்போறானு தெர்ல... கன்னிம்மா புள்ள ஊருக்கு நல்லது பண்றான்... எந்த பாடுங்க சொந்த சனத்துக்காக ஜெயிலுக்குப் போறாணுங்க? அந்த புள்ள பிரச்னைன்னா முன்னவந்து நின்னு பலவாட்டி ஜெயிலுக்குப் போச்சி, அதுக்கு இர்க்க பவுசு அவெ அண்ணன் பைனுக்கு பின்நாள்ல வருமா கிளவி..?''

''எது நடக்குமோ அதான் நடக்கப் போவுது'' என்று வெடிக்கி வெடியாக வெடித்துச் சென்றாள்.

மாரிமுத்துவின் எழுச்சி அடையாற்றுக்கரையில் குழிகண்ணாடியில் பெரிய பிம்பமாகத் தெரிந்திருந்தது.

வெளிர்கதிர் ஓய்வுபெற்று காரிருள் ஆர்ப்பரித்ததும், மண் வீதிகள் அயர்ந்து தாங்கிய வெப்பத்தை இருளில் வெளியிட்டு மண் குளிர்ந்ததுபோல், மாரிமுத்து நினைவில் பழம்காலம் தவழ்ந்து முடிந்தது.

''என் பொம்மியுடன் திரிந்ததெல்லாம் நான் எங்கே கடத்திச் சென்றேன். என்னை உயர அமரவைத்த அத்தையை நான் எங்கே புதைத்தேன். தத்தளித்துக் காய்ந்த மருக்கள் தழும்புகளாக இன்னும் என் உடலில் ஒட்டி இருக்கிறது. என்னைத் தழுவியணைத்த இருப்பிடத்தை விட்டு வேறுயிடம் பெயர வைத்து நோஞ்சானக இருந்தேன்.

என் கல்லூரி முதல்நாள் அன்று, முதல் எழுத்தாக பொம்மி மார்பில் அணைத்துக் கொடுத்த மரநிற மை எழுதுகோலில் என் புத்தகத்தில் பொம்மியின் பெயரை எழுதியதை பல காலம் என் மறைவிடத்தில் காமாட்சிக்குத் தெரியாமல் பதுக்கி என் நெஞ்சில் சுமந்தேன். என் அப்பாவின் ரிச்சா மிதிப்பில் வாங்கிக் கொடுத்த டிரங்க் பெட்டியில் மறைத்து வைத்த பொம்மி பெயர் பதித்த ஏடு பழைமையை உள்வாங்கி உடையும் தன்மை தழுவியபோது என் வீட்டை விற்கும் பத்திரத்தில் அந்த நினைவும் சேர்ந்து போனது. நானும் சுயநலத்தில் அமெரிக்கா போய்ச் சேர்ந்தேன். என் நாட்டை விட்டுப் போனேன். நான் உழன்று திரிந்த மண்ணை மறந்தேன். என் மகனுக்கும் மகளுக்கும், நான் இந்த மண்ணில் பட்ட துயரம் யாதென்று தெரியாது. அவர்கள் இங்கே வெளிச்சத்தில் இருந்தார்களா? அவர்கள்தான் அறிவார்கள்.

அவர் பிறந்த மண்ணை விட்டு அகன்ற அன்றோடு அவர் இறுதிக் கனவும் கலைந்து, உறவும் தொலைந்து போனவராக முதுமைப் பெற்று தூரதேசம் போன மாரிமுத்து நினைவை உருட்டிப் பார்த்திருக்கும்போது வீட்டின் துணிப்பை லேசாக ஆடியது. முனுசாமி திரும்பிப் பார்த்தான். கிழம் ஆழ்ந்து நல்லா தூங்கி எழுந்துடுச்சு. 'இன்னும் என்ன, என்ன பிரச்சனையைத் தாக்கல் செய்யப் போவுதோ..? அச்சுக் காகிதங்களை புரட்டி வழக்காடுமோ..?' மனம்புலம்பி ஜாபர்கான்பேட்டை வழித்தடத்தில் பயணபட்டிருந்த நேரம், காய்ந்த சருகுகள் உதிர்ந்த நினைவில் கண்ணீர்க் கசிவை நிறுத்தி, மாரிமுத்து அவர் வீட்டின் ஓட்டை வழியாக சனத்திரள்களையும், பளிச்சிட்ட கடைகளையும், ஏராளமான மருந்தகங்களையும் கண்டு மிரட்சியாக நகர்ந்தார்.

''முனுசாமி எனக்கு ஒரு ஒதவி செய்வீயா..?'' எதையோ புதுசா ஆரம்பிக்கீறான் கிழம். உண்மையான ஒதவின்னா செஞ்சுப்புட்டு கிழங்கிட்ட சமாதானமாக போயிட வேண்டிதுதான் என்று அவனுக்குள் நினைத்து ''இன்னாய்யா..?'' சிறு கோவத்தில் முனுசாமி கேட்டான்.

''நெஞ்சு பாரம் கனக்கற மாதிரி இருக்கு, எதையோ இழந்த வலி வலிக்குது. நான் எல்லோரிடத்திலும் என் மனதை திறக்கணும். பாவியெனும் சொல்லுக்கு நான் சொந்தம் இல்லை என்பதை அனைவரும் கற்ற ஏடுகளைப் புரட்டிக் காண்பிக்க வேண்டும். சூழல் நம்மை எங்கே கொண்டு போகிறது என்பதைத் தெரிவிக்கவேண்டும். அதனால என்னை மேற்குமாம்பலம் கூட்டின்னு போடா...'' உதவியாகக் கையை நீட்டினார்.

''யோவ்... எங்க வந்து எத்த சொல்லுற..? அசோக் பில்லராண்ட சொன்னீன்னா அப்படியே பீச்சாங்கை பக்கம் போயிருக்கலாம்... ஜாப்பரகான்பேட்டை வந்துட்டைய்யா...''

''அப்போ எனக்குத் தோணலை... என் மனயிறுக்கத்தைக் கொட்டணும். ஏங் சினேகக்காரன் சீனுமணியைப் பாக்கணும் கூட்டின்னு போடா...''

'கிழம் நம்பல மனசாட்சி கிட்ட மாட்டிவிடாமல் இருக்கணும்னா இத்தக் கூட்டின்னு போனத்தான் நல்லது' என்று புலம்பி, ''எனக்குப் பசிமயக்கம் கண்ணக் கட்டுது ஒரு டீய ஊத்திக்குன்னு வரேன்'' என்று டீ கடையைத் தேடியலைந்து வண்டியை தயக்கத்தில் நிறுத்தி, ''யோவ்... நீ இங்கையே இரு... நீ ஒடம்பு பூரா வியாதியை வைச்சுக்குன்னு அமெரிக்கா ஆஸ்பித்திரியில படுத்துகினு கீற... போற

வயசு உன்கு ஒன்னும் டீ வேணாம்... நா குச்சுட்டு வறேன்'' என்று கிழமிடம் நழுவிச் சென்றான் முனுசாமி.

டீ கடையில் மூன்று பேரின் அரசியல் பேச்சு ஓடியது. அவனுக்கு ஒன்றும் விளங்காமல் டீயை உணவுக் குழாயில் ஊற்றி அவர்களைப் பார்த்து இளைப்பாறி இருந்தான் முனுசாமி.

நட்பும், சொந்த உறவுகளை இழந்து முதுமையில் தனிமைப்பட்டு தத்தளிப்பதை உணர்ந்த மாரிமுத்து உள்ளம் சீனுமணியைக் காணத் துடித்தது. அவனும் நானும் சந்தித்த நாட்கள் சைதாப்பேட்டை காரணீஸ்வரர் கோவில் வீதியில் வரிசை வீடுகளில் ஒரு குடியிடத்தில் அவன் வாழ்ந்தான். அவன் அப்பா கோவில் கருவரையில் அசைவற்று அமர்ந்திருக்கும் மூலசிலைக்கு மணி அடித்து கண்ணொளியை தருவிக்க தினம் முயலும் பணியாளாக இருந்தார். அம்மா வீட்டில் அப்பளம், வத்தல், வடகம் போட்டு வீடு வீடாக விற்கும் தொழிலைத் தழுவி இருந்தார். அப்பாவுக்குத் தட்டில் தானம் பெற்றும், திதியிலும், ஓமத்தில் உதிர்ந்து விழுந்த அரிசி, பருப்பு அவன் வீட்டின் இடித்த உமியடுப்பில் தினம் உலை கொதிக்கும். நாங்கள் இருவர் துவண்ட வறுமை எங்களை ஆழ் நட்புக்குள் இழுத்துச் சென்றது. ஆரம்பப் பாடசாலை தொடங்கி கல்லூரி பியூசி வரை இணைந்திருந்தோம். பியூசியில் அவன் குறை மதிப்பெண் பெற்றதால் வேறு கல்லூரி சென்றான். நான் நந்தனம் கலைக்கல்லூரியில் இளம்கலை பொருளாதாரம் பட்டம் பெற்றேன். சிறிய கோட்டின் அருகில் பெரியகோடு இருப்பதை நான் கல்வியில் அறிந்து எப்போதும் பெரிய கோடாகவே நான் இருந்தேன். எந்தப் பகுப்பும் இல்லாமல் நட்பு மட்டும் எங்களுக்குள் பொங்கிப் புரையோடியது. நான் பெரிய கோடாக இருக்க அவன்தான் காரணமாக இருந்தானா? என்னைப் பல வழிகளில் திசைகாட்டி வழித்தடங்களைக் கற்பித்தவனா? என்று அக்காலத்தில் எனக்குத் தெரியாது. அவன் வீட்டிற்குப் பல நாள் செல்வேன். அத்தனை நாட்களும் அவன் வீட்டின் வீதியோர சந்திப்பில் பேசியே காலம் கழிந்தது. அவன் வீட்டினுள் எக்காலமும் என் கால் பதியவில்லை. அவன் அப்பா, அம்மாவிடம் ஓரிரு வார்த்தை பகிர்ந்து கொள்ளவில்லை. ஆச்சாரங்கள் அங்கே வேற்றாரை உள் செல்ல தடுத்து வேலியமைத்து இருந்தது. நாங்கள் இருவரும் மனித உறவுகளாக மட்டும் பிசைந்து இருந்தோம்.

நட்பும் இருப்பதைக் கண்டுணர்ந்து மறைப்பொருள் ரகசியத்தை தேட என் கல்வியில் முயன்றேன். நான் உயர, உயர நட்பின் தன்மை என்னை நெருக்கம் தொடுவதுபோல் தெரிந்தது. அந்தி சாய்ந்ததும்

தெருமுனையில் நானும், அவனும் சிரிப்புச் சத்தம் உதிர்த்து சுற்றிடம் தழுவிப் பேசிக்கொண்டிருந்தோம். அவன் அப்பா எங்களைப் பார்த்து சிறுத்த விழியை என் மேல் பாய்ச்சிச் சென்றார். சீனுமணி நடுக்கத்தில் வீட்டை நோக்கி உருண்டோடினான். அச்சம் தழும்பி வீட்டின் நுழைவாயிலை மிதித்ததும் அவன் அப்பா கடும்சொற்களால் வேற்றுக்கிரகவாசியாகக் கண்டித்ததும் நானும் அவனும் இணைந்த நட்பால் அவன் காதுசெவிடனாக அப்பா சொல் கேளாமல்தான் வாழ்ந்த குறுகிய அறைக்குள் சென்றான்.

நான் எந்த உயரம் தொட்டாலும் இழிநிலை மாறாது என்று என்னை மாற்றிக்கொண்டே இருந்தேன். எனக்கு சீனுமணியை இழக்க மனம் இடைவெளியைத் தர மறுத்துவிட்டது. அதனால் எம் மக்களையும், உறவுகளையும் இழக்க என்னைத் தயார்ப்படுத்திக்கொண்டேனா? எனக்குப் பார்வைக் கோளாறு என்றார்கள். அந்த நிலையிலும் நான் உயரப் பறக்க ஆசைப்பட்டு முழுவதுமாகப் பறந்து சென்றேன். நான் உயர்ந்ததும், பலதை மறந்ததால் உடன் வாழ்ந்த என் உறகளின் எதிர்ப்புணர்வை என் மார்பில் தாங்காமல் புறம்காட்டி கோழையாக ஓடினேன். என் சுயவாழ்க்கை என்னை ஆடம்பரக் குகைக்குள் அழைத்துச் சென்றது. அங்கே வேற்றான் பூதங்கள், இரத்தம் குடிக்கும் ஜந்துகளும் வாய்பிளந்து காத்து நின்றன. நான் பயந்தேன். என் வம்சத்தின் உதிரம் கசிந்தால் என் இரத்தம் பல நூற்றாண்டுக் காலம் புசித்தால் அதன் ருசி மிகுதியானது தெரிந்துவிடுமே என்று பயந்து பூதங்களுக்கு மத்தியில் நான் உயர்ந்து வந்தும் மிரட்சியிலே நான் வாழ்ந்தேன்.

மாரிமுத்து முதுமையில் முன்செயல் பிழையுணர்ந்து பொம்மியை தேடியலைந்ததில் விழியில் கசிவு நீர் கன்னத்தில் இன்றும் உப்புக் கட்டிகளாகக் காய்ந்து இருந்தன.

மாரிமுத்து கடத்திய காலத்துக்குள் சென்று, 'என் பொம்மி என்ன தவறு செய்தாள். மாமா... மாமா... என்று உதிர்த்த வார்த்தைகள் மட்டும் அவள் நினைவில் மிஞ்சியது. நான் எப்படிப் படித்தேன்? பொம்மியின் உறவு என்னை எங்கே கொண்டுசென்றது. அந்த நெருக்கம் ஏன் பிரிவைத் தந்தது. மனப்புழுக்கத்தில் மறைந்த என் பாதச்சுவடுகளில் பிழையறிந்து அவள் பாதம் தொட்டு என் தவற்றை மண்டியிட்டு மன்னிப்புக் கேட்கவேண்டும்'' என்று மதியில் உழன்றபோது மிதிவண்டி உரசுவதுபோல் சத்தம் வந்ததும் நினைவலையை நிறுத்தி

மாரிமுத்து விழித்துப் பார்த்தார். முனுசாமி டீயின் சூட்டைத் தனித்து விட்டு மிதிவண்டியைத் தள்ளி, ‘யோவ்… போலாமாய்யா?’ என்று சலித்து வண்டியை மிதித்தான்.

மாரிமுத்து உள்மதி வெண்திரையாகப் பளிச்சிட்டு சீனுமணி அசைவைக் காண இமைகள் படபடத்தன.

‘‘என் பட்டப் படிப்பு இறுதியாண்டில் நானும், அவனும் இளமை தொலையப் போகிறதை அறிந்ததும் எங்கள் தடங்களை நாங்களே தேடும் பக்குவ வயதைத் தொட்டோம். எனக்கு இன்னும் உயரப் படிக்கவேண்டும் என்று உள்ளம் வருடியது. என் அப்பா ரிச்சா மிதிப்பில் சிலதுளிகள் நான் கற்க விரயப்பட்டது. என் பட்டம் முழுக்க சொந்தக்காரி என் அத்தை சின்னபொண்ணு துயரத்தை தலையிருந்து கால்வரை இறுகச் சுமந்து எனக்குக் கொடுத்தார். என் உயர்வு அத்தை மகளோடு பிணைத்தது என்பதை அடையாற்றுக்கரை காற்றும் அங்கே சிந்திய வெப்பமும்கூட அறிந்திருந்தது. பல புத்தாடைகள் போட்டு பொம்மியை அழகு பார்த்து ‘மாமாகிட்ட காட்டிட்டு வாடி’ என்று அத்தையிடம் இருந்து சொல் பதியும். பொம்மி வெட்கித் தலை கவிழ்ந்து பாவாடையை அகல விரித்து நாணத்தில் அசைந்து காட்டுவாள். அழகுணர்ச்சியைத் தூண்டி என் கனவைப் பூர்த்தி செய்த நீலவண்ணமாக எப்பொழுதும் அவள் இருந்தாள். மகிழ்வில் படர்ந்த அத்தனைக் கனவுகளை மண்ணறையில் புதைத்தப் பாவியாக நான் அலைந்து திரிந்து, மெய்யைக் காண அவள் சுவாசத்தைத் தேடிக் குற்றம் புரிந்தவனாக இந்நாட்டைத் தேடி வந்திருக்கிறேன்.

மாரிமுத்து மனம் சலனம் குடிகொண்டு பொம்மி நினைவில் விம்மி கன்னத்தில் நீர்வழிந்தோடியது. சீனுமணி நல்லவைதானே எனக்கு அள்ளிக்கொடுத்து என்னை மாற்றினான். நான் ஏழ்மையில் வாழ்ந்த இருப்பிடத்தை மாற்ற உயர்நிலையைப் போதித்து, ஏடுகளைக் கற்கவைத்தான். அதன் பலனாக நான் வாழ்ந்த இருப்பிடத்தை மாற்றாமல் உதறிவிட்டுச் சென்ற காலத்தின் வடுவாள் மனசஞ்சலத்தில் நான் இருந்தேன். அழுக்கு நிறைந்த குடியில் இருந்து மாறுவது மாற்றம் என்று உணர்ந்தேன். அம்மாற்றத்தில் நான் வாழ்ந்த இருப்பிடத்தை மறைத்தபோது அவ்வாசம் வெளிபட்டு நான் எங்கு இருந்து உதயமானேன் என்று அறிந்தவர்கள் எல்லாம், நான் பதவியில் உயர்ந்தவனாக இருந்தாலும் மானிடத் தன்மையற்று ஊன்றிய ஓராயிரம் தடித்த மரங்கள் என் மேல் சரிந்து விழுந்து நிழல்தர மறுத்தன. அத்தருணம் எனக்கு வெட்கம் தலைகாட்டவில்லை. நான் உயர்ந்தவன்

ஆகிவிட்டேன் என்ற கங்கணத்தில் தலைகனத்து, பலகாலம் உழன்ற எம் உறவுகளின் அழுக்குகளைப் பூமியின் அடியாழத்தில் புதைக்காமல், புது மாற்றத்துக்கான போராட்டம் வராமல் எனக்குள் அமுக்கி வைத்துக்கொண்டேன்.

துரோகங்கள் நிறைந்த கூடாரத்தைப் போராடிப் பெயர்த்து எரிக்காமல் கடைசியில் சுயநலத்தில் நான் ஓடிப்போனேன். என் உறவுகளின் கைகளைப் பிடித்து மேல் உயர்த்தாமல் போனதில் என் நல்லவையும் எரிந்துபோயின. நான் வாழ்ந்த அப்பழுக்கற்ற நல் உறவுகளை எதிர்த்துப் போராடும் குழுவில் நிறுத்தி என் கை அதிகாரப் பதவியில் உயர்ந்ததும், என் ஒருவனால் பல ஆயிரம் கைகளைத் தூக்கிச் சுமக்கத் தகுதி பெற்றவனாக வந்தும், எம் மக்களின் ஒருவிரலைக்கூடப் பிடித்து மேலுயர்த்தாமல் என் மக்களை நான் மறந்தேன்.

வறுமையிலும், மன்னன் உதவியும், வெள்ளையன் வழங்கிய உயர் அந்தஸ்தை உதறி உலகத்தைத் தேடியலைந்த உயர்ந்த மாமனிதர் அண்ணல் தூக்கிவிட்ட பல ஆயிரம் கைகளில் நானும் என் கை நீட்டிப் பிடித்து மேலே உயர்ந்து வந்தேன் என்பதை நான் மறந்தேன். வேற்றவர் உயர்ந்து நின்றதைப் பார்த்த நான் அவர்களாவே நான் பரிணமித்து வேற்று மனிதனாக மாறி, நான் வாழ்ந்ததைக் குழியிட்டுப் புதைத்துப் பெருநகர அந்தஸ்துக்குள் அலுங்காமல் சீர்வரிசை பெற்று ஓடி ஒளிந்து வாழ்ந்தேன். என் வாரிசுகளையும் அதை நோக்கியே பயணப்பட வைத்தேன். இவற்றை உணர்ந்தபோது என் கைகள் பலமிழந்து, முறுக்கேறிய நரம்புமண்டலம் ஊனமாகப் போனது.

என் வாரிசுகள் என்னைவிட பலபடி மேலே உயர்ந்து பிற்கால வாழ்நிலையைக் கற்று, பல நூற்றாண்டாகக் காய்ச்சி உருக்கிய கடின இரும்புப் பிணைப்பை உடைத்தெறிந்து விடுதலையாக வாழப்போகிறோம். இந்தக் கலாச்சாரம் பழமையானது என்று பொறந்த மண்ணும் வேண்டாப்பா, இந்த நாடும் வேண்டாப்பா, இந்த நாடு நமக்கான நாடு இல்லப்பா என்று இங்கே பட்ட சூட்டின் கடுகடுப்பில் தூரதேசம் சென்ற என் வாரிசுகள், என் மக்களையும் என் நாட்டையும் மறந்துபோய்விட்டார்கள். நானும் என்னுள் புழுத்து இறுகிப்போன சுயநலத் தழுவலால் போராட்ட எண்ணம் மயானமாக மாற்றியதால் இனியும் நான் துரோகியாக இருக்கமாட்டேன்!''

புத்தி மேலோங்கி முதுமையில் விம்பி விம்பி அழுது வீட்டின் ஓட்டை வழியே பார்த்தார் மாரிமுத்து.

அகன்ற தார்ச்சாலை வளைவில் முனுசாமி மிதிவண்டியை மிதித்துச் சென்றபோது காய்ந்து தனிந்த வெப்பக் கதகதப்பு மாரிமுத்து முகத்தில் பட்டு அரித்ததும் வயோதிகம் தாங்கும் தன்மை இழந்து கண்களைக் கசக்கி வீட்டில் பழம் நினைவுகளோடு சுருண்டுபோயிருந்தார்.

கிழவன் பெரிய ஆளாக இருந்திருப்பான். மேற்கு மாம்பலம் எல்லாம் தெரிந்து வைத்து இருக்கிறான். விசாலமாக வீடுகளின் முன் இயற்கை வளம் தழுவிய மரங்களின் நிழலும், வீட்டின் பின் கிணறும், மாமரம், பலாமரக் காற்றும், பழம் சொரு ஓடு வீடுகள் கொண்ட அகல வீதியில் இரு நடையோரம் நிழல் படிவம் தரும் மரங்களில் இதமான காற்றில் அமைதி குடிக்கெண்ட மாம்பலம் குடியிருப்புகள் தவழ்ந்து கிடக்கும். முனுசாமியின் தாத்தா அடிக்கடி சொன்ன நினைவை உசிப்பி மாம்பலம் நுழைவாயிலில் மதிவண்டிச் சக்கரம் உரசிச் சென்றது.

பஜனை ஒலியாக டோலாக்கும், ஒத்தின் ஓசை வீட்டினுள் நுழைந்ததும், செவி துடித்து மாரிமுத்து இமைகள் படபடத்து வீட்டின் ஓட்டை வழியாகப் பார்த்தார். முன்காலத்தில் புன்னகை பூத்த வெண்பற்கள் தற்போது மகிழ்வில் அசைந்தது. ‘கிழம் இங்கே எதையோ பதுக்கி வைத்து இருக்கு... அதைத் தேடித்தான் வந்திருக்குது. நமக்கு கிடைச்சதைச் சுருட்டி அமிகிக்கீன்னு ஓடவேண்டியதுதான்’ என்கிற நினைப்பை அலைய விட்டு மாம்பலம் வீதியை அலசி முனுசாமி மிதிவண்டியை மிதித்துச் சென்றான்.

மாரிமுத்து விழித்திரை அகல விரிந்து அடையாளங்கள் மாறியதைக் கண்டு சீனுமணி குடியிடம் அறியாமல் நண்பன் மகள்கள் கோமதி, பார்வதி தெருவில் உலா வருகிறார்களா தேடி வரும்போது அசைந்து வந்த பாவையர்கள் மேல் கண்ணொளியைப் பாய்ச்சி வந்தும் யாரும் புலப்படாமல் அயோத்தியா மண்டபம் வருமானு நினைவாற்றலை சிதறி வந்தார்.

நாதஸ்வரம், தவுல்சத்தம் முழங்க, மணியோசை டங்... டங்... எழுப்பி வர, இருதிசை செல்லும் வாகனங்கள் அங்கங்கே நின்றது. வாகனப்பயணிகள் இசையொலி வந்ததிசையில் கைகூப்பிப் பவ்வியமாக நின்றார்கள். முனுசாமி வாகனம் இடைவெளியில் நுழைந்து நுழைந்து, போனதும் ஒரு லட்டி மிதிவண்டி கைபிடியில் டமார் என்று அடித்ததும், அவன் பயத்தில் நடுங்கி ‘அய்யய்யோ... மனசாட்சி கிட்ட சிக்கிட்டோமோ..!?’ என்று நினைத்தான்

கிழம் இன்னாத்தச் சொன்னானோ...

அச்சம் தெறித்து இமைகளை திறந்து பார்த்தான். ஒரு காவலர் குரல் உள் தொண்டையில் விசும்பி அவனைப் பின்னே விரட்டியதும், முனுசாமி விவரம் அறியாமால் வண்டியைப் பிடித்து நின்று இருந்தான். சிறு இடைவெளியில் சனங்கள் முனுசாமியை இடித்துப் போனதில் கோவம் கொண்டு மாரிமுத்து புகைப்படத்தை வீசி எறியத் துடிக்கும்போது ஒரு காவலன் இருந்த இடம் நான்கு காவலர்கள் நெரிசலைக் கட்டுப்படுத்தி இருந்தார்கள். மாலைக் கதிர் மறையும் தருணம் வந்ததும் அவன் தவிப்பு இரவு எட்டிப் பார்த்துவிடுமே என்ற அச்சத்தில் பஞ்சவர்ணம் அணைப்பு தழுவியதும், கடவுள் நாமம் பாடி கூட்டம் முன்னே வந்ததும், பின்னே தேவமொழியில் ஓதும் ஒலி வந்துகொண்டிருந்தது.

நீலவண்ண கிருஷ்ணனை மயில் தோகையில் அலங்கரித்தத் தேரில் இழுத்துவர, பாடலுக்கு சுரம் பிசையாமல் கைதட்டிய சனத்திரள் உதட்டசைவோடு வந்ததைக் கண்டு அதிகார உயர் பதவியில் மாரிமுத்து இருக்கும்போது முன்வரிசையில் ஊர் அறிந்தவனாக என் தோல் மின்னி, நானும் சீனுமணியும் மரியாதை நிமிர்த்தத்தில் நடந்து வந்த நினைவு பளிச்சிட்டதும் மாரிமுத்து புன்முறுவலித்து அசைந்தார். பை ஆடி நெளிவதைப் பார்த்த முனுசாமி உச்சம் தலைச் சூடேறிய சமயம் அவனை இருவர் இடித்துத் தள்ளிச் சென்றார்கள். நரம்பன் தள்ளாடி விழுந்து, எழுந்து மிதிவண்டியின் கைப்பிடியை இறுகப் பற்றிக்கொண்டான்.

திரண்ட கூட்டம் கிருஷ்ணனோடு எதிர்முனை வீதியில் நெரிசலில் நுழைந்தார்கள். அதில் சிறு கூட்டம் இடதுபக்கம் நகர்ந்து நின்ற வாகனங்களை முட்டி ஊர்ந்து கழன்று செல்லும்போது பலர் முனுசாமியை இடித்து மிதிவண்டியைத் தள்ளிச் சென்றார்கள். அவன் மூத்திரப்பை கனமாகி முட்டியதால் அதை பீச்சியடிக்க மறைவிடம் தேடிச் சுழன்றுகொண்டிருந்தான். நூல்போடா மக்கள் கூட்டம் முந்தியடித்து வாகனங்கள் இடையிடை சந்துக்குள் நுழைந்து ஓட்டம் பிடித்தார்கள்.

முனுசாமி மிதிவண்டியை அவசரத்தில் பின்னே தள்ளிச் செல்ல முயன்றும், முடியாமல் மிதிவண்டியைத் தலைக்குமேல் தூக்கிச்செல்ல நரம்பனுக்கு வலிமை இல்லாததை அறிந்து வெம்பிக் காத்திருந்தான். கட்டான உடல்வாகு கொண்ட பெரியவர், மிதிவண்டியைத் தலைக்கு மேல் தூக்கி இடுக்குச் சந்துகளில் தளராமல் சென்றதும் மாரிமுத்து அவரைப் பார்த்து மானத்தை ஜல்லடையில் நம்மை ஜலித்து

விடுவானே? என்ற பயத்தில், முனுசாமி விம்மி மனசலசலப்பில் மிதிவண்டியை மெல்ல நகர்த்த முயன்றபோது காத்திருந்த பேருந்துகள் முந்தியடித்துச் சென்றன.

சந்து வழி கிடைக்காமல் முனுசாமி நின்று, 'மீனாட்சி பச்சைக்கிளி தாம் வாங்கிச்செல்லும் பழத்திற்குப் பசியில் கூண்டில் துவண்டு பஞ்சவர்ணத்திடம் என்னைத் திட்டி, ஊசி நுழைவில் நுழையாத கதை ஏதாவது இட்டுக்கட்டிவிடுமே... பஞ்சவர்ணம் என் நிலையறியாது என்னைக் கருவிக்கொண்டிருப்பாளே...' நினைப்பில் மிதிவண்டியை மெல்ல நகர்த்திக்கொண்டிருந்தான் முனுசாமி.

வீதியில் ஒருவர் தொண்ணையில் சுண்டலைப் பலருக்குப் பிரசாதமாகக் கொடுத்து முனுசாமிக்கும் நீட்டிச் சென்றான். முனுசாமி பசியில் சுண்டலை வயிற்றை நிரப்பத் தொடங்கிவிட்டான். பின்னால் மற்றொருவர் சுண்டல் கொடுத்து வர, மறுகணம் முனுசாமி கைக்கு இன்னொரு தொண்ணை சுண்டல் வந்ததும் அவன் போகும் இடம் மறந்து மூத்திரப்பையில் நீரை அடக்கிப் பசியுடன் பேசிக்கொண்டு இருந்தான்.

கிருஷ்ணன் பாடல் கேட்காமல் அமைதியாக இருந்ததும் மாரிமுத்து வெளியில் எட்டிபார்த்தார். வீதி எப்போதும் போல் வாகனம் செல்லும் சாலையாக இருந்தது. சவ்வு... சவ்வு... வாயசைவு சத்தம் கேட்டதும் முனுசாமி சுண்டல் தீர்ந்த தொண்ணையை வீசியடிக்க அது காற்றில் மிதந்து மாரிமுத்து வீட்டை உரசி விழுந்தது. முனுசாமி மறுபடியும் சுண்டலுக்காக கிருஷ்ணன் போன எதிர்த் தெருவை எட்டிப் பார்த்தான். கிருஷ்ணன் பவ்விய காட்சி முடிந்து தெருவின் கடைக்கோடியில் போய்க் கொண்டிருந்தார். அங்கே நடைமேடையில் நின்றவர்களுக்கு இருவர் சுண்டல் கொடுத்துக்கொண்டிருந்தார்கள். முனுசாமி இன்னொரு தொண்ணை பெற மிதிவண்டியை தள்ள முயன்றான். மாரிமுத்து விழித்து ''டேய் தின்ன சுண்டல் போதும்... என்னை அயோத்தியா மண்டபம் கூட்டின்னுப் போ...'' அதட்டல் சொல்லில் கட்டளையாக அவன் செவியில் அடைத்தார். 'அய்யய்யோ... மனசாட்சி மண்ணுல குதிச்சானா என்ன கிழித்துத் தொங்கப்போட்டுக் கிழத்துக்கு வக்காளத்து வாங்கும்' எனப் புலம்பி மிதிவண்டியை மிதிக்கலானான்.

ஆங்காங்கு குடியிடங்கள் சிறு மாற்றத்தைத் தாங்கி நிற்க. மாரிமுத்து சூழலை உள்வாங்கி எத்தனை அமைதி தழுவிய மாம்பலம், வேறு திசையைப் பிரதிப்பலிப்பதைக் கண்டுணர்ந்து சீனுமணி இருப்பிடம்

நோக்கிச் சென்றுகொண்டிருக்க, அயோத்தியா மண்டபம் சற்று நெருக்கம்பட்டதும் 'ஆஹா... ஆஹா... இந்த இடம் ஏதும் மாற்றம் நிகழவில்லை' நினைவைப் புரட்டியதும் முனுசாமி வண்டியை நிறுத்தி ''யோவ்... எந்தப் பக்கம் போகணும்? சொல்லித் தொலைய்யா...'' வெம்பி கத்தியதும், ''மண்டபம் தாண்டி இடதுபக்கம் திரும்புடா!'' என்று கனீர் குரலில் சொன்னதும் மிதிவண்டி நகர ஆரம்பித்தது.

''அரசுத் துறையில் பல்லாண்டு இருந்து உயர் பதவி வந்ததும் எழில் சிறக்கும் மனையில் குடிபுக சீனுமணி குடிமனை வாங்கினான். விசாலமான தெரு, இருமருங்கிலும் பசுமை மரங்கள் வீதியில் நிற்கும். பழமையான சொரு ஓடு வீட்டை வாங்கியதும், பழமை அழகற்று இருப்பதால் அதை இடித்துவிட்டு, அக்கால வடிவமைப்பில் நிலம்மையத்தில் வசிப்பிடம், முன் தாழ்வாரம் வாயில் தொடங்கி தெருமுனை வரை சிமெண்ட் காரையில் பாதையமைத்து, நிலம் முழுக்கச் சுற்றுச் சுவரமைத்து, தெருவும் நிலம் சந்திப்பில் இரு திறவுக் கதவுகள் வைத்து, இருமருங்கில் தெங்கு, வில்வமரம், வேப்பமரங்கள் வைத்து, வீட்டின் முகப்பு வாயில் மையத்தில் துளசி மாடம் அமைந்த வீடுதான்டா சீனுமணி வீடு... நிறுத்துடா'' என்று வீட்டின் விலாசத்தைச் சொன்னதும், மிதிவண்டியை முனுசாமி நிறுத்தினான். ''என்னைக் கைத்தாங்கலாக வீட்டின் உள்வரை விடுடா'' விண்ணப்பத்தை மாரிமுத்து சமர்பித்தார்.

முனுசாமி இரும்புக் கதவைத் திறந்து வீட்டின் வாயிற்கதவருகில் நின்றதும், கதவு சிறிது திறந்து இருக்க முனுசாமி அதை முழுவதுமாக திறந்துவிட்டதும், மாரிமுத்து உள்ளே சென்று டமார் என்ற சத்தத்துடன் கதவை மூடினார். 'கிழவன் அவன் வேலை முடிந்ததும் எப்படி நைசா கழட்டி உடுறான். தகுதி உயர்ந்தவனுங்க இப்படித்தான இருப்பானுங்க' என்று மனம் புலம்பி, திறந்த ஜன்னல் வழியே உள்ளே பார்த்தான் முனுசாமி. மனம் கமழும் புகைவாசம் அவன் நாசியுணர்வைத் துளைத்தது. உள்ளே இளம் இருட்டில் மூடுபல்லாக்கில் இருப்பதாக இன்னொரு கிழம் சாய்வு நாற்காலியில் படுத்திருந்தார். அதன்மேல் ஊன்றுகோல் சாய்த்திருந்தது. கிழம் எதிரில் அறுவது வயது கிழவி புகைப்படம் பெரிய மரச்சட்டத்தில் இணைத்து சுவற்றில் இறுக்கி, அதன் கீழ் சிறுமாடத்தில் விளக்கும், ஊதுவத்தியும் எரிந்துகொண்டு இருந்தது. மாரிமுத்து அவர் அருகில் சென்றதும் அவர் எழுந்திருக்க ஊன்றுகோலை எடுக்க முயல... சீனுமணி! பால்யகால நண்பனைக் கண்டு நெகிழ்ந்த மாரிமுத்து அவரைப் பிடித்து அமர வைத்தார்.

முனுசாமி கூர்ந்து பார்த்ததில் இருகிழம் சோகநீர் கசிந்து மாய்ந்த பிறகு சிறு சொற்கள் மட்டும் அவன் காதில் உரசிப் போனதும், காதை இன்னும் கூர்மைப்படுத்தி வீட்டின் உள்ளே வைத்து விட்டு, கண்களை அரக்கிப் பார்வையை உள்ளே வைத்திருந்தான் முனுசாமி. அவர்கள் நட்புநீர் கன்னத்தில் வழித்தடம் அமைத்து இருவர் நலம் விசாரிப்பு நீண்ட அளவு பரிமாறி புதியதாகப் பரிணமித்து இருவரும் மௌன மொழியில் பகிர்ந்ததுகொண்டார்கள்.

சீனுமணி, திக்குத் திசையற்றுக் கிடந்த கதையை, பால்யகால நண்பனைக் கண்டதால் பனிக்கொடமாக தனித்து வாழ்ந்த வாழ்வை மாரிமுத்திடம் உடைத்தார்.

"விசாலாட்சி, அரசு பொது மருத்துவமனையில் செவிலியராக இருந்ததை நீ அறிந்தாய்... ரெண்டு மகள்களைக் கரைசேர்ப்பதில் பலஆண்டு இன்னலைப் போக்க அச்சாணியாக இருந்து உறக்கம் மறந்து உழைத்ததால் நீரிழிவுநோய் ஒட்டிக்கொண்டது. மகள்களுக்காக உழன்றதால் மருந்து சரியாகச் சேர்க்காமல் மருத்துவக் குறிப்பை உதறித்தள்ளியதால் நோய் அவளை இறுக்கமாக அணைத்தபோது, கோமதி கற்பது முடிவு பெற்றது. அவள் குறிவைத்த இடத்தை நோக்கிப் போய்விட்டாள். பார்வதியும் அக்கா பாதையைப் பின்பற்றி அவளும் வானூர்தியில் பறந்துபோனாள். கட்டிய வீடு இருண்டதும், ஒளியைத் தேடிக்கொள்ள தைரியம் தெரியாமல் தன்னைக் கவனிக்க விருப்பம் இல்லாமல் தன்னை மாய்த்துக் கொண்டாள் விசாலாட்சி.

சிறு ஒளியில் மங்கித் தெரிந்த விசாலாட்சியைப் பார்த்து, "பெத்த மகள்களுக்காக கடைசியில் படுக்கையை நிரந்தரம் ஆக்கிக்கொண்டாள். நடக்க முடியாத என் காலை ஊன்றி அவளை முதுகில் சாய்த்து நோய் நிவர்த்தியாக்கும் இடங்களில் அலைந்ததில் அவள் கால் புழுவாக நெளிந்து சீழ்வடிந்து இறுதி தருணம் ஒரு தாயின் கருவில் உருவானதை ஒருதாயாக அவள் நின்றதால், இடது காலை நீக்கும் நிலை வந்ததும் என் மனம் காலை இழக்க இடம் தராமல் சில ஆண்டு அவளை படுக்கையில் நான் நகர்த்தினேன்!" விம்பிக்கொண்டே மாரிமுத்து கையை இறுகப் பற்றி கன்னத்தில் வடியும் நீரை அவர் கைகளில் நனைத்தார்.

கனத்த மனதில் மாரிமுத்து, இளம் இருளில் விழியை அறையில் சுற்றி நால் திசை திரும்பினார். ஒருபக்கச் சுவற்றின் மூலையில் இருவர் பட்டங்களோடு நின்ற புகைப்படம்... அழுக்கேறித் தேய்ந்து கடந்த காலம் மின்னியது.

"அன்று படிப்பு படிப்பு என்று வறுமையில் நாங்கள் ஓடி வந்தோம். இச்சமூகம் எங்களை அடித்ததும், நாங்கள் புறமுதுகுக் காட்டி ஓடாமல் எத்தனைத் துருயிரும்புகளும் எங்கள் நெஞ்சைக் குத்தட்டும் என்று நெஞ்சை நிமிர்த்தியே நாங்கள் பயணித்தோம். சீனுமணியின் அப்பா கோவில் அர்ச்சகர், என் அப்பா ரிச்சா ஓட்டி. இரண்டு வறுமையும் ஒன்று இணைந்ததால் எத்தனையோ மனித ஜடங்கள் விவரித்த பேச்சி அர்த்தமற்றதாக குழையும். அவன் அப்பா ரிச்சா ஓட்டி, உங்க அப்பா தெய்வத்தோடு பேசுபவர். பலர் சொல் உதிரும். இது வறுமை இல்லடா... இது எனக்குத் தெரியும். இந்த நெறிமுறை எனக்கு பெருசா தோனலடா... எனக்கு நீ வேணும். கடைசிவரை உன்னோடு நான் இருப்பேன்' என்று சீனுமணி சொல்வான். 'நீ வேற ஒருவன், அவன் வந்த வழித்தடம் வேறு, அவனோடு உனக்கு எதுக்கு நட்பு?' என்று நிறைய புழுத்தவாய்கள் பிதற்றியதும் என் செவிதுவாரத்தில் இச்சொற்கள் நுழையாமல் நான் தடுத்ததால் எனக்கு மனித வாழ்வு என் தலையில் எட்டியது. இதைப் புரியவைச்சதும் நீயும் நானும் வாழ்வாதாரம் இல்லாமல் இந்தப் படிப்பைப் படிக்கிறோம். இந்தப் படிப்புதான் நமக்குவேணும். உன்ன என் உடம்போடு ஒட்டிக்கிட்டேன்னு புகைப்படம் எடுத்துக்கிட்டோம்.

ஒத்தக்கால் ஊனமாக இருந்தும் துள்ளி எழுந்த சீனுமணி, என்னைக் கட்டி அணைத்தபோது, அந்தப் புகைப்படம் என் உள்மதியில் இன்றும் நாள்காட்டியாக பல ஆண்டுகளைக் கடந்து நினைவில் குடி கொண்டுள்ளது.

சீனுமணி வாங்கிய பட்டம் அவனை வேலையில் சேர்த்தது. நான் வேலையில் சேருவதா? முதுநிலைப் பட்டத்தைத் தேடுவதா? எனப் புழுங்கிய நிலை எனக்கு எட்டிப்பார்த்து வியர்த்ததும், தீர்க்கமான முடிவு ஒருவனின் தோள் பலத்தை சார்ந்து இருந்தது என்பதை அறிந்து வேலைக்குச் செல்லாமல் குடும்பச் சூழலைத் தீர்க்க முடியுமா என்று என் நிலை சுழன்றது. என் தோள்கள் இதை எல்லாம் சுமக்க முடியாமல் உழலும் இடுக்கை அறிந்த சீனுமணி, "நீ படிடா... நான் உன் பின்னால் தாங்கி நிற்பேன்" என்று குரலை உயர்த்திக் கத்தினான். என் தந்தை ரிச்சா மிதிப்பும், யாரையும் அண்டிப் பிழைக்காமல் என்னை முதுகில் சுமந்து இரவு பகல் விழித்து துரும்பாய் உடல் தேய்ந்த அத்தை என்னை சோதனைக் கூடத்தில் அழைத்துப் பரிசோதித்தது. சோதனைக் கூடத்தின் ஆய்வில் பலகட்டம் பிரித்து சோதனை நடத்தப்பட்டதில் இந்நாட்டின் படிப்பு என் நாவில் புரளாது, உயர்வில் அமரும் மெத்தை

உங்களுக்கு ஆனது அல்ல, இந்த மண்ணும் பிரித்து உரிமைப் பத்திரம் உங்களுக்குக் கிடையாது என்று ஆய்வுக் கூடத்தின் பரிசோதனையில் விடையாக வந்ததும் துயர அலைகளில் அடித்துப்போகாமல் வீரியம் தரித்தவனாக வலிமையில் நான் நிமிர்ந்து ஆய்வறிக்கையைத் தூக்கி வீசி நின்றேன்.

எட்டாக் கனியை எட்டிப் பிடித்துச் சுவைத்த மனித வளர்ச்சி ஏடுகளின் தரவுகளைப் புரட்டிப் பார்த்தேன். உயரப் பறக்க எனக்கு ஆசையில்லை, மறுக்கப்படுவதை எட்டிப் பிடிக்க அப்பா, அம்மாவை அமர்த்திக் கேட்டேன். ‘‘எப்பா... நீ இன்னும் படி... இந்த இடத்தைவிட்டு ஓடிப்போவோம். இங்க வாழ்ந்த வாழ்க்கை நமக்கு வேண்டாம். நமக்கு இங்க இருக்கும் எந்த ஒறவும் வேணாப்பா. இங்க இருந்து தலை முழுகிப் போயிடுவோம்’’ என்று நறுக்குத் தெரித்து இத்தனை வருசம் மனதில் தேக்கியதை பட்டவர்த்தனமாக அம்மா வெளியிட்டதும், துடித்தோடி வந்து நின்ற சின்னப்பொண்ணு காதில் அச்சொற்கள் விழுந்ததும், கதிகலங்கி சுவற்றில் சாய்ந்து நின்ற தங்கையைக் கண்ட தர்மன், கண் கசக்கி உதிர்த்த தனி உடைமை வார்த்தைகளைப் பரப்பிய மனைவி பச்சையம்மாளைப் பார்த்தார்.

அத்தை உழைத்ததை அறிந்தும், அம்மா கொட்டிய சொற்களில் பிரிவைக் கண்டு அத்தையைப் பார்த்துக் கலங்கத்தில் துவண்டு போனேன். அம்மா ஒரு குடும்பத்தை சார்ந்த கங்கணத்தில் உறவு வேண்டாம் என்பதை நான் உணர்ந்து, இறுதி முடிவாக சீனுமணி இட்ட சொல்லைப் பிசகாமல் நான் மேலே படிக்கப் போகிறேன் என்று குடிசையினுள் இறைத்து எழுந்து சீனுமணியிடம் வந்து நின்றேன். அவன் ஊனமான காலை அசைத்து என்னைக் கட்டி அணைத்து சிரிப்புச் சத்தத்தில் என் கன்னங்களை உதட்டில் நனைத்தான்.’’

கிடைக்காத முதுகலைப்பட்டம் வாங்கி நின்று பதித்த இன்னொரு புகைப்படம் அவர் நினைவுக்குள் போய் திரும்பியதும், சீனுமணியும் அதைப் பார்த்து இருவர் உதடுகள் சிரிக்க முடியாமல் சத்தமற்ற புன்னகையாகத் திரையில் கண்ட முனுசாமி வியப்புற்று அவர்கள் வாழ்வைப் பதித்துக்கொண்டிருப்பதை உணர்ந்தான்.

மாரிமுத்து விழித்திரை அடுத்த சுவர் வழித்தடத்தில் சென்றதும் சீனுமணி இரண்டு மகள்கள், விசாலாட்சியும் இணைந்த புகைப்படம் அசையாமல் தொங்கிக்கொண்டு இருந்ததில் மின்விசிறிக் காற்றில் சிறிய அசைவில் கோமதி, பார்வதி சிரித்த முகங்கள் பதித்த சட்டம்

அசைய, கோமதியின் சிரிப்புச் சத்தம் மாரிமுத்து காதில் நுழைந்தும் ஆண்டுகளைக் கடத்தும் நாள்காட்டி ஏட்டுக்குள் நுழைந்தது.

''எம்.எஸ்ஸி., இறுதி ஆண்டு படிக்கும்போது ஆச்சாரத் தழுவலில் கோமதி வளர்ந்து, வாய் பேசித் திரிந்ததை சீனுமணி வீட்டுக்குச் செல்லும்போது பலஆண்டுகள் அவளை ரசித்தேன். ஐ.ஐ.டி.யில் பயிலும்போது கடும் உழைப்புக்குச் சொந்தக்காரியாக இருப்பாள். அப்பாவைக் கண்டுணர்ந்து உயர்ந்த இடத்தை எட்டிப் பிடித்து அப்பாவுக்கு மேல் போய் அமர வேண்டும் என்று கடும் தவத்தைத் தொட்டவள். அப்பா வந்ததைக் கண்டும், என்னை அறிந்தும் எப்போதும் படிப்பில முழுகிப்போவாள். அரசு கொடுத்த மின்னும் மின்னொளி மகிழுந்தில் என் குடியிடத்துக்கு வந்ததும் சீனுமணி அழைப்புக்கு இணங்கி, என் மகிழுந்தை எடுத்து நானே ஓட்டி பயணப்பட்டுப் போவேன்.

நான் அமர்ந்திருக்கும் இதே நாற்காலியைத் துடைத்து அமர வைத்து ஐ.ஐ.டி.யில் துவளுவதும், அவள் சபையேறி ஒலித்ததை எல்லாம் கடைசிப் பக்கம்வரை திறந்து, ஏடுகளை வாசித்துக்காட்டுவாள். அது என் மகன் சந்தோசும் ஐ.ஐ.டி.யில் படித்து முடித்துப் போனதை மனதில் இறுக்கி அடுக்கு அடுக்கான காகிதங்களைப் புரட்டி என் மகனைப் பற்றி வாசித்துக் காட்டி, 'எனக்கு சந்தோசை கண்ணுல ஒத்தி கும்பிடுற சாமி மாதிரி எனக்குப் புடிக்கும். அவன் அறிவில் வியந்து கல்லூரியே மிரட்சியில் கங்கணம் கட்டிச் சாடியதும், நான் சந்தோசை தூற்றுபவர்கள் மேல் தூவென பலதடவை உமிழ்ந்தேன்' என்பாள். அவனை ஜோடிப்பாகச் சாடியதை உடைத்தெறிந்து சந்தோசு இந்திய எல்லை தாண்டி உருவாக்கிய கோட்பாட்டின் படிமங்கள் நகலை பார்த்துச் சாடியவர்கள் மூக்கில் விரல் வைத்து வியந்து பேசியதைக் கூறிச் சிரிப்பாள். 'சிறு குத்து ஊசியாக உங்க புள்ள எனக்கு எப்பொழுதும் இருந்தார் என்பதை நாவு புரளாமல் உரைத்து, எனக்கு சந்தோசு கூடவே இருக்கணும்னு ஆசையா இருக்கு மாமா. ஏன்னா அவரு இந்தியாவின் பெரிய விஞ்ஞானியாக வருவார்னு கல்லூரியே சொன்னதை நானும் கேட்டேன். சந்தோசு படிப்பு முடியும்போது சந்தோசின் அறிவுக்கூர்மையை நான் இழக்கப் போறேன்னு மனக்கொதிப்பை சாந்தப்படுத்தினேன் மாமா... உங்க பையனை எனக்கு ரொம்ப பிடிக்கும். அவரோடவே இருக்கணும்னு மெய்யான ஆசையிலே திரிவேன். இதைக் கண்டுணர்ந்தவர்கள் 'அவன் யார் என்று உனக்குத் தெரியுமா? அவன்கூட இப்படி ஒட்டி உருண்டு சுத்துரியே

அதை உங்க உறவுகள் கேக்காதா? உங்கள் ஆச்சாரம் தடுக்காதா? இப்படி ஒட்டினு சுத்துறயேனு கேட்பாங்க. எனக்கு சந்தோசைப் பிடிக்கும் அவரை நான் ஒட்டிக்குவே, தொட்டுக்குவே உங்களுக்கு என்னடா வேணும்னு கேட்டுட்டு உமிழ்நீரை உதட்டுக்குள்ளே இறுக்கிக்கினு அவங்க மேல துப்பாமல் போயினே இருப்பேன் மாமா. ஆனா சந்தோசைப் பார்த்தால் எனக்குச் சிரிப்பா வந்து சிரிப்பேன். அது கேளிக்கை நகைப்பா, அவன் மேல் இன்பம் மேலேழுந்து வந்த கலகலப்பான்னு எனக்குத் தெரியாது மாமா...' என்று சொல்லி மறுபடியும் சிரிப்பாள்.

நான் அவள் கைப்பக்குவ சமையலை பல விடுமுறை நாள்களில் ருசித்து மகிழ்ந்ததால் 'எங்க வீட்டுக்கே சமைக்க வந்துடு'ன்னு சொன்னதும் என் கையைப் பிடித்து 'மாமா, நீங்க என்னிக்கினு சொல்லுங்க... நான் உங்க வீட்டுக்கு ஓடிவந்துடுறேன்' என்று எங்கள் இருவரையும் சிரிப்பில் ஆழ்த்துவாள்!''

மாரிமுத்து அந்நினைவை நிறுத்தி அவள் சிரிப்பை சுவற்றில் தொங்கும் புகைப்படத்தில் பார்த்திருந்தார்.

''நானும் படிப்பு முடிந்ததும் இங்க இருக்கமாட்டேன். கேம்பஸ் அட்டன் பண்ணி, உங்க பையன் போன வெளிநாட்டுக்கு நானும் அவரோடு போகப் போறேன் மாமா என்றதும்,

'ஏன்... நம்ம நாட்ல வேலை கிடைக்காதா? இந்த நாட்டுலதானே படிக்கிறீங்க..? உன் தனித்துவத்தை எந்த நாட்டிற்கும் விட்டுக் கொடுக்காதே... நம்ம நாட்டை உயர்த்தணும்னு நினை' என்று சீனுமணி பேசியும் பலன் எட்டாமல் பல நாள் சிதைந்துபோய் சுமக்க முடியாத பாரத்தைச் சுமந்த விசாலாட்சி இறுகிப்போனாள்.

'நான் ஊனக்காலில் சுற்றியலைந்தேன்' என்று சீனுமணி கூறி மாரிமுத்துவைப் பார்த்தார். கோமதி இறுதித்தேர்வு நிறைவுற்றதும் கேம்பஸில் வென்றதால் அமெரிக்கா பறக்கவேண்டும் என்ற மிதப்பில் குதூகளித்துக் குவியல் குவியலாகப் புத்தகங்களைக் குவித்து விழியைப் பதித்திருந்தபோது, 'நல்ல காலம் பொறக்கப்போவுது... தூரதேசம் செய்தி வரப்போகுது... உங்க கெட்டதெல்லாம் விலகப் போகுது...' என குடுகுடுப்பைக்காரன் ஆகுளியைச் செவட்டி செவட்டி அடித்து சொல்லியதும், சீனுமணி குடுகுடுப்பைக்காரனை இனமறியாமல் கண்டு என்னைப் பார்த்தான். நான் குடுகுடுப்பைக்காரனைப் பார்த்தேன். குடுகுடுப்பைச் சத்தம் தொடர்ந்து எழுப்பிக்கொண்டே

இருக்க, அவன் தேய்ந்த கிராமப்போனாக மறுபடியும் ‘நல்லகாலம் பொறக்குது...’ சொல்லில் அழுத்தினான். நான் வந்த பாதை அவன் குடுகுடுப்பை சத்தம் என்னை உணர்த்தியதும், அவன் குடும்பப் பாரத்தைத் தாங்க முன்னோர் விட்டுச்சென்ற பரம்பரைத் தொழிலான நாடோடியாக வந்திருக்கிறான். சீனுமணி தான் பெற்றவள் தூரதேசம் தொலையப் போகிறாளா என்ற நினைவை நிறுத்தி கோமதி அறையைப் பார்த்திருந்தார். அதே தேய்ந்த கிராமபோன் ஒலிக்க, நான் எழுந்து குடுகுடுப்பைக்காரன் முகபாவனையைக் கண்டு சிரித்து, அவன் குடும்ப உணவைத் தேட வந்ததால் சில்லரையில்லாமல் நோட்டுகளை அவன் கையில் திணித்தேன். ‘அய்யா... நல்லா இருக்கணும்... ஜக்கம்மா... ஐயாவுக்கு நல்லகாலம் பொறக்கணும்’ குடுகுடுப்பையைச் செவட்டி உரைத்ததும் மாரிமுத்து அவனைப் பார்த்து மகிழ்வில் உதட்டசைத்து உள்ளே சென்றார்.

சீனுமணியும் விசாலாட்சியும் குசுகுசு சொற்களைப் பகிர்ந்து இருந்ததும், நான் வரும் ஓசையறிந்து இருவரும் இடைவெளி விட்டுக்கொண்டனர். நான் அமர்ந்ததும் மூவர் மத்தியில் நிசப்தம் குடியமர்ந்தது. நேரத்தை பறைசாற்றும் சுவர்க்கடிகாரம் கீழே தொங்கிய பளபளப்பு வட்டம் ஆடிச் சத்தத்தை எழுப்பியதும் நிசப்தம் கலைந்து ‘அண்ணா... அவள் படிப்பு முடியப்பேவுது, அவள் படிச்ச படிப்பு அவளுக்குத்தான் தெரியும். அவள் விருப்பத்துக்கு விடுவதுதானே சரியா இருக்கும்ணா...’ விசாலாட்சி என் தலையில் பெரிய பாறையை தூக்கிவைத்துக் குறிகேட்டாள். பதில் வாக்கு கூறாமல் சிறுநொடியில் கோமதியின் செயல் வடிவம் நான் அறிந்தேன். சீனுமணியின் மனம் அறியாமல் விழித்து, என் மகள் இடைவெளி அகலப்படுத்தி ‘பிரிஞ்சி போகட்டும்’ என்று முனங்கியதும், கோமதி அறையில் இருந்து ஓடிவந்து அப்பாவைக் கட்டியணைத்ததும், பார்வதி காப்பியுடன் வந்து அக்காவை விலக்கி காபி கொடுத்தாள். அவள் காபியை வாங்கி என்னிடம் கொடுத்தாள். நான் காபி சுவையறியாமலே குடித்துவிட்டு என் இருப்பிடம் நோக்கிப் பயணப்பட்டேன்.

மாரிமுத்து வீட்டின் வாசலில் நின்ற வேப்பமரம் சிறு விசும்பலில் காற்று வீசியடிக்க, வீட்டை எந்த நேரமும் காத்திருக்கும் கருத்தமணி சத்தம் இருளில் என் படுக்கையறையில் விழுந்ததும் நான் தூக்கம் கலைந்து நெடுநேரம் மெத்தையில் உருண்டுகொண்டிருந்தேன். என் மனைவி அயர்ச்சியில் உறங்கிக்கொண்டிருந்தாள். சந்தோசு எத்தருணமும் அவன் புத்தகங்களை நெஞ்சில் சுமந்து இந்திய

விஞ்ஞானி பட்டியலில் முதல் இடம் பெற்று அவனும் அமெரிக்கா போய் பல வருடங்கள் ஆனது.

அவன் விட்டுச்சென்ற அறையை என் மகள் நிரஞ்சணி பிடித்து இரவைப் பகலாக்கிக்கொண்டிருந்தாள். நான் எழுந்து சமையலறை சென்று சிலநிமிடத்தில் பிளாஸ்கில் காபி நிறைந்ததும் அவள் அறையில் சேர்ப்பேன். புரட்டிய ஏட்டை நிறுத்தி சிறு உதட்டசைவைச் சீண்டிவிட்டதும் மனம் இறுக்கி சந்தோசைப் போல் இவளும் எங்களை விட்டுச்சென்று விடுவாள் என்ற புன்முறுவலற்ற மௌனச் சிரிப்பைச் சிதறி வெளியே வந்தேன்.

அந்த மௌனச் சிரிப்புக்கு அர்த்தம், சந்தோசு அமெரிக்கச் சொல்லும்போது விமானநிலையத்தில் வழியனுப்ப இறுதி நேரம் ஒலித்ததும் 'எப்போ திரும்பி வருவப்பா..?' என்று நானும், காமாட்சியும் ஒருசேரக் கேட்டோம். 'நான் ஏப்பா திரும்பி வரணும்..?' எனக்குள் நீரோடை விழிச்சி ஓடுவதுபோல் விழித்ததும், 'அப்பா... இந்த நாடு நமக்கு வேணாப்பா... இது நமக்கான நாடு இல்லப்பா...' என்றதும் நான் கண்ட சிறுவயது வலி அவன் வார்த்தையில் என்னைப் பிராண்டி எடுத்தது. அவன் மகிழ்ச்சியாக இங்கே சுவாசித்த காற்று குறைவு என்பதை இறுதி அசைவாக அவன் இந்த நாடுவேண்டாம் என்று கையசைத்து வானூர்தியில் இறுதியாகப் பறந்துபோனான். அத்தோடு பிறந்த நாட்டில் கால்பதிக்காமல் என் மண்ணையும் என் நாட்டையும் மறந்து தூரதேசம் போய்ச் சேர்ந்தான்.

சந்தோசு மௌனச் சிரிப்புக்கு அர்த்தமாக என் மகள் முடிவையும் நான் ஏற்றேன். மணி குறைக்கும் சத்தம் மறுபடியும் கேட்டுக்கொண்டே இருந்தது. வீட்டின் முகப்புமுன் அரசு மகிழுந்து அருகில் என் மகிழுந்தும் நின்றிருந்தது. அதன் இடைவெளியில் என் பாதத்தை வைத்ததும் மணி ஓடிவந்து நாவு நீரில் என்னை நனைத்து விட்டான். உட்புறம், வெளிப்புறம் பாதுகாப்புக்காகக் கண்களைக் கழட்டிவிட்டேன். காது கேளாமை போல் குமிந்த அமைதி என்றால் அப்படி ஒரு அமைதியை போர்த்திய மேற்கு மாம்பலம் என்பதால் கழட்டிவிட்ட பார்வையொளி எதுவும் கிடைக்காமல் திரும்பி என்னிடம் வந்ததும் என் படுக்கை அறைக்குச் சென்றேன். என் மனைவி விழித்திருந்தாள். அவள் சில சொற்களின் கனைப்பில் பேசி என்னைப் படுக்க வைத்தாள்.''

புகைப்படத்தில் கோமதி சிரிக்கும் சிரிப்பு காலம் கடந்திருந்தாலும் அச்சிரிப்பை மாரிமுத்து அசைப்போட்டு, சாய்வுநாற்காலியை

தன்வசமாக்கிய சீனுமணி மனையாள் புகைப்படத்தில் விழியசைவற்று திறந்திருந்த பொழுது மாரிமுத்து அவர் தோளை மெல்லத் தொட்டதும் சீனுமணி தன் மகள்களைப் பற்றி மறுபடியும் வாய் திறந்தார்.

''கோமதி அமெரிக்கா சென்றுவிட்டாள். பார்வதியும் மருத்துவம் முடித்து அக்கா சொல் தவறாமல் வானூர்தியில் அவள் இருப்பிடம் நோக்கிப் பறந்துபோனாள். மகள்கள் அவர்கள் உயர்வை நோக்கி பயணப்பட்டுப் போனதால் நானும், விசாலாட்சியும் இலையுதிர்ந்து காய்ந்த மரமாக தனிமைப்பட்டதும், விசாலாட்சி விருப்ப ஓய்வு பெற்றதும், நீழிவு நோய் அவள் தலைமேல் உச்சத்தில் குடியமர்ந்தது. அதற்கு வாடகைப் பணமாக மருத்துவமனையில் கொடுத்தால் சில நாட்கள் அமைதியும், பெருத்த பணம் கொடுத்தால் பல மாதங்கள், சிலவருடங்கள் அவளைத் தக்கவைத்து என் ஊனமான காலை வைத்து என் முதுகில் அவளைச் சுமந்தேன். என் உறவுகள் சில நாழிகை, சிலமணிகள் என்னோடு இருந்து நழுவிச் செல்வார்கள். மாரிமுத்து உன்னுடைய பழக்கம், உன் உறவுமுறைகள் நிறைய எனக்குக் கற்றுக்கொடுத்ததால் எங்கள் உறவுகள் நழுவிச் செல்வது எனக்குப் பெருசாகப் படலை, நீயும், நானும் வாழ்ந்து, உங்கள் அழுகற்ற உறவுகளோடு நான் பழகிய காலம் இங்கே என் உறவில் இல்லையடா...'' மாரிமுத்து நினைவை வருடியதும், சீனுமணி கையைப் பிடித்து மாரிமுத்து நெஞ்சில் இறுக்கிக்கொண்டார்.

சீனுமணி மனையாளின் இடதுகால் புழுத்து சீழ்வடிந்ததும் மகள்கள் தொலைபேசியில் பதித்தேன். 'அப்பா... அம்மாவை நல்லா பாத்துக்கோ... இந்த நாட்டின் பணிச்சுமை எங்கள் உடலில் ஏற்றியிருக்கு, நெருக்கடியான நகரம்பா... இந்த நகரத்துக்கு வந்தவங்கத்தான் இதை தனதாக்கிக் கொள்ளணும். அதான் டார்கெட் சிஸ்டம்பா... அதனால நாங்க வர முடியாது. உனக்குப் பணம் அனுப்புகிறோம், நீ அம்மாவை நல்ல பார்த்துக்கப்பா...' என்று வாய் ஜாலத்தில் கூறி அந்த நாட்டின் சுமையைத் தாங்கி அப்பப்போ வந்து என்னவளின் நலம் கேட்பார்கள்.

தொலைபேசி தொடர்ந்து சத்தம் எழுப்பியதால் அதன்மேல் சீனுமணி சினம்கொண்டு சீண்டாததால், பலநாள் மாரிமுத்து வீட்டின் தொலைபேசி ஒலித்ததும் கோமதி, பார்வதி மாறி மாறி அழைத்து அம்மா நலமா மாமா... ? அப்பாவுக்குப் பணம் வேணுமா? சாந்தமான உரையாடலை நான் கேட்டு, பலநாள் சீனுமணியிடம் மண்டியிட்டு மகள்களைப் பற்றிக் கூறினேன். பிள்ளைகள் நலமாக

இருக்க உயர்வை தேடித்தர சுமையை தலையில் ஏற்றித் திரிந்தேன். அது நம் கடமை என்று நினைக்க மனமில்லாமல் சீனுமணி துவண்டு இருந்தார். பெற்ற பிள்ளைகள் அவர்கள் உயர்வை அவர்கள் தீர்மானிப்பார்கள் என்பதை காலச்சான்றுகள் பதியவைத்திருக்கிறது. அந்தக் கோப்பைப் புரட்டி உண்மை காணாமல் சீனுமணி வலியில் சிக்கித் துடித்துக்கொண்டிருந்ததை நான் பார்த்தேன்.

சீனுமணியும் மனைவி புகைப்படத்தில் புகை சுற்றியதால் விளக்கின் ஒளிமங்கி அவர் முகம் மங்கலாகத் தெரிந்தது. சீனுமணி நாவு குழைந்து மனைவிக்காக மருத்துவத்திடம் மன்றாடினார். அது பல்லிளித்து அவர் முகத்தில் அறைந்து சிறுபிள்ளையாக இருக்கிறீயே என்று கூவி மருத்துவக் குறிப்புகளைக் கொடுத்தது. அதன் உத்தரவில் விசாலாட்சியின் காலை எடுக்கக் கூறியதும் அதை உறவிடம் உரைத்தேன். உறவுகள் குமிந்ததும் அவர்கள் வெளிச்சத்தில் அவள் ஒற்றைகால் மறைந்தது. சில இரவைக் கழிப்பது தண்ணீர் இல்லாத குளத்தில் நீந்துவதுபோல் இருந்தது. தொலைபேசி இரவில் ஒலியை எழுப்பிக் கொண்டேயிருக்கும். அழைப்பை ஏற்க மனம் ஒப்பாமல் அதன் மேல் என் கைபடுவதை நிறுத்தினேன்.

காலம் வருடத்தைக் கடத்தியதும் எங்கள் முதுமை இன்னும் தூரத்துக்குக் கடத்திச் சென்றது. சமைக்கத் தெரியாத என் கைகள் சமையல் கற்று விசாலாட்சிக்கு விருப்ப உணவைச் சமைத்து என் மார்பில் சாய்த்து அவளைப் பசியாற்றினேன். எழமுடியாத என்னவளை எழுப்பி குளிப்பாட்டிப் புதியவள் போல் அழகுப் பார்த்தேன். எந்த உயர்நிலை உசும்பி மேலே சென்றாலும், சுயவாழ்க்கைத் துவண்டு துள்ளி வரும்போது நம் உயரத்தின் தன்மை சிறியதாக இருக்கும் என்பதை நான் தெரிந்து விசாலட்சியை மடியில் அணைத்து என் சிறுவயதில் கற்ற பக்தி பாடலை அரவத்தில் இசையாகப் பாடினேன். அவள் என் கைகளை வருடி மார்பில் அணைத்துக்கொண்டாள். அவள் தூங்கும் வரை பாடலைப் பாடி அவள் உறக்கம் நடு யாமத்தைத் தொடும்போது அவளை அணைத்து நானும் உறங்கிப் போனேன்.

நடுநிசி இருளைக் கிழிக்கும் ஆந்தை வட்டமிட்டுக் கத்தியதில் வீசிய வேப்பமரக் காற்று வீட்டுக்குள் வரவில்லை, ஜோடிப்போட்ட ஆந்தைகள் வில்வமரக் காற்றில் பறந்து வீட்டின் மையத்தில் அமர்ந்து கூவியதை யாரும் அறியவில்லை. இருள் விலகிய வைகறை பயணப்பட்டு வந்தது எனக்குத் தெரியாமல் உறக்கத்தில் துவண்டிருந்த போது சுவற்றை ஒட்டிய கெவிலி சத்தமிட்டு இருக்கிறது. இளம்

காலையில் வீதியில் பஜனைப் பாடலில் ஒத்தடிக்கும் சத்தமும் என் வீட்டின் உள்ளே வரவில்லை. சூரியக்கதிர் எப்பொழுதும் என் கண்ணிமையில் பட்டு எழுப்பும் இன்று அவை உள்ளே நுழைய மறுத்திருக்கிறது. வாயில்கதவு இருமருங்கில் நின்ற வேப்பமரம், மாமரம் விடியலுக்கு சுர்ரென வீசும் காற்றின் ஒலி எழுப்பாமல் இன்று அவை அசைவற்றுப் போனது. காலை வெதுவெதுப்பில் ஊற்றிய பாலைக் குடிக்கும் வெள்ளைப் பூனை காலையில் இருந்து ஜன்னலைத் தாவியும், முன்வாயிலைப் பிராண்டி மீயாவ்... மீயாவ்... குரல் எழுப்பித் தாவிக்கொண்டிருந்ததும், அதன் குரல் சிறுவ சிறுவ கதவு சிறுயிடையில் நுழைந்து என்னை நெடுநேரம் பீறி எடுத்தது. நான் சிறு அசைவில் விசாலாட்சி மார்பில் மேல் இருந்த என் கரத்தை எடுத்து முழித்ததும் கெவிலி கத்தியது. கெவிலிக்கு பதில் சொல்லும் வழக்காக நான் உச்... கொட்டி, என் கையில் முகத்தைத் துடைத்து விசாலாட்சி முகத்தைப் பார்த்துப் புன்முறுவலிட்டு அவள் முகத்தைத் தழுவினேன். மீண்டும் தடவினேன். அசைவற்று இருந்தாள். 'விசாலாட்சி... விசாலாட்சி...' என் குரல் அவள் முகத்தில் பட்டுத் தெறித்தும் அசைவற்றுக் கிடந்தாள். அவளை உலுக்கி எடுத்துக் கத்திக் கதறி அழுததும் அவள் என்னைவிட்டுப் போய்விட்டாள் என்பதை அறிந்து துவளும் அலறல் சத்தத்தோடு அவள் மேல் விழுந்து அழுதேன்.

அம்மா மூச்சி நின்றதும் பதறிவந்த கோமதி, பார்வதி பழைய நடையில் கைப்பக்குவ உணவு வந்தது, பல நாள் கழித்துப் பழைய கோமதி என்னிடம் திரும்பி வந்தாள். இரவில் அவள் தலை என் விரல்களுக்கு வந்து அவளை வருடிக்கொண்டிருக்கும் போது விசாலாட்சி மறு உருவத்தில் மகளாக என்னோடு வந்து சேர்ந்து கொண்டாள். பார்வதி பழைய நடை மறவாமல் என் தோல்மேல் சாய்ந்து இறுகிக் கிடந்தாள்.

தூரதேசத்தின் இடைவெளி மறைந்து அப்பா, மகள்கள் உறவு வீட்டில் சிலநாட்களில் கோமதி அதே ஆச்சாரம் ததும்ப வெளியே சென்று வருவாள். எங்கே சென்றாய் என்றால் மழுப்பலாக பதில் பேசுவாள். மைய இரவு வரை அக்கா, தங்கை குரல் வெளிவராமல் மெல்லிய சத்தமாகப் புரளும். யார் காதிலும் விழாமல் பல தடுப்புகள் இடையிடையே வைத்திருந்தார்கள். ஒரு இரவு அந்தத் தடுப்புகள் விரைவாக அகற்றப்பட்டு கோமதி அமெரிக்கச் செல்லும் தேதியை சொன்னாள். பிறகு சில நாள் கழிந்து பார்வதியும் புறப்படும் தேதியை பதித்தாள்.

மகள்களைப் பிரிந்ததும் எல்லாமே நீயாக இருக்கிறாய். இப்பொழுது நான் புதுபயிற்சியைத் துவங்கப் போகிறேன். நீயும் இல்லாமல் தனிமையைப் பழகப் போகிறேன். விசாலாட்சி புகைப்படத்தில் நினைவைப் பதித்தார் சீனுமணி. இரவு வானூர்தி பறக்கும் நேரம் சிலமணிகள் இருப்பதால் கோமதி அவள் இருப்புகளை எடுத்து என்னிடம் வந்து, என் இரு கைகளைப் பற்றியணைத்து, 'அப்பா... நான் போயிட்டுத் திரும்பவும் வருவேன்... உன்னுடன் பேசணும்னு நெனைச்சேன். இந்த நேரத்துல ஒரு நல்ல விசயத்தை என்னால் சொல்ல முடியலை... நான் போயிட்டு தொலைபேசியில் சொல்றேப்பா... நீ கண்டிப்பா என்ன ஏத்துக்குவே...' என்னைக் கட்டிப்பிடித்துக் கன்னத்தில் சிறு மழலையாக முத்தமிட்டதும், மகிழுந்து ஒலி கேட்டது. கோமதி விரைந்து மகிழுந்தில் ஏறி, சிறு புன்னகை என் முகத்தில் தெளித்ததும், மகிழுந்து முன்னிருக்கையில் திடமான நடுத்தரக் கருத்த பையன் தலை கவிழ்ந்து இருந்தான். மகிழுந்து மேற்கு மாம்பலத்தை விட்டே புறப்பட்டுப் போனது. சில நாள் கடந்ததும் பார்வதியும் அக்கா கொடுத்த அதே முத்தங்கள் கொடுத்து அவளும் கையசைத்து வெளிதேசம் சென்றாள். மாரிமுத்து கையணைத்து சீனுமணி மன புதைப்பை வெளியில் தோண்டி வைத்ததும், அறை முழுவதும் அமைதி நிலவியிருந்தது.

ஜன்னல் கம்பிகளைப் பிடித்துக்கொண்டு இவ்விருவர் மன அழுத்தம் வெளிப்பட்டதை உள் வாங்கிய முனுசாமி திரும்பி மிதிவண்டியைப் பார்த்து, 'இருக்கிற சொத்தே நமக்கு இந்த வண்டிதான்... இத்தையும் எவனா தூக்கினு போனா இப்பவோ, அப்பவோ போவபோர கிழவ கிட்ட என்னத்த கேக்கறத்து' முனுமுனுத்துக்கொண்டே இடையிடையே மிதிவண்டியைப் பார்த்துக்கொண்டிருந்தான் முனுசாமி.

அமைதி சூழ்ந்திருந்த நேரம் மாரிமுத்து தயக்கத்தில், மெல்லிய குரலில், 'கோமதி வயதை பல ஆண்டு கடந்தும், பிள்ளை வளர்க்கும் வயதைத் தொட வைத்து, காலத்தை நீ ஏன் கடத்தினாய்? அவளுக்கு கல்யாணம் பண்ணி வைச்சிருக்கலாமே..?'

'நான் மாட்டேன்னு சொல்லல... சீனுமணி தலை கீழிறங்கி புதிய ஒப்பாரி நீரை வர வைத்தார்.

தொலைபேசியில் அப்பா... பார்வதி குரல்.

நலம் விசாரிப்பு நிகழ்வு நடந்து முடிந்ததும். சீனுமணி 'யம்மா நீங்க இருக்கிற இடம் எப்படி இருக்கு?'

‘அப்பா இது அமெரிக்கா... நாங்க இருக்கிறயிடம் அதிகம் மக்கள் வசிக்கிற பெரிய மாநிலமான கலிபோர்னியாவில் பெரும் நிலப்பரப்பைக் கொண்ட சான்பிராசிஸ்கோவில் இருக்கோம். அழகிய கடல்காற்று ஒட்டிய இடமா இருக்கிறத்தால கண்ணுக்கு எட்டாத உயரம் கட்டிடத்துல நானும் அக்காவும் இருக்கோம். மக்கள் நிறைந்த ஊருன்னு சொன்னாக்கூட இங்க நெருக்கடி இல்லாத விரைவு நகரமா இருக்குது. பார்வைக்கு இதமாகப் பச்சைப்சேல்னு திறந்தவெளிப் புல்தரைகள் நிறைந்து கண்ணுக்கு இதமா இருக்குப்பா. நீ ஒன்னும் கவலைப்படாதே நானும் அக்காவும் நல்ல இடத்துக்குத்தான் வந்திருக்கோம். அப்பா உனக்கு நல்ல விசயம் ஒன்னு சொல்லணும்...’ பேச்சை சற்று நிறுத்தி பார்வதி அமைதி காத்துவிட்டு,

‘அப்பா நான் எது சொன்னாலும் கவலைப்படாமல் இருக்கணும்... அக்காவுக்கு வயசு அதிகமாகப் போச்சு... கவியரசன்னு ஒருத்தர் இங்க நல்லா படிச்சி மதுரையிலிருந்து வந்து உயர்வான பதவியில் இருக்கிறார். அவர் அக்காவைக் கல்யாணம் பண்ணிக்கிறேன்னு சொன்னாரு... அக்காவும் உன்னைக் கேட்காமல் சரின்னு சொல்லிடுச்சு... அப்பா உன் முடிவுலதான் அக்காவின் வாழ்க்கை இருக்கு!’

சீனுமணி சிறு இடைவெளி விட்டு, ‘கோமதி என் கிட்ட முன்னமே சொல்லிட்டாம்மா... அவளுக்கு இப்போவாவுது கல்யாணம் பண்ணிக்கத் தோணுச்சே...’ பார்வதி மகிழ்ந்து பல செல்ல முத்தங்கள் அப்பாவுக்கு மின்காந்த அலையில் பரிமாறியனாள்.

23

வீரம் செறிந்த பரம்பரை தொட்ட வீரபாண்டி மண்ணில் கவுமாரியம்மன் ஆலயத்தின் விசேச சித்திரைத் திருவிழா எட்டு நாள் களைக்கட்டித் தவழும், சுத்துப்பட்டி உறவுகள் கட்டியணைத்து நெஞ்சுக்குள் உறவைப் புதுப்பித்துக் கொள்வார்கள். நெடும்பயணப் பட்டு வந்தவர்கள், பணி பளுவில் விட்டுச்சென்ற உறவுகள் இடையிடையே வந்து உறவை அணைத்து திருவிழாக் களிப்பில் மிதப்பார்கள். பிரிந்துசென்ற உறவுகள் கைகோர்த்து இளைய தலைமுறையைப் புதுப்பிக்க பல பேச்சுவார்த்தை விழாவில் நடந்தேறி இளையவர்களுக்குப் பரிச்சமிட்டுப் புதிய உறவாக இணைத்துக் கொள்வார்கள்.

பழங்காலத்தில் கவுமாரியம்மன் வம்சத்தைக் காத்து வழிநடத்திய முன்னோடி அம்மா மாண்ட நினைவாக நட்டகல்லாக நின்றவளை சிங்காரித்துப் பட்டு உடையில் மிளிர்ந்ததும், வம்சாவழிகள் கைகூப்பி வணக்கமிட்டதும், அம்மன் சிரித்த முகத்தில் அவர்களை நெஞ்சுக்குள் ஏற்றிக்கொள்வாள். இக்குலத்தாயிக்கு திருவிழா தொடங்கியதும் வம்சாவழிகள் காலாடி, பண்ணாடி, மல்லர் மூவர் முன்னிலையில் முதல் நாள் திருவிழாவாகக் கொடிமரம் நடும் விழா துவங்கியதும், உறுமிமேளம், கொம்பொலி முழங்க, தோண்டிய குழியில் மூக்கூடர்பல்லு முறையாகப் பாட, குழியில் திருநீர், குங்குமம், சந்தனம் மூத்தவர்கள் கைகளில் இட்டு, கொடிமரம் ஊன்றியதும், கொலவைச் சத்தம் ஒலிக்க, திரண்டவர்கள் முகம் சிரிப்பில் குதூகளித்து எட்டு நாள் திருவிழாத் தொடங்கியது. அம்மன் மகிழ் வெள்ளத்தில் புழங்கித் திளைப்பார்கள் என்றதை தூர தேசத்துத் தொலைபேசி ஒலியில் கலையரசன் வம்சத்தைப் பற்றிக் கேட்ட சீனுமணி திளைப்பில் விழித்திருந்தார்.

கலையரசன், படிப்பை சிறுவயதில் தேடி வம்சத்தைக் காப்பாற்ற முதுநிலைப் படிப்பில் வேதியியலைத் தனதாக்கி வெற்றியைத் தேடிவந்த விவசாயம் சார்ந்தவன். அமெரிக்கா போனவனின் மணநாளுக்கான ஒப்பந்த விழாவாக புலர்ந்தபோது நிச்சயதார்த்தம் ஏற்பாடு நடந்தது. சுற்றத்தார் குமிழ்ந்து ஆளுக்கு ஒரு பணி தேடிச் செய்துகொண்டு இருந்தார்கள். கலையரசன், கோவிலுக்கு வெளியே போவதும் உள்ளே வருவதுமாக தவிப்பில் இருந்தான். தாய்மாமன் முனீஸ்வரன் கருத்த முகம் கொண்ட மகளை மச்சானுக்கு மணம் முடிக்க முடியாமல் ஏமாந்த கண்களில் கணையாக எதிர்வினையில் கலையரசனைப் பார்த்திருந்தார். மூத்தவள் முன்பாக ஜமக்காளம் விரித்து, காலாடி அமர்ந்து வெங்கலக் கும்பாவில் மஞ்சள் நனைத்த அரிசி நிரப்பினாள். ஒத்த ரூபாய் நாணயத்தைக் குமித்துவைத்த மஞ்சள் அரிசி மையத்தில் வைத்து வெங்கல கும்பாவைச் சரி செய்திருந்தார்.

கலையரசன் தந்தை வீரபத்திரனிடம், தாய்முத்துப்பேச்சி, ''உறவுகளை வரச்சொல்லுய்யா'' நெடுநேரம் பொக்கை வாயில் கூவிக்கொண்டிருந்தது. வீரபத்திரன் தன் இயலாமையில், மனைவி பாலம்மாவிடம் குரல் எழுப்பி விரட்டியதும் அவர் அரண்டு சேலையை இடுப்பில் சொருகி ஓடியாடி உறவுகளைத் திரட்டி அமர வைத்தாள். கலையரசன் உயர்ந்து நிற்கும் கோவில் கோபுரம் கீழ் மண்தரையைத் தேய்த்து, நெடுந்தொலைவு கண்களை நோட்டமிட்டு கோமதி மற்றும் உறவுகளை எதிர்நோக்கிக் காத்திருந்தான்.

நேரம் கடந்துசென்றுகொண்டிருக்க, காலாடி, வெங்கலக்கும்பாவை அசைக்கிக்கொண்டே மூத்தவள் ''வாக்குக்கொடுக்கும் நேரம் வரப்போகுது பெண்ணை சீக்கிரம்மா வரச் சொல்லுங்கைய்யா!'' காலாடி தோரணையில் அதட்டலில் சொன்னதும், வீரபத்திரன், பாலம்மாள் கோவில் வாசலுக்கு ஓடிவந்து கலையரசனை உலுக்கி எடுத்தார்கள். அவனே, மாற்றாளை மணம் முடிக்க நின்றான். இது அவன் உறவுக்கு அறிந்ததால், அவள் வருவது காலதாமதம் ஆனதால் கலையரசனுக்கு வரப்போற மனையாள் குலவழக்கத்தில் அவளைத் தீயில் நனையவிட்டு அவர்கள் உறவு மீட்டுக்கொண்டார்களா? என்ற பதைபதைப்பில் கலையரசன் நினைவு மேகங்களில் மோதி நின்றிருந்தான்.

ஊர் உறவை விட்டு மாற்றார்களோடு செல்லும்போது இங்கே மணநாள் நிறுத்தம் நடக்குமே, ஊர் வழக்குச் சொல்லில் வாரியிறைத்து தூற்றுவார்களே. நாணத்தில் பயந்து பாலம்மாள் மகன் கையைப்

பிடித்து நின்றிருந்தாள். இங்கே உறவைவிட்டுப் பிரித்து மாற்று வேலை நடந்தால் அரிவாளும் சிலசமயம் வீறுக்கொண்டு பதம் பார்த்துப் பேசிக்கொள்ளும். ஊர் இரண்டாகப் பிளந்துவிடுமே... குழம்பிய மனநிலையில் வீரபத்திரன் மருமகளை எதிர்நோக்கி கோவில் கோபுரத்தில் அமர்ந்த சாமிகளைப் பார்த்து இருந்தார்.

கோவில் விதானத்தில் இரண்டு கிழவிகள் புலம்பினார்கள்...

''அவனுக்கு வயசு போச்சி. படிக்கிறான்னு சொல்லிட்டு வயசையும் தொலைச்சிட்டான்..!''

''கிடைச்ச பெண்ணும் இன்னும் காணும்... ஆத்தா கொடுத்த நல்ல நேரமும் போகப் போவுது!''

''அக்கா... அவன் கட்டிக்கப் போறே பொண்ணு வேற வீட்டு ஆச்சாரமான பொண்ணாம். அவங்க சொந்த பந்தத்துக்குத் தெரிஞ்சியிருந்தா இந்நேரம் வந்திருக்கணும்..!''

''ஏன்டி சொந்தத்துக்கு தெரிஞ்சுபோய் நம்ம ஊரு மாதிரி அவளக் கட்டி இழுத்திருப்பாங்களே..!''

பாலம்மா மருமகளை காணாமல் அயர்ச்சியில் கண் பிதுங்கி புள்ளைக்கு வயசாகிப் பொண்ணத் தேடிவந்தான். அவளையும் காணும். 'என் புள்ளைக்கு வாச்சதொல்லம் இப்படித்தான்' என்று புலம்பி, விறுவிறுவென வந்ததும் ஊர்க் கதையை வம்பிழுக்கும் இரு கிழவிகள் டக்கென அமைதி காத்ததும், 'சாவப்போற வயசில் அடுத்தவங்க குடும்பத்தைக் கலைக்கிறத்தே வேலையாதிரிறீங்க...' புலம்பலுடன் நாலு வசவுச் சொற்களைக் கிழவிகள் முகத்தில் வீசி ஓடினாள் பாலம்மா.

மதராஸில் இருந்து இரவு வந்து விடுதியில் தங்கியதால் அயர்ச்சியில் கோமதியும் உறவுகள் வீரபாண்டி கிளம்ப சிலமணிகளை விழுங்கி நேரம் தாழ்ந்து வருவதால் வீரபாண்டியில் நடக்கும் ஆர்ப்பாட்டம் அறியாமல் மகிழுந்தில் புளித்தமாவில் சுழலும் நுண்ணுயிர்போல் அமைதி தழுவி சீனுமணி அமர்ந்து இருந்தார். அவர் சுற்றமும் நிசப்தம் உச்ச மையம் தொட்டுப் புயல் முடிந்த அமைதியில் இருந்தார்கள். கோமதி மதுரைக் காற்றை உள்வாங்கி அழகை ரசித்து பம்பரம் போல் சுழன்று திரியப்போகும் இம்மண்ணில் வீசும் மனத்தை நுகர்ந்து வந்தபோது பீறி வந்த சலங்கைச் சத்தம் அவள் செவிதுவாரத்தில் இனிமை ஏற்றியதும், கருவிழியை நால்திசையில் சுழற்றிப் பார்த்தாள்.

பஜனைப் பாடலில் புராணம் கேட்ட காதுக்கு வேற ராகமும், இசையும் வீரியம்கொண்ட ஒலியாகக் கூர்ந்து பார்த்தாள்.

குடிசை தாழ்வாரத்தில் உறுமி சத்தம் கேட்க, ஒரு பெரியவரின் குரலோசை வந்துகொண்டிருந்தது. வீரமிக்க ஒரு இளைஞன் அவ்விசையில் யாரையோ வீழ்த்துவது போல் ஈட்டியை ஆக்ரோசத்தில் சுற்றி கால் சலங்கை ஒலித்து எழுச்சிகொண்டவனாக ஈட்டியை முன் நீட்டி, நீட்டி ஆடியிருந்தான்.

கோமதி இந்த மண்ணில் ஆடும் தன்மையைக் கண்டு ஆச்சரிய தொணியில் பார்வையைத் துளைத்தாள். 'வீரியமிக்க இம்மண்ணில் நான் வாழப்போகிறேன். என்னை மணக்கும் வீரனும் சொல்ல வில்லையே...' என்று கவியரசனை ஆசைச் சொற்களில் மனதில் திட்டியதும், கவுமாரியம்மன் பக்கச்சுவர் அருகில் மகிழுந்து வந்து கொண்டிருக்க, அடர்ந்து கிடக்கும் புளியமரங்களின் காற்று அவள் முகத்தில் பட்டதும் விழித்துப் பார்த்தாள். மகிழுந்து வருவதை அறிந்த ஊர் மக்கள் நம்ம குலக்கொழுந்து வருகிறாள் என்று மகிழுந்தின உள்ளே கண்களை துருத்தி கோமதியைக் கண்டு மகிழ்வில் சிரித்தார்கள். வீரபத்திரனும் பாலம்மாளும் சிரிப்பொலி சத்தம் கோமதி வரும் திசை நோக்கி விழுந்தது. கலையரசன் ஆனந்தக் களிப்பில் உதடுகள் விரிந்து வந்த ஒலி கோவில் கோபுரம் மேல் எழும்பியதும் குவிந்திருந்த புறாக்கள் ரீங்காரமிட்டுப் பறந்தன. கோமதி வலதுகால் மண்ணை மிதித்ததும் வேட்டிச் சட்டையில் இருந்த கவியரசனை கண் வாங்காமல் பார்த்து, 'டேய்... நீ அமெரிக்காவுல டைகட்டி, கோட்டு ஷூட்டும், பளபளக்கும் ஷுவும் மின்னி கம்பீர நடையில் வருவீயே... ஊர் பாசம் தழுவிய உடையில் இருப்பேன்னு எனக்குச் சொல்லலையே ராஸ்கல்!' மனவெளியில் திட்டி அவள் மென்பாதங்களை நகர்த்தி வந்ததும் கலையரசன் பித்தளை அண்டாவில் தண்ணீரை மோந்து கொடுத்தான். கோமதியின் பாதம் மதுரை நீர் நனைத்து இளைப்பாறியது.

கோமதி கோயில் உள் சென்றதும் மாடங்களில் அமர்ந்த புறாக்கள் ஆசை வெளிப்பாடாகக் குரலெழுப்பி பறந்ததும், கவியரசன் தந்தையும், அம்மாவும் புதியதாக இணையப்போகும் மருமகள் உறவை வர வேற்று உள்ளே அழைத்து அமர வைத்தார்கள். சுற்றமும் ஊர் மக்கள் சலசலப்பில் முழுகி, கோமதி அழகைக் கண்டு உதட்டின் விரல் வைத்து பார்வை விசாலமாக்கி புன்சிரிப்பில் அவள் அழகில் முழுகினார்கள்.

கவியரசனின், தாய்மாமன் முனிஸ்வரன் முகம் மட்டும் மலராமல் மகள் பூங்குழலியை வருத்த பார்வையில் பார்த்து என்ன செய்வது,

அக்கா மகன் நம்ம வம்சத்தில் ஆண்மகன் என்ற நினைப்பை அவன் மேல் வைத்ததால் நம்மனசை ஆட்டிப் படைக்கிறது என்று வஞ்சத்தில் கோமதியைப் பூதக்கண்ணில் உருட்டியிருந்தார். ''எல்லோரும் வந்தாச்சா?'' காலாடி குரல் கேட்டதும் வீரபத்திரன் மச்சான் முனிஸ்வரனைப் பார்த்ததும் அவன் திடுக்கென்று, ''எல்லாம் வந்தாச்சி!'' என்று எப்போதும் கூறும் வழிநடையில் உச்சரித்ததும் தாம்பூலத் தட்டில் இருந்த பூஜைப் பொருள்களை எடுத்துக் காலாடி வள்ளுவனிடம் கொடுத்து, ''அம்மாவைக் குளிர வைய்யா...'' என்றதும் அனைவரும் கவுமாரியம்மன் முக அழகைப் பார்த்து நின்றிருந்தார்கள். வள்ளுவன் உரக்க தமிழில் பாடல் பாடிக்கொண்டிருக்க, கோமதியின் தாய்மாமன் பாலாஜி வள்ளுவனைப் பார்த்து, ''நம் வழக்கு இல்லாமல் தெய்வத்துக்குத் தமிழில் பாட்டுப் படிக்கிறானே...'' நெஞ்சுக்குள் உழன்று கைகூப்பி அம்மனைப் பார்த்தார். அம்மன் வடிவத்தைக் கண்டு 'இவங்க குலத்தில வாழ்ந்து மாண்ட முன்னோராக இருக்கும். அதான் அவங்க மொழியிலே அம்மாவை குளிர வைக்கிறார்கள். நல்ல வேலை கோமதி புண்ணியம் கட்டின்டா... நம்ம இடத்துக்குப் போகாமல் இங்க வந்துட்டானு சீனு மணி மாமா நினச்சிருப்பாரு... ஏனா மாமாக்கு மாரிமுத்துவைத்தானே சொந்தம்னு காலம் முழுக்க நினைக்கிறாரு... அவருடைய உறவெல்லாம் மாமாவுக்குச் சொந்தம்தானே' என்று உள்மனதில் பேசி அம்மனைப் பார்த்திருந்தார் பாலாஜி. வள்ளுவன் ஆரத்தித் தட்டை அவரிடம் காட்டியதும் சூடத்தில் கைவைத்து முகத்தில் அப்பிக்கொண்டார்.

இருவர் மண நிச்சயத்துக்குச் சுற்றங்கள் அமர்ந்ததும் எழுதிய காகிதத்தை ஊரறியப் பார்த்திருந்தார் காலாடி. கோமதி உறவுகள் கோவிலில் திரண்ட கூட்டத்தில் பந்தங்கள் பிணைப்பைப் பார்த்து அதிசயத்து தலைகவிழ்ந்து இருந்தார்கள். சீனுமணி மகளுடன் அமர்ந்திருந்தார். கோமதி, பலர் சிரிப்புக்குப் பதில் சிரிப்பு வழங்கி, ''நாளை உங்களுக்கு உறவாகப் போகிறேன்'' மகிழ்வில் அனைவரையும் பார்த்திருந்தாள். ''உறவெல்லாம் வந்தாச்சா...'' காலாடி மறு குரல் கேட்டதும், கணீர்க் குரலாக, ''வந்தாச்சி..!'' பலகுரல் மோதியது.

உறவுகளுக்கு உத்தரவாதமாக எழுதிய காகிதத்தைக் காலாடி உயர்த்தி, ''தாத்தா வழி பாண்டி, முத்துப்பேச்சி வம்சத்தில் வந்த வீரபத்திரன், பாலம்மாள் மகன் கவியரசனுக்கும், சென்னை மேற்கு மாம்பலம் நாராயணன் தாத்தா வழி மகன் சீனுமணி, மறைந்த விசாலாட்சி மகள் கோமதி தேவிக்கும் நிச்சயம் செய்கிறோம்!''

காலாடி உரக்கப் படித்ததும் குவிந்த உறவும், ஊர் மக்களும் முகம் மலர்ந்து குதூகளித்தார்கள். கவியரசன் ஆசையில் கோமதியின் நிறத்தை அளந்து வாங்கிய பட்டுப்புடவையைத் தாங்கிய சீர்தட்டை எடுத்து காலாடி, ''பொண்ணுக்கு மாமாவாங்க..?'' குரல் உசந்ததும் கோமதி சொந்தங்கள் அமைதி காத்திருந்ததும், பாலாஜி முகம் பார்த்து சீனுமணி சைகையில் கட்டளையிட்டார். பாலாஜி எழுந்து புடவைத் தட்டைப் பெற்று கோமதியிடம் நீட்டியதும் அவள் புடவையை வாங்கி முழித்தாள். சட்டென்று கவியரசனின் அத்தையும், அக்காவும் கோமதியை அழைத்துப் போனார்கள்.கோமதியின் மாமன் மனைவியும் உடன் செல்ல. காலாடி இளைப்பாறி இருந்தார்.

''பொண்ணு நல்ல லச்சன்மா இருக்கா!'' தந்தாட்டியை ஆட்டி கலையரசன் ஆயா முத்துப்பேச்சிப் புகழ்ந்ததும்,

''ஆமாம் கிழவி... படிச்ச பொண்ணு அதான் வெள்ளையா இருக்கா...'' வேலம்மாள் நடுகிழவி வக்காளத்து வாங்க,

''உக்ஹும்... படிச்சா வெள்ளையா ஆயிடுவாங்கன்னு எவன் சொன்னா..? என் மவன் பெத்த பூங்குழலி மட்டும் என்னவா..? அவெ கருப்பா பொறந்தாலும் அழகுடி...''

முனீஸ்வரனின் அம்மா நாகம்மாவின் பேத்திக்காக கவியரசன் கிடைக்காததால் ஆதங்கத்தில் பரிந்துரைத்தார். ''அவென் ஊர விட்டு, ஒறவ மறந்து, பொண்டாட்டிய தேடிக்கின்னு வந்தாலும் நல்லத்தான் புடிச்சி வந்திருக்கான்... அவெ பட்டணத்துல பொறந்தா... அதான் வெள்ளையா இருக்கிறா..!'' வேலம்மாள் நடுகிழவி கோமதிக்கு மறு வக்காளத்து வாங்கியதும், கூடியவர்கள் கிழவியர்கள் பேச்சை விழித்துப் பார்த்தார்கள்.

கோமதி பட்டுடையில், ஒய்யார நடையில், நாணம் தவழாமல் புன்முறுவலில் சபைக்கு யாதுமாகி வந்து நின்று காலாடியைப் பார்த்தாள். அவள் பட்டுடை அழகில் ஜொலித்து நின்றதும் அனைவர் பரபரப்பும் கோமதி உதட்டில் உதிரும் இன்பச் சொல்லுக்காக அவள் உதட்டைக் கண்ணசையாமல் காத்திருந்தார்கள். வீரபத்திரன், பாலம்மாள், வஃந்தவள் உறுதியான சொல்லில் மகன் வாழ்க்கை சிறக்கும் நினைப்பில் அவர்களும் வந்தவள் சொல்லுக்காக காத்திருந்தார்கள். கிழவி முத்துப்பேச்சி பேரன் மூலம் வம்சத்தில் விளக்கேத்த மூத்தவளாக வந்திருக்கிறாளே, அவள் சொல்லுக்காக காதைக் கூராக்கி தந்தாட்டியை ஆட்டிக்கொண்டிருந்தபோது பாலாஜி அக்காள் மகள்

உதட்டில் உதிர்க்கும் நற்சொல்லுக்கு முழிபிதுங்கி நிற்பவர்களை வியந்து பார்த்திருந்தார்.

கோமதி ஏதும் அறியாமல் மௌனமொழியில் கலையரசனோடு பேசிக்கொண்டிருந்தாள். காலாடி நாட்டாமை தொட்டதெல்லாம் துலங்கி இருக்கிறது. அந்தத் திமிரில் வெங்கலக் கும்பாவின் மஞ்சள் அரிசியை ஒழுங்குபடுத்தி, ஒத்தை ரூபாய் நாணயத்தைச் சரியாகவைத்து நிமிர்ந்து பார்த்ததும், கோமதியை வியப்பில் பார்த்த உறவுகள் வெறித்து காலாடியைத் திரும்பிப் பார்த்தனர்.

காலாடி, கோமதியிடம், "என்னமா உனக்கு இதில் சம்மதமா..?" அனைவர் காதுகளில் நற்சொல் நுழைய வினாவை அவள் முகத்தில் தெளித்தார். திரண்ட பல நூறு கண்ணிமைகள் சிமிட்டாமல் கோமதி மேல் விழுந்து காலாடி சொல்லுக்குப் பதில் காணக் காத்திருந்தனர். கோமதி மௌனம் தது‌ம்பி நாணத்தில் சூடேறியதால் தலைமெல்ல அசைத்து, நிமிர்ந்து நின்றாள். விழித்த சுற்றம் அவள் உதடு திறக்கவில்லை, தலையும் கவுரவில்லை, பாவத்தை கலையரசன் மேல் பழிசுமத்த வந்தவளா..? பயம் கலந்த பார்வையில் கோமதி முகத்தை அழுத்திப் பார்த்தார்கள். அனைத்துப் பார்வைப் பட்டதால் அவள் நாணத்தில் தலைகவிழ்ந்து கால்விரல்கள் தரையைத் தேய்த்ததும் அவள் மேல் பார்வைபட்ட சுற்றம் பெரும் புன்னகையில் ஆர்ப்பரித்து முகம் மலர்ந்தது. 'சம்மதமா..?' கேள்வி தொடுத்தால் 'ஆம்' என்ற சொல் மறந்தாலும், வெட்கப்பட்டு தலைகுனியும்போது, சம்மதத்துக்கு அறிகுறியான 'கண்பார்வை தரையில் பரவ, தலை குனியும்' வழக்கத்தை கோமதி குறியீடாக நினைத்து தலை கவிழ்ந்து நின்றாள்.

அடுத்தக் குலவழக்கைத் தொட காலாடி முகம் மலர்ந்து வெங்கலக் கும்பாவில் குவிழ்ந்த அரிசியில் இருந்த ஒத்தை ரூபாய் நாணயத்தை எடுத்துக் கும்பாவில் மூன்று தட்டு 'டங்... டங்... டங்...' எனத் தட்டிக் கைகளை விலக்கியதும், கோமதி ஊர் அறிய சம்மதித்தது என்றானதும், பாலாஜி மாமா, இன்னும் பிற உறவிடம் ஆசிபெற்று இருவரும் சந்தோச மிதப்பில் மகிழ்ந்தார்கள்.

கவியரசன் ஆயா முத்துப்பேச்சி, கோமதியின் முகத்தை அணைத்து கன்னத்தில் முத்தமிட்டு நகர, கிழவி தந்தட்டி, கோமதி ஜிமிக்கியில் சிக்கிக் கொண்டது. இருவரின் தலைகள் நகரத் துடித்ததை ஊர்கொல்லென்று சிரித்து, தந்தட்டி, ஜிமிக்கி விடுபட துடித்ததைப் பார்த்தால் புதிய உறவு உறவுடன் ஒட்டிக்கொண்டது

என்ற நினைப்பில் இருவர் கண் மொழியில் பேசிக்கொண்டதும், கவியரசன் அக்கா ஆயா தந்தட்டியைப் பிரித்து எடுத்து கோமதியை அழைத்துச் செல்ல, பார்வதியும் அக்காவுடன் சென்றாள். சீனுமணி அவர் உறவுடன் சென்று கோவிலைப் பார்க்க, வீரபாண்டி ஊர் உறவு ஆண்கள் பரபரப்பாக இயங்க, வள்ளுவன் மாலை வைத்த தட்டை எடுத்துச்சென்று அம்மனுக்கு சார்த்திவிட்டு, பூஜை செய்த சொம்புத் தண்ணீரை எடுத்துவரும்போது, கிடா ஆட்டின் சத்தக் கோவில் உள்கேட்டது. வள்ளுவன் விறுவிறுவென வெளியே வர, கொடிமரம் முன்பு கருப்புக் கிடா குளிப்பாட்டி மாலையிட்டு காத்து நின்றிருந்தது. வள்ளுவன் கோர்த்த பூக்களை கிடா கழுத்தில் போட்டு குங்குமம் இட்டு, சூடமேற்றி, மூத்தவளுக்கு சிறு வரியில் ரகசியம் சொல்லி சொம்பில் உள்ள மஞ்சள் தண்ணீரை கிடா மேல் ஊற்றியதும் கிடா தலையைக் குலுக்க, அதன் கழுத்தில் அரிவாள் பாய்ந்தது.

அம்மனுக்குக் காணிக்கைக் கொடுக்கப்பட்டதும் துண்டித்த கிடா தலையருகில் ரத்தம் மண்ணோடு கலந்திருப்பதை கோமதி மாமா பாலாஜி வெறித்துப் பார்த்தார். சீனுமணி மச்சானிடம், ''எனக்கு இது ஒன்னும் பெரிசா தெரியலை. மாரிமுத்து வீட்டு விசேசமுன்னா பலி கொடுப்பது சாதாரணமான விசயம். நான் அவனோடு பலநாள் இருந்திருக்கேன், அவன் உறவுகளோடு பழங்கியிருக்கிறேன். என் மகளும் அந்த வாழ்க்கையைத் தொடரப் போறது எனக்கு வியப்பாகப் படலை...'' என்றதும், வழிந்த கிடாவின் ரத்தத்தைப் பார்த்திருந்த பாலாஜி, கிடா உறும்பும் ஒலியில் திகைத்து அங்கவஸ்திரத்தை தோளில் போர்த்தி, விரிந்த தலைமுடியை இறுக்கி முடிந்து நகர்ந்துபோனார்.

சன்னதி இடதுபுறம் பரந்து விரிந்து நிழல் வழங்கிய தடித்த புளியமரங்களை ஆண்டைகள் பெருமளவு விழுங்கியதால் மீந்த பல அடுக்குகளில், குமிந்த வெப்பம் மண்ணில் படராமல் நிழல் வழங்கிய மரத்தடியில் சாங்கியத்துக்கு பலியிட்ட கிடா தவிர்த்து பல ஆடுகள் குழம்பில் கொதித்து மனம் பரப்பியிருந்தது. பலகிழம் எலும்புக் கடிக்கச் சுற்றித் திரிந்திருக்க, இளையவர்கள் மூன்று பங்கை ஒரு இலையில் பெற்று கறிகளை விழுங்க வீறுக்கொண்டு வேலை செய்து இருந்தார்கள். பனை ஓலைப்பின்னலில் வடித்த சோற்றை உலர வைத்து அள்ளி வைத்ததும், கொதிவிட்ட குழம்பை இறக்கும் சத்தம் கோவிலில் காத்த சுற்றம், ஊர் மக்கள் காதில் விழுந்ததும் வரிசைக்கட்டி வந்து புளியமரம் நிழலில் நீள வரிசையில் விரித்த சணல் பையைப் பார்த்து நின்றார்கள். கோமதியை உறவுகள் அழைத்து வந்து சணல்

பையில் அமர வைத்ததும் தாய் மாமன் முனிஸ்வரன் கவியரசனை அழைத்து வந்து அமரச் சொன்னான். சீனுமணி, பார்வதி, அவர்கள் சுற்றம் இனம் அறியாமல் முழித்ததைப் பார்த்த கவியரசன் மாமா முனிஸ்வரனை அழைத்து காதில் ஏதோ ஓதி மகிழுந்து சாவியைக் கொடுத்தான். சீனுமணி, பார்வதி மட்டும் புளியமரத்து நிழலில் நின்றிருக்க, முனிஸ்வரன் கோவில் வாசல் வந்து கோமதி சுற்றத்தை சைவத்துக்கு மகிழுந்தில் அழைத்துச் சென்றார்.

ஆயா முத்துப்பேச்சி தந்தட்டி தாடையில் ஆடிக்கொண்டே வாழையிலையில் சோத்துடன் கிடாக் குழம்பை நிரப்பிப் பிசைந்து காகா... காகா... பொக்கை வாயில் கத்தி புளியமரம் இடைக்குள் சோத்துருண்டை வைத்ததும் காகங்கள் பறந்துவந்து பிய்த்துக்கொண்டதும் சீனுமணி, பார்வதி இவற்றைப் பார்த்து ஓரமாக நின்றிருந்தார்கள். முதல்பந்தி மணமக்களுக்குப் போடும் வழக்காக சோற்றைப் போட்டு, கறிஒட்டிய தொடை எலும்பும், கறியும் கோமதி இலையில் சூடு பறக்க விழுந்தது. அவள் கைசோற்றைப் பிசைந்து ஒருபிடி நாவை உரசிய பிறகு தொடை எலும்பை அவள் பல் பலவித அசைவில் பதம் பார்த்தது. சீனுமணி வெறித்து மகள் பல் அசைவின் வேகத்தை வியந்து கண் அசையாமல் பார்த்தார். ''அப்பா... நாங்க மேற்கு மாம்பலம் இருக்கிர வரைக்கும் குடும்ப வழக்கு எங்களை கட்டிப்பிடித்து இருந்தது. அமெரிக்கா போனதும் அந்த நாட்டு கலாச்சாரம் வேறையா இருந்ததுப்பா. நம்ப வழக்கத்தை நாங்களே கழட்டி வைக்கலை, அந்த நாடே எடுத்து ஓரமா வைச்சதுப்பா... அந்த நாட்டுச் சூழல் அப்படி... அதனால துன்பம் வேணாமேனுதான் அந்தநாட்டுப் பழக்கத்தை நாங்க சந்தோசம ஏத்துக்குனோம்பா...'' என்று பார்வதி உரைத்து முடித்ததும் கோமதி இலையில் பல எலும்புகள் புளந்து கறி காணாமல், எலும்புகள் மட்டும் சிறு மலையாக இலையில் குவிந்து கிடந்தது.

பார்வதி கூறியதைக் கேட்ட சீனுமணி வியப்படையாமல் ''இங்க சாப்பிடுறவங்க யாரும் இல்ல... என் உறவோடு கலந்தவர்கள். நான் சின்ன வயசுலையே வாழக்கையைத் தேடியலைந்து பலர் வன்மத்தில் கன்னத்தில் அடிபட்டு எழுந்து பெரிய இடத்தை நாங்கள் தேடிப்பிடித்தோமே... அந்த மாரிமுத்து மாமா சொந்தகாரங்கத்தான் இவங்யெல்லாம். ஒருவிதத்தில் எனக்கு இவங்களும் சொந்தம்தாம்மா. என் சின்ன வயசு முதல் கல்லூரி காலம் வரை அந்த சொந்தங்களோடு நான் வாழ்ந்து இருக்கேன். மாரிமுத்து இல்லாமல் நான் இல்லை...

நம்ப வீடு வாங்கும்போது அவன்தான் உதவி செஞ்சான்... வேண்டாம்னு சென்னேன், போடா... நான் இவ்வளவு பெரிய படிப்பு கிடைக்காததை படின்னு சொல்லி, அதுக்கு நான் உன்னோடு இருக்கேன்னு சொன்னவன் நீ ஒருத்ததான்... என்று என்னைக் கட்டி பிடித்து கண் கலங்கியவன் மாரிமுத்து. அவன் யாரும் இல்லை நம்ம சொந்தம். இரத்த உறவா இல்லனு பார்க்கலாம். அவன் மனித உறவா என் இரத்தத்துல இணைந்து வாழ்ந்த சொந்தம்மா... நம்ம கோமதிய அவன் பையன் சந்தோசுக்கு நான் கட்டிக் கொடுத்திருக்கணும், கோமதிக்கும் சந்தோசை ரொம்பப் பிடிக்கும். அவனும் ஐ.ஐ.டியில் படித்து இந்தியாவின் முதல் மாணவனாக வந்த விஞ்ஞானி, அவனும் இப்போ அமெரிக்காவுல இருக்கான்.

உன் பொண்ணை என் பையனுக்குக் கட்டிக்கொடுன்னு மாரிமுத்து கேக்கலை... ஏன்னு அவனுக்குத்தான் தெரியும். ஆனா அவன் கேட்டிருக்கலாம், அவன் மட்டும் கேட்டிருந்தா மாம்பலத்திலயே நம்ம ஆச்சாரத்தை முறியடித்துக் கல்யாணம் பண்ணியிருப்பேன்.''

மன ஆழத்தில் புதைந்ததை குத்தி மனித உறவாக உழன்று வாழ்ந்த மாரிமுத்துவைப் பற்றி வீரபாண்டி மண்ணில் வீசினார் சீனுமணி.

சுற்றங்கள் கிடாக்கறியை உள்ளிறக்கி விழுங்கியதைப் பார்த்த முத்துப்பேச்சி பேரனிடம் வந்து,

''என்னத்தடா தின்ற... கொஞ்சம் கொஞ்சமா சாப்பிடுறே... எலும்ப கடிச்சி உறிஞ்சித் துப்பதேவயில்ல... அங்க பாரு ஒரு பங்கு முடிஞ்சி ரெண்டாவது பங்க வவுத்துல இறக்குறான். அதோ பாரு அவனும் மூணாவது பங்கு முடியப் போவுது, அதுக்குள்ள சோத்துக்கு ரசம் வெச்சாச்சி... இங்கே எல்லாம் இப்டி சாப்பிட்டாதான் வம்சத்துகே பெருமைடா...'' என்று பேரனுக்கு உணவு அருந்தும் குலவழக்கைக் கூறியதும்.

''போ கிழவி... உன் பேரன் அமெரிக்கா போயி நம்ம பழக்கம் மாறிப்போச்சி... அங்க இப்படித்தான் சாப்பிடுவாங்க போல... இததெரிஞ்சுக்க... நீ உன் பேரன்கூட அமெரிக்கா போய் பாத்துட்டு வா தாயி...'' வேலம்மாள் நடுகிழவி சொல்லியதும்,

முத்துப்பேச்சி கிழவி சீனுமணி, பார்வதியை அழைத்து வந்து சாக்கில் அமரவைத்ததும், வீரபத்திரன் தயிர்சாதம், புடலைக் கூட்டு, ஊறுகாய்... சீனுமணி இலையில் வைத்துவிட்டு, சோற்றைக் குவித்து

கிடா எலும்பும், தொடைக் கறியும் பார்வதி இலையில் போட்டதும் அக்கா சான்றுகளை பொய்யாக்காமல் பார்வதி பல்லும் பெருத்த எலும்புகளைக் கடித்துத் துப்பி, கறிகளை விழுங்கியதை சிலர் ஆச்சிரியக் கனையில் விழிகளைச் சுழற்றினார்கள்.

நிச்சயம் முடிந்து இருதினம் கடந்து அமெரிக்கா செல்லும் நாள் வந்தது, கோமதி அரக்கப் பரக்க இருப்புகளை சரி பார்த்து கிளம்பியதும் கவியரசன் சீனுமணியை விமான நிலையம் அழைத்துச்சென்று நடுநிசி கடந்ததும் வானூர்த்தி புறப்படும் நேரம் வந்தது. பிரிவு உபச்சாரம் சொற்களில் நடந்தது. பார்வதி அக்காவைக் கட்டியணைத்திருந்தாள். சீனுமணி பார்வை கோமதி உருவம் இனி நமக்கு கிடைக்காது போல் மனதுள் பதித்துக்கொண்டிருந்தார். கோமதி ஒரு கையை உயரத் தூக்கி அசைந்து பற்கள் ஓசையை வாரியிறைத்து நகர, சீனுமணி அச்சிரிப்பு இனி காணாமல் போய்விடுமோ... மனதில் தட்டி வழியனுப்ப உயர்ந்த அவர் கைவலியில் கீழே இறங்கியது. கோமதி இவர்களைவிட்டு மேகத்தோடு மறைந்தபோது வானூர்திச் சத்தம் மட்டும் இருவர் காதுகளில் நுழைந்து காணமல் போனது. பார்வதி அப்பா கையை இறுகப் பற்றி நகர்த்திச் சென்றாள்.

வீட்டின் புழக்கடையில் இருப்பக்கம் பூத்துக் குலுங்கும் மலர்கள் வீசும் வாசத்தை நுகர்ந்த சீனுமணி, ‘மலரை வைக்கும் கூந்தல் இங்கே இல்ல... நீங்கள் ஏன் பூக்கிறீர்கள்...? வாடி காய்ந்து விடுங்கள்’ என்று செடிகளைத் திட்டிப் புழக்கடை மூலையில் பார்த்தார். கிணத்தடி அருகில் நின்ற மரத்தைப் பார்த்தும், ‘அப்பா... தர்சினி ஆன்டி வீட்டுக்கு போனேப்பா... இது பலாமரம் இதை வீட்டில் நட்டுவை, பின்னாடி நல்லா காய் காய்க்கும்னு ஆசையில் கொடுத்தாங்கப்பா’ என்று கோமதி கூறியதும், ‘குடும்பம் நடத்துற வீட்டில் பலாமரம் வைக்கக்கூடாது அது வளர்ந்து காய் காச்சுதுனா வீட்டில் யாராவது செத்துடு வாங்கம்மா...’ உன் பாட்டி சொல்லுவாள் என்று சீனுமணி வாய் திறந்ததும், ‘போப்பா... நீங்க யெல்லாம் பழைய காலத்தில் இருக்கீங்க...’ என்று சொல்லி அவளே நட்டு வைச்சதுதான் இந்த பலா மரம். அவள் இருக்கும்போது வளர்ந்து நீ ஒருகாய் கூட காய்க்கவில்லை என்று மரத்திடம் பல நாள் நான் பேசுவேன்.

‘அப்பா இந்த மரத்துக்கிட்ட பேசுவது பிரோஜனம் இல்லை... வாப்பான்’ பல தடவை கையைப் பிடித்து இழுத்துப் போவாள் கோமதி. கடைசியாக ஒருநாள் மரத்திடம் பலா காய் தருவதற்குக்

கெஞ்சி பேசும்போது, கோமதி வந்து ‘அப்பா இந்த மரம் வேணாம், இதை வெட்டி போடு’னு சொல்லிப் போனாள்.

மரம் மறுநாளில் இலைகள் பழுத்து உதிர்ந்து இலையே இல்லாத தடித்த மரமாக இருந்ததால் என் மனம் வலித்து என் மகளுக்காக மரத்திடம் மன்னிப்புக் கேட்டு, ‘இனி எங்களுக்குப் பலாக்காய் வேண்டாம். நீ இங்கையே இருந்துக்கோ’னு சொன்னதும் மறுபடியும் வளர்ந்து இன்னைக்கிக் காய்களைத் தாங்கி நிற்கிறதைப் பார்த்து சீனுமணி மரத்தடிக்குச் சென்று மரத்தைக் கட்டிப் பிடித்து, ‘நான் உன்னை பலாக் காய் கொடுன்னு கேக்கலையே, என் பொண்ணுங்க இல்லாமல் போயிட்டாங்க... நீ பலா காய்ச்சி யாருக்குப் பயன்? உனக்கு என் கோமதியைப் பிடிக்கிலைதானே? அதான் அவள் இருக்கும்போது நீ காய்க்கலை, எங்களுக்குப் பலாக் காய் வேண்டாம். இனி காய்க்காதே...’ சீனுமணிக்கு பலா காய்ச்சுதுனா வீட்டில் யாராவது செத்து போவாங்கன்னு அம்மா சொன்னதை நினைவில் நிறுத்தி மனவேதனையில் காய்ந்து தொங்கிய பலாக்களிடம் மன்றாடி கால்களை ஊன்றி தாங்கி, தாங்கி வீட்டினுள் சென்றார்.

மதியம் தொலைபேசி பல தடவை ஒலித்து. சீனுமணி எடுக்காமல் மனைவி புகைப்படத்தில் பார்வை விலகாமல் இருந்தார். நமக்கும் நேரம் வித்தியாசக் கணக்கில் மகள்கள் இரவில் தொலைபேசியில் பேசுவது வழக்காக இருந்ததால் பகலில் ஒலித்த தொலைபேசியை எடுக்காமல் காலை ஊன்றி செல்லத் தயக்கத்தில் அமைதிகாத்துக் கிடந்தார் சீனுமணி. மறுபடியும் தொலைபேசி விட்டுவிட்டு ஒலித்தது. ஊன்று கோலுடன் மெதுவாகச் சென்று எடுக்க போக தொலைபேசி சத்தம் நின்றது. நெடுநேரம் அங்கேயே நின்று இருந்தார் சீனுமணி. தொலைபேசி பின் ஒலித்தது...

‘அப்பா...’ என்ற சத்தம் நின்று சிறு தேம்பல் உச்... உச்... வருத்த சத்தமாக வருவதை அறிந்த சீனுமணி, ‘அம்மா செல்லும்மா..!’ பதட்டத்தில் கேட்டார்.

‘கோமதிக்கிட்ட இருக்கும் பிடிவாதம் உயிராக இருந்தாலும் மதியாமல் மீறி, வெற்றி அவள் கைக்குக் கிடைக்க அடம் பிடிப்பாளேப்பா...’ தேம்பலில் விசும்பினள்.

‘பழங்காலத்தில் பசிபிக்கடலில் ஆபத்தோடு படகில் அடுத்த இடம் போகணும் அதனால் சான்பிரான்சிஸ்கோ கடல் தொட்டு மரின்

மாவட்டம் வரை நீண்ட பழமை சார்ந்த கோல்டன் கேட் தொங்கு இரும்பு பாலம் கட்டியது. அந்த இடத்துக்கு அகப்பட்ட மாமாவ கூட்டின்டு அக்கா மரின் மாவட்டத்திற்கு பாலத்துல போயிருக்கா... அந்த பாலம் அதீத சவால் நிறைந்த பாலமாக அறியப்பட்டதை தெரிந்தும் மாமாவக் கூட்டின்டு காலையிலே கிளம்பி ரெண்டு பேரும் ஓ... ஓனு... சந்தோசத்துல கத்தி போய்யிருக்காங்க... அந்த பாலத்துல போறத்துக்கு அந்த மாநிலம் பல கட்டுப்பாடுகளை வைத்திருந்தது.

கோமதிக்குக் கட்டுப்பாடு என்ற சொல்லைக் கண்டால் அதை உதைக்கத்தானே துடிப்பாள். தேம்பல் மேலோங்கி அழும் குரல் அழுத்தி, 'அப்பா... நான் அக்காகிட்ட உனக்குப் பிடிவாதம் அதிகமாக இருக்கு... அது வேணாண்டினு பல தடவை சொல்லியிருக்கேன்.'

மாமா மகிழுந்தை இந்தநாட்டின் வேகத்தில் பறந்து இருந்த போது பாலத்துல இருபக்கம் இரும்பு தூண்கள் நெடும் உயரத்திற்கு வானம் தொட நிற்கும். அதன் மேல் இரண்டு அமெரிக்க இளைஞர்கள் உயரத்தில் அருகில் போய் நின்று கைகளை விரித்ததும், கீழே பல இளைஞர்கள் ஆரவரத்தில் கைதட்டி மகிழ்ந்தார்கள். தூண்மேல் இருந்தவர்கள் சவால் முடிவுற்று விறுவிறுவென இறங்கி அவசரத்தில் போலீசுக்குப் பயந்து வாகனத்தில் பறந்திருக்கிறார்கள்.இது என்ன விளையாட்டு... அக்கா மாமா கிட்ட கேட்டிருக்கிறாள். இந்த பாலம் மேல் ஏறி கீழே வருவது ஒரு அதீர்வான மனநிறைவு விளையாட்டு, இது பசங்களுக்கு அப்படி ஒரு சந்தோசம். ஆனா தவறுதல் நடந்தால் கீழே விழுந்துவிடுவார்கள். அதனால், அமெரிக்கா அரசு இதுபோல் ஏறுவற்குத் தடை விதித்திருக்கு'' என்று மாமா சொன்னதும், அக்கா விழுந்து விழுந்து சிரித்திருக்கிறாள். தடை என்றாலே உடைக்கும். அது உயிராக இருந்தாலும் அக்காவுக்குப் பிடிக்கும் என்பதால் மறுபடியும் சிரித்திருக்கிறாள். ''ஏன் இப்படிச் சிரிக்கிற?'' என்று மாமா கேட்டதும் ''இல்ல... உன் கிட்ட பாலத்து மேல ஏறுனு சொன்னா நீ பயந்து ஓடிடுவேனு நினைச்சி சிரிச்சேன்!''

''நான் மேல ஏறணுமா?''

''ஓ... நீ ஏறியிருக்கியா..?''

''இல்ல...''

''அதானே பார்த்தேன். நம்ம ஊர் ஆம்பளைக்குத் தடையை உடைக்க தைரியம் எங்க இருந்து வரும்..?''

மாமா வேகத்தைத் தூண்டியதும் மகிழுந்து வேகம் சிறிது, சிறிதாகக் குறைந்து பாலத்தின் இடதுபுறம் ஒதுங்கி, மாமா கீழே

இறங்கியதும், கோமதியும் இறங்கி மாமாவை வெறித்துப் பார்த்ததும் மாமா அக்கா மனசை சந்தோசப்படுத்த சொந்த ஊரில் பனைமரத்தில் சாதரணமாக உச்சியில் ஏறி பனங்கொலையை வெட்டி வீசிய பழக்கத்தில் விறுவிறுவென பாலத்தின் தூண்மேல் ஏறி நடுமையம் மேல் சென்றதும், வீசியடித்த கடல் காற்றில் முரண்டு தத்தளித்ததும், கோமதி பயத்தில் நடுக்கமுற்று உரக்கக் குரலெழுப்பி பாலம் வெளியில் தலைசாய்ந்து இருகைகளை நீட்டி உயரே பார்க்க, மாமா பிடிப்பு பாலத்தில் விலகி ஜோவென வீசும் கடல் காற்றில் சுழன்று கீழே வர, அக்கா எட்டி மாமாவைப் பிடித்ததும், மாமா வந்த வேகத்தின் விசையில் அக்காவையும் இழுத்துச்சென்று பசிபிக் நடுகடலில் விழுந்தனர்! சில வருடங்கள் அண்ணாந்து பசியில் வாய்ப்பிளந்து இருக்கும் கடல், தான் வளர்த்த மீன்களுக்கு உணவுக்காக இருவரையும் இழுத்துச் சென்றது.

பாலத்தில் தவறி விழுந்தாலும், தற்கொலை செய்து கொண்டாலும் பிழைத்து வருவது அபூர்வ நிகழ்ச்சி என்று அங்கே நிலவுகிறது. உலகில் உயர்ந்த தொங்கு பாலத்தில் விழுந்து தற்கொலை செய்து கொள்பவர்களில் உலகத்தில் இரண்டாவது பாலம் என்று கோல்டன் கேட் பாலம் பெயர் பெற்றதால் அமெரிக்க அரசு இங்கே சில தடைகளை விதித்தது. கோமதியும், கவியரசனும் தவறி விழுந்து கடலில் போனதும் பார்ப்பவர்கள் கண்கள் அவர்கள் தற்கொலை செய்துகொண்டதாக உரைத்து நகர்ந்துபோனார்கள்.

தொலைபேசியில் பேயிறைச்சலாக இருவர் மரணச்செய்தி வந்ததும் மயான அமைதியில் வீட்டில் மரங்கள் அசைவதை மறந்து நின்றிருந்தது. புழக்கடை மூலையில் உயர்ந்து காய்த்துத் தொங்கிய பலாக்கள் அறுந்து விழுந்து, இலைகளும் பழுத்து உதிர்ந்து கிடந்தன.

சீனுமணி தள்ளாடி ஊன்றுகோலில் தத்தி, தத்தி நடந்து வந்து சாய்வு நாற்காலியில் அமர்ந்தவர் எந்தக் காலத்தில் எப்போது எழுந்தார் என்பது அவர் மனம் அறிவார். மாரிமுத்து அவரைப் பற்றி இறுக்கியதும் இருவர் கன்னங்களில் வழிந்த நீர் வரப்புக் கட்டித் தேங்கியிருந்ததை முனுசாமி ஜன்னல் வழியே பார்வை சிதறாமல் பார்த்ததில் அவனும் கண்ணீர் விட்டான்.

பார்வதி என்ன ஆனாள்? துயர் உயர்ந்து மாரிமுத்து வினாவினார். சீனுமணி முகம் அசைந்து எழுந்துகொள்ள முயன்றதும், அவரைத் தாங்கிப் பிடித்து கோமதி வாழ்ந்து, அறிவை உள்வாங்கி அறையைத்

திறந்தார். அறையில் மிதமான இருள் தவழ்ந்து இருந்தது. சிறு விளக்கு மாடத்தில் சுடர் விட்டு மங்கிய ஒளியை கவ்வி இருந்தது. மின்விளக்கை போட்டதும் கோமதி மாலையுடன் புகைப்படத்தில் சிரித்து இருந்தாள். கட்டிலில் பார்வதி முழங்காலில் தலை கவிழ்ந்து அணைத்திருந்தபோது மின்னொளி வந்ததும் விழித்து அப்பாவைக் கட்டிப்பிடித்து மன அயர்ச்சியில் வெளியில் சென்றாள்.

அக்கா மறைந்ததால் பார்வதிக்கு அமெரிக்காவில் இருப்பதில் தனிமை பிடிக்காமல் ''அப்பா நான் இந்தியா வருகிறேன்'' என்று வந்து என்னோட வாழ்வைக் கழித்து, ''நீ இருக்கும் வரை எனக்குத் திருமணம் வேண்டாம்''னு பலகாலம் கடத்தி வயசை இழந்து, வாழ்வையும் தொலைத்து என்னோடு இருக்கிறாள்'' என்று சீனுமணி சோகம் தத்தளித்து மாரிமுத்து கரம் இறுக்கி விசும்பலோடு 'உன் மகன் சந்தோசை கோமதிக்குப் பிடிக்கும். அவனை நான் மருமகனாக ஏற்க உன்னிடம் கேட்க முடியவில்லை. நாம் சிறுவயதில் நட்பாக இருந்து உறவாக மாறி, உயர்வைத் தேடி இருவரும் சாதித்தும், ஒன்றோடு ஒன்று நாம் கலந்தும் உன் மகனையும், என் மகளையும் நாம் இணைக்க, இந்த சமூக அமைப்புதான் தடையாகவே இருந்தது. உன் மகனும் இந்த நாடு பிடிக்காமல் இந்த நாடு வேண்டாப்பா... இந்த நாடு நமக்கான நாடு இல்லை என்றதும், என் மனம் பேதலித்துப் போனது. நீயாவது என் மகளை மருமகளாக வரக் கேட்டிருக்கலாம். நீயும் கேக்கலைடா...' விம்பி தலையசைத்து 'நான் இப்போ உன் சொந்தங்களோடு வாழ்ந்திருப்பேன்... நீ ஏன்டா என் பொண்ண மருமகளா வர கேக்கல..?' என்று மாரிமுத்து கையை பிடித்துக் கண்ணீரைக் கொட்டி, 'உன்னையும் என்னையும் பிரிக்கும் இந்த அமைப்பை நான் அறிந்து, உன்னை உலுக்காமல் என் மகளை இழந்துவிட்டேன்டா... நீ என்னை அழுத்தி என் பெண்ணை உன் மருமகளாக வர கேட்டிருக்கலாம்' என்று மாரிமுத்துவைப் பிடித்துக் கதறினார்.

நெஞ்சில் அலை பாய்ந்து மாரிமுத்து, 'நெடும் பயணப்பட்டு வந்து கோமதி என் மகனை விரும்பினாள் என்று நான் அறிந்தேன். ஆனால் அவன் கருத்த சரீரத்தைக் கண்டு அவள் விரும்பவில்லை என்பதை நான் அப்போது அறிந்தேன். அவன் அந்நிய அளவில் அறிவுப் பட்டியலில் இந்த நாட்டில் முதன்மையானவனாக வந்தான். அதை இந்த அமைப்பு நாங்கள் உயர்ந்தாலும் ஏற்காது என்பதால் என் சிறுமதியில் கண்டேன். நீயும், நானும் சேர்ந்தால் நம்மை எட்டி உதைத்து உன் உறவின் ஆச்சாரக் கட்டமைப்பில் எங்களைத் தள்ளி வைத்துவிடும்.

இராயிரம் ஆண்டாக ஈட்டியில் குத்திய வலி இன்னும் எங்களுக்கு ஆரவில்லை. அது இன்னும் தடித்த தழும்புகளாக ஒட்டியிருப்பதால் எங்களை ஒதுக்குப் புறமாகத் தள்ளிவிடுவார்கள் என்பதால் உன் நட்பு மட்டும் எனக்கு இறுதிக்காலம் வரை வேணும்டா'' என்று குமைந்து சீனுமணியைக் கட்டியணைத்து இருவரும் சோக நீரில் உடலை நனைத்துக்கொண்டனர்.

''நான் வாழ்ந்த இருப்பிடத்தைத் தேடி எங்கள் விடிவுக்காக நான் போகிறேன். என் உறவுகள் உனக்குத் தெரியும். அங்கே நீயும் பசியாற்றி உழன்று அணைத்து வந்தவன். அந்த இடத்துல மனித உறவை நேசிக்கும் வாழ்க்கை கொட்டிக் கிடக்கும். உனக்கு என்னைத் தேடி எப்போ வருணும்னு தோனுதோ அங்கே வா... என் அடையாற்றுக்கரை சொந்தங்கள் உன்னைக் கைப்பற்றி அரவணைப்பார்கள்.'' மெல்லிய குரலில் காதில் சொல்லி சீனுமணி கையை நழுவி மாரிமுத்து விர்ரென்று பறந்து வந்தார்.

'எல்லாம் முடிந்ததும் காதுல ஏதோ ஓதிவருது கெழம், என்னத்தச் சொல்லி இருக்கும். ஐசாபகுடுத்தா கெழம்' என்று புலம்பி மிதிவண்டியில் முனுசாமி ஏறி அமர்ந்தான்.

''டேய்... இரவு ஆகிப்போச்சு... சீக்கிரம் ஏரியவுக்குப் போ'' என்று நெஞ்சி நிமிர்த்தி அதட்டலில் மாரிமுத்து குரல் எழுப்பியதும், முனுசாமி மிதிவண்டியை மிதிக்கலனான்.

24

மிதிவண்டி மாம்பலம் வீதியில் நகர்ந்துபோனது.

'வேலைக்குப் போனீயா..? இல்ல, எவெள்த பாத்து மோந்து குந்தினுயிருந்த..? பஞ்சவர்ணம் வார்த்தை நீச்சத்தில் பதிப்பாளே... மீனாட்சி கூண்டில் இருந்து நரம்பன நம்பாதே பஞ்சவர்ணம் என்று அறியாமல் கத்துமே... இரவானதால் இதெல்லாம் வூட்டுக்குப் போனா நடக்கப்போவுது' என்று மனஉளைச்சலில் புலம்பினார் முனுசாமி.

மேற்கு மாம்பலம் பிரதானச்சாலையில் மிதிவண்டி தொட்டதும், தொங்கிய பை சிறிய ஆட்டம் ஆடியது. மாரிமுத்து விசும்பினார்... ''நான் இவ்வீதியில் விடியற்பொழுதில் மணியுடன் செல்லும்போது மரியாதை நிமித்தமாக பலர் வணக்கமிட்டுச் செல்வார்கள். மணி வாலை உயர்த்தி அவர்களை வெவ்... வெவ்... என முன்னம் கால்களில் பிராண்டி கோரைப் பல்லை வெளிக்கட்டியதும், நான் குச்சியை அதன் முகத்தில் நீட்டியதும், மணி வாலைக் குழைத்து என்னை உரசி நெளிவான். என் வீதியின் வலப்பக்கம் கால் வைத்ததும் பலரின் மறியல் என்னிடம் நடக்கும். மறியல் விளக்கவுரையைக் கேட்பேன். தெருக்களின் விசாலப் பாதையும், குமிந்து நிழல் தரும் மரங்களின் சீரைப்பற்றி விசாரணைக்கு என் முன் வைப்பார்கள். என் உயர் பதவி அதைத் தீர்த்து வைக்கும். அன்று மாலை அவர்கள் கைங்கரியத்தில் பலகார வடிவில் நன்றிக் கடனை வீட்டில் வந்து தீர்த்துவிட்டு வணக்கமிட்டுச் செல்வார்கள்.

காலங்கள் கடந்து போயின. வருடங்களை நகர்த்திய கதிரவன் இங்கே இல்லை. நான் என் நாட்டைவிட்டு அமெரிக்கா போயிருக்கக் கூடாது. என் நாட்டில் வாழ்ந்த வாழ்க்கையும், அமெரிக்க வாழ்வியலும் அதிகம் இடைவெளி இருப்பதைக் கண்டதும், என் நாட்டின் மேல்

அதிகப்பற்று வந்து, 'அமெரிக்கா வேண்டாம், நான் உயர்ந்து நின்ற என் நாடுதான் வேண்டும்' என்று தேடி வந்தேன். என் மண்ணில் எங்களுக்கானதை உரிமையோடு எடுத்துக்கொள்ளாததால் என்னை யாரென்று அறியாத மானுடனாகப் போனேன்.'' முன் பிழையால் விழித்த புலம்பலில், தொங்கிய பை ஆடியது. முனுசாமி பையை இழுத்துப் பிடித்து, 'கிழம் கலங்கி பழைய வலியில் துடிக்குது' என்று மிதிப்பானை மிதித்துச் செல்ல, பையில் மெல்லிய உறும்பல் சத்தம் கேட்டது.

''வோவ், இன்னாய்யா உறும்புறே..? அமைதியா வா... எங்க ஏரியாவுக்குப் போயிடுவோம். எங்க சனத்து வாழ்க்கையைப் பாரு... இந்த நாட்டுல நாங்க இப்படித்தான் வாழணும்னு இருக்கு. ஆனாய்யா... அங்க உறவுக்குள்ள புரளும் இன்பத்த பாத்தேன்னு வைச்சிக்கே... நம்ம வாழ்க்கை இப்படி இல்லையேன்னு செவத்துல இடிச்சிக்குவே...'' பை இன்னும் சிறிதளவு ஆடியது...

''டேய்... முனுசாமி, கடைசியா எனக்கு இன்னொரு உதவி செய்வீயா?'' இறுதி விண்ணப்பத்தை மாரிமுத்து வைத்தார்.

மிதியடியில் கால் நின்று யாரோ தூக்கியடித்தவனாகச் சுழன்று, 'இன்னிக்கி பஞ்சவர்ணமும், அவெ ஆத்தாக்காரியும் என்னை தேஞ்ச ஈருக்கு தொடப்புத்துல தொவச்சி எடுக்கப் போறாளுங்கன்னு தெர்து...' மனஆதங்கத்தில் குரலை மேலேழும்பி, மாரிமுத்துவிடம், ''உன்கு ன்னாய்யா வேணும்?'' என்று முனுசாமி கேட்டதும், மாரிமுத்து, அவன் குரல்வளம் உயர்ந்ததை அளந்துவிட்டு மெல்லிய குரலில், ''நான் உயர்ந்து வாழ்ந்து, என் உறவுகளைப் பறிகொடுத்து நாடற்றவனாக அமெரிக்கா போனேன். நான் இழந்து வாழ்ந்த வீடு இடதுபக்கம் இருக்கு... கடைசியா அதைப் பாக்கணும்னு மனசு கேக்குது கூட்டிட்டுப் போவீயா..?''

'மாரியாத்தா... இந்தக் கிழங்கிட்ட சிக்கி அறுந்த பட்டமா ஆயிட்டேன். என்னக் காப்பாத்து தாயே... வர ஆடி மாசம் என் அத்தக்காரி வளக்குற செவத்த சேவலத் திருடியாவது அறுத்து உனக்கு காணிக்கையா தரண்டியம்மா..!' என்று மாரியாத்தாளை துணைக்கு அழைத்து, மிதிப்பானில் கண்டை சதையில் விசைகொண்டு மிதித்து மாரிமுத்து வாழ்ந்த இடம் நோக்கிச் சென்றான் முனுசாமி.

நிழல் வழங்கிய மரங்கள் இயற்கைக்கு மாறாகக் குறைந்து இருந்தது. அமைதி காத்த தெரு மிதமிஞ்சிய ஒளியில் பிரதிபலித்து பலகுடியிடம்

அதே நிலையில் நிமிர்ந்து இருந்தது. சில உறைவிடம் காலமாற்றத்தால் அடையாளம் மறைந்து இருந்ததைப் பார்த்த மாரிமுத்து தான் வாழ்ந்த வீட்டைத் தேடியலைந்தும், அவர் பார்வையில் அனைத்து இடமும் மறைப்பொருளாகவே தெரிந்தது.

முனுசாமி வேகத்தடையை மீறி மிதிவண்டியை அழுத்திச் சென்றதும், "டேய்... இப்படி வேகமா போனா நான் வாழ்ந்த வீடு பார்வையில் இருந்து மறைந்து போயிடும்... மெதுவா போடா..." சினத்தில் கத்தினார்.

மாரிமுத்து இருபக்கமும் அலசிப் பார்த்தும், வாழ்ந்த குடியிடம் அறிய முடியாமல் விழியசைத்தபோது, முனுசாமி புலம்பிக்கொண்டு வண்டியை மிதிக்க, அது ஊர்ந்து சென்றது. "முன்னால் போனால் என் வீடு வராது... அங்க பங்கஜம் மாமி வீடுதான் வரும். அவங்க என் பிள்ளைகளுக்குப் பாடம் எடுக்க வீட்டுக்கு வருவாங்க. அவங்க வீட்டுக்குப் பின்னால் வந்தால் எங்க வீடு வரும்" என்றதும் முனுசாமி கடுகடுத்து வண்டியைவிட்டுக் கீழ் இறங்கித் தள்ளிச் சென்றான். ஸ்ரீராம் போகிறாரா என்று மாரிமுத்து வீதியில் விழியைப் பதித்திருந்தபோது, ஸ்ரீராம் வீடு பழமை மாறுபடாமல், சில மாற்றம் தழுவிய வீட்டின் அருகில் முனுசாமி வண்டியை நிறுத்தினான். ஸ்ரீராம் வீடு சற்று சிதலமடைந்து வாசலில் இருந்த பூச்செடிகளும், மரமும் பட்டுப் போய் காய்ந்திருந்தது.

"நான் வாழ்ந்த உறைவிடத்தின் எதிர்வீட்டில் நித்திய மல்லி படர்ந்தும், வாசலில் சிவனுக்கு உகந்த நந்திவட்டம் பூக்கள் வைகறைக்குள் பூத்துக் குலுங்கும். விடிந்ததும் இவ்வீட்டின் மனையாள் பூக்களைப் பறித்திருப்பாள். செடிகளின் பசுமை அசைந்தாடிய பொழுது ஸ்ரீராம் ஆரத்தித் தட்டில் சூடமேற்றி வாசல் வந்து என் வீட்டின் முன் உயரே காட்டிக் கண்களை உருட்டுவார். ஆனால், என் குடும்பத்தில நெருக்கம் கொண்டு உறவாடியவர். அதனால் அவர் என்னை சில விழாக்களுக்கு அழைத்து விழா மேடையில் முதன்மை விருந்தினராக அமரவைப்பார். என் படிப்பு மூலம் பெற்ற உயர் பதவிதான் அந்த அமர்வுக்குக் காரணம் என்று நினைவு எழுப்பியதும் அச்சபையில் கௌரவம் ததும்பி அமர்ந்திருப்பேன்.

கதிரொளி எழும் முன் நடைபயிற்சியை ஸ்ரீராமோடு சென்றால் மணியை அழைத்துச் செல்லாமல், வீதியில் நடக்கும்போது...

சஷ்டியை நோக்க சரவணபவனார்
சிஷ்டருக்கு உதவும் செங்கதிர்வேலோன்

பாதம் இரண்டில் பன்மணிச் சதங்கை

கீதம்பாட கிண்கிணி ஆட...

பாடலை ரசித்து இருவரும் நடைப்பயிற்சி முடித்து வந்ததும், 'அப்பா... மணியை ஏன் விட்டுச் சென்றாய்?' என்று சந்தோசு கடுமையில் கேட்பான்.

கருப்பு மணிக்கு இயற்கைக்கு மாறானதைப் பிடிக்காது. அதை விழுங்கத்தான் பாக்கும். 'நீ எப்படிதான் அடையாற்றுக்கரையில் இருந்து துயரைத் தாங்கி வந்தேனு எனக்கும் தங்கச்சிக்கும் புரியலப்பா...' என்று சந்தோசு மனவெளியை வெளிக்காட்டுவான். மகன் அறிந்த சுவட்டின் விடையறியாமல் நான் இல்லை... நான் வாழ்ந்த வலிகளைச் சுமந்து அவன் அம்மாவை போராட்டத்தின் மத்தியில் என்னவளாக்கி நான் அவளை அணைத்து வாழ்ந்து இவனைப் பெற்றேன். அந்தச் சுமையில் இருந்து மீளாமல் இன்னும் அலைகிறேன் என்றதை சந்தோசு அறியவில்லை. அனைத்தையும் மறைவிடத்தில் நான்தான் மறைத்து வைத்தேன். ஸ்ரீராம், சீனுமணி உறவாக இருந்தால் அவர் எனக்குக் கிடைத்தார். விடுமுறையில் என் வீட்டின் விசாலமாக இடத்தில் பலவண்ண சோபாவில் அமர்ந்து சீனுமணியோடு மூவரும் பலதடவை பேசியதில் அவர் நெருக்கம் பெற்றதால், என் வலி நிறைந்த அடையாளத்தை மறைக்க அவருடன் பயணப்பட்டேன் என்பது மகனுக்குத் தெரியாது.

ஸ்ரீராம் வீட்டின் எதிர்வீடுதான் என் வீடு என்று தெரிந்ததும் மிதிவண்டியை விட்டு இறங்கி நான் வாழ்ந்த வீட்டைத் தேடினேன். எதிர் வீடு, பல வீடுகள் நிறைந்த அடுக்குமாடிக் குடியிருப்பாக இருந்ததை மேல் இருந்து கீழ்வரை விழியசைத்ததுப் பார்த்தேன். இது என் வீடுதான். பாலகிருஷ்ணன் என் வீட்டை வாங்கும்போது, 'வீட்டை இடிக்க மாட்டேன். என் ஆயுசுவரை இங்கே வாழ்வேன்' என்று சொல்லித்தான் வாங்கினான். நான் இந்த வீட்டை மனமுவந்து பாலகிருஷ்ணனுக்கு விற்கவில்லை. 'அந்த வீடும் நமக்கு வேண்டாம். இது நம்மநாடு இல்லை... இந்த நாடு நமக்கு வேண்டாப்பா... நீங்க இந்த நாட்டில் இருக்காதீர்கள்' என்று என் மகன் தன் நாட்டின் மேலே பற்றற்று அவன் இருந்ததால், 'அப்பா நீங்கள் அமெரிக்கா வந்துவிடுங்கள்' என்றதால் நான் வாழ்ந்த இருப்பிடத்தைவிட்டு இந்த நாட்டில் பட்ட வலிக்காக வேற்று தேசம் நான் சென்றேன்.

வணிக வரித்துறையில் உதவி இயக்குனராக பயிற்சிப் பணியில் சேர்ந்து சில ஆண்டுகள் என் வலியின் சுமையை இறக்கிவைக்க இரவு

பகலாகப் பயணித்து, இணை இயக்குனராகப் பரிணமித்து மதிப்புகள் கூடியமர்ந்ததும், இன்னும் உயர்நிலையைத் தேட கையில் கூரிய வாள் ஏந்தி மறுக்கப்பட்ட ஏடுகளை வாள்நுனியில் புரட்டி உயர் இடத்தைத் தனதாக்கியதும், இணை இயக்குனர் பதவி மறைந்து இயக்குனராக உருமாறி வந்தபோது அடையாற்றுக்கரையில் நடந்த போராட்டத்தின் வழியே வந்த மனையாள் என்னுடன் இணைந்திருந்தாள். என் மகன், மகள் நான் உயர்ந்தயிடத்தின் தோற்றம் அறியாமல் களிப்பில் முழுகி வாழ்ந்து வந்தார்கள்.

சீனுமணி, அத்தை மகன் ஸ்ரீராம் வீட்டில் என் உறவுகளை மறைத்து வாழ்ந்தேன். பழம் இழிச்சொல்லுக்குக் கைகளை இறுக்கி, கழுத்தையும் நெறிக்குமே என்ற பயத்தில் வேற்றுப் போர்வையைப் போர்த்தி மறைந்து வாழ்ந்தேன். அங்கே பல குடிவாசிகள் எங்களை அவர்கள் உறவாக ஒட்ட வைத்துக்கொண்டார்கள். அழுக்கில் இருந்து விடுபட்ட உணர்வு வந்து நாங்கள் நெஞ்சை நிமிர்த்தி வீறுநடையில் நடந்ததால், வேற்றுக்கிரகவாசிகள் நான் கொண்ட உயர் பதவியால் அவர்கள் சுமந்து வந்த அழுக்கு மூட்டைகளை எங்கள் மேல் இறக்கி வைக்காததால், நாங்கள் சமூக அந்தஸ்து தழுவிக்கொண்டு ஒத்த நடையில் மாம்பலம் வாசிகளை உரசி அவர்களாகவே மாறிப்போனோம்.

ஸ்ரீராம் நன்கு பரிச்சயப்பட்டது சீனுமணி சொந்த மாமா என்றதால் அவர் நட்புப் போர்வை வைத்து சீனுமணி அவர் வீட்டில் எங்களைக் குடியமர்த்தினான். என் மனையாள் அவர் வீட்டில் இருப்பது உறங்கும் இடமாக மட்டும் எனக்குத் தெரிந்தது. ஆனால், அடையாற்றுக்கரையில் கொளுகொளுத்த வண்டலில் வீசும் துர்நாற்றத்தில் புறப்பட்ட கொசுக்கடியும், கடைநிலைமனிதர்கள் குமிந்து கிடக்கும் இடமான அந்தப்புரத்தின் களிப்பில் துவளும் அடிமைகள் நாம் என்பதை அறிந்துகொண்டதும், என் மனைவி அத்துயரில் இருந்து விடுப்பட சொந்த வீடு கேட்டாள். பார்த்த உறவும், எங்களைத் தெரிந்த சொந்தங்களும் நாங்கள் சுயநலத்தில் ஓடிவிட்டோம் என பறைசாற்றினர். நான் ஓடினேன், ஓடினேன் சொந்த உறவுகளை இழக்க அல்ல. நான் ஏன் ஓடினேன் என்பதை வெட்டவெளியில் விரித்துக்காட்ட என்னால் முடியாது.

நான் என்னை விரித்துக்காட்டினால் நான் யார் என்று தெரிந்துவிடும். என் பதவியால் மட்டும் என்னைக் காத்துக்கொள்ள முடியாது என்பதை இந்தச் சமூகக் கட்டமைப்பில் நான் அறிந்தேன். அதனால் இந்தச் சூழல் விகாரப் பல்லை நீட்டி எங்களைக் கிழிக்கக் காத்திருந்ததை நானும், என்

மனைவியும் அறிந்திருந்தோம். அதனால், அவள் சொந்த வீடுவேணும் என்ற உரையாடலின் ஒரு துளி ஸ்ரீராம் காதில் விழுந்தது. அவர், 'எதிர் வீட்டுக்காரர் வீட்டை விற்கிறார், நீங்கள் வாங்கிக்கொள்ளுங்கள்' என்று முரசைக் கொட்டியதும், உயரே அமர ஆசைபட்டவனாக அந்த வீட்டைப் பார்த்தேன். கையில் சேர்த்த பணத்தை முன்பணமாக என் மனையாளைக் கொடுக்க வைத்தேன்.''

அதே மண்தரை, சிமெண்ட் தரையாக மாறி மகிழுந்துகள் நிற்கும் இடமாகக் காட்சியளித்ததை நினைவலையில் ஓடவிட்டு அடுக்குமாடிக் குடியிருப்புக் காவலாளியைப் பார்த்து நின்றார் மாரிமுத்து.

''இந்த வீடு எங்கள் கைக்கு வந்தபோது அழகிய முற்றத்தில் கதைபேச இருபக்கம் திண்ணையமைத்து, முகப்பின் அகண்ட வாயிலில், உள்ளே சென்றால் விசாலமாக அமர்ந்து பேசும் இடமும், சிறு யாகம் செய்யும் இடமும், நான்கு படுக்கையறை கொண்ட வீட்டை சுற்றிப் பசுமை தவழ்ந்த தோட்டம் கொண்ட இடமும் என் உரிமைக்கு மாறியதும், வெளிமுற்றத்தில் நின்று நானும் காமாட்சியும் வீட்டின் அளவீடுகளை மனதில் அளந்திருந்தோம். வீட்டை விற்றவர் அதன் சாவியைக் கொடுத்து, விடை தராமல் கிளம்பிச் செல்லும்போது ஏதோ அவர் வழக்குச் சொல்லில் வேற்று மொழியில் உரக்க ஓதினார்... 'நீ பயப்படாதே... அவருக்கு நான் விடை கொடுக்கவில்லை. உனக்குத்தான் தற்காலிக மனம் உகந்து விடை கொடுக்கிறேன்... நீ பயப்படாமல் இந்த இடத்தில் நில்... நம் முன்னோர்கள், அவன் இருப்பை உடைத்து நாம் பல்லாயிரம் ஆண்டாக உழன்ற களிப்பில் இந்த மண்ணை மீட்டெடுப்பார்கள்' என்று அவர் மொழியில் வீட்டிடம் திண்மத்தில் பேசிவிட்டு அகோரமாக கண்களை விழித்து மாரிமுத்து கையில் அவன் கொடுத்த வீட்டின் சாவியை முறைத்துப்போனார்.

அவருடைய மொழியறியாமல் என் துணையாள் பயந்து, 'இந்த மனிதர், கருமம் சொற்களால் வீட்டின் மேல் எறிந்துவிட்டுப் போகிறார்' என்று காமாட்சி அவர் முன்னோர் முனீஸ்வரனிடம் அச்சத்தில் புகார் மனுவை வைத்தாள்.

முனியிடம் புகார் இட்டதால் பாரம் குறைந்து வீட்டின் உள்ளே இருவரும் போக, மாரிமுத்து வீட்டின் புகழ்ச்சியைக் கூறிக்கொண்டே, 'இதைத் தூய்மைப்படுத்திக் குடியமர்ந்துவிடலாம்' என்று சூழலைப் பதித்ததும். இணையாளுக்கு அச்சம் மறுபடியும் வந்து முனீஸ்வரனிடம் மறுபுகார் விண்ணப்ப மனுவை வைத்தாள்.

கருத்த முனி மிரட்சியில் அகலவாய் விரித்து, 'ஒண்ட வந்த ஜடங்கள் வாழ்ந்த ஆதி அந்தம் அடையாளத்தை முதலில் அழித்தொழித்து, வண்டலை இம்மண்ணில் விட்டு வைக்காமல் தூரப் புதைத்துவிடு! சிறு புள், பூண்டையும் தீயில் எரித்துவிடு! இந்த மண்ணை நம் முன்தோன்றிய மண்ணாக மாற்றி உருண்டு பார்... அது உனக்கு மெத்தையாக இருக்கும். இம்மண்ணில் உன் கால்பட்டதும் மென்பாதமாக மாறும். முதலில் உன் கற்கருவியை வீசியெறிந்து, பின்வந்த இரும்பில் வார்த்த உளியைக் கொண்டு செதுக்கி எடு. நீ நினைத்த மண் மேலோங்கும்போது வீச்சரிவாள் கொண்டு கருப்பன் வந்து நிற்பான். உன் உறைவிடத்தைக் கட்டிக் குடியமர்ந்து கொள். அது உனக்கான ஊற்றுநீரைப் பீய்ச்சியடித்து மேலே வரும்!' முனியின் அறிவுரை உரிச்சொல்லாக வந்து விழுந்ததும், என் மனைவி 'இந்த வீடு வேணாங்க, இதை இடித்துப் புதிய வீட்டைக் கட்டுவோம்' என்றதும் மாரிமுத்து சிறு ஆட்டம் கண்டு வெளியில் வந்தார்.

''என் பணியில் இருந்து பெற்ற பணம் மண்ணில் விழுந்ததும் நாங்கள் வாழ்ந்த மாளிகை வந்தது. என் உயர்வுக்காக வலியைச் சுமந்து, எங்கள் உறவை தக்கவைக்கப் போராடிய அப்பா இறுதியில் வஞ்சத்தில் குடும்பச் சூழலில் என் உயர்வைக் காணாமல் மறைந்து போனார். அப்பா மறைந்த உறைவிடத்தைத் தேடி அம்மாவும் விடை கொடுத்து சனாதான வஞ்சத்தின் பிளவில் குறை ஆயுளில் அவரும் சென்றுவிட்டார். எத்தனை உயரத்தைத் தொட்டாலும் நமக்கான துயரம் காலம் கடத்தி வந்தாலும் பெற்ற உறவுகள் நம்மோடு தொடர்ந்து வரும். இவ்வுணர்வில் மனித வாழ்வைத் தழுவி என் வீட்டில் நாங்கள் கால் வைத்தோம்.

இந்த மாளிகை எங்களைத் தேடி வந்ததும், என் உயர்வு அந்தஸ்தில் சந்தோசும் நிரஞ்சனியும் இன்பக்களிப்பில் துள்ளித் திரிந்து அவர்களும் கல்வியின் உயர்வைத் தேடியலைந்தார்கள். நான் கண்டு துவண்டு ஜீரணிக்க முடியாத துயரம், அவர்களையும் கல்விக்கு எதிரான குத்தூசிகள் உடலைத் துளைக்கும்போது, 'சுகமான வாழ்வு இங்கே மெய்யல்ல' என்பதை உணர்ந்து அதற்கான படிமநிலைகளை உடைக்கக் கல்வியைத் தேடியலைந்து அவர்கள் உயர்வைத் தொட்டதும், இங்கே குமிந்து கனையும் நெருப்பில் உரசாமல் அச்சம் தெரித்து சொந்த நாட்டைவிட்டுத் தூரதேசம் ஓடிவிட்டார்கள்.

காலம் நெடுந்தூரம் கடந்துபோனதும், அடையாற்றுக்கரையில் நடந்த உறவின் பிரிவால் என் தந்தையை நான் பலிகொடுத்தேன்.

அதற்கான பரிகாரமாக நான் பெற்ற மனைவியும் இல்லாமல் மறைந்துபோனாள். நான் தனிமரமாக நின்றேன். நான் உழன்று தவழ்ந்த மாளிகையும் காணாமல் மறைந்ததே!'' என்று புதிய அடுக்கு மாடிக்குடியிருப்பைக் கேட்டுக்கொண்டு இருந்தபோது, அது அசைவற்று பல ஜன்னல் வழியே ஒளியை முகத்தில் பாய்ச்சிக்கொண்டிருந்தபோது மின்னலாய் வந்த மாரிமுத்து மனசாட்சி...

''நீ எங்கிருந்து வந்தாய்? எதன் மேல் மிதிபட்டு இந்த மாளிகை பெற்றாய்? உன் ஊர் அறிந்தாயா..? இவ்வெளிச்சங்களை நீ மறைத்தாய்... உன் மகன் உன்னைவிட மேலேபோகத் துடித்தெழுந்து உலகத்தின் படிநிலையை அறிந்தான். உங்களுக்கு எது கிடைக்கக் கூடாது என்று விளாசி எடுத்ததை எட்டிப்பிடிக்கும் சூச்சுமத்தைக் கற்று, உச்சியைப் போய் தொட்டதும் 'அப்பா, இந்த நாடு நமக்கு வேணாம்... நமக்கான நாடு இது இல்லை' என்று சொல்லும்போது நீ பட்ட வலியை உன் மகனும் தெரிந்துகொண்டதால், 'நீ போ' என்று அனுப்பினாய். ஆனால் அந்த வலிக்கு இறுதி மருந்து இந்த நாட்டில்தான் கிடைக்கும் என்று அறிந்தும், உன் அசதி குடிபுகுந்ததால் உன் மகனையும், மகளையும் இந்த நாட்டை விட்டு அனுப்பி வைத்தாய்.

இங்கே துவண்டு கிடக்கும் அவலங்களை மீட்டெடுக்காமல் நீயும் அமெரிக்கா போனதால் இப்பொழுது தன் நாடு வேண்டாம் என்று உதறியதற்குப் பரிகாரம் தேடி, நீ இழந்த மண்ணை மீட்டெடுக்கவும், உறவுகளுக்குச் செய்த துரோகம் மேலேறிக் குந்தியதால் வலியுணர்ந்து இங்கே உன் உறவையும், உன் மக்களையும் தேடி வந்திருக்கிறாய். உன் நாட்டின் உறவுகளும், உன் மக்களும் இந்த மண்ணில் மறைபொருளாகப் பிம்பங்களற்று இருக்கிறார்கள். அவர்களைத் தேடி நீ சேர்த்துக்கொள். இந்த மண் உங்களுடையது என்று முழங்கு, இந்த மண் உங்கள் உரிமைக்காகக் கிடைக்கும்!'' மனசாட்சி, மாரிமுத்துவின் எண்ணங்களைப் பிரித்து வீசியடித்தக் காற்றில் பறந்துபோனது.

மதி கலங்கி மனசாட்சி பிரித்து வைத்ததை உள்வாங்கியதும் இதன் மனவெளியைத் திறந்தார் மாரிமுத்து.

''என் மனையாளுக்காக என் அப்பாவை இழந்தேன். என்னை வருடி உயர்நிலை தருவிக்க காலமெல்லம் தன் சரீரத்தைப் பாறைகளாக்கி என் படிப்புக்காக தன் உடலை ரணமாக்கிய அத்தையை நிர்க்கதியாக்கினேன். என் சொந்தங்களை நடுவீதியில் விட்டுச்சென்றபோது நான் வாழ்ந்த மாளிகையின் ஆணிவேர் பட்டுப்போய் சாயும் தருவாயில் என்மகன்

சொல்லாக... 'அப்பா, உங்களோடு அம்மாவும் மறைந்து தனிமையாக அத்தனை பெரிய வீட்டில் இருப்பது நமக்கானது அல்ல. அந்த நாடும் நமக்கான நாடும் அல்ல. அந்த மண்ணை விட்டு அமெரிக்கா வந்து விடுங்கள். உங்க உழைப்பில் வாங்கிய அடையாற்றுக்கரைக்குப் பக்கத்தில் இருக்கும் மனையையும், இந்த வீட்டையும் விற்றுவிடுங்கள். உங்கள் மகிழுந்துகளும் அங்கே தேவையில்லை, அனைத்தும் உங்கள் உழைப்பின் மதிப்பிட்டில் வந்த செல்வத்தை அந்த நாட்டில் விட்டு வராதீர்கள். நம் உழைப்பு அந்த மண்ணுக்குத் தேவையில்லை. அப்பா, நீங்கள் அமெரிக்கா வர அனைத்து ஏற்பாடுகளும் நான் செய்கிறேன்' என்றான்.

என் நாட்டின்மேல் எனக்கு இரக்கம் இருந்தது. என் மண்ணைவிட்டுப் போக மனம் இல்லை. ஆனால் இங்கே எங்களை கிழித்துத் தொங்கவைத்து குடல் நடுங்க நசுக்கிய ரணத்தில் என் சொந்தங்கள் அனைத்தையும் பறிகொடுத்து ஒத்தையில் நிற்பதால் மகன் சொல்லுக்குக் கட்டுபட்டு என் நாட்டைவிட்டு அமெரிக்கா போய்ச் சேர்ந்தேன்'' என்று மாரிமுத்து அடுக்குமாடிக் குடியிருப்பைப் பார்த்து நின்று, ''அந்த வீட்டை முற்காலத்தில் விற்றவன் இறுதிச் சொல்லாக அந்த வீட்டைப்பார்த்து, அவர் மொழியில் வீட்டின் மேல் திண்மத்தில் பேசிவிட்டு அகோர கண்களை விரித்துச்சென்ற பழம் பிம்பத்தை கண்டு நான் திரும்பி என் நாட்டைத் தேடி வந்துவிட்டேன். நீங்கள் இனி வேர் ஊன்ற முடியாது. உங்களை வேரறுக்க என் சொந்தங்களை விழிக்கச் செய்வேன். இந்த விழிப்பில் உன்னை இந்த மண்ணைவிட்டு விரட்டியடிப்பேன். நான் இழந்த வீட்டை மீட்டெடுப்பேன்'' என்று அடுக்குமாடியிடம் மனவெளியை மாரிமுத்து வீசி நின்றிருந்தார்.

அமெரிக்காவில் மகன் சந்தோசும், மகள் நிரஞ்சனியும் வாழ்நிலை அறிந்து மாரிமுத்து மகிழ்ந்தார். அப்போது ஓர் ஆர்வத்தில் அந்த நாட்டைச்சுற்றியும், அந்த மனிதர்களைக் கண்டும் அவர்களின் வேர்களை நோண்டிப் பார்த்தார். பூர்வக்குடிகளை விரட்டியடித்து புதியவர்கள் வந்த நாடு இது என்று கண்டதும், சிறு இறுக்கத்தில் பல ஆண்டு அங்கே நகர்த்தினார். மாரிமுத்துவுக்கு அமெரிக்காவின் கலச்சாரம் ஈமொய்க்கும் தின்பண்டம் போல் தெரிந்ததும் தன் நாட்டின் மேல் பற்று அதிகமாகி, 'அமெரிக்கா எனக்கு வேண்டாம்' என்ற முடிவு தழுவியபோது, 'மகன், மகள் மூலம் வந்த பேரன்கள், பேத்திகளிடம் தன் சொந்த நாட்டின் உணர்வு இல்லாமல் போய்விடுவார்களோ, நம் நாட்டின்மேல் பற்றற்றவர்களாகி வேறு நாட்டில் தவழ்ந்துவிடுவார்களோ' என்ற

மனம் மேலெழுந்து, மகனிடம் "நம் நாட்டைவிட்டு விலகுவதும், பிறந்தநாட்டின் மீது இரக்கமில்லாமல் போவதும் மனித வாழ்வின் சான்று அல்ல. உலகில் அனைவரும் அவரவர்கள் நாட்டின் மேல் பாசப்பிணைப்பில் உழன்று இருக்கிறார்கள். அமெரிக்காவைவிட்டு நம் நாட்டிற்கு சென்றுவிடுவோம்" என்று வாதிட்டார்.

சந்தோசு வாய்பேசாத ஊமையாகவே இருந்ததால், 'என் மகன் என் மண்ணின் மேல் இடைவெளி கொண்டுள்ளான். சொந்த நாட்டை மனயறையில் புதைத்துவிட்டான்' என்பதை அறிந்து, மகளிடம் மாரிமுத்து பேசிப் பார்த்தார். அவளும் பிறந்த மண்ணை வீசிவிட்டு மௌனியாக அமெரிக்காவின் களிப்பில் முழுகி இருந்தாள். மகனும் மகளும் பிறந்தநாட்டின் மேல் சிறு துகளளவு பற்றற்று இருப்பதை அறிந்து, தன் பேரன்கள் பேத்திகளிடம் தன் நாட்டைப் பற்றிய வினாத்தாள்களை விடைக்காக வைத்தார் மாரிமுத்து.

வாரிசுகள் அமெரிக்காவில் பிறந்து அந்நாட்டின் காற்றை சுவாசித்து இந்திய மண்ணை மிதிக்காமல் இருந்ததால் தாத்தாவின் வினாத்தாளுக்கு பதிலாக, "தாத்தா உங்க நாடு எங்களுக்கான நாடு இல்லை. உங்கள் நாடும் அது இல்லை" என்று அந்த மழலைகள் சிந்தனை இல்லாமல் கூறி, "நாங்கள் பிறக்காத நாடு எப்படி எங்கள் நாடாக இருக்கும் தாத்தா? நீங்கள் உச்சிக் கொட்டி உழன்று அந்த நாட்டை உங்கள் பதவியில் உயர்த்தியும் ஈவு இரக்கமற்று உங்களை விரட்டிய நாடு... அது நமக்கான நாடு இல்ல தாத்தா... அந்த மண்ணும் நமக்குச் சொந்தம் இல்லை. அப்படி இருக்கும்போது இன்னொரு நாட்டுக்கு நாங்க எதுக்கு வரணும்?" என்றதும் மாரிமுத்து தள்ளாடினார்.

'என் நாட்டை எப்படி விழிப்படையச் செய்வது என்று துவண்டு தவழ்ந்தபோது காலத்தை ஆண்டுகள் கடத்தியதும், என் உடல் அமெரிக்காவில் சோர்ந்து, மூலவேர் நுனி உலர்ந்து, என் உடல் தளர்ந்து விழுந்தபோது, அமெரிக்காவின் உயர் அந்தஸ்து தரும் மருத்துவமனையில் என்னைப் படுக்கவைத்து சுவாசம் குறைந்ததும் நான் இழந்த சொந்தங்களை ஒன்றிணைக்க வேண்டும். என்னை வளர்த்த நாட்டைப் பார்க்கவேண்டும். என் நாடு என்று உலகமறிய நான் சொல்லவேண்டும். என் சொந்தங்களை அணி திரட்டி, என் நாட்டில் நடக்கும் அவலங்களைக் கலைக்கவேண்டும். அங்கே நடக்கும் யாகத்தின் நெருப்பை அணைக்கவேண்டும்' என்ற சிந்தை மேலேழுந்ததும், மாரிமுத்து மகனிடம் விவாதத்தை மருத்துவமனை உள்ளரங்கில் முன் வைத்தார்.

மு.து.பிரபாகரன்

‘‘அப்பா... நானும் தங்கையும் உங்க நாட்டுலதான் பொறந்தோம். ஆனால் அந்த மண்ணுல விளையற பொருள்கள்கூட எங்களுடையது இல்லை... அதை இன்னொருவன் தீர்மானிக்கிறான். உங்க நாட்டில் எதையும் எங்கள் உரிமையில் கேட்டு வாங்க முடியாதபோது அது எங்க நாடு இல்லப்பா... உங்க மண்ணுல நாங்க கால் மிதிச்சி நடந்த மண்ணா இருந்தும், அதுல கால் கயனிகூட எங்களுக்குப் பத்திரம் இல்லாம கொடுக்க முடியாது என்று சொன்ன நாடுதாம்ப்பா உங்க நாடு! எங்கள மாதிரி எண்ணம் இருந்தவங்க போராடி சட்டத்துல அந்த கால் கயனி கிடைக்க வைச்சாங்க... அதையும் நீங்க வைச்சிருக்க தகுதியில்லைனு பிடிங்கி நாடற்றவர்களாக ஆக்குன நாட்டை எப்படிப்பா எங்க நாடா ஏத்துக்கமுடியும்? செத்தவங்களைக்கூட பொது வீதியில் கொண்டுபோக முடியாமல் கயனி காட்டிலும், நடக்கவே முடியாத இடத்துல மடிந்தவர்களைத் தூக்கினுப் போற மண்ணுப்பா உங்க நாடு. என் சொந்த அக்கா, தங்கைகள் உடம்பை உங்கள் நாட்டின் கட்டமைப்பு மூலம் இலவசமா எடுத்துக்கலாம்னு சொல்லுரத்து உங்க நாடுப்பா. நாங்க சாப்பிடும் உணவுகூட பிரிவினை பாக்கரத்து உங்க நாடுதாம்ப்பா. இதையெல்லாம் பார்த்து நாங்க வளர்ந்த பிறகுதான் இந்த நாடு எங்களுக்கான நாடு இல்லைனு நாங்க பார்த்தோம். உங்க கண்ணோட்டத்தில மட்டும் நீங்க உழன்று திரிந்ததால் உங்க நாடுன்னு நீங்க சொல்லிக்கலாம். அது ஒவ்வாமையில் வரும் வார்த்தையாக மட்டும்தான் என் பார்வைக்குத் தெரிஞ்சதுப்பா. உங்க நாட்டில் மனிதனைப் பிரிச்சுப் பார்க்கரத்து வேறையா தெரியுதுப்பா. மனிதனை மனிதன் சிதைத்து பிரிச்சு வைச்சு ஜல்லடையில் ஜலித்து எடுக்கரத்து எந்த நாட்டுலயும் இல்லப்பா. உலகின் முதல் புரட்சி வந்ததே மனிதனில் ஏற்றத்தாழ்வில் பொருளாதார அடிப்படையில் பிரிச்சுப் பார்த்ததால்தான் வந்தது. அந்தப் பிரிவுக்கும் உங்க நாட்டுல மனிதர்களின் பிரிவுக்கும் கொடூரமான வித்தியாசம் இருந்தது. உங்க நாட்டுல மனிதனைப் பிரிக்கறத்து கட்டுக்கதையை அவிழ்த்துவிட்டு மனிதனை மேலும் கீழாக ஒரு கட்டமைப்பில் பிரிச்சு பாக்குற நாடு உங்க நாடுப்பா. இப்படிப்பட்ட நாடு எங்களுக்கு வேண்டாம்ப்பா. நீங்களும் அங்கே போக வேண்டாம். உங்க உயிரை இந்த நாடு காப்பத்தும்பா...’’ என்று சொந்த நாட்டை வேறு நாடு என்று பார்த்து சந்தோசு வாதிட்டான்.

அண்ணன் சொல்லில் இணக்கம் அடைந்த நிரஞ்சனி, ‘‘அண்ணன் சொல் மெய்தான்...’’ என்று உரைத்து, ‘‘...உங்க நாட்டில் சமஉரிமை மழுங்கி இழந்துபோனதால், எல்லை தாண்டி நீங்க வேறு நாட்டில்

தஞ்சம் அடைந்த அகதியாகத்தான் வந்திருக்கிறீங்கப்பா! உங்க நாட்டின் ஆளுமைப் பிரம்பை வேற்றானிடம் கொடுத்து வெறும் கையாக நிக்கிறீங்க. உங்களுக்கான நாடா அது? எப்பவும் அது இருக்காதுப்பா... நம்ம சொந்த உறவுப் பெண்களுக்கும் அந்த நாடு ஏற்றது இல்லப்பா! யார் வேண்டுமானாலும் அவர்கள் விருப்பத்துக்கு நம்ம உறவுப் பொண்ணை படுத்துக்கச் சொல்லுதுப்பா உங்க நாடு. அப்படி இருக்கும்போது நான் எப்படி என் பெண்தன்மையைக் காப்பாத்தி உங்க நாட்டுல இருக்க முடியும்ப்பா? தாத்தா ரிச்சா மிதித்து வாங்கிப் போட்ட மாட்டுக்கறிய நீ திண்ணலாம்ப்பா... அப்பன் திண்ண கறிய நான் திண்ணக்கூடாதுனு சொல்லுற நாடு எனக்கு வோணாம்ப்பா! என் தலைமுறையைப் படிக்க வேணாம்... உன் தாத்தன், பூட்டன் செஞ்ச குலத்தொழிலச் செய்யினு சொல்லுரத்து உங்க நாடுத்தாம்ப்பா! உருவமே இல்லாத உருவத்தை சிருஷ்டித்து மதம்னு சொல்லி எங்களை யாருடனும் சேர முடியாமல் தடுத்து வைச்சிருக்கரத்து உங்க நாடுத்தாப்பா! நானும் அண்ணனும் விரும்புன இந்த நாட்டை எங்கள் நாடாக ஏற்றுக்கொண்டு விட்டோம். அமெரிக்காவை யார் தேடிவந்தாலும் ஏத்துக்கிற நாடுதாம்ப்பா இது. இனி நீங்கள் உங்கள் நாட்டை தேடிப்போக வேண்டாம்'' என்று பிறந்த நாட்டை மறந்து, வேறு நாடாக மகளும் பேசியதால் மாரிமுத்து துவண்டு வலியில் விழித்தார்.

மகன், மகளின் கூற்றை உணர்ந்து மாரிமுத்து சுவாசக் குழாய் அடைத்ததும், மூச்சை ஒருநிலையில் நிறுத்தி, ''அமெரிக்கா என்ன சொந்த மண்ணுக்கு உரிமை உள்ளவர்கள்தான் நிற்கிறார்கள் என்று பொய்யான நதி உங்களிடம் ஓடுகிறது. அந்த நதி நீர்தெளிர் நீர் அல்ல. இந்த மண்ணுக்குச் சொந்தமான பூர்வக்குடி செவ்விந்தியர்கள். இந்த மண்ணைச் சீராட்டிக் காடுகளை ஒட்டிய நிலங்களை சமநிலை மண்ணாக வளம்பெற வைத்தவர்களைக் கொன்று குவித்ததும், மிச்சம் சொச்சம் எஞ்சியவர்களை தூரவிரட்டி இந்த மண்ணைப் பிடித்த வந்தேறிகள் தேசம்தான் நீங்கள் காணும் அமெரிக்கா. இன்றும் பூர்வக்குடி செவிந்தியர்களை ஒரு தீவில் விரட்டியத்து வைத்திருக்கிறது இந்த வந்தேறிக் கூட்டம். கப்பல், கப்பலாகக் கருப்பின மக்களை ஏற்றிவந்து அடிமைகளாக வைத்துத் துவைத்ததால் அமெரிக்கா மண் உலகளவில் செழுமைப்பட்டது. அம்மக்களை இங்கே நிற பேதத்தில் பிரித்து நிற்க வைத்ததால் அவர்கள் உரிமையை அவர்கள் போராடிப் பெற்றார்கள் என்பதை எல்லாம் நீங்கள் அறியாமல் என் நாட்டைத் தூற்றுவதும், என்நாட்டில் பரந்து கிடக்கும் எங்கள் சொந்தங்களைத் தூற்றுவதற்குச் சமம். உங்கள் அறிவைத் தோண்டி எடுக்க,

என் நாட்டின் வளங்களில்தான் நீங்கள் அறிவைக் கற்றீர்கள். நீங்கள் பிறந்தது என் நாட்டில்தான் என்பதை மறந்து எங்கள் நாட்டைப் பிரித்துப் பார்க்கிறீர்கள். நீங்கள் பிறந்த நாட்டில் உங்கள் உரிமையைக் கேட்டுப் பெற நெஞ்சில் தீரமில்லாமல் கோழையாக ஓடிவிட்டீர்கள். என் சொந்தங்கள் நீங்கள் விட்டுச்சென்ற எங்கள் விடுதலையைத் தொடர்வார்கள். பிறகு எங்கள் நாடு உங்களுக்கு சரியான பதில் சொல்லும்'' என்று பதில் வழக்காடியதும், மாரிமுத்துவுக்கு சிகிச்சை பார்க்கும் மருத்துவரின் மொழியில் பெயர்த்துச் சொன்னதும், மருத்துவர் கண்களை உருட்டி 'நம் நாட்டை வந்தேறிகள் நாடு என்று பிதற்றுகிறாரே' என்று மாரிமுத்துவை நோக்கி கண்களைச் சுழற்றாமல் நிறுத்தினார்.

தந்தையும் மகனும் வீசிக்கொண்டது சொற்களின் ஜாலம் அல்ல. மனிதனை ஆட்டுவிக்கும் சூட்சுமத்தை அமெரிக்க மொழியில் அப்பாவும் மகனும் விவாதித்ததை அறிந்த மருத்துவர் பிராங்கிளின்போர்ட் தன் நாற்காலியை விட்டெழுந்து, மாரிமுத்துவிடம் வந்து அவர் நெற்றியை ஆசையாகத் தழுவி 'யூ ஆர் கிரேட்! உன்னைப்போல் உலகத்துல இருப்பவர் அபூர்வம். எந்த நாடும் தன் மக்களுக்குத் துரோகம் செய்யாது. சில அழுக்குகள் அங்கே குவியும்போது துர்நாற்றத்தை வீசியடிக்கும். அப்படித்தான் உலக நாடுகளில் சேர்ந்த குப்பைமேடுகளை அந்நாட்டின் பற்றாளர்கள் உயிரை மாய்த்து பல நாட்டின் தன்மையை உலக அரங்கில் உயர்த்தி நிறுத்தி வைத்தார்கள். தன் சொந்த நாட்டை யாரும் இழக்க மாட்டார்கள். தன் நாட்டின் வளர்ச்சிக்காக மடிந்தாலும் அம்மண்ணில் மாண்டுபோவதுதான் தேசப்பற்று என்று மாரிமுத்துவின் இறுதிப் பயணத்திலும் தன் நாடு, தன் நாடு என்றும் இதன் சொந்தங்களை விழிக்கச் செய்யவேண்டும் என்றும் துடிக்கிறாரே... அது தன் நாட்டை சுத்தப்படுத்தி தூயமண்ணாக மாற்ற நினைக்கிறார். இப்படிபட்டவர்கள் ஒவ்வொரு நாட்டிலும் உங்க அப்பாவைப் போல் பிறக்கிறார்கள். அப்படிபட்டவர்களாகத்தான் பல நாட்டில் சுவாசம் இன்றும் உலகத் தரத்தில் உயர்ந்து நிற்கிறது. தேசப்பற்று என்பது உங்கள் அப்பாவைப்போல் பிறந்து, அந்நாட்டை உயர்த்தி இருக்கிறார்கள்.

மிஸ்டர் சந்தோசு உங்கள் அப்பா பேசியதில் உலகம் தழுவிய அர்த்தம் இருக்கிறது. நீ அவர் நாட்டை தூற்றியது அனைத்தும் உண்மை கூற்றுத்தான். உங்கள் அப்பா எங்கள் நாட்டின் அவதூறுகளை எடுத்து வைத்த அத்தனையும் உலகம் அறிந்த உட்கூறுகள்தான். எங்கள்

நாட்டைப் பற்றி எங்கள் மண்ணின் மைந்தர்களே உலக அரங்கத்தில் சுவரொட்டிகளை ஒட்டித் தெரு முக்குகளில் எல்லாம் உரக்க உரைத்துவிட்டார்கள். அதனால் எனக்கு என் நாட்டைப் பற்றி உன் தந்தை கூற்று புதியதாகத் தெரியவில்லை. மாரிமுத்து தன் மக்களைப் பற்றி துவண்டும், தன் நாட்டின்மேல் பற்றுகொண்டு நிற்கிறார். தன் நாடுதான் உயர்ந்தது என்று உரக்கச் சொல்கிறார். உலகில் பலர் தன் நாட்டைவிட்டு வேற்று நாட்டில் தன் உயர்வுக்குத் தேடிப்போய், அந்நாட்டில் உழன்று தவழ்ந்து இறுதி வாழ்க்கையில் சொந்தநாட்டை தேடிப்போவது ஒவ்வொருவர் ஆசையாக இருக்கும் என்பது உலகச் சான்றுகள் குவிந்துகிடக்கிறது. உங்கள் அப்பா இந்த நாட்டில் அவர் உயர்வுக்காக வரவில்லை. உங்களைத் தேடி சொந்தநாட்டிற்கு அழைத்துப்போக வந்தார். தன்நாட்டை விழிப்புறச் செய்ய உங்களிடம் வாதிட்டார். நீங்கள் மறுக்கிறீர்கள். உங்கள் நிலைப்பாட்டில் இந்தியா உங்கள் நாடு இல்லை என்பதை நீங்கள் நிரூபித்தீர்கள். மாரிமுத்து தன் நாட்டின் மீது அபரிமிதப் பற்று உள்ளவராக இருப்பதால் அவர் நாட்டிற்கு அனுப்பி வைப்பதுதான் சிறந்தது. மிஸ்டர் சந்தோசு உங்கள் அப்பாவை உடனே இந்தியா அழைத்துச் செல்லுங்கள். மாரிமுத்து உடல் தகுதிக்கு ஏற்ற மருத்துவக் குறிப்புகள் மற்றும் அவர் பாதுகாப்புக்கான ஏற்பாட்டை நான் எங்கள் அரசு மூலம் செய்து தருகிறேன்' என்றதும் மாரிமுத்து கண்கள் படபடத்து உதடுகள் விரிந்து தன் நாட்டைக் காணும் ஆவலில் உதடுகள் அசைந்ததும், நிரஞ்சனி கண்கலங்கி அப்பாவின் நெற்றியில் முத்தமிட்டு, முகத்தோடு முகம் பதித்து இரக்கநீரை அவர் முகம் முழுக்க நனைத்து எடுத்தாள்.

சந்தோசு, அப்பாவின் கையைப் பிடித்து நெஞ்சில் அணைத்துத் தழுவி, கன்னங்களில் நீர்வழிந்தோடி தழுதழுத்த குரலில் 'இப்படி வாழ்ந்த என் தந்தையை அவர் நாடு அனாதை ஆக்கிவிட்டதே' என்று துவண்டு புரண்டு அப்பாவின் கால்களைக் கண்ணீரில் கழுவி எடுத்து அப்பாவின் பாதத்தில் முகத்தைப் புதைத்தான். பேரன், பேத்திகள் தாத்தாவின் மார்பைக் கட்டி இறுக்கி இனம் புரியாமல் அவர் இதய ஒலியை உள்வாங்கி விழித்திருந்தார்கள்.

'முனுசாமி கிழம் எங்கே போய் இருக்குதுனு தெரியவில்லை' என்று இரவு கடந்ததை எண்ணி பஞ்சவர்ணத்தின் பயத்தில் மிதிவண்டியை பிடித்து நின்றிருந்தான். மாரிமுத்து அடுக்குமாடி குடியிருப்பிடம் பேசி முடித்து மிதிவண்டி அருகில் வந்து 'டேய்... வண்டிய எடுடா...!' என்று மிரட்டி பையில் குடிபுகுந்தார்.

25

மாரிமுத்து அயர்ச்சியில் புரண்டு, தன் வாழ்க்கை திசை திரும்பிய நினைவலைகளில் உருண்டார்...

'நான் என் சொந்தங்களுக்குத் துரோகம் செய்யவில்லை. என் மக்களுக்கு பங்கம் நான் விளைவிக்கவில்லை. இந்த நாட்டின் சூழல்தான் என்னை எங்கோ கொண்டு நிறுத்தியது. என் நாடு, என் நாடு என்று நான் ஆதங்கப்படுவது என் சுயநலம் அல்ல. இந்த மண்ணில் அவதியில் அல்லோல்பட்ட என் மக்களும் என்னை வேறு ஒரு பிரிவுக்கு அழைத்துச் சென்றது என் நாட்டின் மேல் உள்ள பற்றில்தான் நான் வாழ்ந்தேன் என்பதை நான் பதிவு செய்யாமல் இருந்தால் என் நாட்டில் நான் துரோகியாக ஆகிவிடுவேன்' என்று மனதுக்குள் அசைப்போட்டு, புத்திலிருந்து இளம் சாரலில் ஈசல்கள் வெளியே வந்து மடிந்துபோன பழம் பாசங்களின் நினைவில் அடையாற்றுக்கரைக்குச் சென்றார் மாரிமுத்து.

அமைதி தழுவாமல் அதே சூழலைத் தன்னுள் கொண்டு, கொழ கொழத்த நீரின் தூர்நாற்றம் பரப்பியும், வண்டல் நீரில் குந்திய கொசுக்கள் இரவில் இரையைத் தேடி வந்ததை மாரிமுத்து படித்து முதுகலை இறுதியாண்டு முடியும் தருவாயில் அப்பா ரிச்சாவில் சிம்மனி விளக்கின் ஒளியில் முதிர்தேர்வுக்கு ஏடுகளைப் புரட்டி இருந்தார். புதிய வடிவில் புறப்பட்ட மகன் அக்கரையில் பச்சையம்மாள் பொம்மி பாதம் வாசல் தொட்டு விடுமே என்ற கவலையில் இரவும் பகலும் காவலாளியாக காத்திருந்தாள். அப்பாவையும் வெளியே வருவதை அம்மா தடுப்பிட்டு வீட்டின் உள்ளே இருக்க வைப்பதும், மாரிமுத்துவை எவரும் அண்ட விடாமல் மிருகக்குணம் கொண்டவளாக இருவரையும் அவர் கதகதப்பில் வழிந்த அடர் வெப்பத்தில் அடைக்காத்து இருந்தாள்.

சின்னப்பொண்ணு கொடுத்த கருப்புக் காப்பியை பொம்மி அலுமினிய டம்ளரில் முந்தானையில் இறுக்கி வந்தாள். முந்தானை வாசத்தைக் காப்பி உள்வாங்கி சூடுதனியாமல் இருந்த காப்பி ஏமாற்றம் அடைந்து ஆவி மேலோங்கி நின்றது. பச்சயம்மாள், ''போடி... அவனுக்கு காபி கொடுக்க நான் இருக்கேன்... நீ எதுக்கு வந்து நீட்டுறே...'' அதட்டல் சொல் அத்தையிடமிருந்து வந்ததும் பொம்மி ஆசை நிர்க்கதியாகி கால் சலங்கை இருந்தும் சத்தமிடாத சலங்கையாக பொம்மி உடைந்து சென்றாள். மாரிமுத்து ஏட்டில் விழித்த விழியைத் திருப்பாமல் உயர் கனவில் மிதந்து தேர்வின் ஆதாரத்தை மனதில் பதிய வைத்திருந்தான்.

பொம்மி ஓடிவந்து அம்மாவை அணைத்து அழுது, கண்களை இறுக மூடிக்கொண்டாள். ''மாமன் காப்பி குடிக்கலையா?'' என்று சின்னப்பொண்ணு கேட்டதும், ''அத்த, அவனுக்கு காப்பி கொடுக்க இனி நான் இருக்கேன்... நீ எதுக்குடி மாரக்காட்டிகினு நீட்டுறேன்னுதும்மா! மாமா கூட பேசவிடாமல் ரெண்டு நாளா காத்தாலையே எழுந்து மாமனுக்கு காப்பி போட்டுக்கொடுத்து, மாமா எதிரிலே குந்தினு இருக்குது...'' என்றாள் பொம்மி.

''அவெ கிடக்குறா... என் அண்ணனுக்கு முந்தானையை விலக்கி வந்தவதானே... உன்கு மாமன் இருக்கான்டி... கொஞ்சநாள் பொறுத்துக்கோ அவனுக்கு அரசாங்கத்துல பெரிய வேலை கிடைக்கப் போவுது, நம் வாழ்க்கை மாறும். பிறகு உன் அப்பன் அடுத்தவன் வீட்டுல அள்ளூரத்து அவனோடு போவட்டும். நீ நல்லா இருப்படி. போய் வேலையப் பாரு. மாமனுக்கு முட்டையை அவிச்சு எடுத்துன்னு போ.''

சின்னப்பொண்ணு பக்கிரிக்கு காப்பி கொடுத்துவிட்டு, ''நாலுவூட்டுல அள்ளூனமா... நேரத்துக்கு வூட்டுக்கு வாமே... அத வுட்டுப்புட்டு மாடறுக்குற பொதருக்குப் பின்னாடி போய் பட்டச் சாரயத்தையும் சப்பியும் குடிச்சுட்டு வராதமே! என் அண்ணன் மவென் பச்சி முடிக்கப் போறான்... அவெ கவுரவத்த பாரு. நம்மள புடிச்ச காட்டேரி இத்தோட கழண்டு அடுத்த ஊருக்கு போகப் போவுது. நம்ம பொண்ணுக்கு நல்ல வாழ்க்கை கெடைக்கப்போற காலம் வந்துடுச்சி! நாங்க வடிச்சி போடுறோம். துண்ணுப்புட்டு பேரனோ, பேத்தியோ வரும் அதுங்களத் தூக்கி நெஞ்சுல சுமந்து பவுசா சுத்துமே!'' என்று பல காலம் சுமந்த ஆசை நிறைவேறும் கனாவில் ரெக்கை கட்டிப் பறந்தாள் சின்னப்பொண்ணு.

பொம்மி, ஆயா புகைப்படத்தைப் பார்வை விலகாமல் விழித்திருந்தாள். இமைகள் தாண்டி சிலதுளி நீர் கசிந்தது. பாவாடை சட்டையில் மாமனை இறுக்கியணைத்து, பாலாடைக் கட்டியும், ஜவ்வு மிட்டாயைச் சுவைத்த நாவு வரண்டு போனதே, இனிமையாக வீசிய இரவின் காற்றை உரசிக்கொண்டு, மாமன் மார்பைத் தொட்ட கைகள் என் கழுத்தை நெறுக்குதே..! 'ஆயா, என் மாமன் எனக்கு கிடைக்காதா..? அவென் பெரிய படிப்பை முடிக்கப் போறான். நீ அவென் முன்னாடி வந்து நிக்காதே. போற காரியம் விளங்காத போயிடும்னு அத்த என்னை விரட்டியடிக்குது' என்று விம்மினாள்.

கிடைக்காத ஒன்று கிடைக்கும்போது மாற்றம் வரலாம். உறவுகளை அணைத்தும் இருக்கலாம் என்ற நினைப்பில் ஆயா புகைப்படத்தில் வார்த்தைகளை இறைத்து கருவிழியை உருட்டி மொழுகிய சாணத்தரையில் முந்தானை விலகி உருண்டு கிடந்தாள் பொம்மி. அவள் அழும் குரல் வெளியில் போய் சிதறியதும் ஏனம் விளக்கியிருந்த சின்னப்பொண்ணு பாத்திரங்களை எறிந்துவிட்டு, ஓடிவந்து,''ஏய் பொண்ணே... எழுந்திரு உனக்கு என்ன ஆச்சு..? மாமன் நம்மல விட்டுப் போகமாட்டான்'' என்றதும், ''அம்மா...'' என்று கத்தி அம்மாவைக் கட்டியணைத்து அழுதாள். சின்னப்பொண்ணு பொம்மியை இறுக்கியணைத்து நத்தை கண்களை உருட்டினாள். சினம் தலைக்கு மேல் ஏறி பொம்மியை இழுத்து வந்து அண்ணன் தர்மனை பிடித்தணைத்து இருவரும் தேம்பலை வாரிப்பொழிந்தார்கள். விடிந்த பொழுதில் சுற்றித் திரிந்த ஊர்சனங்கள் ஆங்காங்கு நின்று இரண்டு உறவின் பாரத்தைத் சுமந்த சின்னப்பொண்ணு கலக்கத்தின் குரலைக் கண்டு நெஞ்சடைத்து பேசமுடியாமல் முழித்தார்கள்.

முதிர் கிழவி இதைக் கண்டு அங்கலாய்த்து, ''அவெ புள்ளயை காட்டி நல்லா வந்துடுவான், நமக்கு எல்லாத்தையும் செஞ்சுடுவான்னு வெறும் வாயில் அளந்து, நாத்தனாரு ஒழைப்பச் சொரண்டி துண்ணுப்புட்டு, புள்ளைய படிக்கவைச்சிட்டா. அவென் அப்பங்காரன் தங்கச்சி பொண்ணுமேல பாசம் வைச்சி புள்ளைக்குக் கட்டிவைச்ச ரெண்டு குடும்பமும் மேல வந்து நிக்குன்னு வெயிலும் மழையும் பாக்காம ரிச்சா மிதிச்சி ராவெல்லாம் ஒழைச்சான்... அண்ணன் இரத்த ஒறவாச்சேனு அவன நம்பித்தான் சின்னப்பொண்ணு ஊர், ஊரா தன்னை பனையம்வைச்சி, முத்தானைய எவனுக்கும் விரிக்காம கவுரவமா அண்ண மவனக் காபந்து பண்ணா...'' சுருட்டைக் கிழவி வார்த்தைகளைக் கொட்டினாள்.

''அடிப்போடி கிழவி... அவென் ரிச்சா மிதிச்சாயென்ன... அவெள தூக்கிப்போட்டு அடி கலங்குற மாதிரி மிதிக்க தேவயில்ல... அவெ முந்தானைய விரிச்சிப் பாயப் பேட்டாலும் ரிச்சாக்காரன் இல்லாமல் அந்தப் புள்ளைய பெத்திருக்க முடியுமா..?''

விடிந்தபொழுதில் வேலை முடித்து வெட்டிக் கதைகளைப் பேசிக் கழிக்கும் சிலகுரல்கள் இந்த வழக்கை விவாதச் சொற்களில் அளந்து கொண்டிருந்தார்கள்.

கருப்பாயி பாத அளவுகளை அதிகப்படுத்தி, மூச்சிறைத்து வந்து, ''நான் சொல்லுள... அவெ ஆத்தாக்காரி மவனோட பொம்மிய ஒன்னு சேர விடமாட்டா... இவ்ளுக்கு கன்னிம்மாத்தான் ஒரு விடிவு கொடுக்கப்போறா பாருங்க...''

கருப்பாயி தொலைதூர அளவுகளை முன்னமே உரைத்தாள்.

''யக்கா... கன்னிம்மா பையன் அம்பேத்குமாருக்கு பொம்மிய கட்டிக் கொடுனு பலகாலம் சுத்தி கிடந்து, கடைசியில சின்னப்பொண்ணு தரலன்னு சொன்னதும். ரெண்டு பேரும் எதிர், எதிர் திசையில் நின்னு... நாறடிச்சி, ஓடியத்தில் மிதந்து, மண்டைய உடைச்சு சுத்துனாளுங்க...''

இருவர் கழுவி ஊத்தியதைப் பொதுவெளியில இடிச்சம்மா இறைத்தார்.

''ஏன்டி... கிழவி! நீ எந்தக் காலத்துல குந்தினு இருக்கே... கன்னிம்மா வீட்டுக்கு விளக்கேத்த பொம்மி வரமுடியாதுன்னு தெரிஞ்சும்... ரெண்டு பேரும் முக்குனாளுங்க... கடைசியில சந்து பொந்து சுத்திப்புட்டு... கன்னிம்மா அவ கூட ஒட்டிக்கினா...''

''என் பையன் ஊருக்கு ஒன்னுனா முன்ன நின்னு பொது வாழ்க்கைக்குப் போயிட்டான். நீ உன் பொண்ணை என் புள்ளைக்குத் தரவேண்டாம், உன் அண்ணன் பையனுக்கே கட்டிவை. அவென் நல்லாப் படிச்சி முடிச்சதும், ஊர்மெச்சிக்கிற மாதிரி கண்ணாலத்த பண்ணு... உன் அக்காவா நான் உன்கூட இருக்கேன்டி...'' ஒறவ மாத்தி ஒன்னா ஆயிட்டு இப்போ ரெண்டும் ஒட்டிக்கினாளுங்க.

கருப்பாயி ரெண்டு பகை ஒன்றிணைந்ததை வெட்டவெளியில் உடைத்ததும் ஊர் முழித்துப் பார்த்தது.

''சின்னப்பொண்ணு, கன்னிம்மா நெடுநாள் பிரிந்த உறவு ஒன்று இணைந்ததும் உபசரிப்பாக கருப்பு காபி கொடுக்கறதும், கறிய அவிச்சி

துண்ணுறத்து... வூட்டுக் கடிகாரத்த மெல்லுறத்துக்குச் சமம்... அப்புறம் எங்க இவ்ளுக்கு நல்ல நேரம் தெரியப் போவுது..?'' சுருட்டைக் கிழவி கண்டதை ஒலித்ததும்,

''இப்போ கன்னிம்மா அவெ வீட்டுக்குப் போய் ரெண்டு பேரும் மன்ச திறந்து மாரோட கட்டிப் பிடிச்சிக்கிறாளுங்க... இப்படி இர்ந்தா நல்லது எங்க நடக்கப்போவுது?'' வெடிக்கியும் அது போக்குக்கு சொல்லை விதைச்சி, இடுப்பில் சொறுகிய முந்தானையை அவிழ்த்து டகுல் பேச்சை உதறிவிட்டு நகர்ந்து சென்றாள்.

சின்னப்பொண்ணின் அண்ணன் தர்மனை அணைத்துப் புலம்பி அழுத விவரம் அறிந்து, கன்னியம்மா ஓடிவந்து, அழுத சின்னப்பொண்ணை மார்பில் சாய்த்துக்கொண்டு, பொம்மியின் கைபிடித்து தர்மன் முகத்தைப் பார்த்து,

''யோவ்... உன் தங்கச்சிக்காரி இல்லனா உன் புள்ளைக்கு ஏது பவுசு..?'' நெஞ்சுருகித் திட்டினாள்.

பச்சையம்மாள், ''சரி... சரி... உன்த அவுக்காதே... சூம்பிப்போனத மூடிக்கின்னு கிளம்பு தாயி..!'' என்று கன்னிம்மா முகத்தில் சொற்களை வீசியடித்ததும், வெடிக்கி இடுக்கில் உள் நுழைந்து, ''உங் புர்ச ரிச்சா மிதிப்புல உன் புள்ள படிப்பு வர்ல... சின்னப்பொண்ணு இல்லனா இங்கையே லொங்கறுந்து அரக்கிக்கினு குந்தியிருக்கணும்டி!'' என்று சொல்லில் வெடிக்கியும் சின்னப்பொண்ணை அணைத்து உடன் சென்றாள்.

ஊர்கண்கள் விழித்து, ''ரெண்டு பேரும் சின்னப்பொண்ணக் கருவிக் கொட்டி அவெள பொரட்டிப் பேசாத பேச்சையெல்லாம் பேசிட்டு இப்போ ஒன்னா வந்து சேர்த்துட்டாளுங்க... இப்போ யாரக் கொல்லப் போறாளுங்களோ..?''

ஊர் சோகத்தைச் சுருட்டை அவித்து வைத்ததும். ஊர் பார்வை சின்னப்பொண்ணு குலுங்கி அழுதுகொண்டுபோவதைப் பாத்து நிற்க, ''எல்லாவளும் ஒன்னா சேர்ந்துடாளுங்க... அந்த வெடிக்கிச் சிரிக்கி சின்னப்பொண்ணு கழுத்தறுக்க சுத்துனவளும் ஒன்னா சேர்ந்துட்டா... எல்லாவளும் என்னத்த செய்யப் போறாளுங்கனு தெர்ல...'' தனிப் புலம்பலில் பச்சையம்மாள் பேசிவிட்டு தர்மன் நெஞ்சில் கைவைத்துத் தள்ளி வீட்டின் உள்ளே அழைத்துச் சென்றாள்.

சின்னப்பொண்ணு வழிநெடுக்க அள்ளிச் சுமந்த பாரத்தால் அண்ணன் மகனுக்குப் படிப்பு வந்தது. தன் உழைப்பில் தன் மகள் பொம்மி அடையாற்றுக்கரை துயரத்தில் இருந்துவிடாமல், உசரத்துல ரெண்டு பேரையும் அமர வைக்க கனவாகச் சுமந்தது, இந்த மண்ணிலே மறைந்து போகுமோ என்று இரும்புத் தண்ணீர்த்தொட்டியில் தலையை முட்டிக்கொண்டு அழுதாள்.

கன்னிம்மா அவள் மண்டையை இறுக்கி, ''ஏய் போக்கத்தவளே... உன் அண்ணன் பையன் பொறந்ததே உன் பொண்ணுக்குத்தான்... அவன் விட்டூட்டுப் போகமாட்டான்... அவென் ஆத்தாக்காரி பொறப்பு அப்படி... ஏறந்து துண்ணுட்டு எந்த ஒறவா இருந்தாலும் ஏப்பம் விட்டுட்டு போறவத்தானே... நீ ஏண்டி பாரத்த மண்டையில போட்டுக்னு கீர... நாம் பாத்துக்குவோம்... அப்படியும் இல்லையா உன் பொண்ண அவனுக்கு நம்ம கட்டிவைச்சு, அவெ கழுத்த நான் நெறிக்கிறேண்டி...''

இன்னும் அழுத்தத்தில் சின்னப்பொண்ணிடம் நெருக்கமாகி, ''மாடுங்க மேயப் போயிருக்கு... உன் பொண்ணுக்குச் சமைச்சி கொடுத்துட்டு மாட்டப் போய் பாருடியம்மா...'' கன்னிம்மா வேலையை அளவுகோல் வைத்து முடித்தவளாக இடுப்பில் சொருகிய சேலையை உருவி அகல விரித்த கால்களில் வீறுநடையில் சென்றதும் செவிலிநாய் ஓடிவந்து கோரைப் பற்களைக் காட்டி கன்னிம்மாவை உரசி உடன் சென்றது.

பகலில் வெப்பத்தை உமிழ்ந்த கதிரவன், களைப்பில் மாலையில் விடை கொடுத்தான். இருள் தன் முகத்தைத் திறந்து அடையாற்றுக்கரை உள்ளே வந்தது. பக்கரி கால் பின்னலில் வருவானோ என்ற வருத்தத்தில் சின்னப்பொண்ணு குடிசை இடுக்குகளில் பார்வையை வைத்திருந்தாள். சோகம் உச்சி தட்டியதால் தர்மனைச் சேர்த்துக்கொண்டு பக்கிரி சாராய வாடையுடன் அடையாற்றுக்கரையில் வேற்றுப் பாதையான குறுக்குச் சந்தில் நடந்து தர்மன் வீட்டு அருகில் நுழைந்தான்.

பச்சையம்மாள் ஓடிவந்து தர்மனை வஞ்சத்தில் பதம் பார்த்ததும் இடைவெளி தராமல் அவள் முடி தர்மன் கையில் இடம் பெயர்ந்தது. வேற்று நிறம் பூசியதால் மாற்றுயினத்து பேய் பிடித்தவளை அசைக்கிய கருப்பனாக தர்மன் வெளுத்து எடுத்து பச்சையம்மாளை வீட்டு வாசலில் வீசினான். அலறல் சத்தம் பீறிட்டு ஊர்ச் சனங்களுக்கு விண்ணப்பமிட்டு அழைப்பதாக உணர்ந்து, மிச்சம் இரவைக் கழிக்க மக்கள் திரண்டு ஓடிவந்து நின்றார்கள். தர்மன் மீண்டும்

பச்சையம்மாளைப் பிடித்துக் கீழே வீசியெறிந்து, களிமண்ணை மிதிப்பதாக பச்சையம்மாள் உடம்பை மாறி மாறி மிதித்தெடுத்தான். அவள் குரல் வானுயர மேலோங்கி வந்ததும், பதுங்கிய பல நூறு கண்கள் இரவு அடவுக்காக ஓடிவந்து குழும்பினார்கள்.

‘என் தங்கச்சி இல்லாமல் புள்ளைக்கு இந்த ஓசந்த படிப்பு எப்படி வந்திருக்கும்?’ என்று தர்மன் கரங்கள் பச்சையம்மாள் முகத்தை பலவிதமாக நெளித்து நசிக்கி எடுத்தான். ஓடிவந்த சின்னப்பொண்ணு அண்ணன் கையைத் தடுத்து இறுக்கிக்கொண்டதும், அவள் மயிர் பச்சையம்மாள் கைக்கு இடமாறிக் சுழற்றி எடுத்து,

‘‘உன் பொண்ணாலத்தான் எங்க வாழ்க்கை சிதஞ்சி போவுதுடி. உன் துட்டுல என் புள்ளப் படிக்கிலடி. அவனுக்குப் புத்தி இருந்தது படிச்சான். அவன் சினேகிதக்காரன் சீனுமணி தெய்வமா வந்து உசுரக் கொடுத்து படிக்கவச்சான்... ஒரு ஐயரு புள்ளத்தாண்டி உதவி செஞ்சான்...’’ என்று வீராவேசமாக தான் வாழ்ந்ததை அறியாமல் கூக்குரலிட்டாள் பச்சையம்மாள்.

‘‘போயும் போயும் யாரப்பத்தி ஓசந்து பேசுற... இவெ எந்த சாணிக்குள்ள போய் நிறம் மாறினானு தெரியுது... இவெள சொல்லிக் குத்தமில்ல... நம்ம தலயில காலம்பூரா அழுக்கப் பொதச்சி வைச்சிக் கீறான்னுங்க..!’’ என்று மனப்புலம்பலில், தன் மயிரை ஜிம்பி இழுத்தும் வராததால் சின்னப்பொண்ணு, அவள் மார்புத் துணியை உருவி எறிந்து தரையில் இருவரும் உருண்டார்கள்.

ஊர்ச்சனங்கள் இரவு விழிப்பு உறுதி செய்யப்பட்டதை உணர்ந்து, சிறு குழந்தைகளை இடுப்பில் சுமந்து, விசாலமான இடம் தேடிப்பிடித்து இரவு அடவுக்குத் தயாரானார்கள். கூடிய ஒரு குரல், இரு குரல் ஆனதும் பலகுரலும் அதனுடன் சேர்ந்து அதன் ஒலிகள் பீறிட்டதும், சனங்களின் சலசலப்பில் சின்னப்பொண்ணு,

‘‘ஏங் அண்ண பையனைப் பாத்துப் பாத்து வளர்த்தே... நீ எங்கள பிரிச்சிப் பாத்துட்டே’’ சினத்தோடு பச்சையம்மாள் விலாஎலும்புகளை எண்ணிப் பார்த்து இருக்கும்போது கன்னிம்மா ஓடிவந்து இருவர் கைகள் மத்தியில் நுழைந்து, ஒருத்தி மார்பைப் பிடித்துத் தள்ளி, திரும்பி இன்னொருத்தி கழுத்தைப் பிடித்து இழுத்துவந்து, ‘‘போங்கடி..! சக்காளத்தி மாதிரி அடிச்சிக்கிறீங்களே... புள்ள படிச்சி முடிச்சி இருக்கான். அவனுக்குப் பெரிய வேலை கிடைக்கும்... அவன பவுசா வைச்சிகினாத்தானே நல்லா உக்காந்து துண்ணுவீங்க...’’

கன்னிம்மா இடைமறித்துப் பேசும் போது பக்கிரியும், தர்மனும் பலம் இழந்து கலக்களும், பட்ட சாராயத்தின் அரைமயக்கத்தில் வெறித்து விழித்திருந்தார்கள்.

''ஏய்... துப்புயில்லதவன்களா... உங்கக்கூட முந்தானை போட்டவளுங்க ஆசையா பெத்த புள்ளிங்களுக்காக வரிந்து கட்டி வக்காளத்து வாங்கிக்கினு கீறாளுங்க... நீங்க ஊமைங்களாட்டம் நிக்கிறீங்களே... தூ!'' கன்னிம்மா குரல் அசுரக்காரியாக வந்ததும்,

''ஆமா வந்துட்டா... அவெ ஏன் தங்கச்சிய பிரிக்கப் பார்க்கிறா... என் புள்ளக்காகத்தான் அவெ பொண்ணு பொறந்திருக்கா...'' என்று தர்மன் சொன்னதும்,

''இதுக்கு இத்தினி நாளு நீ இன்னா புடுங்குன... உன் மச்சான் ஊர் மலத்த அள்ளிட்டு வருவான், அவனும் நீயும் மூத்துரத்த குடிச்சி போதையில மிதந்து கிடந்தீங்க..!''

வீட்டின் முன் கூடிய சனத்திரள் சலசலப்பில் கன்னிம்மாவின் உரத்த குரலும் ஒலித்தது. அருகில் வந்துகொண்டிருந்த மாரிமுத்து காதில் நீச்ச சொற்கள் துளைத்ததும், அவன் பதறி ஓடிவந்து சனத்தை விலக்கிப் பார்த்து நின்றான். பச்சையம்மாள் குரல் மறுஒலிபரப்பாக இதுவரை காணாத உயரத்தில் மகனைப் பார்த்துக் குரலை எழுப்பினாள். மாரிமுத்து இத்தனை காலம் தழுவாத அவன் குரல் புதியதாக உயர்ந்தது. ஊர் சபையில் பல குரல் குவிந்து சுற்றிடத்தைச் சத்தத்தில் உடைத்து நெருக்கியது. மாரிமுத்து குரல் மீண்டும் கணீரோசையாக உயரே வந்ததும் ஊரே உதட்டில் விரல் வைத்து அவனைத் திரும்பிப் பார்த்தது. பொம்மி மனம் உருகி மாமன் அருகில் வந்து நின்றாள். பச்சையம்மாள் பொம்மியைக் கண்டு சினத்தில்,

''இந்தச் சிரிக்கி முண்டையால... உவ் அப்பேன் என் முகத்தை வீங்க வைச்சிட்டான். அது பத்தாமே உன் அத்தக்காரியை உசுப்பேத்தி என் விலாஎலும்ப பேத்தெடுக்க வைச்சான்... பாடு...'' நீலிக்கண்ணீரை குலுங்கி வர வைத்தாள். ஊர்க்குடிகள் அடுத்தக் கட்ட புதிய அடவுக்கு வாய்பிளந்து விளிம்பு நிலையில் நின்றார்கள்.

மாரிமுத்து உரத்த குரலைத் தாழ்த்தி, பச்சையம்மாளின் முகத்தில் அறைந்தார் போல், 'அப்பா இந்த ரிச்சாவில் வாழ்நாள் முழுக்க முட்டி தேய்ந்து மிதிச்சதால் நான் ஊரறிய புள்ளையா நிற்கிறேன்... தோ... நிக்குதே அத்த... அது ஊர் ஊரா திரிந்து சுமக்கமுடியாத பாரத்த ஒடம்புல சுமந்து வந்ததால எனக்கு இந்த ரெண்டு பட்டப்

படிப்பு வந்தது. எனக்கு அப்பாவும் அத்தையும் வாழ்க்கை முழுக்க வேணும்மா. பொம்மிய, பாவாட சட்டைக் காலத்துல ஏன்னோட நீங்கதானே இணைச்சீங்க... வளர வளர ஊருக்குள்ள பதியம்போட்டு தண்ணீ ஊத்தி வளர்த்தீங்க... அவள் இல்லாமல் நம்ம குடும்பம் இருக்காதும்மா... நானும் இருக்கமாட்டேன்!''

ஊறறிய மரமாக வளரப்போகும் விதையை மாரிமுத்து விதைத்ததும் பொம்மி, மாமாவின் காலைப் பிடித்து 'மாமா... மாமா'னு... நெகிழ்ந்து தலையைப் புரட்டி கண்ணீரை அவன் கால் விரல்களில் வழியவிட்டாள். அவன் கால்விரல்கள் அசைந்து, அவன் கைகள் பொம்மியை அணைத்துத் தூக்கியதும் ஊர்க் கண்கள் அவர்கள் இணைப்புக்கு உத்திரவாதம் வழங்கியது. மாரிமுத்து ஒரு காக்கி வண்ண உறையை உயரே நீட்டி,

''எல்லோரும் அமைதியா கேளுங்க... எனக்கு வருமான வரித்துறையில் உதவி இயக்குனர் பதவி கிடைச்சிருக்கு, அதற்கான ஆதாரம்... இதனால் நம்ம ஊர் மேலே வரும்னு எல்லாம் எனக்காகக் காத்திருந்தீங்க... அது நடக்கும். பின்னாளில் என் கை பலம்பெறும். இந்த ஊரை நான் தூக்கி நிறுத்துவேன். அப்போது என் பொம்மி என்னுடன் இருப்பாள்'' என்றதும் ஊர் புன்னகையில் குலுங்கியது. பறவைகளும் கோழிகளும் ஊர்ச் சிரிப்பொலியில் இணைந்து புதுயிசை அங்கே பிறந்தது. கன்னிம்மா முகம் மலர்ச்சியில் சின்னப்பொண்ணைக் கை தாங்கி மார்பில் அணைத்தாள். அவள் விசும்பி ஓடி மாரிமுத்துவைக் கட்டியணைத்து ''ராசா... நீ இல்லாம நாங்க இல்லப்பா... அத்த உனக்கு ஒன்னுமே பண்ணல ராசா... இங்க இருக்குற அழுக்கத் துடைச்சி உன் மண்ணுல வீரமா நீ நடந்து போகணும்னு நெனைச்சேன்...'' தேம்பலை அவன் உடம்பில் தேய்த்ததும், அம்மாவைக் கட்டிக்கொண்டு பொம்மி அழுதாள். காலம், காலமாக மழுங்கித் தேய்ந்த உறவுகள் மறுபிறவி எடுத்ததில் ஊர்ச்சபை மகிழ்வில் இரவைக் கழித்ததால் உறக்கத்தைத் தேடிப் போனார்கள்.

கன்னிம்மா, சின்னப்பொண்ணை அழைத்து வீட்டின் வாசலில் படுக்கவைத்து,

''பொண்ணே... இனி எல்லாம் நல்லபடியா நடக்கும், அமைதியா தூங்கு'' என்றுகூறி நடந்துவர, எருமைக்கன்று தனிக்குரல் கேட்டது.

''அந்தப் பையன மாட்டைக் கட்டுனு சொன்னா... ஒழுங்கா கட்டுனானா..?'' கன்றின் குரலைத் தேடி கன்னிம்மா போனதும்.

பச்சையம்மாள் வீங்கிய முகத்தை முந்தானையில் மூடிக்கொண்டு துணி துவைக்கும் கல்லில் அமர்ந்திருந்தாள். ஊர்சனங்கள் இவர்கள் குடும்ப இணைப்புவிழாவைக் கண்டு களித்து இரவு உறக்கத்தில் சிறு குரட்டைகள் அங்கு வந்துகொண்டிருந்தது. இருளை விரட்டியடிக்க மேகத்தில் மறைந்த நிலவைத் தேடி இருந்தபோது கன்னிம்மா, பச்சையம்மாளைத் தாண்டிச் சென்றாள்.

''எக்கா... நீகூட அவ்ளுக்கு வக்காளத்து வாங்குறே... நான் இன்னா உன்கு துரோகம் பண்ணே? இந்த ஒதவாத தூமகிட்ட படுத்து நான் பெத்தப்புள்ள எனக்குச் சொந்தம் இல்லாம போச்சி... அவன் தங்கச்சிக்கு என் புள்ளைய சொந்தம் கொண்டாடுவீங்களா..?'' வெறுப்புக் கங்குகளை வெப்பமாக பச்சையம்மாள் வீசினாள்.

''ஏன்டி... உன்கு இந்தப் பவுசு புடிக்கிலியா? நீ தாண்டி அழுத்தமா முடிவெடுக்கணும், உன் புள்ள பச்சி முடிச்சுட்டான். இந்த இடம் வேணாம்னு புள்ளைய கூட்டிக்கின்னு போயிடு. ரிச்சாக்காரன் உன்ன ஒன்னும் புடுங்க முடியாது..!'' என்று பச்சையம்மாள் நெஞ்சில் குத்திவிட்டு வஞ்சக நடையில் கன்னிம்மா கால்வைத்த போது வெடிக்கி ஓடிவந்து, ''அவெ அடிக்கிறா... அவெள எட்டி மிதிக்க இவெளுக்குத் தெரவசு இல்ல. புள்ளைய கூட்டிக்கினு கன்னிமாக்கா சொன்ன மாதிரி இந்த எடத்த முழுக்குப் போட்டுட்டு ஓடிப்போடி!'' கலக்கத்தின் விதையை ஆழத்தில் விதைத்து கன்னிம்மா உடன் வெடிக்கியும் போனாள்.

கத்திய எருமைக்கன்றைக் கட்டிவிட்டு வந்த தம்பி முருவப்பன் கன்னிம்மாவிடம்,

''யக்கா... அதுங்க ரெண்டு குடும்பத்துல ஒப்பாரி நடக்காம போகாது..! நீ எதுக்கு அதுங்க வீட்டு எழவுக்குப் போறே..? ரெண்டுங்களையும் முறிச்சுட்டு வரவேண்டியது தானே?''

''போடா பையா... நம்ம ஏன் அத்தச் செய்யணும்... அதுங்களே அத்த செஞ்சி ரெண்டு ஒறவையும் முறிச்சு நடுத்தெருவுக்கு வந்துடுவாளுங்க... ஒப்பாரிய நம்ம வைக்கவேணா... அவ்ளுங்களே வைப்பாளுங்க...''

''கன்னிம்மா நீ சொன்னதுதான் நடக்கப் போவுது. பெறவு சின்னப்பொண்ணு முந்தானையிலத் தொங்கப்போறா!'' வெடிக்கி கன்னிம்மா நெருப்பை ஊதிக் கனையவிட்டு நடையைக் கட்டினாள்.

எருமைகளின் குரல் ஆங்காங்கு கேட்டவண்ணம் இருந்தன. முருவப்பன் நாட்டு மருந்துக்கடையில் வாங்கிய மயில் துத்தத்தை அக்காவிடம் காட்டினான்.

"ஊர் கண்ணு படாம வைக்கணும்டா... வெல்லத்தை அதிகமா சேத்து வை..." என்று சின்னப்பொண்ணின் வாழ்வாதாரம் எதில் இருக்கிறது என்றதைப் பற்றி பேசிச் சென்றதும், செவிலிநாய் கோரைப் பல்லை விரித்துக் கன்னிம்மாவை உரசி உடன் சென்றது.

26

ஊர் அங்கீகரித்து உறுதி வழங்கியதும் பழைய நளினத்தில் பொம்மி சுற்றித் திரிந்தாள். பச்சையம்மாள் மனம் ஒப்பாமல் ஊரில் பிதற்றி ஆதரவு தடையங்களைத் தனதாக்கத் தேடியலைந்து வீட்டின் முன் பலஆண்டுகள் காத்திருக்கும் துணி துவைக்கும் கல்லின் அளவை அளந்து தர்மன் அசைவில் அவர் தலை கனத்தைக் கணித்து துணி துவைக்கும் கல்லைக் கண்காணிக்கும் வீட்டு விலங்காகக் காவல் காத்திருந்தாள். பொம்மியையும் மகனையும் அடக்கமுடியாமல் பச்சையம்மாள் கன்னிம்மாவைக் கைகோர்த்து தீட்டிய கத்தியாக வேற்றுச் சாயத்தை உடலில் பூசி குறுக்கு வழியில் வாழ்விடத்தைத் தேடியலைந்து இருந்தாள்.

காரிருள் கால் இரவைத் தொட்டதும் நிலவொளி சிறுமறைவில் அலைமோதி மேகத்தில் மறைந்தபொழுது நடைபாதை நெடுக்க ஊர்க்குடிகள் படுக்கையறையில் உருண்டு உறக்கத்தின் உச்சத்தில் இருந்தார்கள். உறக்கம் தொலைத்த பச்சையம்மாள் குடிசையினுள் வசவுச் சொற்களில் தர்மனைக் கட்டிப் படுக்க வைத்திருந்தாள். தர்மன் உறக்கத்துக்காக பச்சையமாளும் ஒரு மூலையில் படுத்துருண்டு தனிமையில் நெடுநாள் காத்துக்கிடக்கும் துணி துவைக்கும் பாறைக் கல் அழைப்புக்கு, தர்மன் உறக்கம் உச்சம் தொடக் காத்துக்கிடந்தாள் பச்சையம்மாள்.

வாசல் மண்தரையில் அம்மாவின் பல கிழிந்த புடவைகளை தர்மன் மெத்தையாக விரித்து அதன் மேல் தங்கை வாங்கிக் கொடுத்த போர்வையை விரித்து மாரிமுத்துவுக்காகப் படுக்கைக் காத்திருந்தது. தர்மன் உறக்கம் வராமல் கண்மூடி உறங்குவதுபோல் மகனுக்காக உறக்கம் தொலைத்துக் காத்திருந்தார். தர்மன் உறக்கத்தை நோட்டமிட்டு காவல் இருக்கும் மனைவி அலுப்புத் தட்டாமல் அவர் உறக்கத்துக்காக

வெம்பிக் கிடந்தாள். அவள் நினைத்தது மெய்யாக மாறுவதற்கு, வானொலிப் பொட்டி ஒலி கேளாததால் மகன் காணவில்லை என்பதை உணர்ந்து துணிதுவைக்கும் கல்மேல் பார்வை சிதறாமல் வஞ்சம் தீர்க்கக் காத்திருந்தாள், பச்சையம்மாள்.

மாரிமுத்து, வானொலிப் பெட்டியோடு அடையாற்றுக்கரை வெளியே நாட்டின் நடப்பைத் தேடியிருந்தான்.

"வேணுகோபால் செட்டியார் மலைஉச்சியில் நிக்கிற உயர்ந்த மனிதர். அவர் கம்பீரமே தனிப் பொருமையாக வெள்ளை சட்டை, வேட்டியில் பளிச்சென்று வந்து என் ரிச்சாவில் அமருவார். நான் அவரை அலுவலகம் போய் இறக்கிவிட்டு மாலை பணி முடிந்ததும் அவரை வீட்டுக்குக் கொண்டு போய்விடுவது பல ஆண்டுகள் நாள்காட்டியாக அவரை வைத்திருந்தது. நொடியில் தாமதம் என்றாலும் கத்தித் தீர்த்துவிடுவார். இதை அறிந்ததால் நொடி தவறாமல் பலநிமிடத்திற்கு முன் அந்த வியாபாரிக்காக நான் அவர் வீட்டில் காத்து நிற்பேன்.

மாலை முடிந்ததும் வேணுகோபால் வானொலிப் பொட்டியுடன் வந்து அமர்ந்து இலங்கை ஒலிபரப்புக் கூட்டுத்தாபனம் பொங்கும் பூம்புனல் பாடலை ரசித்துக் கேட்டு வரும்போது நான் எதையும் அறியாமல் அதன் ஒலியை மட்டும் பல ஆண்டுகள் கேட்கும் வழக்காகக் கொண்டிருந்தேன். அவரிடம் பல பயணத்துக்கும் ஏற்ற மோட்டார் வண்டிகள் இருந்தும், அவருக்கு என் ரிச்சாவில் வருவது ரொம்ப பிடிக்கும். ஒருநாள், "ரிச்சாவோடு முழுநாள் என்னோடு இருடா" என்று சொன்னதும் என்னவென்று அறியாமல் அவர் அலுவலகத்தில் அவரை இறக்கிவிட்டு வீதியில் நின்றேன்.

'டேய்... தர்மா உள்ளே தோட்டத்துல போய் உக்காரு'ன்னு சொல்லிச் சென்றார். குமிந்து நிற்கும் நிறைய மரங்கள், பூச்செடிகள் தழைத்திருக்கும் மத்தியின் இருந்த கட்டிடத்தின் உள்ளே சென்றார்.

வெள்ளைச் சுண்ணாம்பு பூசிய ஆங்கிலேயர் காலத்து வடிவம் தழுவிய பெரியமாளிகையில் மதியம் வெத்தலை மென்று சிவந்த உதட்டுடன் வெயியே வந்து என்னிடம் பொசுக்கு பொசுக்குனு எச்சில் துப்பிக்கொண்டே பேச்சுக் கொடுத்தார். மாரிமுத்துவைப் பற்றி அவரிடம் சொன்னேன். ஆச்சரியம் கலந்து 'ரிச்சா ஓட்டி மகன் முதுகலை படிக்கிறானா..?' கேள்வி அவர் உச்சி மண்டையில் புரட்டி, 'டேய்... எத்தனை வருசம் என்னை உன் ரிச்சாவில் சுமந்து வந்திருந்தே... ஒரு நாளும் உன் புள்ளைய கூட்டி வந்து காட்டலை... படிக்கிறான்னு சொல்லவே இல்ல... சரி படிப்பு முடிஞ்சதும் இங்க

வரச்சொல்லு. நம்ம இடத்துல அவனுக்குத் தகுந்த வேலை இருக்கு' என்றார்.

'ஐயா... அவன் அரசு உயர் அதிகாரியாகப் போகப்போறானாம்' என்று சொன்னதும். விர்ரென்று அலுவலகம் உள்ளே ஓடி,சில நிமிடத்தில் திரும்பி வந்து புஸ்பேர் அண்டு வானொலிப் பெட்டியை தூக்கி வந்து 'டேய்... தர்மா இதை உன் பையனுக்குக் கொடு... படிச்சா மட்டும் போதாது... நாட்டைப் பற்றித் தெரிஞ்சுக்கணும், இந்தப் பொட்டிக்குள்ள இருந்து எல்லாம் வரும், தெரிஞ்சுக்கோன்னு சொல்லு... அப்போத்தான் அரசு அதிகாரியா போனா... ரிச்சாக்காரன் புள்ள படிச்சு உயர்ந்து வந்தான்னு சொல்லுவானுங்க'னு ஓசந்த எண்ணத்தில் வானொலிப்பெட்டியைக் கொடுத்து 'நீ கிளம்பு... இன்னிக்கு நான் வெளியே போறேன். என் அம்பாசிட்டர் வரும்' என்று சொல்லி நிறைய பேட்டரிக் கட்டைகளை வாரிக்கொடுத்து அனுப்பினார்.

இந்தப் பெட்டிகூட என் புள்ளையை வளர்த்தது. அதான் ராவானா வெளியே போய் பொட்டியில் எதையோ தெரிஞ்சுக்கிறான். மகனுக்காக போட்ட படுக்கைக் காத்திருப்பதை இமை அசைவில் தர்மன் பார்த்து மனைவிக்காகப் பொய்யாக கண்களை மூடியிருந்தார்.

பச்சையம்மாளின் பார்வை தருமன் இமையசைவைக் கண்ட அலுப்பில் துணி துவைக்கும் பாறை கல்லிடம் உனக்கு இன்று இரவு வேலை தருவேன் அதை நீதான் கச்சிதமாக முடித்துத் தரணும் என்று பாறையிடம் பேசி இருந்தாள். பாறையும் இட்ட பணிக்காக விழித்தே காத்திருந்தது.

மாரிமுத்து, வானொலிப் பொட்டியில் பலதைத் தேடி நாட்டின் நடப்புகளை உள்ளங்கையில் சேர்த்து இந்த நாட்டின் பொருளாதாரத்தை தாம் படித்ததில் எடைபோட்டு வானொலிப் பெட்டியோடு அடையாற்றுக்கரை வெளியில் சென்று, மக்கள் துயரங்கள், இயற்கை இடர்களை மனை மங்கலம், ஏழை மாணவர்களுக்கு இளைய பாரதம் நிகழ்ச்சி கேட்பதில் எப்போதும் வேலையாகக் கொண்டிருப்பான். இவன் அதிகம் நேசித்தது 'வணக்கம்! ஆல் இந்திய ரேடியோ ஆகாசவாணி... செய்திகள்... வாசிப்பது சரோஜ் நாராயணசுவாமி...' ஒலிவந்தால் படித்துக்கொண்டிருக்கும் படிப்பை நிறுத்தி, செய்தி கேட்பதில் தூயவனாக இருந்து ஆகாசவாணி செய்திகள் வாசித்த சரோஜ் நாராயணசுவாமி சொல் முடியும்வரை நாட்டைப் பற்றி அறிய கேட்டிருப்பான்.

சிறுமனம் இளப்பாற வீட்டுக்கு வீடு வானொலிப் பெட்டிக்கருகே ஆவலுடன் குழுமியிந்திருக்கும் நேயர்கள் அனைவருக்கும்,

‘உங்கள் அறிவிப்பாளன் கே.எஸ்.ராஜாவின் அன்பு வணக்கம்’ என்ற பிரசித்தமான கணீர்க்குரல் தெறித்து அலையாக வந்ததும் மாரிமுத்து படக்கென்று செவியை அலசி விழிப்பான். ‘இது இலங்கை ஒலிபரப்புக் கூட்டு ஸ்தாபனத்தின் தமிழ்ச்சேவை அறிவிப்பு’ ஒலித்ததும் அவன் இதயத்தை வருடும் பாடல்களைத் தென்றலாக ரசிப்பான் மாரிமுத்து. பொம்மி விருப்ப அலைவரிசை மதியம் தென்றல், இருட்டு தொடங்கிய சிலமணியில் இலங்கை ஒலிபரப்பு கூட்டு ஸ்தாபனம் தமிழ்ச்சேவை இரண்டு ஒலிவரும் முன் வானொலிப் பொட்டி அலைவரிசை எண்களைத் தேடிச் சுற்றியதும், பொங்கும் பூம்புனல், நெஞ்சில் நினைவுகள் ஒலித்ததும் அவள் முகம் பூப்போல் மலர்ந்துவிடும்.

அதே அலைவரிசையின் இரவில் மாரிமுத்து வேறொன்றைத் தேடிக்கொண்டு இருந்ததால் அலைவரிசை எண்களை பொம்மி மாற்றி தமிழ்ச்சேவை இரண்டு இரவின்மடியில் இனிமை பாடல் தொடங்கியதும் மாரிமுத்துவைத் தெருவோரம் மெத்தைக்கு அழைத்துச் செல்வாள் பொம்மி.

பொம்மி ரசிக்கும் இரவின் மடியில் கேட்கும் நேரம் நெருங்கியனால் மாரிமுத்து விரைவு நடையில் தனக்காகக் காத்திருந்த படுக்கைக்கு ஓடிவருவான். நெஞ்சுத் துடிப்பில் அம்மா மேல் சாய்ந்து இருந்த பொம்மி மாரிமுத்து கால் படுக்கையில் மிதித்ததும், நத்தை நத்தை கொலுசைக் கழட்டி அம்மா தலையைத் தாங்கும் அழுக்குமூட்டை துணியின் கீழ்வைத்து, ஆங்காங்கு குரட்டை உச்சம் தொட்டிருந்த பொழுது இடையிடையில் மெல்ல பாவாடை இடராமல் கண்டை கால்களை வெளிக்காட்டி குறட்டைச் சத்தத்தைத் தாண்டி வந்து மாமன் படுக்கையில் படுத்து வானொலிப்பெட்டியை கண்ணொளி விலகாமல் இலங்கை ஒலிபரப்பு கூட்டு ஸ்தாபனம் தமிழ்ச்சேவை இரண்டு, இரவின் மடியில் வந்ததும் நேயர் விருப்பம் பல தூய தமிழ்ப் பெயர்கள் ஒலித்ததும், வேலியில் படர்ந்த கொடிகள் பூத்துச் சிரிப்பதாக மாமன் மார்பில் கைபோட்டு அவள் கண்கள் சொறுகி நிலவு ஒளியில் முகம் மின்னியதும், மாரிமுத்து இமை மூடி விரல் நுனிகள் மெத்தையை உரசித் தேய்த்ததும்,

என் அருமைக் காதலிக்கு வெண் நிலாவே
நீ இளையவளா மூத்தவளா வெண் நிலாவே…
கண் விழிக்கும் தாரகைகள் வெண் நிலாவே
உன்னைக் காவல் காக்கும் தோழியரா வெண் நிலாவே…
கன்னத்தில் காயமென்ன வெண் நிலாவே
உன் காதலன் கிள்ளியதோ வெண் நிலாவே…

பாடல் ஒலித்ததும் தன் மார்பைத் தழுவிய அவள் கைகளை விலக்கி அவள் கன்னத்தை மாரிமுத்து தடவிப் பார்த்தான். உன் காதலன் கிள்ளியதோ வெண்நிலாவே... மறுபடியும் ஒலித்ததும் மாரிமுத்துவை கண்ட நிலவு மேகங்களில் மறைந்து போனதும், இருளில் பொம்மி மாமன் மார்பில் முகம் பதித்து கலகலவெனப் புன்னகை அவன் நெஞ்சத்தைத் தழுவியதும் சில குரட்டைகள் விழித்து புன்முறுவலில் முழுகியதும் மொத்தப் புன்சிரிப்பு மற்றொரு இசையாக ஒலித்து பாடல் முடிவுற்று திரும்பவும் நேயர் விருப்பத் தமிழ்ப்பெயர்கள் ஒலித்து மறைந்ததும்,

பாவாடை தாவணியில் பார்த்த உருவமா

பூவாடை வீசி வர பூத்தப் பருவமா...

பாடலின் இனிமை அவளை அணைத்துக்கொண்டதும், சிறு வயதில் பாவடையில் திரிந்தபோது அவள் கன்னத்தின் வியர்வையில் ஒட்டி ஊறிய ஜவ்மிட்டாயை மாரிமுத்து எடுத்துச் சுவைத்ததும், மிட்டாயைவிட அவள் கன்னத்தில் ஒட்டியதால் இனிப்பு மேலோங்கி இருக்கிறது என்று சுவைத்து நின்றதும். அந்நினைவை நிறுத்தி, அவன் முகத்தருகில் முகம் வைத்துக்கொண்டு உதட்டைத் திறக்காமல் கண்ணிமையைத் திறந்து வழக்குப் பேச்சு மொழியில் மாமன் அழகை ரசிக்கும்போது வாவென்று கூறாமல் வருவது இல்லையா காதல்...

பாடல் ஒலித்ததும், மாரிமுத்து இமையசைத்து கண்கள் மிளிர்ந்ததும் பொம்மி கை அவன் மார்பை அணைத்துக்கொண்டது. குடிசை உள் பச்சையம்மாள் முனங்கல் சத்தம் மாரிமுத்து மார்பைத் தழுவி பொம்மி கைகளில் பாரமாக வந்து விழுந்தது. அவள் கைகளைச் சட்டென எடுத்துக் காலுக்கு இடர் தராமல் பாவடையை தூக்கி தெருவோரப் படுக்கை அறைகளுக்கு பாதகம் இல்லாமல் மெல்ல நகர்ந்து சென்றபோது கன்னிம்மாவின் உக்கிரப்பார்வை பொம்மிமேல் பட்டது.

பாவாடை தாவணியில் பாடல் முடிந்ததும் மாரிமுத்துவை திரும்பிப் பார்த்து தாவாணியை இடுப்பில் சொருகி, புரண்டு கிடக்கும் குரட்டை சத்தங்களைத் தாண்டி பொம்மி அம்மாவை அணைத்துப் படுத்துக் கொண்டாள். வெப்பம் தரித்த கங்கின் பார்வையில் பொம்மியை பொசுக்கி எடுத்தச் சாம்பலை அடையாற்றுக்கரையில் கரைக்கும் எண்ணத்தில் முத்தானையில் முகத்தை மூடி கன்னிம்மா சென்றதும் செவிலி நாய் கோரைப்பல்லை நீட்டி கன்னிம்மாவை உரசிச் சென்றது.

விடியலுக்கு முன் விழித்த பச்சையம்மாள் மகனுக்கு எருமைப் பாலைக் கறந்து தேனீரும், மதிய உணவை செய்து மகனிடம்

கொடுத்தாள். அம்மாவின் பாசத்தில் தருவியதை ஆசையில் பெற்று வாழ்வின் மாற்றம் அறிந்து அரசுத்துறை உயர் அதிகாரி உடையுடுத்தி வீட்டின் வெளிவந்து அடையாற்றுக்கரையை மாரிமுத்து பார்த்தான். சிறு மாற்றம் இல்லாமல் அடையாற்றுக்கரையில் ஓடும் நாற்றம் நீர் போல் மக்கள் நிலையும் இருக்கிறது. நம்மால் ஒரு மாற்றம் இங்கே நிகழும் என்று நினைவுகள் ஓடிக்கொண்டிருந்த பொழுது பொம்மி அவித்த முட்டையை எடுத்து வந்து நின்றாள்.

"அவன் வேலைக்குப் போகும்போது முன்னே வந்து நிக்கிறீயே... நல்ல காரியத்துக்குப் போகும்போது பூனை குறுக்கே வரக்கூடாது. யப்பா... தண்ணீய குடிச்சிட்டு போ" என சொம்பு தண்ணீர் அம்மா கொடுத்ததும் அழுக்கு கலந்த அம்மா வார்த்தையால் சொம்பு நீரை வாங்காமல் மாரிமுத்து விர்ரென்று கிளம்பிப் போனான்.

பொம்மி நடையை மறந்து ஓட்டத்தில் குடிசைச் சந்துகளில் விடியலில் தெளித்த சாணத்தில் விரைந்து ஓடி பிரதான சாலையில் மாரிமுத்து வந்ததும் மூச்சிறைத்து உள்ளம் கையில் இறுக்கி வைத்த முட்டையை நீட்டியதும் அவள் விரல்களை உரசிப் பெற்று சிகப்புநிற பல்லவன் பேருந்தில் பயணப்பட்டான் மாரிமுத்து.

விரிந்த பாவாடையில் கால்கள் பின்னாமல் ஆடி ஆடி வந்த பொம்மியைப் பார்த்து மாடுகளை ஓட்டி வந்த முருவப்பன் விழித்தடம் மாறும் ஒரு மாட்டை முதுகில் விளாசியெடுத்து, "நீ மாடு... மாடுங்க கூட்டத்துலதான் நீ போகணும். உனக்குனு தனிவழி இங்க இல்லை..." திரும்பவும் மாட்டை விளாசி மாட்டின் கூட்டத்தில் சேர்த்துச் சரியான வழித்தடத்தில் விரட்டியதாக பொம்மியை அனல்வீசும் பார்வையில் சுட்டெரித்தபோது மறுபடியும் பக்கை எருது வழித்தடம் மாறிச் சென்றது. அதை விரட்டி இந்த மாட்டைத் தொட்டிக்குத்தான் ஏத்தணும்... வாலை முறுக்கி எடுத்ததும், மாடு மிரண்டோடி மாடுகள் கூட்டத்தில் சேர்ந்து சென்றது.

மண்ணில் ஊன்றிய முலைக்குச்சியில் கட்டியிருந்த இரண்டு டெல்லி எருமைகள் மயங்கி விழுந்து, வயிறு இறுகிய நிலையில் தலை மண்ணில் சாய்ந்து, நுரை தள்ளி, கழிந்த சாணத்தில் துடித்திருந்தது. சின்னப்பொண்ணு கதறி அழுது,

"அய்யோ... என்னைச் சீராட்டி வளர்த்த மாடுங்கள் உசுர விடப்போவுதோ..." என்று மாட்டின் வாயைப் பிளந்து கதறியதும், மாட்டின் மூச்சு நிற்கப் போவதறிந்து ஊர் கூடி, சின்னப்பொண்ணு கதறும் ஒலியைக் கேட்டு சோர்ந்து நின்றார்கள்.

சுருட்டைக் கிழவி மாட்டின் கழிந்த சாணத்தை நுகர்ந்து விரலில் தேய்த்துப் பார்த்து, ''மாட்டுக்கு மயில்துத்தத்தை வெல்லத்துல வைச்சிகொடுத்திருக்கு... அதான் மாடு செத்துப்போச்சி... ஏய்பொண்ணே எழுந்துருமோ'' என்று சின்னபொண்ணின் தோளில் தட்டி உசுப்பியதும்,

''அய்யோ! பத்துபடி பாலக் கறக்குற மாட்டக் கொன்னுட்டானுகளே! இந்த மாட்டுகள வைச்சித்தான் என் பொண்ணு வாழ்க்கைய நம்பியிருந்தே... என் பொண்ணு யாருக்குத் துரோகம் பண்ணா..?'' மாட்டைக் கட்டியிறுக்கிக் குமிறி அழுதாள்.

எருமைகளையும் நாட்டுப் பசுக்களையும் கட்டிவிட்டு, முருவப்பன் சின்னப்பொண்ணு கதறலை ஓரக்கண்ணில் பார்த்து அப்பாவியாக நடந்து வர, வெடிக்கியும் முதல் பந்திக்கு வந்ததாக மாட்டைப் பறிகொடுத்த சின்னப்பொண்ணை அணைத்துக்கொண்டிருந்தபோது சுருட்டைக் கிழவி,

''ஏய் பொண்ணே... உன் மாட்டக் கொன்னவன நீ தேட வேண்டாம்...'' முருவப்பன் வருவதைக் கண்டு, ''தோ வரானே... அந்தத் தூம நேத்து இரவு உன் மாட்டுக்கு மயில் துத்தத்தை நசுக்கி வெல்லம் கட்டியில வைச்சி ஊட்டிவிட்டான். நான் வருரத்தப் பாத்து வைக்கப்புல்ல மேல போட்டு மறைச்சி குந்தினுயிருந்தான். நான் கிட்ட வருரத்தப் பாத்து எழுந்து இருட்டுல ஓடுனாண்டி..!'' உளவுப் பார்த்ததை ஊர் மத்தியில் சுருட்டைக்கிழவி இறைத்தாள். சின்னப்பொண்ணு, கழிந்த சாணத்தில் இருந்து அகோர தலை விரிப்புடன் ஓடி முருவப்பனைச் செவட்டித் தள்ளி, அவன் விறையில் மிதித்தெடுக்க, அவன் அலறியதும், கன்னிம்மா ஓடிவந்து தம்பியின் அரைக்கால் சட்டையை இறுக்கி சின்னப்பொண்ணைத் தள்ளி அவனை வெளுத்து எடுத்தாள்.

வெடிக்கி வியந்து கன்னத்தில் விரல் வைத்து கன்னிம்மவைப் பார்த்தாள். புரண்டு அழுத சின்னப்பொண்ணு மறுபடியும் எழுந்து முருவப்பனைப் புரட்டி விளா எலும்பை நய்யப் புடைந்து எண்ணிக்கொண்டிருந்தாள்.

''இந்தத் தூமையால எங்க மானம் போய் நாண்டுக்க வைக்கிறான்... பாவம் அவெ இந்த மாடு கறக்குற பாலவைச்சி உசரப் போவச் துடிச்சா... அந்த மாட்டை சாகடிச்சிட்டானே..!'' கன்னிம்மா கத்தி, ஆடி சின்னப்பொண்ணை விலக்கி, முருவப்பன் கழுத்துத் துண்டை இறுக்கி முகத்தில் குத்தி கை அச்சைப் பதிய வைத்தாள். கூடிய ஊர்ச்சபை,

கன்னிம்மா மகன் அம்பேத்குமார் வருவதைக் கண்டு அச்சம் தரித்து விலகி நின்றார்கள். வெடிக்கி அலறி ஓடி கன்னிம்மாவை இழுத்தாள்.

சில தோழர்களுடன் அம்பேத்குமார் வந்ததும் அனைவரும் விலகி தலை கவுந்து நின்றார்கள். சின்னப்பொண்ணு அம்பேத்குமார் காலடியில் மண்டியிட்டு ''இந்த மாடுகளை வைத்து என் மகள் வாழ்க்கையைத் தேடியிருந்தேன்'' என்று கதறியதும், அம்பேத்குமார் அவரைத் தூக்கி நிறுத்தினார்.

மாமா முருவப்பனை முறைத்து, சில வார்த்தைகளைப் பண்பு முறையில் பேசி, ''பத்துபடி பால் கரக்கும் நம் இரண்டு எருமை மாடுகளை அவித்து வரச்சொல்லுங்க... மாமா தப்புக்கு நான் மன்னிப்புக் கேட்கிறேன்'' என்று சின்னப்பொண்ணைக் கட்டியணைத்தார்.

''நீ கவலைப்படாதடி... உன் அக்காவா நான் உன்னோடு இருப்பேன்'' என்று கன்னிம்மா விசும்பியதும், முருவப்பன் இரண்டு எருமை மாடுகளோடு வந்தான். அம்பேத்குமார் மாட்டை சின்னப்பொண்ணிடம் கொடுத்துவிட்டு நகர்ந்தார்.

''நான் இருக்கும்போது எந்தக் காலத்திலும் கவலைப்படாதேடி... இது உன் மாடு புடிச்சிக்கோ'' என்று மாட்டின் கயற்றை கன்னிம்மா அவளிடம் கொடுத்ததும், வெடிக்கி நிலையறியாமல் வெறித்து நின்றாள்.

''இவெ இந்தக் குடும்பத்தை என்ன பண்ணப் போறாளோ..!'' சுருட்டை உள் வெளிப்பாட்டை வெட்டவெளியில் கழற்றி வைத்ததும்,

''கெழவி... உன்துதான் சுருங்கிப் போச்சே... நீ ஏன் எங்ககிட்ட மல்லுக்கட்டுறே... கன்னிம்மா எவ்வளவு நல்லவ தெர்மா...'' வெடிக்கி கை வீசி வீசி சுருட்டையைச் சொற்களில் குத்திவிட்டுச் சென்றாள்.

முருவப்பன் வேப்பமரத்தடியில் தலை தொங்கி அமர்ந்திருந்தான். அங்கே வந்த கன்னிம்மா ''டேய்... எத்த செஞ்சாலும் பக்குவமா செய்யத் தெரிஞ்சவன்தான் ஆம்பள...'' இரண்டு மாட்டை இழந்த கனைப்பில் தம்பியைச் சொல்லில் விசும்பி எடுத்தாள்.

''நாந்தான் ஆம்பளை இல்லையே... அப்புறம் எதுக்கு அல்லார் எதிரிலும் தம்பினுகூட பாக்காம வெளுத்துக்கட்டின..?''

வெடிக்கி உள் நுழைந்து, ''டேய்... உன் அக்கா நுழையலன்னா நீ மூத்திரம் பெய்யக்கூட உறுப்பு இல்லாம சின்னப்பொண்ணு மிதிச்சி தொவச்சி எடுத்திருப்பா...''

முருவப்பன் தலை கவுந்ததும், கன்னிம்மா சாராயத்துக்கு சில்லரையை தம்பியிடம் கொடுத்து 'நம்ம தோல்வி ஊர்த்திரையில்

மின்னிவிட்டது' என்று கைகளை வீசிச் சென்றதும் செவிலி நாய் கோரைப் பல்லைக் காட்டி கன்னிம்மாவை உரசிச் சென்றது.

சில மாதங்களை, நாள்காட்டி ஏடுகள் நகர்த்தியிருந்தபோது, பயத்தில் தனியொருத்தியாக பச்சையம்மாள்,

''மவென் உசந்த இடத்துல வேலையில் இருந்து பேருந்தில் போகுறவனுக்கு அரசு ஜீப்பு கொடுக்கப் போறாங்களாம். இந்த நாத்தம் புடிச்ச இடத்துல இருந்து அவன் போர்த்து பங்கமாக இருக்கும்...'' கருப்பாயிடம் மனவெளியைக் காட்டினாள்.

''அவென் ஒருத்தன்தான் இம்மாம் பெரிய படிப்பு படிச்சான். அவென நம்பி இந்த ஊரே காத்து இருக்கு, அவென் நல்லா இருந்ததானே ஊரு நிமிர்ந்து நிக்கும். இனிமே இங்க இருக்காதடி... புள்ளைய கூட்டினு வெளியபோய் கௌரவமா இருடி... பெறவு பொம்மிய மாரிமுத்துவுக்கு ஊரே மெச்சிக்கிற மாதிரி கட்டிவைச்சிட்டு, நம்ம வேல முடிஞ்சிதுனு ஊர்ல வந்து குந்தி கெடப்போம்.''

வெடிக்கி ஆசையுடன் பவளாவில் பச்சயம்மாளை நெருங்கி இணக்கம் பட்டதும், சாண வாசத்துடன் எருமைக்கன்றைப் பிடித்துவந்த கன்னிம்மா,

''ஆமாடி... இவெ கிட்ட எத்தச் சொன்னா கேக்குறா... புள்ளைக்கும் ரிச்சாக்கரனுக்கு நடுங்கி கிடக்குறா... இவெ பவுச உருட்டி அதுங்களை கைக்குள் வைச்சிக்க தெரவசுயில்ல...'' உள் அர்த்தத்தை வெடிக்கியிடம் கன்னிம்மா உடைத்ததும்,

''இவெ சின்னப்பொண்ணுக்குப் பயப்படுறா... அவெ அண்ணன் பையன வளர்த்துப் படிக்க வைச்சதால பொண்ணுக்குக் கட்டிவைக்க அவெ துடிக்கிறா... இன்னிக்கோ, நாளைக்கோ பொண்ண உன் மவனுக்கு கட்டி வைக்கதான் போறா...'' கருப்பாயி மெய்யை அளந்ததும், ''யம்மா... எனக்கு எதுக்கு ஊர் வம்பு... எது நடக்க போவுதோ அது நடக்கட்டும்...'' புதுப்பொலிவை விதைச்சி புசுக்கென எருமைக் கன்றை இழுத்து கன்னிம்மா நகர்ந்து போனதும்,

''அவெ சொல்லுறத்து தெய்வ வாக்கு... உன்கு புள்ள வேணும்னா அத்த செய்யுடி...'' என்று வெடிக்கி உறவைத் துண்டுபோடும் சொற்களில் பச்சையம்மாள் நடுமண்டையில் நங்குரமாகப் புதைத்து அவளும் நகர்ந்துபோனாள்.

மண்ணில் ஊன்றிய மரத்துண்டில் மாடுகள் கட்டியிருக்க, பிறந்த கன்று சிலநாட்களில் இறந்ததும் பாடம் போட்டு தைத்து இருந்த கன்றைப் பார்த்த தாய்மாடு கன்றை அழைக்கும் குரல் பலதடவை ஒலித்துக்கொண்டிருந்தது.

பாரத்தைக் கைவண்டியில் இழுக்கும் வழக்கு அரசு தடையிட்டதும், பளுவை முதுகில் சுமந்த வலி மறைய மனைவியின் கிழிந்த புடவைகளில் படுக்கையமைத்து உடல் வலியைப் போக்க மனைவிமாரைக் கட்டியணைத்து பளுதூக்கிகள் உருண்டு கிடந்தார்கள். பொம்மி மாமன் வருகை சுவடுக்குப் பார்வையொளியை விசாலமாக்கி இருந்தாள். பயிற்சிக் கால பணி பளு அதிகம் இருந்ததால் இருள் கடந்து மாரிமுத்து வருவதை அறிந்து பொம்மி ஓடிவந்து நின்றாள். அரசுக் கோப்புகளை தர்மன் வாங்கிச் சென்றதும். அம்மா செம்பு தண்ணீர் கொடுத்ததில் உடம்பை அலசிச் திரும்பியதும், பொம்மி சிறு புன்முறுவலைக் கண்டுணர்ந்து பதில் சிரிப்பு பொழிந்ததும்,

''டேய்... பொழுதெல்லாம் ஓய்ச்சி களைச்சி வந்திருக்கே... போய் சாப்பிட்டு உ ன்வேலையைப் பாரு...'' பச்சையம்மாள் குரல் வந்ததும், பொம்மி குரல் வெளிப்பட வாய்ப்பு இழந்து குலுங்கி விரைந்தோடி அம்மாமேல் சாய்ந்து, நெருங்கிய உறவு இடைவெளி தருவதை உணர்ந்து, இரவுத் தூக்கம் இழந்து சுற்றிடத்தில் பீறி வரும் குரட்டைச் சத்தங்களுடன் வீட்டின்முன் உருண்டு அழுது தேம்பல் சிறுகச்சிறுக உயர்ந்து கூரையில் மோதி குரட்டைகளுடன் சேர்ந்ததும், சின்னப்பொண்ணு மிரண்டு எழுந்து அலறினாள்.

தெருயோரம் உறங்கியவர்களும் விழித்து குமிந்துவிட, ஓடிவந்த கன்னிம்மா சினம் கொண்டவளாக சின்னப்பெண்ணு கையைப் பற்றி மாரிமுத்து வீட்டிற்கு வந்தார். உறக்கம் கலைந்த கூட்டம் நவீன அடவுக்கு கண்களைக் கூராக்கி அகல இடம்பிடித்து நின்றார்கள்.

இரவு ஊர்கூடியதால் ஊர்ச்சபையில் கன்னிம்மா, கருப்பாயி, வெடிக்கி முன்னிலை வகுத்தார்கள். எதிர்தரப்புவாதியாக சின்னப்பொண்ணு, பக்கிரியும் இருக்க, பொம்மி கரம் பிசைந்து தீர்ப்புக்கு முழித்தபோது, ''உயர் பதவி வகுத்த என் மகன் அடையாற்றுக்கரையில் இருந்து அலுவலகம் போவது அவன் தகுதிக்கு ஒப்பானதல்ல. அது பங்கமாக இருக்கிறது. தகுதி பார்த்து இருப்பது என் புள்ளைக்குச் சரியாக இருக்கும்'' பச்சையம்மாள் விவாதத்தை ஊர்ச்சபை முன் வைத்தாள்.

ஊர்க் குடிகள் மிரண்டு விழித்தபோது, ''மகனைக் கூட்டிக்கொண்டு உங்கள் விருப்பத்தில் வெளியே போகலாம்'' என்று ஊர்ச்சபை அங்கீகாரப் பத்திரம் வழங்கியது. முகம் மலர்ந்து பச்சையம்மாள் மகிழ்வை உதட்டில் காட்டி நகர்ந்தாள். பொம்மி எச்சலனமும் இல்லாமல் மௌனியாகச் சென்று மாமனுக்குக் கன்னிமுட்டை கொடுத்து மாண்டுபோன கீரிப்பெட்டையை முருங்க மரத்தடியில்

புதைத்த இடத்தில் நியாயம் கேட்டு இரு கைகளை வானுயரம் நீட்டி உரக்கக் கத்திக்கொண்டிருந்தாள்.

மேகங்கள் பொம்மி சத்தத்தில் ஒன்றுடன் ஒன்று மோதி புது ஒலியை பிழிஞ்சி பொம்மி மேல் பாய்ச்சியதும், மொம்மி மாரப்பு விலகி சத்தத்தில் மௌனியாகச் சிதைந்து, மறைந்த கீரிப்பெட்டையை எழுப்பிக்கொண்டிருந்தாள். கன்னிம்மா ஓடிவந்து பொம்மியைத் தூக்கியணைத்து, ''உன் மாமன் திரும்பி வந்து உனக்கு முடிச்சிப் போட்டு அழைத்துப் போவான். அவனுக்கு நீ வாரிசுகள் பெற்றெடுத்து உயர்ந்து நிற்கப் போகிறாய். உன் மாமன் வாரிசுகள் உலகம் தழுவிப் பேசப் போகிறார்கள். அதுவரை உன் கலக்கத்தை ஆத்தில் ஓடும் நீரில் கலக்காமல் இறுதிவரை அடையாற்றுக்கரையில் சுத்திக்கொண்டு இரு'' என்று ''இதற்கானத் தீர்ப்பை ஊர்ச்சபை ஒப்புதல் கொடுத்தது'' என்று தன்நிலை விளக்கமாக வாய்ஜாலத்தை பொம்மி மேல் போர்த்திவிட்டு கன்னிம்மா போனதும், சின்னப்பொண்ணு தன் மகளை அழைத்து ஒப்பாரி ஓலத்தை உள்ளடக்கி, மாண்டவள்போல் பேச்சற்றுப் போனாள்.

பச்சையம்மாள் ஊர் விழிக்கும் முன் விடியலில் எழுந்து மாரிமுத்து புத்தகங்களை மூட்டையாகக் கட்டி ரிச்சாவில் கிடைத்த இடத்தில் வைத்தாள். வீட்டில் பெரும் பொருள் இல்லாததால் பச்சையம்மாள் தலைக்கு ஒரு மூட்டையும், சின்னப்பொண்ணு, பக்கிரி தலைக்கு ஒரு மூட்டை மண்டைமேல் ஏறியதும், அடையாற்றுக்கரையில் இருந்து விடுதலை பெற்று நகர்ந்தபோது துணி துவைக்கும் கல் பச்சையம்மாளை முறைத்துப் பார்த்தது. அந்தக் கல்லிடம் 'மன்னித்துக்கொள்... அவன் உயிருக்கு ஆயுள் இன்னும் அதிகம் இருக்கு. அதனால் உனக்கு வேலைதர முடியாமல் போய்விட்டது' என்று அந்தக் கல்லைத் தடவி அதுக்கும் இறுதி விடைக்கொடுத்து அடையாற்றுக்கரையைவிட்டு பச்சையம்மாள் நடையைக் கட்டினாள்.

அடையாற்றுக்கரை நீரும் சலசலப்பின்றி அமைதி தழுவியது, வீசியக் காற்றும் ஆங்காங்கு நின்று அனல் காற்றாக மாறிப்போனது. மாரிமுத்து நெஞ்சலை சண்டையில் உருண்டு புரண்டு, 'இத்தோடு இந்த மண் புலர்வதைப் பார்ப்பேனா... ? இங்கே தவழ்ந்த உறவுகள் என்னோடு இனி ஒட்டி நெடுநாள் இருக்குமா..? உணர்வோடு இந்த மக்களை வரும்காலத்தில் நான் உயர்த்துவேனா..? காலமெல்லாம் நாற்றம் அடிக்கவைத்த இந்த மக்களின் மேல் படிந்திருக்கும் அன்னிய அழுக்குகளை நான் களைப்பேனா?' மாரிமுத்துவின் உள்ளலைகள் வினாவில் துளைத்தன. 'அடையாற்றுக்கரை துர்நாற்றம் அடித்தாலும் ஒட்டி உறவாடிய மனிதர்களை வெள்ளையன் காட்டிய கருணையைவிட

என் ஒறவை நான் மாற்றுவேன்' என்று மாரிமுத்து மனசாட்சி துளைத்த கேள்விக்குப் பதிலை உரைத்ததும், அடையாற்றுக்கரை நம்பிக்கையில் மாரிமுத்துவை வழியனுப்பி வைத்தது.

சின்னப்பொண்ணு மாரிமுத்து தோளில் கைவைத்து நடந்துசென்று சைதாப்பேட்டையைக் கடந்து, மேற்கு மாம்பலம் அருகில் கல்லால் உயர்ந்த புதிய வீடு வந்தது. புதிய இடத்தில் உறவுகள் கட்டிப் புரண்டு தவழ்ந்த பொழுது வீட்டை விட்டு பச்சையம்மாள் வேற்றுச் சாயத்தை உடலில் பூசிக்கொண்டு தனித்து வெளியே நின்று புதிய இடத்தை வெறித்துப் பார்த்திருந்தாள்.

பச்சையம்மாள் சில காலம் சுற்றிடங்களில் சுழன்று உழன்டெழுந்து புதிய இடத்தவளாக பல வண்ண சாயங்களைப் பூசி மாற்றளாக தன்னைப் பரிணமித்துக்கொண்டாள். அண்ணன் மகனைப் பிரிந்து வாடும்போது மாரிமுத்து விடுமுறை நாளில் அவன் நா சுவையை அறிந்து சக்கை சக்கையாக மாட்டிறைச்சியும், பாணைக்காரியிடம் மட்டி வாங்கி சமைத்து அக்கம் பக்கம் உள்ள கல்லு வீடுகளுக்கு கவுச்சி வாடை படாமல் பல நாள் மாரிமுத்துவுக்கு கொடுத்தாள் சின்னப்பொண்ணு. அத்தை கையால் ஊறிய கவுச்சியை உண்டு மகிழ்ந்ததை ஏற்காத அம்மா, பல வேர்களாகக் கிளை பரவி அழுத்தமான வேலையை செய்யத் தொடங்கினாள்.

மதியம் அடையாற்றுக்கரை அமைதி பெற்று சனத்திரள் குழம்பாத நேரத்தில் பச்சையம்மாள் அங்கு சென்று கன்னிம்மா, வெடிக்கியைச் சந்தித்துத் தள்ளாடும் தேகமாக தன்னைப் பாவலா காட்டி குமிறிக் கிடப்பதாக உரைத்து வருவாள். பதிலுக்கு இருவரும் அவரை அணைத்து வஞ்சம் தீர்க்கும் சொல்லாடலைப் பிணைத்து அனுப்பி வைப்பார்கள்.

''என் அடையாற்றுக்கரையை என்னால் காணாமல் இருக்க முடியவில்லை என்பதால் என் அலுவலகப் பணி முடிந்து சில தினம் பார்த்து, என் கையை அணைத்து வருடி வருவேன். அம்மாவுக்கு வாழ்ந்த இடம் வேறாகத் தெரிந்தது. எனக்கு நான் வாழ்ந்த நிலையில் மட்டும்தான் மாற்றம் அடைந்தேன்.

சமூகத்தில் உயர் நிலையில் நான் குடிகொள்ளவில்லை. இந்த உயர்வு சிறுதுயர் துடைப்பு என்பதை நான் உணர்ந்தபோது என் பதவி அம்மாவுக்கு வேறுவிதமான உயர்வு தெரிந்தது. என்னை வளர்த்த அத்தையும், பலர் மலம் அள்ளி கொட்டியதில் பெற்ற கூலியில் பனியாரம் வாங்கிக்கொடுத்த பக்கிரி மாமாவும், என்னை நேசித்து, என் தேவையறிந்து அனைத்தையும் செய்து, என்னை இறுக்கி வாழத்துடிக்கும்

பொம்மியையும் வேறு உறவைச் சார்ந்தவர்கள் என அம்மாவுக்கு உதயமாக்கியது. அதற்கு பரிகாரமாகச் சொந்தத்தை ஆழ்குழியில் புதைக்க பல இடத்தில் எனக்கு பெண் பார்த்து அம்மா திரிந்திருக்கிறார்.

அப்பா இனி ரிச்சா ஓட்டக் கூடாது என்றதால் அதைப் பிரிய மனமில்லாமல் இரவு முழுக்க ரிச்சாவில் அமர்ந்து உறக்கத்தைக் கழித்த நேரம், ''டேய்.. செல்வம் நீ எத்தனையோ அய்யாமார்களை அவசர அழைப்புக்கு அவர்களைச் சுமந்த சுமைதாங்கி கல்லாக இருந்தே... உன்னை என்னால் பிரிந்திருக்க முடியாது. உன்னை என் மகன் விருப்ப ஓய்வுக் கொடுத்துவிட்டான். நீ எனக்கு மூத்த மகன்...'' என்று இரவு தூக்கமின்மையில் புலம்பலை ரிச்சாவிடம் கொட்டி விடியல் எப்போ வரும் என்று விழித்து விடியலுக்கு காத்திருந்தார். விடிந்ததும் செல்வத்தைக் குளிப்பாட்டி, ஒரு தெரு சுற்றும்போது தமக்கு இன்னும் மூதிர் வயது வரவில்லை களிப்பில் தர்மன் மிதியடியில் வேகத்தைக் கூட்டி தினம் செல்வத்தோடு சுற்றி வந்தார்.

பச்சையம்மாள் பகல், இரவை ஒன்றிணைத்து நீரலையில் முழுகிய தோணியாகத் தூக்கத்தை வேற்றிடத்தில் புதைத்து அமர்ந்திருந்தார். ''எதுக்கும்மா தூக்கத்தத் தொலைத்து இரவை இப்படிக் கழிக்கிறே...'' என்று மகன் வினாவியதும், ''உன்கிட்ட எதையும் என்னால் பேச முடியவில்லை...'' என்று வார்த்தை வழிந்து வந்ததும் மாரிமுத்து அம்மாமேல் கையணைத்து உருகும் சொற்களைப் பதித்தார்.

மகன் விடுபட்டுவிடுவான் என்ற பேதமையில் பச்சையம்மாள் புதைந்த மனதைத் திறந்தார்... ''நாம வாழ்ந்த இடம் இனிமே வேண்டாம்பா... அந்த வாழ்க்கையில் இருந்து நீ விடுபடணும்... நாம வாழ்ந்த அந்த அழுக்கைப் புதைச்சுட்டு நீ திரும்பி வந்துடு. உனக்குப் பெண் பார்த்துட்டேன். அவெ பியூசி படிச்சவளாம்... லச்சனமா இருக்கா. காமாட்சினு தெய்வத்தோட பேரு கொண்டவள். நம்ம தெயவத்தோட பெயரில்லைனு நினைக்காதே... அவெளக் கட்டிக்கினால் நீ இன்னும் மாறுவேடா...'' என்று உறவை ஒதுக்கும் சீட்டைப் பிரித்து மகன் மனதில் குடிக்கொள்ள முயன்றாள்.

மாரிமுத்து பேச்சற்று அம்மா மாற்றாள் சிந்தனையில் தன்னை வளர்த்துக்கொண்டார். அவரிடம் இனிபேச முடியாது. என் படிப்பு முடிந்ததும் சுயநலம் சுழன்று வந்து சொந்தம் வேணாம்னு அம்மா முடிவெடுத்ததை நான் அறிந்தேன். அதைப் பற்றி அம்மாவிடம் பேச்சு எடுத்தால் உறவு விரைவில் பிரிவாகிவிடும் என்று உணர்ந்து, அம்மா வேணுமான்னு நான் தீர்க்கமாக முடிவு எடுக்கவேண்டும் தருவாயில் உயர் அழுத்தத்தில் நான் உறங்கிப்போனேன்.

அம்மாவின் ஆசைக்கு நான் இணக்கம் கொள்ளாததால் அவர் என்னைச் சுழன்றுச் சுழன்று பின்தொடர்ந்து இருந்தார். அம்மா கருப்பையில் நான் உறங்கி விழிக்கும்பொழுது அம்மா தொப்புள் கொடியில் நான் உணவு உண்டதால், அம்மாவை இழக்க எனக்கு மனம் அனுமதி தர மறுத்தது. என் வாழ்நிலையில் துயரமென்றால் என்னவென்னு திரையமைத்து ஊர் மத்தியில் என்னை உயர்த்தி நிமிர வைத்த என் அத்தையையும் இழக்க என் மனம் அனுமதிதர மறுத்தது. எனக்கு இரட்டைச் சூரியனும், இரட்டை நிலவும் என் பார்வையில் ஆர்ப்பரித்திருந்தது. எனக்கு மட்டும் வாழ்வின் கருவறை இரண்டாக இருந்ததால் நான் எந்தக் கருவறையில் தஞ்சம் அடைவதில் குழப்ப நிலையில் சுழன்று அலுவலகம் செல்வேன். என்னை அறிந்துகொள்ள என்னால் முடியாமல் துவண்டு அலுவலக கோப்புகளைப் பார்த்திருப்பேன். அம்மா தொடர்ந்து நினைவின் உள்ளே வந்து போவதைப் பார்த்த பார்வை, என் கோப்புகளைவிட அம்மாவைப் பார்த்த நினைவுகள்தான் அதிகமாக இருந்தது. அம்மா எதையோ திணிக்க முற்படுகிறார் என்பது மட்டும் எனக்குப் புலப்பட்டு அவர் அருகில் செல்வதை நான் நெடுநாள் தவிர்த்தேன்.

மகனுக்குப் பெண் பார்ப்பது தர்மன் அறியாமல் நடப்பதால்; தர்மன் ஒருமுடிவை எடுத்து மனைவி மறைந்தாலும், மகன்மேல் உள்ள பேரானந்தம் குறையாமல் மனைவியை மறைப்பொருளாக மாற்ற தடித்த பழம் இரும்புச் சுத்தியை செல்வம் (ரிச்சா) உள் அறையில் துருப்பிடித்ததை இருளில் எடுத்து, அதன் அடித்தளத்தைப் பளபளக்க தேய்த்தெடுத்து, கையில் அதன் கனத்தை அளந்து, 'ஒரு அடியில் மனித மண்டை பிளந்துவிடுமா' என்று ஒத்திகை பார்த்தபோது ஓ... ஹும்... ஹும்... அகோரச் சத்தம் வீட்டினுள் இருந்து காற்றில் கலந்து வந்து தர்மன் மேல் இடித்தது. அவர் நடுக்கத்தில் பதறி வீட்டின் உள்ளே ஓடிப் பார்த்தார். பச்சையம்மாள் தலைவிரிக்கோலத்தில் கைகள்மேல் உயர்த்தி கால்கள் விரித்து ஆடி ஆடி சத்தம் மேல் துழாவி,

''டேய்... இந்த வீட்டில் கயூப்பு வைச்சிருக்கு... கெட்டது நடக்கப் போவுது... உயிர் காவு கேக்குதுடா... சொந்த ரத்தம் சிதறப்போவுது...'' பச்சையம்மாள் கால்கள் தொப் தொப் என மிதிப்பட்டதும், தரையதிர்ந்து 'அய்யய்யோ... சுத்தி எடுத்து வைச்சது சாமிக்குத் தெரிந்து இருக்குமோ...' நடுக்கத்தில் பிதுங்கிய தொப்பையை ஆட்டிய தர்மன் ''சாமி நீயாரும்மா..?'' என்று அச்சத்தில் கை கூப்பி நின்றார்.

''டேய்... என்ன யாருனு தெரியாதா..? என் கொலசாமி வந்திருக்கேன்...''

''அய்யோ... இவெ குடும்பமே வந்து கொல்லுதே... இவெ ஆத்தாக்காரி செத்து அதை குலச்சாமினு இன்னும் கும்பிட்டுனு இருக்காளே... அது நம்ம ஒறவ தொலைக்க வந்திருக்கு தர்மன் மன புலம்பலில்...

''யம்மா... உனக்கு என்ன வேணும்..?''

பச்சையம்மாள் தலை விசும்பி செவட்டி ஆடினாள். தர்மன் குலை நடுக்கத்தில், செல்வம் மேல் வைத்த சுத்தியைப் பார்த்ததும் கால் கட, கடவென ஆடியது.

''இந்த வீட்டுல ஆவி குடிக்கொண்டு சுத்துது... புழுத்துப்போன ஊர் கண்ணுப்பட்டுக் கெடக்குது... இரத்தம் வேணுமாம்... இந்த வீட்டுல உயிர் காவு கேக்குது... இந்த வீட்டுப் பையனுக்கு நடக்கும் நல்லத தடுத்து அவன் ஆத்தாவே கழுத்தறுக்கப் போறாங்கடா... அந்த ரத்தத்துல இந்த வீட்ட நனைக்கப்போறாங்க...'' என்று பச்சையம்மாள் நாக்கை நீட்டிக் குழறும் மொழியில் உதிர்த்தது.

''அம்மா நாங்க என்ன செய்யணும்..?'' என்று தர்மன் அச்சத்தில் கை இறுக்கி சாமியைப் பார்த்துக் கேட்டார்.

''இந்த வீட்டுல இரத்தம் நனையத் துடிக்குது... பரிகாரம் பண்ணனும்... இந்த வீட்டு வாசல்ல யார் யார் கால் பட்டதோ, அந்தப் பாதம் பட்ட இடத்துல கரும் சேவல அறுத்து இரத்தத்த தெளிச்சிவிடுடா... தெளிச்சிவிடு..!''

மயக்கநிலை வந்து பச்சையம்மாள் விழுந்ததும், தர்மன் ஓடி திருநீரை அள்ளி மண்டையில் தெளித்து நெற்றியில் பூசினார்.

குலசாமிக் குரலைக் காதில் எட்டவிடாமல், அரசுக் கோப்புகளில் பச்சை வண்ணக் கையொப்பம் இட்டு இருந்தார் மாரிமுத்து. தர்மன் மகன் அறைக்குச் சென்று அவரைப் பார்த்து விறுவிறுவென வெளியே வந்து செல்வத்தைப் பார்த்து அவளுக்குப் புத்தி கழன்றுவிட்டதை அறிந்து சுத்தியலை எடுத்துக் கைப்பிடியைத் தரையில் அடித்து இறுக்கிச் சரிசெய்து உள்ளே வந்தார். கடைநிலைக்காரன் ஒருவன் உயர்ந்த இடம் போனால் அவன் மோப்பம் அறிய பல நுகர்வுச் சந்துகள் பின்தொடரும். உயர்ந்தவன் அது தெரியாமல் அவன் வேலையில் சுற்றித் திரிவான். இதையறியாமல் பச்சையம்மாள் பல இரவில் மாரிமுத்துவைத் துவளும் வரை காய்ச்சிய இரும்புக் கம்பியில் துளையிட்டு உறவைப் பிரிக்க நசுக்கிக்கொண்டிருந்தாள்.

'என்னை வாழ வைக்க ஊர்ச்சுற்றி அலைந்து உயரத்துல பாக்க வைச்சது அத்தைதான்' என்று அடையாற்றுக்கரை நாவுகள் உரக்கச்

சொல்லும். அத்தை ஊர் அறியாமல் பொம்மியை என் மனதில் புதைத்தார். எனக்கு அத்தை, பொம்மி தவிர வேறு யாரும் வேணாம்... என்னோடு நீயும், அப்பாவும் சேர்ந்து இருக்கலாம். அதுதான் என்னுடைய வசிப்பிடமாக இருக்கும். நெடும்காலம் தழுவிய ஆசையை அழுத்தமாக அம்மாவிடம் குழிதோண்டிப் புதைத்தேன்.

'மகனின் கணக்கு சரி' என்று தர்மன் ஆதரவுக் கரம் நீட்டி, பச்சையம்மாளிடம் ''நீ போய் அமைதியா தூங்கு... ஒருத்தருக்கு ஒரு இரவும் நிரந்தரமல்ல, பொழுது விடிஞ்சால் யார் இருப்போம்னு யாருக்கும் தெரியாது. நீ கூட இருப்பியானு தெரியாது!'' என்று தர்மன் சொல்லி வெளியில் வந்து செல்வத்தைப் பார்த்தார். தடித்த சுத்தியின் பாரத்தை அளந்து ரிச்சா மேல் படுத்து, மனைவி கூறிய 'இந்த வீட்டில் இரத்தக் காவு கேக்குது' என்பதை நினைவில் நிறுத்தி சுத்தியோடு விழித்து இருந்தார் தர்மன்.

விடியலை வரவேற்கும் சேவலுக்கு முன் எழுந்து, மகனுக்குக் கறந்த பசும்பாலில் தேனீர், காலை, மதியம் விதவிதமாக ஒரு அதிகாரிக்கு வழங்கும் உணவு செய்து தரும் கைகள் துவண்டு கிடந்தன. விடிந்த சூரியன் வீட்டினுள் வந்தது. பச்சையம்மாள் அசைவற்று படுக்கையில் கிடந்தார். மாரிமுத்து விரைவில் தயாராகி அம்மாவைப் பார்த்தார். முகம் சேலை மடிப்பில் மூடியிருந்தது. அவர் சிறு அசைவும் இல்லாமல் ஜடமாகக் கிடந்தாள். மாரிமுத்து அம்மா அருகில் அமர்ந்து மனத்தயக்கத்தில் குலசாமி சொல்லான 'இந்த வீட்டில் உயிர்க்காவு கேக்குது' என்ற சொல் நினைவில் வந்து மாரிமுத்து அம்மா மேல் விரல்கள் தழுவிப் பயத்தில் எழுப்ப முயன்றான்.

தலை சிறிது அசையுற்றதும் மனம் பொங்கி, அவரை மகிழ்வில் தூக்கி அமர வைத்து ''அலுவலகம் செல்கிறேன்'' என்று தினம் சொல்லும் வழக்கைக் கூறினான். ''நான் உனக்கு அம்மா இல்லை... போடா போ... திரும்பி வரும்போது மாலையோடு வா... உன் அம்மா படுத்திருப்பாள், மாலையை மகன் சார்பாக போட்டுடு... நீயும் உன் அப்பனும் ஆசையை நிறைவேத்திக்குங்கடா..!'' என்று மனநெளிவில் இறுதி மூச்சாகப் பறைசாற்றியதும் மாரிமுத்து அவர் தலையை மார்பில் சாய்த்து ''அம்மா நான் உன் மகன்... எனக்கும் உன் வலி தெரியும். உனக்கு மாலை வாங்கிவரும் மகனாக நான் இருக்கமாட்டேன்... எல்லோருக்கும் பொதுவான முடிவை சாய்ந்திரம் நான் சொல்கிறேன்'' என்று எழுந்து நடந்ததும், ''நீ போ... நான் இருந்தால் வந்து உன் முடிவச் சொல்லு...'' என்று அம்மாவின் உதடு திறந்தது. மாரிமுத்துவின் கால்கள் வீட்டை விட்டு நகரத் தாமதித்தது.

‘அலுவலகக் கோப்பு நிறைந்து உன் கையொப்பத்திற்காகக் காத்துக் கிடக்குது’ என்று அவர் மனம் சொல்லியதும், மாரிமுத்து கால்கள் வீட்டின் வாசற்படியைத் தாண்டிச் சென்றன. பல அரசுக் கோப்புகளை தர்மன் ஜீப் ஓட்டுனரிடம் கொடுத்துவிட்டு வந்தார். மாரிமுத்து செல்வத்தைத் தொட்டுப் பார்த்து, இமையசைவில் நீர் தேங்கி, ‘இந்தப் பதவியை எனக்குக் கொடுத்ததில் நீயும் ஒருத்தன்’ என்று ரிச்சாவிடம் நினைவுகளை எழுப்பி விட்டு, ‘அம்மாவை உன்னை நம்பி விட்டுட்டுப் போகிறேன்... நீ பாத்துக்கோ’ என சோகம் தழுவிக் கூறியதும் செல்வம் மேல் இருந்த தடித்த சுத்தியைப் பார்த்துவிட்டு, அரசு ஜீப்பில் ஏறி புறப்பட்டுப் போனார் மாரிமுத்து.

மாரிமுத்து அலுவலகப் பணியில் மதியம்வரை சுழன்று இருந்தார். இன்னும் பல புதிய கோப்புகள் வருகைப் பதிவேட்டில் பதிந்து அவர் கையொப்பத்திற்கு குவிந்துவிட்டது. பெற்றவளின் அழும் குரல் மாரிமுத்து மண்டையில் வெடிச் சத்தமாக வெடித்துச் சிதறியது. சின்னப்பொண்ணு, பொம்மி நினைவுகளும் அலையலையாக வந்து அம்மா சுமந்த வலிவுடன் சேர்ந்து ஒட்டிக்கொண்டது. மாரிமுத்துவுக்கு இந்தப் பந்தத்தில் யார் வேண்டும்? தீர்க்க முடிவெடுக்க முடியாமல் துவண்டு அம்மா உயிர் மாய்ந்துவிடுமோ?’ என்று உள்ளம் குலுங்கியதும் அரசுக் கோப்புகளை அள்ளி வீட்டுக்குப் புறப்பட்டுச் சென்றார்.

அம்மா வீட்டில் தனிமையில் பெற்றவனையும் உடன் வாழ்ந்தவனையும் விட்டுப் பிரிவதற்கு அவர் உயிருக்கு இரவு வரை அவகாசம் கொடுத்து வெறித்துக்கிடந்தார். மாரிமுத்து அம்மாவைக் காண பதட்டத்தில் உள்ளே வந்தார். அம்மா நாள் முழுவதும் உணவு அருந்தாமல் இருப்பதால் அப்பாவும் பட்டினியில் துவண்டு கிடந்தார். உடனே, வெளியே சென்று உடுப்பி பவனில் உணவு வாங்கிக்கொடுத்தார். அம்மா போகும் உயிருக்கு பசி தேவையற்றது என அறிந்து உணவைத் தள்ளிவிட்டுச் சுவற்றில் சாய்ந்து குலசாமியான அவரது அம்மாவின் படத்தைப் பார்த்து இருந்தாள்.

மாரிமுத்து பெற்றவளிடம் சமாதானம் தர இயலாதவனாகப் படுக்கையறைக்கு சென்று அரசுக் கோப்புகளோடு அலுவலகப் பணியில் முழுகிப்போனார். மாலை வெளியே வந்து ஓட்டுனரிடம் கோப்புக் கட்டுகளைக் கொடுத்துவிட்டு, அம்மாவிடம் வந்து சாப்பிட வைக்கும் முயற்சியைத் தொடர்ந்தார். மகனின் சொல் மண்டையில் ஏறாமல் முகம் திரும்பி எதிர்பார்த்த சொல் மகனிடம் இருந்து வராததால் கலங்கிய முகத்தோடு, ‘‘வரும்போது மாலை வாங்கி வானு

சொன்னா, பசியை அடக்க சோத்தை வாங்கி வந்தே... காலையில் நீ எனக்கு மாலை போடுவடா...'' மனம் வெதும்பி கண்களை இறுகி மூடினார். இவளுக்கு இன்னிக்கே மாலை போடணும்... மனம் சீண்டி விட்டதும் தர்மன் ரிச்சாவிடம் சென்று தடித்த சுத்தியலை எடுத்து ரிச்சாவின் கைப்பிடியைத் தலையென்று பலம் பொருந்தி ஓங்கி அடித்து ஒத்திகைப் பார்த்துவிட்டு ரிச்சா மேல் அமர்ந்துகொண்டார்.

மாரிமுத்து, அம்மாவின் கைப்பிடித்ததும் மகனைக் கட்டியணைத்து தேம்பி அழும் குரலோடு கணத்து, ''நான் உன்னப் பாதாளத்துல தள்ளி விடல... அந்தப் பொண்ணு உன்ன மாதிரி படிச்ச பொண்ணு, அவள நீ கட்டிக்கினா, என் உசுரு இங்க இருக்கும்...'' என்று சொல்லி மகனை அணைத்தாள். மனைவியின் குரலைக் கேட்ட தர்மன், 'என் தங்கச்சி உறவை இன்னியோட பிரிக்கப் போறாள்' என்று உறுதியானதை நினைத்து அமைதியாக அமர்ந்திருந்தார். மாரிமுத்து மன உளைச்சல் அடையாற்றுக்கரைக்கு அடித்துச் சென்றது. 'பெற்றவளா? வளரும்போது கட்டியணைத்தவளா..?' தராசில் வைத்து அளக்கும்போது இரண்டும் சரி நிலைக்காட்டியது. திகைப்பில் ஆழ்ந்து மாரிமுத்து அம்மா பிரிவில் முழுகியபோது அப்பா அருகில் வந்து நின்றார்.

''அம்மா நல்ல முடிவை நான் சொல்றேன். நீ முதல்ல சாப்பிடு'' என்று சோற்றை மாரிமுத்து ஊட்டிவிட்டார். அம்மா சிறு மகிழ்வில் சாப்பிடத் தொடங்கினார்.

இருள் எட்டியதும், அடையாற்றுக்கரை எந்த மாற்றமும் தருவாமல் அதே பொழுதைக் கழித்த சனங்களுடன் சின்னப்பொண்ணு வெறித்துக் கிடந்தாள். அம்மா மடியில் பொம்மி படுத்திருந்தபோது ஊர்க்குரல்கள் பச்சையம்மாள் மகனுக்கு வேறு பெண்தேடும் பரப்புரையை நிகழ்த்தியது. ஊர்குரல்கள் ஆங்காங்கு விவாதப் பொருளாக்கிப் பேசிக்கொண்டிருந்தார்கள். கருப்பாயி ஓடிவந்து சின்னப்பொண்ணிடம்,

''கன்னிம்மா சொன்னது சரிதான்... அவெ உன்கிட்ட எறந்து தின்னுட்டு... கால விரிக்கப்போறானு சொன்னாள். அவள் வாய் மூகூர்த்தம் எப்படி பலிக்குது பாருடி... இதுக்கு அவள நீ கருவிக் கொட்டுனே... அன்னிக்கே அளெ செவிட்டி போட்டு உன் அண்ண மவன மகளுக்கு கண்ணாலம் பண்ணிவைச்சியிருக்கணும். இப்ப ஒன்றும் கெட்டுப்போகலை... டகுல்மாத்திய இஸ்த்துப்போட்டு குந்த வைச்சிட்டு... காத்தால உன் அண்ணன வெச்சி பேசி முடிச்சிகோ...'' சொற்கள் உதிரும் போது கன்னிம்மா சொல் இடையில் கலந்து

''ஆமாடி... வாய் பெருத்தவளை இழுத்துப் போட்டு... உன் அண்ண மவன நாளிக்கே பொம்மி கழுத்துல தாலி கட்ட வைப்போம்..!''

வீரத்தை விதைத்து சின்னப்பொண்ணை போர்க்களம் செல்லும் தளபதியாக மாற்றினாள்.

''கன்னிம்மா, பொழுது விடிஞ்சதும் நீயும் வா போலாங்கா...'' என கன்னிம்மாவைப் போருக்குத் தலைமை வீரனாகத் துணைக்கு அழைத்தாள் சின்னப்பொண்ணு.

''என் மவன் அம்பேத்குமாரு ஜெயில்ல இருந்து வராண்டி... அவனுக்கு ஆலம் சுத்தியதும் ஊர்ல பாராட்டுக் கூட்டம் எல்லாம் நடக்கப் போவுது. சாய்ந்திரம் வேற ஊர்லையும் எம் மவன மிஞ்ச பொது வாழ்கையில் யாரும் இல்லைனு விமரிசையாகக் கூட்டம் நடக்கப் போவது. அவன் ரொம்ப நாளா ஜெயில்ல நாக்குச் செத்து வரான்டி... அவனுக்கு ஒன்திய... நான்தான் ஆக்கிப் போட்டு... அவன் கூட நானும் கூட்டத்துக்குப் போகணும்...'' என்று கன்னிம்மா, மகன் பாசத்தைக் கொட்டியதும்...

''யக்கா... நீ இல்லாமல் அவெ கிட்ட மல்லுக்கட்ட முடியாது... நீ வாக்கா... கூட அம்பேத்குமாரையும் கூட்டினுவா...'' சின்னப்பொண்ணு விவரம் அறியாமல் பயத்தில் கன்னிம்மாவை அழைத்தாள்.

''அய்யோ... அவன் வந்தானா... எந்த தலை விழும்னு தெரியாதுடி...'' வீராவேசமாக கன்னிம்மா வாய் பாய்ந்ததும்,

''அங்க குந்தினு அழிச்சாடை பண்றாளே... அவெ தல இன்னியோட விழட்டும். விழுந்த தலையைப் பார்த்து ஊர் சிரிக்கும்!'' வெடிக்கி சின்னப்பொண்ணை விசும்பி எடுக்கும் சொல்லில் இழுத்தாள்.

''என் புள்ள வந்ததும் ஆலம் சுத்திட்டு... அவனுக்குப் பொழுதோட சமைச்சி வெச்சிட்டு வந்துடுறேன்டி... நீங்க முன்னாடி போங்க...'' என்று சொன்னதும், எருமைக் கத்தும் சத்தம் வர, கன்னிம்மா அவசரத்தில் எட்டி நடைவைத்து மாட்டைப் பிடிக்கச் சென்றார்.

கன்னிம்மா தம்பி முருவப்பன் வந்து, ''யக்கா... அந்தப் பையன் பொம்மி பொண்ணுக்கு இல்லையாம்..!'' ஊர் பேசியதை மறுபடியும் சொன்னதும், ''நமக்கு எதுக்குடா வம்பு..? ஊர் சொன்னா சொல்லிட்டுப் போகட்டும், சின்னபொண்ணு ஆசையா பொண்ண வளத்துட்டா... எது நடக்குமோ அது இன்னிக்கு நடக்கப்போவுது. அதையும் ஊர் பாக்கத்தானே போவுது...'' என்று, மூன்றாம் சொல்காரியாக தம்பியிடம் சொல்லிவிட்டு, எருமைக்கு வைக்கோல் உதறிப் போட்டுவிட்டு, அருகில் பாடம் போட்டுக் கிடந்த கன்றைப்

பார்த்துச் சிரித்தபடி எருமையைத் தடவிச் சென்றாள். உடன் செவிலி நாய் கோரைப் பல்லை இளித்துக் கன்னிம்மாவை உரசிச் சென்றது.

பச்சையம்மாள் காலைப் பொழுதில் தினம் உழலும் வேலையைவிட விசேச நாள் போல் பணியை வேகமாக முடித்தாள். மாரிமுத்து வீட்டுப் பணி முடித்துக் கிளம்பினார். மகனைப் பார்த்து வாசலில் நின்ற தர்மனுக்கு சில நோட்டுகளை அம்மாவுக்குத் தெரியாமல் திணித்தார். நோட்டுகளை அளந்த தர்மன் அதற்கு ஈடாக மதியம் ஒன்று, இரவு ஒன்று கலர் சாராயம் கிடைப்பதை அறிந்து மகனைப் பார்த்துச் சிரித்தார். பச்சையம்மாள் மகன் பின்னே தொடர்ந்து நல்ல முடிவு வெளிவரும் நினைப்பில் அவன் முகம் பார்த்திருந்தாள். ஜீப் வந்து நிற்க, மாரிமுத்து ஏறியதும் அம்மா முகம்பார்த்து எந்தச் சொல்லும் சொல்லாமல் புறப்பட்டுச் சென்றார். பச்சையம்மாள் தன் மகனிடம் வரும் பதிலுக்குக் காத்திருந்து ஏமாற்றத்தில் வீட்டினுள் நுழைந்தாள்.

சின்னப்பொண்ணு, பக்கிரி, கருப்பாயி, வெடிக்கி, ஊர் பெரும் கிழம், கிழவிகள் அனைவரும் இருட்டு களையும் முன் நடையைக் கட்டி வந்த களைப்பில் வழித்தடத்தில் புளியமரத்தடியில் அமர்ந்து களைப்பைப் போக்கி இருந்தார்கள். கிழம், கிழவிகள் வெற்றிலை, புகையிலை சொதப்பி பல திட்டங்களை சின்னப்பொண்ணுக்குப் பரிந்துரைத்ததில், போகும் வழியில் மஞ்சள் கயிறும், மஞ்சகட்டியும் வாங்கி சின்னப்பொண்ணு மடியில் முடிந்து,

''கன்னிம்மாக்கா... பொம்மியைக் குளிப்பாட்டி, அவள் ஆயா புடவையைக் கட்டி, கூந்தல் குவியப் பூவைத்து வரச் சொல்லு'' என்று சொன்னதை நினைத்து விறுவிறுவென நடைக்கட்டி மாரிமுத்து வீட்டின் வாசலை மிதித்தார்கள். ஓடிவந்த பச்சையம்மாள் உள்ளே வர விடாமல் தடுத்து நிறுத்தி ''உங்களை யாரு இங்க வரச்சொன்னது. உங்க உறவைத் துறந்து காலம் கடந்துவிட்டது'' என்று நறுக்குத் தெறித்து வாசல் மண்ணை மிதித்தவர்களின் முகத்தில் உமிழ்ந்தாள்.

''த பாருமே... அவசரத்துல வார்த்தைய கொட்டாதே... அவெ பொண்ண விட்டு உன் பையனுக்கு வேற பொண்ணப் பாத்துட்டியாமே... இது உனக்கு நல்லது இல்ல...''

''உன் நாத்தனாரு இல்லனா, உனக்கு ஏது பவுசான புள்ள..?'' கருப்பாயி, பொம்மியின் அம்மாவுக்கு வழக்காடினார்.

''கெழவி என் வூட்டு நடுவுல வந்து அவுத்துக்கினு புரளாதே... உந்த அமிக்கினு நீ கிளம்பு..!''

சினம் கொண்ட பச்சையம்மாள் கை நீண்டது. சின்னப்பொண்ணு கை நீட்டி, குரல் வானம்வரை நீண்டு மேகத்தில் மேதியது. பதிலுக்கு

பச்சையம்மாள் உரக்க வாய்ச்சொல் உதிர்த்தாள். இரட்டைக் குரல்கள் காற்றில் வெடித்து அதன் அழுக்குகளை சுற்றிடத்தின் வெளியில் பரப்பியது. குரல் வந்த திசையறிந்து பல வீட்டின் ஜன்னல்கள் 'டமார் டமார்' என்று அழுக்குச் சொல்லுக்கு அச்சம் தெறித்து இறுக்கி மூடினார்கள்.

திருமணம் இல்லாத இல்லறமாக இரு உறவுகளின் வசவுச் சொற்கள் சுற்றிடம் முழுக்கக் கொளுந்துவிட்டு எரிந்துகொண்டிருந்தது. இடைத் தரகராக வந்த கிழம், கிழவிகள் புதியதாக வடித்த வசவுச் சொற்களுக்கு அர்த்தம் தேடி நின்றிருந்தார்கள். சலசலப்பு மத்தியில் பச்சையம்மாள் குரல் மேலோங்கி அசுரத்தனத்தில் நின்றபோது, சின்னப்பொண்ணு கை வீரியத்தில் அவள் முகத்தைப் பிரித்து எடுத்ததாள். அலங்கோல முகமாக மாறிய மனைவியை தர்மன் பிடித்து கைகளில் பிணைத்து இறுக்கினார்.

சின்னப்பொண்ணு, அண்ணனை இடைமறித்து பேச்சு வார்த்தையில் ஈடுபட்டு இருந்தபோது, பொம்மியை மணக்கோலத்தில் அலங்கரித்து அழைத்து வந்த கன்னிம்மா விசுக்கென உள் நுழைந்தாள். கருப்பாயி, வெடிக்கி முகம் மலர்ந்து நடக்கப்போகும் மணவரையற்ற நிகழ்வுக்குப் பல்லிளித்தார்கள். கன்னிம்மா வந்த வேகத்தில் பச்சையம்மாள், சின்னபொண்ணு இருவர் கையில் கொத்து, கொத்தாக தலைமுடி இருப்பதைக் கண்டதும், தர்மன், சின்னப்பொண்ணை இழுத்துத் தள்ளினார். அவள் கீழே சரிந்துவிழுந்தாள். கன்னிம்மா பக்கிரியைப் பார்த்து,

''யோவ்... நீயெல்லாம் ஆம்பளையாடா... அவெ முத்தானைய விரிச்சி நீ பெத்த பொண்ணுக்காக, அவெ அண்ணன்னுகூடப் பாக்காமே... அவெ கிட்ட கைய நீட்ற... அவனும் தங்கச்சின்னு பாக்காம இழுத்துத் தள்ளிவிடுறானே... உனக்கு ரோசமில்ல..? அவென போடுய்யா... உன் பொண்ணுக்காக உசுரு போனாலும் நீ ஆம்பளையா நிப்பையா..!'' கன்னிம்மா முன்சென்ற விரோதத்தைப் பளிச்சென்று பக்கிரி மண்டையில் அடித்து தலை உச்சியில் நிறுத்தினாள்.

வெடிக்கி உள் நுழைந்து, ''நீ ஊர் மலத்தை அள்ளுனது போதும்... உன் பொண்ணுக்காக ஒரு முடிவக் காட்டுய்யா... எவெ உசுரு போனா என்ன... உன் புள்ள வாழணும்'' என்று கரும் கூர் உளியில் பக்கிரி மண்டையைக் கீறியெடுத்தாள்.

பக்கிரி நாலு பட்டச்சாராயத்தை இறக்கியவனாகக் கொப்பளித்து தர்மனை எட்டி உதைத்து நின்றதும், பச்சையம்மாள் பக்கிரி கன்னத்தைப் பலம் பொருந்திப் பதம்பார்த்தாள். கீழே விழுந்த தர்மன் திரண்ட உடலை தூக்கி எழுந்துவந்து பக்கிரியை முரட்டுப் பிடியில்

இறுக்கி அடித்துத் தள்ளிவிட்டான். பக்கிரி தடுமாறி ரிச்சா மேல் போய் விழுந்தார். மெத்தையில் உயிர் கேட்டு நெடுநாள் இரவில் துயில்கொள்ளாமல் இருந்த தடித்தச் சுத்தியை பக்கிரி தூக்கி ஓடிவந்து தர்மன் மண்டையில் பலமாக அடித்தான். இரத்தம் பீறிட்டு தர்மன் கீழே விழுந்து கை, கால்கள் ஜன்னி வந்தவராக இழுத்துக்கொண்டிருந்தார். பிளந்த மண்டையிலும் காதிலும் இரத்தம் வழிந்தோடியது. சின்னப்பொண்ணு அண்ணன் மேல் விழுந்து கத்தி புரண்டாள். பச்சையம்மாள் தர்மன் முகத்தைத் தடவி சத்தமிட்டாள். பலகுடிகள் மூடிய ஜன்னல்கள் அவலத்தின் ஒப்பாரி சத்தத்தில் திறந்தன. பல கண்கள் ஜன்னல் வழியே விழித்துப் பார்த்தன. சிலர் ஓடிவெளியில் வந்து பார்த்ததும் தர்மன் இழுத்து துடித்த கை, கால்கள் சிறுகசிறுக விரைப்பாக நிறுத்திக்கொண்டது. தர்மன் இறுதி சுவாசக்காற்று பரந்த வெளியின் காற்றுடன் கலந்துவிட்டது. மகன் கொடுத்துச் சென்ற ரூபாய் நோட்டுகள் தர்மன் அருகில் சிதறிக் கிடந்தன. தர்மனின் இறப்பின் குரல் அடங்கியதும் சுற்றிடம் குழும்பிய சனத்திரள் கண்களையும், வாயையும் மூடிச் சென்றார்கள்.

மணக்கோலத்தில் இருந்த பொம்மி, உடல் தளர்ந்து தர்மன் மாமாமேல் விழுந்து, ‘கலைந்த உறவாகப் போனேதே’ என்று அழுது துடித்திருந்தாள். கன்னிம்மா, கருப்பாயி, வெடிக்கி மூவரும் கையை இழுத்து இணைத்துக்கொண்டு ‘வந்த வேலை முடிந்தது’ என்று அதிர்வில்லாமல் மௌனிகளாக நடையைக்கட்டிச் சென்றனர். கன்னிம்மாவைத் தேடிவந்த செவிலி நாய் கோரைப் பல்லை அதிகமாக விரித்து தாம் இட்ட வேலையைக் கச்சிதமாகச் செய்ததால், கோரைப் பல்லை உள்ளிழுத்து கன்னிம்மாவை உரசி வாலைக் குழைத்து உடன் சென்றது. மாரிமுத்துவின் வீடு மயானமாகக் காட்சி தந்து இருளில் முழுகிப்போனது.

தர்மன் உறவு பிளந்துபோனதால் ஒட்டிய பந்தங்கள் பிரிந்ததால் பழைய வீட்டைக் காலிசெய்து சீனுமணியின் மாமா ஸ்ரீராம் வீட்டில் மாரிமுத்து குடிபுகுந்தார். தாயும் மகனும் ஒரே வீட்டில் வெவ்வேறு திசையில் பல மாதம் வாழ்ந்தார்கள். பச்சையம்மாள் உறவை தீயில் பொசுக்கி, வேற்றாளாக மாறி, வேற்றுச் சாயத்தை உடம்பில் பூசிக்கொண்டு மறுபடியும் விட்டுச்சென்ற பழக்கத்தை கையில் எடுத்து மாரிமுத்துவைத் துளைத்து, காமாட்சியைக் கல்யாணம் செய்துகொள்ள புதிய இயந்திர ஆயுதக் கருவியில் மகனைக் கிழித்தெடுத்தாள். உறவில் மீந்துபோன கடைசி உறவு தாய் ஒன்றுதான் என்பதால் அம்மாவை இழக்க மாரிமுத்து மனம் அனுமதி தர மறுத்ததால்

காமாட்சியை மனைவியாக அங்கீகரித்து பலகாலம் உறவற்ற உறவாக வாழ்ந்து சந்தோசும், நிரஞ்சனி பிறந்தார்கள். வாரிசுக்காக உறவாகக் காமாட்சியை என் மனதில் மனைவியாக ஏற்றேன்.

''என் பொம்மிக்கு நான் துரோகம் செய்யவில்லை'' இறுதிப் பயணத்தில் மாரிமுத்து ஆடிவந்தார்.

இரவு வழக்கத்திற்கு மாறாக கடந்துபோனதால் முனுசாமி பயத்தில் மிதிவண்டியை மிதிக்க மாரிமுத்துவை தாங்கிய பை மிகவேகத்தில் ஆடி வந்தது. கிழம் அடையாற்றுக்கரை நெருங்கியதும் ஆட்டம் கண்டு ஆடுது. இந்தக் கிழத்துக்கு நம்ம ஊரைப் பார்த்து எதுக்கு இப்படி பயந்து ஆடுது. முனுசாமி நினைவை நிறுத்தி, வீட்டின் அருகில் வந்ததும் மகிழ்வில் வண்டியைக் கூடுதலாக மிதித்தான். மிதிவண்டி பிரதான வீதிக்குள் நுழைந்து எப்பொழுதும் கேட்கும் இறைச்சலில் வண்டி போய்க்கொண்டிருந்தது.

''பணியின் பாரமும், நான் கண்ட துயரங்கள் என்னைவிட்டு மறைந்து போகாமல் இருந்தது. நான் என் உயர்வை நோக்கியே நெடுங்காலம் பயணம் கடந்ததால், நான் தழுவிய ஊர் என்னைத் தவறானவன் என்று உரைத்தது. என்னைப் பெற்றவர்கள், என்னை வளர்த்து ஆளாக்கிய அத்தையும், அவர் சார்ந்த உறவும் எந்தத் தவறும் அறியாதவர்கள் என்று பின்னாளில் நான் அறிந்தேன். கன்னிம்மா பெரியம்மா, அம்பேத்குமார் அண்ணனுக்கு பொம்மியைத் தர அத்தை மறுத்ததால், வன்மத்தில் பலகாலம் உழன்றோடி வெப்பக்காற்றிலும், பெரும்மழை எதிலும் நனையாமல் இரத்தப் பிசுக்கை நுகரச் சுற்றியதை அம்பேத்குமார் அண்ணன் கண்டறிந்து, அம்மாவால் வாழ்விழைந்த பக்கிரி மாமாவுக்கு கடைசிக் காலம் வரை வழக்கறிஞர் நியமித்து வாதாடினார். சில காலம் பெயிலில் எடுத்து இருக்க வைத்தார். இறுதித் தீர்ப்பு வந்ததும் ஆயுள் கைதியாக பக்கிரி மாமா சிறை சென்று சில காலத்தில் மாண்டு போனார். உயிரியல் அறிக்கையில் மலம் அள்ளுபவர்கள் துர்நாற்றக் கழிவில் உழல்வதால் கிருமிகள் அவர்கள் ஆயுளைக் குறைத்து உயிரைப் பிரித்துச் செல்லும் என்று கூறியதால் பக்கிரி மாமா விரைவில் மண்ணின் நுண்ணுயிர்களுக்கு இறையாக மறைந்து போனார். அத்தை புத்தி பேதலித்து, மனநிலை பாதித்து அரை மனுசியாக ஊர் ஊராகச் சுற்றி துர்நாற்றத்தில் திரிந்தார். அது தன் அம்மாவால்தான் நடந்தது என்று அறிந்த அம்பேத்குமார் அண்ணன், கன்னிம்மா பெரியம்மாவை, ''நீ பண்ண துரோகத்திற்கு சின்னப்பொண்ணு அத்தையை நீதான் கடைசிக் காலம்வரை காப்பாத்தணும்'' என்று உடன் அனுப்பி கன்னிம்மா பெரியம்மாவை

ஏற்றுக்கொள்ளலாமல், அம்பேத்குமார் அண்ணன் எம் மக்களில் துயர் துடைக்க பொதுவாழ்வில் உழன்றதால், அவர் அம்மாவைக் கடைசிவரைப் பார்க்காமல் அத்தைக்குச் செய்த துரோகத்துக்காக விட்டுச்சென்றாராம்.

கன்னிம்மா இறுதிக் காலம்வரை சின்னப்பொண்ணை மகிழ்ச்சியோடு கவனித்தும், புத்தி முன்பு போல் வராததால் 'நினைவு இல்லாதவளிடம் பேசி ஒரு மசுரும் உதிர்ந்து விழாது' என்று மனம் கொண்டு, பொம்மியை பல இரவில் தாய் போல் அணைத்து வஞ்ச எண்ணம் மாறாதவளாக, 'என் புள்ளைய நீ கட்டிக்கோ' என்று ஆசை வார்த்தைகள் முடிந்து முந்தானையை அவிழ்த்துவிட்டாள். பொம்மி பலகாலம் விலகி விலகியே இருந்தும் கன்னிம்மா அவளைப் பின்தொடர்ந்து இருந்தாள். இவற்றை நான் அறிய முடியாதவனாக இருந்தேன்.

நான் பலகாலம் அடையாற்றுக்கரையைத் தேடிப் போயும், என் மக்கள், என் உறவுகள் என்னை ஊர் உள்ளே விட மறுத்துவிட்டார்கள். ஏன் என்ற கேள்விகள் என்னைத் துளைத்தது. நான் என் மக்களுக்குப் பாவம் செய்தவன் என்றும், உறவுகளைத் தொட்டிக்கு அனுப்பும் விலங்காக நான் வைத்து அறுத்த பாவி என்று கூறினார்கள். கடைசியாக நான் வாழ்ந்து தவழ்ந்த இடத்தில் உள்ளே போக முடியாமல் எனக்காக வேலியமைத்து வைத்தார்கள். அதைத் தாண்டி என்னால் எக்காலத்திலும் உள்ளே போகமுடியாமல் போனது. நானும் சுயவாழ்கையில் உழன்று மகன், மகள் உயர் இடத்தைப் பிடிக்கப் பகுப்பாய்ந்து நான் பட்ட துயர் இவர்களைத் தீண்ட வேண்டாம் என்று நானும் பயணித்துப் போனேன். அத்தை மனநிலை முற்றுப் பெற்று சுயநினைவு இழந்ததும், இருக்கும் இடம் அறியாமல் உயிர் சரீரத்தில் ஒட்டி, நாண்டுக்கினு பேண்டு கிடந்தார் என்பதை அறிந்து, அத்தை வீரத்தை நினைத்துக் கண்ணீர் சிந்தி, ஊரைநோக்கிப் போனேன்.

என் அத்தையை ஆதரித்து வாரியணைக்க அடையாற்றுக்கரை உள்ளே செல்ல முயன்றேன். எனக்காக ஊர் போட்ட பல தடுப்பு வளைவுகளைக் கண்டு விவாதத்தில் முழுகியும் என்னை ஏற்காமல் சொந்தங்கள் கழுத்தைப் பிடித்து விரட்டியடித்தார்கள். உறவுக்குள்ளும் வானளவு பிரிவு நீண்டு இருப்பதை அறிந்து அமைதி கொண்டவனாக நான் திரும்பி வந்தேன். அத்தையால் பொம்மி கொடுத்த பச்சைவண்ண மைபேனா, என் விரலில் வந்ததை மார்பில் இணைத்து, இரவுத் தூக்கத்தைப் பல நாள் பறிகொடுத்தேன். 'நான் என் அத்தைக்குத் துரோகத்தை வாரியிறைத்தேனா..? என் மக்களுக்கு நான் துரோகம் செய்தேனா..?' பல காலங்கள் கடந்தும் பதிலைத் தேடிக்கொண்டே இருந்தேன்.

ஒருநாள் அலுவலகத் தொலைபேசியில் 'உன் அத்தை இறந்து போனார்!' என அழைப்புச் சொல் துயரத்தைக் கூறி, யாரென்று தெரியாமல் மறைந்து போனார். அரசு மகிழுந்தை சொந்தப் பயனுக்கு எக்காலமும் பயன்படுத்தாமல் இருந்தால் அரசு வண்டியில் வீட்டுக்கு வந்து என் மகிழுந்தை நானே ஓட்டிச் சென்றேன். கண்களில் தாரைதாரையாக நீர் வழிந்ததும் என் கைகள் பலமிழந்து மகிழுந்தை ஓட்டமுடியாமல் தத்தலித்து அடையாற்றுக்கரை வந்து சேர்ந்தேன்.

என் வண்டி சத்தம் அறிந்து, ஊர் திரண்டு ஓடிவந்து, நான் உழன்ற என் மண்ணில் பாதம் மிதிக்க அனுமதி தர மறுத்தது. என் மண் இறுகிப் பாறையாக நின்றிருந்தது. அதன்மேல் ஊரே திரண்டு உரத்த குரலில் அழுக்குச் சொற்களை என் மீது வாரியிறைத்துத் தடுப்பு வேலிகளைப் பலமாக அமைத்து உள் நுழைய முடியாமல் முட்கூறுகளாக என்னைக் குத்தித் தடுப்பிட்டார்கள். நான் வணிக வரித்துறை இயக்குநர் பதவி அந்தஸ்தை என் சொந்தத்துக்காகத் துறந்து அனைவர் கால்களில் விழுந்து மன்றாடினேன். என் குரலின் கனிவுச் சொற்களை கேளாமல் பலகாலம் அவர்கள் காதுகளில் என் குரல் நுழையாமல் இருக்க அடைப்பானை வைத்திருந்தார்கள். நான் அவர்கள் பாதங்களைத் தொட்டு கலங்கிய நீரோடு மண்டியிட்டு உறவுகளின் பாதங்களை எல்லாம் தொட்டு மன்றாடினேன். அவர்கள் 'துரோகி... துரோகி' என்று வெவ்வேறு சொல் வழக்குகளில் உமிழ்நீரோடு கலந்து என் முகத்தில் வந்து அப்பினார்கள். இனத் துரோகம், மண் துரோகம் நான் செய்தேன் என்று நான் தவழந்தணைத்த ஊரும், உறவுகளும் வசவுச் சொற்களை என் மார்பில் வீசித் துரத்தியது.

அத்தை முகம் என்னை வதைத்து எடுத்தது. பலகைகளில் என் கண்ணீரைச் சிந்தவிட்டுக் கருணை காட்ட நான் இழுக்கானவன் அல்ல என்று அவர்கள் வெளிச்சத்திற்குக் கொண்டுவந்தேன். யாரும் என்னை ஏற்க மனம் இல்லாமல் இறுமாப்பில் என் கழுத்தைப் பல கைகள் இறுக்கிக்கொண்டு, நான் வாழ்ந்து துடித்தோடிய மண்ணைவிட்டு விரட்டியடித்தார்கள்.

இறப்பில் பறையிசை என் அத்தைக்காக முழங்கி ஒலித்தது. எங்கள் பறையிசை என் மார்பைத் தழுவித் துளைத்ததும் என் அடையாற்றுக்கரையின் முகப்பு முன் உள்ள பிரதானச் சாலையில் நின்று இறுதி முடிவாக என் மண்ணின் வழித்தடத்தில் ஊர்ப்பாதம் பட்டு இறுகிய மண்ணில் மண்டியிட்டு நான் தவழ்ந்த ஊரைப் பார்த்து என் மண்ணில் கைகூப்பி நெடுக்க படுத்துக்கொண்டு 'நான் இந்த மண்ணுக்கு துரோகம் பண்ணலை... நம்ம வாழ்ந்த சூழல்

இந்த மண்ணைவிட்டு பிரிச்சுத் துரத்தியடித்தது... இப்போகூட இந்த மண்ணுல வேற அழுக்குப் படிஞ்சிருக்குது... நம்ம மேல உயர்ந்தாலும் நம்மள பிரிக்க பலஆயிரம் பூதங்களை வேற்று இடத்தில் வரவைத்து ஏவப்பட்டு இருக்கு... அதுக்கு நம்ம உயர்வு பிடிக்காது. அது என்னையும் விழுங்கிடிச்சி... நான் இந்த மண்ணுக்குத் துரோகம் பண்ணலை... இந்த நாட்டுக்கும் துரோகம் பண்ணுல... இந்த நாட்டு மக்களுக்கும், என் சொந்த உறவுகளுக்கும் நான் துரோகம் பண்ணலை...' என்று உரக்க கத்தி என் மண்ணில் மண்டியிட்டுக் குமுறிக் கண்ணீரைத் தாரைதாரையாக நான் உழன்று களித்த என் மண்ணை என் கண்ணீரில் நனைத்து ஈரப்படுத்தியபோது அதிர்வலையில் மண் அதிர்ந்து நான் வாழ்ந்த இடம் குலுங்கியது. என் அத்தை வந்து என் முகத்தை வருடியது...

''ராசா... நீ இந்த மண்ணுக்குத் துரோகம் பண்ணல... இந்த சமூக அமைப்புதான் நமக்குத் துரோகம் பண்ணுச்சி... இந்த நாட்டோட அழுக்கு மூட்டைய நம்ம தலமேல வைச்சிட்டாங்கப்பா... நீ எழுந்துரு ராசா... இந்த அவலத்தை உன்னாலத்தான் உடைக்க முடியும்... நீ இதை உன் பலத்தில் உடைத்து நொறுக்கு ராசா... அத்த உனக்கு எதுவும் நான் செய்யலை... இங்க இருந்த வலியில் தான் நீ உயரணும்னு அத்தை செஞ்சது... நான் உனக்குப் பெருசா எதுவும் செய்யல ராசா... என் கடமையைத்தான் உனக்கு செஞ்சேன்... நீ இன்னும் உசரத்தல வா... இங்க இருக்கிற அடுத்த தலைமுறையை ஒன்னா சேர்த்துக்கோ... இந்த உறவு உன் பின்னாடி வரும்... நீ யாருக்கும் துரோகம் செய்யலன்னு நிரூபிப்பே ராசா... அப்போ... அத்தை உன்னோடு தான் அணைச்சினு இருப்பேன்... ''

அத்தை மனம் என்னிடம் வந்து, முகத்தை அணைத்து நெற்றியில் முத்தமிட்டு வழியனுப்பி வைத்ததும் நான் மகிழ்ந்தேன். என் அத்தை இறப்பில்கூட அண்ணன் மகன் நல்லா இருக்கணும், உசரமான இடத்துல இருக்கணும்னு வாழ்த்தி அனுப்பியது. கடைசியாக என்னை அணைத்த பொம்மியை பல ஆண்டுகள் பார்க்க முயன்றும் முடியாமல் போனது. கன்னிம்மா பெரியம்மா ஆசைப்பட்ட மாதிரி அம்பேத்குமார் அண்ணன் மணந்திருக்குமா? அப்படி இருந்தால் கண்டிப்பாக பொம்மி நல்லா இருப்பாள். ஆனால் எதுவுமே புலப்படாமல் என் கண்களுக்கு காலச்சூழல் என் அடையாற்றுக்கரையை மறைத்தது.

மிதிவண்டி சில சலசலப்புக்குள் வந்ததும், நான் வாழ்ந்த மண் வந்திருச்சி... பொம்மிகிட்ட, ''நான் உனக்குத் தவறு பண்ணலன்னு சொல்லுவேன், என் அம்மாவுக்கு வேற்றுச் சாயத்தைப் பூசவைத்து,

உறவைப் பிரிக்க வைத்ததும் இந்தச் சமூக அமைப்புத்தான்'' என்று சொல்லுவேன். இந்த ஊருக்கும் சேர்த்து அனைத்தையும் சொல்லுவேன்'' மாரிமுத்து முனங்கள் சிறுசத்தமாக வந்ததும் மிதிவண்டி அடையாற்றுக்கரை முகப்புக்குள் நுழைந்தது.

மாரிமுத்து தலையை வெளியில் நீட்டிப் பார்த்தார். பல குடிசைகள் மாறியிருந்தன. அதே சிறுசிறு சந்துகள் மாறாமல் மின்விளக்கு மட்டும் மாற்றத்தில் புதியதாகக் கிடைத்திருந்தது. குடிசை அளவில் சிறு கல் வீடுகளும், கல்நார் வீடுகளும் மாற்றத்தில் உருப்பெற்று இருக்கின்றன. உள்ளே வீதிகள் ஒழுங்கற்று இருப்பதால் முனுசாமி மிதிவண்டியைத் தள்ளிக்கொண்டு பலசந்து வழியாகப் போய் வீட்டை அடைந்தது. மீனாட்சி கிளி 'கீக்கீ.. கீக்கீ...' கத்தி கூண்டில் குதிக்க, பஞ்சவர்ணம் ஓடிவந்து வசவு வார்த்தைகளில் அபிசேகம் செய்ததும் மீனாட்சி களிப்பில் துள்ளிக் குதித்தது. முனுசாமி மிதிவண்டி கைப்பிடியில் தொங்கிய பையை எடுத்து முகம் அருகில் வைத்து,

"யோவ்... மனசாட்சி சொன்ன இடத்துல உள்ள கொண்டு வந்து நிறுத்திட்டேன். இருட்டாயிடுச்சி... காத்தால உன்னை யார் கிட்ட சேக்கணுமோ அவங்க கிட்ட சேக்கிறேன். என் கடமையும் இத்தோட முடிஞ்சி போச்சி... இன்னிக்கி ஒருநாள் எங்க வீட்டு மேல போய் படுத்துக்கோ'' பையை வீட்டின்மேல் வைத்து முனுசாமி வீட்டின் உள்ளே சென்றான்.

அடையாற்றுக்கரையில் வீசிய காற்றில் அதே துர்நாற்றம் இருந்தது. அதே கொழுகொழுத்த வண்டல், கரையில் குமிந்து கிடந்தது. பழைய மரங்கள் தொலைந்து புதிய மரங்கள் இருந்தன. முனீஸ்வரன் காணாமல் போய் ஒரு மாரியம்மாள் பல மாரியம்மாளாக உருப்பெற்று இருக்கிறாள்.

மரங்களில் வீசும் காற்றில் விசம் கலந்து இரவிலும் வெப்பமாக வீசியது.

இருளில் வீசும் வெப்பத்தை உள்வாங்கிய மாரிமுத்து அடையாற்றுக்கரை நீரைப் பார்த்து இருந்தபோது அதிகப்படியான குரல்கள் எழும்பி சனங்கள் ஓடி வந்தார்கள். அக்குரலைக் கேட்டு மாரிமுத்து மிரட்சியில் நால்திசை முகம் திருப்பினார்.

குரல் வந்த திசையில் திரள் திரளாக ஓடிவந்த சனங்கள் உரத்த குரலில், "பொம்மி கிழவி செத்துட்டா... பொம்மி கிழவி செத்துட்டா..." இன்னும் கூடுதல் குரல்கள் சேர்ந்துகொள்ள, மாரிமுத்து கீழே பார்த்தார். கூட்டம் ஒரு சந்து வழியே ஓடியதும் மாரிமுத்து கண்களில் சொட்டுச்சொட்டாக நீர் வழிந்து கீழே சென்று தரையை

நனைத்து ஈரபடுத்திக்கொண்டிருந்தது. இன்னும் கூட்டம் திரண்டு "பொம்மிக் கிழவி செத்துட்டா... பொம்மிக் கிழவி செத்துட்டா..." என்று குரல் எழுப்பி ஓடியதும் மாரிமுத்து முகத்தில் வழிந்தோடிய நீரைத் துடைத்து இருண்ட மேகத்தைப் பார்த்து மேகங்களோடு பறந்துபோனார்.

அம்பேத்குமார் கிழவர் கைபேசி ஒலித்ததும், மாரிமுத்து மகன் சந்தோசு அமெரிக்காவில் இருந்து துயரம் ததும்பிய குரலில், "பெரியப்பா... அப்பா இறந்துட்டாரு... அவர் வாழ்ந்த மண்ண அப்பா மறக்கல... அந்த மண்ணு நினைவோடு அப்பா எங்களவிட்டு மறைஞ்சி போயிட்டாரு... அவர மாதிரி மக்கள் மேல் பற்றும், உங்கள் மண்ணின் உறவுகளின் மேல் உள்ள அக்கரையும் யாருக்கும் இருக்காது. அவர் வாழ்ந்த நாட்டின் மேல் பற்றோடு மறைந்து போனார்" என்று அழும் குரல் தொடர்ந்து ஒலித்ததுக்கொண்டிருந்தது.

பொழுது புலர்ந்ததும் அடையாற்றுக்கரையில் பள்ளிசெல்லும் குழந்தைகள் விறுவிறுவெனக் கிளம்பிக்கொண்டிருந்தார்கள்.

"ஏய்... சீக்கிரம் வாமே... குழந்தை ஸ்கூலுக்குப் போகணும்" பஞ்சவர்ணம் குரல் கேட்க, முனுசாமி குளித்து டவுல் இடுப்பில் கட்டி உள்ளே வந்தான்.

ஆச்சரியத்தில் மிரண்டு கண்களைச் சுழற்றிப் பார்த்தான்.

சுவற்றில் மாரிமுத்து புகைப்படம் மாட்டி, கோர்த்த பூமாலை இட்டு, ஐந்து மண் விளக்கில் தீபம் எரிந்திருந்தது.

"பஞ்சவர்ணம்... இவரை உனக்குத் தெரியுமா..?"

"ஏமே... இவரு உன் மாமான்னு எனக்குத் தெரியும்..."

மாரிமுத்துவின் புகைப்படத்துக்கு முன் முனுசாமி கைகூப்பி,

"மாமா... நீ யாருனு எனக்குத் தெரியும்...

நீ பேசுனது எல்லாம் நான் கேட்டேன்...

உனக்குத் தெரியாததுபோல் நான் இருந்து, இங்க வந்து உன்ன சேர்த்தேன் மாமா...

உன்னப் போல இங்க யாரும் உசந்து வர முடியாது...

உன் தேசப்பற்று இனி யாருக்கும் வராது...

உன் படிப்பும், உயர்ந்த பதவியும் இங்கே எல்லாருக்கும் வரணும்...

என் புள்ளைக்கி நீ படிச்ச படிப்பைக் கொடு மாமா...

நீ வாழ்ந்த உயந்த பதவியை என் புள்ளைக்குக் கொடுத்துட்டுப் போ மாமா...

நாங்களும் உன்னப்போல மேல வரணும்...

உன் நாட்டுப்பற்றும், இந்த நாட்டு மக்கள் மேல் உள்ள அன்பும், உன் சொந்தங்கள் மேல் இருந்த பாசம் எல்லாம் இங்க எல்லாருக்கும் உணர்வா வரணும்..!"

என்று முனுசாமி நெஞ்சலைத் ததும்பி, மாரிமுத்துவின் புகைப்படத்தை உணர்ச்சியில் பார்த்து, எரிந்த தீபங்களை வணங்கினார்.

மகன் பள்ளிச்சீருடையில், புத்தகப் பையுடன் வெளியில் மிதிவண்டி அருகில் இருந்தான். முனுசாமி, தன் மகனை வண்டியில் அமர வைத்து வண்டியை மிதித்ததும், வண்டி அடையாற்றுக்கரை பெயர்ப் பலகையைக் கடந்து, புதிய பயணத்தில் நீண்டதூரம் சென்று மறைந்தது.

★ ★ ★

End notes

1 டர் - பயம்
2 பல்புவுட்டுடுவா - மரணம்
3 மஜாவாக - சந்தோஷம்
4 பவுசு - கம்பீரம்
5 டகுல்மாத்தி - பொய்
6 ஓடியம் - கெட்ட வார்த்தை
7 தூமை - தீட்டுத்துணி
8 பஜாரி - பஜாரில் வேலை செய்யும் பெண்
9 கப்பு - நாற்றம்
10 அமுக்குன கொத்தையாக - ஒன்றும் அறியாதவன்
11 தெரவுசு - புத்தி
12 அனுக்கு - அடிமை
13 போண்சட்டியில் - பித்தளை சோற்றுப் பாத்திரம்
14 ஜல்ப - சிணுங்கள்
15 கலிஜி - அழுக்கு
16 ஜிலோனு - வெறுமையாக
17 எறந்து - பிச்சையெடுத்து
18 ஜல்பு - சலி
19 பேஜார் - சோர்வு
20 ஓன்திய - சுவையாக
21 சவுடால் - பெருமை
22 நாஸ்டா கடை - டிபன் கடை
23 குசுனி - சமையல் அறை
24 சாண்ட - மூத்திரம்
25 லொங்கறுந்து - அவதைப்பட்டு
26 ஜோடுதலை - நீளமான பித்தளை தண்ணீர் பாத்திரம்
27 காண்டு - கோவம்

ஜகா - பின் செல்லுதல்

கித்தாப்பு - கௌரவம்